महाराष्ट्रातील सर्व विद्यापीठातील भूगोलाचे अभ्यासक, प्राध्यापक, पदवी व पदव्युत्तर विद्यार्थी
तसेच स्पर्धा परिक्षार्थी यांच्यासाठी अत्यंत उपयुक्त ग्रंथ!

I0655863

कृषी भूगोल

भारताच्या विशेष संदर्भासह

Agricultural Geography

डॉ. विजया साळुंके

डायमंड पब्लिकेशन्स

कृषि भूगोल

डॉ. विजया साळुंके

Krushi Bhugol

Dr. Vijaya Salunke

ISBN : 978-81-8483-612-7

प्रथम आवृत्ती : जुलै २०१५

© डायमंड पब्लिकेशन्स

मुखपृष्ठ
शाम भालेकर

प्रकाशक
डायमंड पब्लिकेशन्स
२६४/३ शनिवार पेठ, ३०२ अनुग्रह अपार्टमेंट
ओंकारेश्वर मंदिराजवळ, पुणे-४११ 0३0
☎ 0२0-२४४५२३८७, २४४६६६४२
info@diamondbookspune.com

ऑनलाईन पुस्तक खरेदीसाठी भेट द्या
www.diamondbookspune.com

प्रमुख वितरक
डायमंड बुक डेपो
६६१ नारायण पेठ, अप्पा बळवंत चौक
पुणे-४११ 0३0 ☎ 0२0-२४४८0६७७

मनोगत

विद्यापीठ अनुदान आयोगाने कृषी भूगोल या विषयासाठी तयार केलेल्या अभ्यासक्रमानुसार हे संदर्भ पुस्तक लिहिले आहे. भौगोलिक दृष्टिकोनातून शेतीचा अभ्यास करण्यासाठी हे पुस्तक उपयुक्त ठरू शकेल. काही निवडक कृषीविषयक संकल्पना, त्यांच्या मापनपद्धती, भूमी उपयोजन, भूमीक्षमता मापन अशा जागतिक कृषी भूगोलाच्या विषयांबरोबर, भारतीय शेतीच्या संदर्भात धवलक्रांती, अन्नतूट–अन्नवाढावा प्रदेश, पोषण व भूक, अन्नसुरक्षा, पर्यावरण ऱ्हास व शेती, भूमिहीन श्रमिक, शेतीतील महिला, बालकांमधील न्यूनपोषण, कुपोषण, रक्तक्षय समस्या आणि शेती व्यावसायिकांचे आरोग्य अशा विशेष महत्त्व असलेल्या समकालीन विषयांची चर्चा आकृत्या, आलेख व नकाशाच्या साहाय्याने केली आहे. मराठी माध्यमातील विद्यार्थ्यांसाठी व प्राध्यापकांसाठी संदर्भ पुस्तक म्हणून याचा उपयोग होईल याची खात्री वाटते. त्याच बरोबर सेट-नेट, स्पर्धा परीक्षा यांचा अभ्यास करणाऱ्या विद्यार्थ्यांसाठी, अर्थशास्त्र व समाजशास्त्र हे विषय अभ्यासणाऱ्यांसाठीही हे पुस्तक संदर्भग्रंथ म्हणून उपयुक्त ठरेल. पुस्तकातील नियत प्रकरणांनंतर निवडक शब्दार्थसूची व विषयसूची मार्गदर्शनासाठी दिली आहे.

माझे गुरू डॉ. वि. श्री. दात्ये, विभाग प्रमुख (निवृत्त) पुणे विद्यापीठ यांनी केलेल्या मार्गदर्शनामुळे हे पुस्तक मी पूर्ण शकले. डायमंड पब्लिकेशन्सचे श्री. दत्तात्रेय पाष्टे यांनी पुस्तकाच्या निर्मितीमूल्याकडे व प्रकाशनाकडे विशेष लक्ष दिल्याने व त्यांच्या कार्यालयीन सहकाऱ्यांच्या मदतीमुळे हे पुस्तक आपल्या हाती येऊ शकले आहे. या सर्वांची मी अत्यंत आभारी आहे. या पूर्वीच्या माझ्या 'उष्णप्रदेशीय कृषी भूगोल' या पुस्तकाचे चांगले स्वागत झाले आहेच तसेच या संदर्भ पुस्तकाचेही होईल, याची खात्री वाटते.

– डॉ. विजया साळुंके

लेखक–परिचय

डॉ. विजया साळुंके
(Msc. Ph.D.)

निवृत्त प्रपाठक (भूगोल), के. टी. एच. एम. महाविद्यालय, नाशिक

पीएच.डी. विषय : Grape Farming in Nashik District : A Geographical Analysis

- वृत्तपत्रीय लिखाण : पाणी, पर्यटन आणि भूगोलविषयक लेख वेळोवेळी प्रसिद्ध.

- चाणक्य मंडळ नाशिक शाखा येथे स्पर्धा परीक्षा मार्गदर्शन

- प्रकाशित पाठ्यपुस्तके :

  इ. ११ वी, १२ वी भूगोल (१९८५), एफ. वाय. बी. कॉम-वाणिज्य भूगोल (१९८९), एस. वाय. बी. ए. स्पेशल पेपर एक-कृषी भूगोल (२००३), एस. वाय. बी.एस्सी–Fundamentals of Agricultural Geography, Agricultural Regions & Issues (२००४), A. V. Publications, Nashik

- म. रा. पाठ्यपुस्तक मंडळ इ. १० वी सहलेखक : भारत : मानवी पर्यावरण India-Human Environment (२००७)

- उष्णप्रदेशिय कृषी भूगोल, (२०१०) डायमंड पब्लिकेशन्स, पुणे

- भारताच्या महिला शेतकरी (२०१३) एन.बी.टी., नवी दिल्ली

- लोकसंख्या स्थिरता भारताचा दीर्घकालीन शोध (अनु.) (२०१३) एन.बी.टी., नवी दिल्ली

- कृषी भूगोल (टि.वाय.बी.ए.) (२०१५) डायमंड पब्लिकेशन्स, पुणे

अनुक्रम

मनोगत **तीन**

लेखक परिचय **चार**

प्रकरण १ : कृषी भूगोल परिचय **१**

१.१ कृषी भूगोल : स्वरूप, व्याप्ती, महत्व आणि विकास

१.२ कृषी भूगोल अभ्यास पद्धती

१.३ शेती : प्रारंभ व प्रसार

१.४ कृषी सांख्यिकी स्रोत

प्रकरण २ : कृषीभूमी विनियोग : नियमनकारी घटक **२४**

२.१ नियमनकारी घटक

२.१.१ भौतिक घटक

२.१.२ आर्थिक घटक

२.१.३ तांत्रिक घटक

२.१.४ सामाजिक घटक

२.२ भूधारणा व कुळवहिवाट पद्धत

२.२.१ जमीन सुधारणा

२.२.२ भूमीउपयोजन धोरण आणि नियोजन

प्रकरण ३ : कृषी विषयक निवडक संकल्पना आणि मापन पद्धती **५५**

३.१ पिकांचा आकृतीबंध

३.२ पीक केंद्रिकरण

३.३ पीक सघनता

३.४ पीक व्यापारीकरण प्रमाण

३.५ पीक विविधा आणि विशेषिकरण

३.६ कृषी कार्यक्षमता आणि उत्पादकता

३.७ पीक समन्वय आणि कृषी विकास

३.८ हरितक्रांती : प्रभाव आणि परिणाम

प्रकरण ४ : कृषी क्षेत्राचे स्थान : बहुमितीय घटक आधारित सिद्धान्त   ९२

    ४.१ व्हॉन थ्युनेन प्रतिमान

    ४.२ व्हिटलसी कृषी प्रदेश

    ४.३ भूमी उपयोजन व भूमी क्षमता

प्रकरण ५ : भारतातील शेती   १४४

    ५.१ भारतातील भूमी उपयोजन आणि पिकांचा बदललेला आकृतीबंध

    ५.२ भारतातील कृषी उत्पादकतेचा प्रादेशिक आकृतीबंध

प्रकरण ६ : भारतीय शेती   १६२

    ६.१ धवलक्रांती

    ६.२ अन्नतूट व अन्नवाढावा प्रदेश

    ६.३ पोषण प्रमाण

    ६.४ भारतीय शेतीच्या विशिष्ट समस्या, त्यांचे व्यवस्थापन व नियोजन

    ६.५ भारताचे कृषी धोरण

प्रकरण ७ : समकालीन चर्चाविषय   १८८

    ७.१ अन्न, पोषण आणि भूक

    ७.२ अन्नसुरक्षा

    ७.३ अवर्षण व पूर सुरक्षा

    ७.४ अन्नसहाय्य योजना

प्रकरण ८ : भारतीय शेती व पर्यावरण   २१४

    ८.१ जलसिंचन, खते, किड व किटकनाशकांचे योगदान

    ८.२ पर्यावरण ऱ्हास

    ८.३ तंत्रज्ञानाची जोड

प्रकरण ९ : भारताच्या कृषी क्षेत्रातील रोजगारी   २४६

    ९.१ कृषिक्षेत्रातील रोजगार

    ९.२ भूमीहीन श्रमिक, महिला व बालके

    ९.३ शेतीतील कामे आणि शेती व्यावसायिकांचे आरोग्य

शब्दसूची   २७६

संदर्भसूची   २८०

विषयसूची   २८१

• पुस्तकातील नकाशे प्रमाणबद्ध नसून केवळ संदर्भासाठी दिले आहेत.

तक्ता सूची

तक्ता क्र. १.१ : भूगोलाच्या ज्ञानशाखा व कृषी भूगोल स्थान — २

तक्ता क्र. १.२ : शेतीची उत्पत्ती स्थाने, समाविष्ट देश व प्रारंभिक पिके — १५

तक्ता क्र. २.१ : कृषीभूमी विनियोग नियमनकारी घटक — २५

तक्ता क्र. २.२ : आम्ल-विम्ल निर्देशांक आणि मृदा प्रकार — ३३

तक्ता क्र. २.३ : काही निवडक राष्ट्रांमधील सरासरी धारणक्षेत्र (हेक्टर्स) — ४५

तक्ता क्र. २.४ : जमीन धारणा (क्षेत्र) : कमाल मर्यादा (हेक्टर) — ५०

तक्ता क्र. ३.१ : पीक आकृतिबंध वर्गवारी — ५६

तक्ता क्र. ३.२ : वीव्हर सैद्धान्तिक शेकडा क्षेत्र — ८०

तक्ता क्र. ३.३ : किओकूक काऊंटीतील पिके व क्षेत्र — ८०

तक्ता क्र. ३.४ : किओकूक काऊंटी (आयोवा) साठी विश्लेषण — ८१

तक्ता क्र. ३.५ : के. डोई वन शीट टेबल — ८५

तक्ता क्र. ३.६ : पशुधन प्रकार आणि खाद्यान्न एककनुसार पशुधन संख्या — ८८

तक्ता क्र. ४.१ : व्हिटलसी कृषी प्रदेश वर्गीकरण — १०३

तक्ता क्र. ४.२ : स्थलांतरित शेती : स्थानिक नावे — १०९

तक्ता क्र. ४.३ : मळ्याची शेती : देश व उत्पादन — १३३

तक्ता क्र. ५.१ : भारत : भूमीउपयोजन (१९५०-५१ आणि २०१०-११) — १४४

तक्ता क्र. ५.२ : भारत : एकूण लागवडीखालील क्षेत्रात महत्त्वाच्या पिकांचे शेकडा प्रमाण — १४७

तक्ता क्र. ५.३ : भारत : धान्यपिके उत्पादन, शेकडा वाटा (१९५०-५१ ते २०११-१२) — १४९

तक्ता क्र. ५.४ : भारत : नगदीपिके उत्पादन (१९६०-६१ ते २०११-१२) — १४९

तक्ता क्र. ५.५ : भारत : अन्नधान्य उत्पादन — १५०

तक्ता क्र. ५.६ : जागतिक उत्पादकता आणि भारत (२०१०-११) क्विंटल/हेक्टर — १५०

तक्ता क्र. ५.७ : भारत : कृषीउत्पादन व उत्पादकता — १५०

तक्ता क्र. ५.८ : राज्यनिहाय खाद्यपिके उत्पादकता (२००९-२०१०) — १५२

तक्ता क्र. ५.९ : भारत : राज्यनिहाय खाद्यपिके गुणानुक्रमांक — १५३

तक्ता क्र. ५.१० : राज्यनिहाय निवडक नगदीपिके उत्पादकता (२००९-२०१०) — १५६

तक्ता क्र. ५.११ : भारत : राज्यनिहाय नगदीपिकांचे गुणानुक्रमांक — १५७

तक्ता क्र. ५.१२ : भारत : कृषीउत्पादकता — १५९

तक्ता क्र. ६.१ : दूध उत्पादन : महत्त्वाचे देश (द.ल.टन) २०१२-१३ १६३

तक्ता क्र. ६.२ : भारत : राज्यनिहाय दूध उत्पादन १६६

तक्ता क्र. ६.३ : भारत : दूध उत्पादन (द.ल.टन) आणि दरमाणशी उपलब्धता (ग्रॅम प्रतिदिन) १६८

तक्ता क्र. ६.४ : अन्नतूट निर्देशक राज्ये १७१

तक्ता क्र. ६.५ : पोषण प्रमाण, कुपोषित बालके व पोषण निर्देशांक अनुक्रमांक (निवडक राज्ये) १७५

तक्ता क्र. ६.६ : निवडक पिके, उत्पादकता (कि.ग्रॅ./हेक्टर) १७६

तक्ता क्र. ६.७ : भूधारणेनुसार गट आणि सरासरी भूधारणा १७७

तक्ता क्र. ६.८ : मृदेतील सूक्ष्मद्रव्यांच्या कमतरतेचे प्रमाण (शेकडा नमुने) १७८

तक्ता क्र. ७.१ : खाद्यान्न उपलब्धता १८८

तक्ता क्र. ७.२ : भारत व प्रमुख राज्ये : स्त्रियांमधील रक्तक्षय (२००५-०६) १९०

तक्ता क्र. ७.३ : भारत व प्रमुख राज्ये : पुरुषांमधील रक्तक्षय शेकडा प्रमाण १९२

तक्ता क्र. ७.४ : भूक निर्देशांक स्कोअर व अनुक्रमांक : निवडक राज्ये १९५

तक्ता क्र. ७.५ : अन्नधान्य व डाळी उपलब्धता १९९

तक्ता क्र. ७.६ : अन्नधान्य राखीव साठा आणि प्रत्यक्ष उपलब्धता (दशलक्ष टन) १ जाने. रोजी २०२

तक्ता क्र. ७.७ : महाराष्ट्र : दुष्काळग्रस्त/अवर्षण प्रवण तालुके २०४

तक्ता क्र. ७.८ : वर्ल्ड फूड प्रोग्रॅम : भारतास उपलब्ध झालेले धान्य (दशलक्ष टन) २१२

तक्ता क्र. ८.१ : भारत : जलसिंचन स्रोत व क्षेत्र २१५

तक्ता क्र. ८.२ : भारत : निव्वळ व एकूण जलसिंचन क्षेत्र (द.ल.हेक्टर्स) २१६

तक्ता क्र. ८.३ : प्रमुख पिके : जलसिंचनाचे शेकडा प्रमाण (२०११-१२) २१७

तक्ता क्र. ८.४ : रासायनिक खते : उत्पादन, आयात व वापर (लाख टन) २२३

तक्ता क्र. ८.५ : भारत : विभागवार खतांचा एकूण वापर (हजार टन) आणि दर हेक्टरी वापर २२३

तक्ता क्र. ८.६ : भारत व इतर देश खत वापर (द.हे.कि.ग्रॅ.) (२०११-१२) २२५

तक्ता क्र. ८.७ : भारत : नत्र, स्फुरद व पालाशजन्य खतांचा वापर (लाख टन) २२६

तक्ता क्र. ८.८ : भारतातील जैवखत उत्पादन (मे.टन) (२०११-१२) २३२

तक्ता क्र. ८.९ : पीकरक्षक उत्पादन सूची व त्याचे लक्ष्य (टार्गेट) २३३

तक्ता क्र. ८.१० : भारत : पेस्टीसाईड्स उत्पादन (000 मे.टन) २३४

तक्ता क्र. ८.११ : भारत : इन्सेक्टीसाईड्स वापर (000 मे.टन) २३५

तक्ता क्र. ८.१२ : वनस्पतीजन्य कीटक–कीडनाशके २३६

तक्ता क्र. ८.१३ : प्राणिजकीड नियंत्रण २३७

तक्ता क्र. ८.१४ : भारतातील तीव्र ओघळ धूप (Ravines) प्रवणक्षेत्र (लाख हे.) २३९

तक्ता क्र. ८.१५ : यंत्र वापराचे शेकडाप्रमाण २४२

तक्ता क्र. ८.१६ : शेतीसाठी वीज वापर (शेकडाप्रमाण) २४४

तक्ता क्र. ८.१७ : पीक व आवश्यक अवजारे यंत्रे इ. संख्या २४४

तक्ता क्र. ९.१ : ग्रामीण लोकसंख्या आणि कृषिक्षेत्रातील श्रमिक (दशलक्ष) (१९५१-२००१) २४६
तक्ता क्र. ९.२ : कृषीक्षेत्र आणि संघटित व असंघटित श्रमिक (२००४-०५) २४७
तक्ता क्र. ९.३ : वार्षिक सरासरी रोजंदारी (रुपये) २४८
तक्ता क्र. ९.४ : भारत : भूमिहीन श्रमिक (द.ल.) २००१ २५१
तक्ता क्र. ९.५ : भारत : निवडक राज्यातील नोंदणीकृत वेठबिगार आणि मुक्त-पुनर्वसित वेठबिगार २५२
तक्ता क्र. ९.६ : लिंगभाव, ग्रामीण व नागरी कार्यप्रवण लोकसंख्या (दशलक्ष) २००१ २५५
तक्ता क्र. ९.७ : ग्रामीण भारत : मुख्यश्रमिक आणि गौणश्रमिक (दशलक्ष) २००१ २५५
तक्ता क्र. ९.८ : ग्रामीण महिला : वेळ व ऊर्जा वितरण २५६
तक्ता क्र. ९.९ : विविध शेतीकामातील महिलांचा सहभाग (शेकडा) २५७
तक्ता क्र. ९.१० : मळ्याच्या शेतीतील महिला : एकूण श्रमिक व महिला (%) प्रमाण २५७
तक्ता क्र. ९.११ : भारतातील स्त्री लोकसंख्या : समग्र सांख्यिकी (दशलक्ष) २००१ २५८
तक्ता क्र. ९.१२ : भारत : वयोगट आणि लोकसंख्या (दशलक्ष) २६३
तक्ता क्र. ९.१३ : लिंगगुणोत्तर : जग व निवडक देश (२०११) २६४
तक्ता क्र. ९.१४ : भारत : निवडक राज्ये : लिंगगुणोत्तर (एक हजार पुरुषांच्या प्रमाणात स्त्रिया) २६४
तक्ता क्र. ९.१५ : भारत : जिल्हानिहाय वितरण : वय वर्षे ० ते ६ वयोगटातील लिंगगुणोत्तर २६५
तक्ता क्र. ९.१६ : बाल लिंगगुणोत्तर (२००१) २६६
तक्ता क्र. ९.१७ : भारत : निवडक राज्ये : एकूण लोकसंख्येत बालकांचे शेकडा प्रमाण २६७
तक्ता क्र. ९.१८ : भारत : प्रमुख राज्ये : रक्तक्षयग्रस्त बालकांचे एकूण बालक लोकसंख्येतील शेकडा प्रमाण २६८
तक्ता क्र. ९.१९ : भारत : निवडक राज्यातील शेतकऱ्यांच्या आत्महत्या (२०१२) २७४

आकृत्या/नकाशा सूची

नकाशा क्र. १.१ : शेती : उत्पत्ती स्थाने (जिन सेंटर) १६

आकृती क्र. २.१ : उतार स्वरूप व सूर्याभिमुखता २६
आकृती क्र. २.२ : भूरचना व पर्जन्यप्रमाण २७
आकृती क्र. २.३ : पर्वतीय प्रदेश, दरी उतार व तापमान विपरितता २७
आकृती क्र. २.४ : मृदा प्रकार व पाण्याची उपलब्धता ३१
आकृती क्र. २.५ : pH परिमाण आणि शेतीयोग्य मृदा ३४

आकृती क्र. ३.१ : महाराष्ट्र : पिकांचा आकृतिबंध ५८
नकाशा क्र. ३.१ : भाटीया पीक स्थानिकीकरण गुणांक : नाशिक जिल्ह्यातील द्राक्ष पिकाचे केंद्रीकरण ६१

आकृती क्र. ४.१ : व्हॉन थ्युनेन प्रतिमान : कृषीक्षेत्राचे स्थान ९४
आकृती क्र. ४.२ : अंतर व आर्थिक भाडे ९६
आकृती क्र. ४.३ : व्हॉन थ्युनेन प्रतिमानातील बदल ९७

आकृती क्र. ४.४ : चांदणीसदृश्य आकृतिबंध (व्हॉन थ्युनेन प्रतिमानातील बदल) ९८
नकाशा क्र. ४.१ : शेती प्रकार : भटके पशुपालन व स्थलांतरित शेती १०४
नकाशा क्र. ४.२ : शेती प्रकार – आदिम निर्वाही शेती, भूमध्य सामुद्रिक शेती व पिके व पशुपालनाची शेती १११
नकाशा क्र. ४.३ : सघन निर्वाही शेती ११४
नकाशा क्र. ४.४ : व्यापारी पशुपालन, धान्यपिकांची व्यापारी शेती आणि पिके व पशुपालन व्यापारी शेती १२१

आकृती क्र. ५.१ : भारत : भूमी उपयोजन (१९५०-५१, २०१०-२०११) १४५
नकाशा क्र. ५.१ : भारत : निवडक राज्यातील सहा खाद्यपिकांची उत्पादकता १५४
नकाशा क्र. ५.२ : भारत : नगदी पिके उत्पादकता (४ पिके) १५८
नकाशा क्र. ५.३ : भारत : राष्ट्रीय सरासरी कृषी उत्पादकता १६०

आकृती क्र. ६.१ : भारत : दुग्धोत्पादन (द.ल.टन) १६४
नकाशा क्र. ६.१ : राज्यनिहाय दूध उत्पादन (२०१२-२०१३) १६७
नकाशा क्र. ६.२ : अन्नवाढावा आणि अन्नतूट दर्शक प्रादेशिक वितरण १७२

नकाशा क्र. ७.१ : भारत : रक्तक्षय प्रमाण – स्त्रिया १९१
नकाशा क्र. ७.२ : भारत : रक्तक्षय प्रमाण-पुरुष १९३
आकृती क्र. ७.१ : भूक निर्देशांक स्कोअर, निवडक राज्ये व भारत (२००८) १९६
नकाशा क्र. ७.३ : भारत : भूक निर्देशांक : तीव्रता १९७
नकाशा क्र. ७.४ : भारत : अवर्षण प्रवणक्षेत्र २०३
नकाशा क्र. ७.५ : पूरप्रवण नद्या व क्षेत्र २०७
नकाशा क्र. ७.६ : पूर तटबंदीक्षेत्र २०८
नकाशा क्र. ७.७ : आसाम : पूर तटबंदी क्षेत्र २०९
नकाशा क्र. ७.८ : राष्ट्रीय नदीजोड प्रकल्प २००३ २१०

आकृती क्र. ८.१ : ठिबक सिंचन प्रतिमान २१९
आकृती क्र. ८.२ : रासायनिक खते : वापर, उत्पादन व आयात (लाखटन) २२४
आकृती क्र. ८.३ : खत वापर आणि धान्य उत्पादन २२७

आकृती क्र. ९.१ : कृषिक्षेत्रातील सरासरी दैनंदिन रोजंदारी (रुपये) (२००६-०७ – २०११-१२) २४९
नकाशा क्र. ९.१ : भारत : बालके : रक्तक्षय प्रमाण (२००५-०६) २६९

• पुस्तकातील नकाशे प्रमाणबद्ध नसून केवळ संदर्भासाठी दिले आहेत.

१ कृषी भूगोल परिचय

Introduction to Agricultural Geography

१.१ कृषी भूगोल स्वरूप, व्याप्ती, महत्त्व व विकास
१.२ कृषी भूगोल अभ्यासपद्धती
१.३ शेती : प्रारंभ व प्रसार
१.४ कृषी सांख्यिकी स्रोत

१.१ कृषी भूगोल स्वरूप, व्याप्ती, महत्त्व व विकास

भूगोलाच्या दोन मूलभूत शाखा आहेत. 'प्राकृतिक भूगोल' व 'मानवी भूगोल' या त्या दोन शाखा होत. प्राकृतिक भूगोलात पृथ्वीचा प्राकृतिक (भौतिक) आयाम अभ्यासला जातो तर मानवी भूगोलात पृथ्वीवरील संसाधनांचा वापर करून मानवाने ज्या निरनिराळ्या क्रिया-प्रक्रिया, व्यवसाय-उद्योग निर्माण केले त्यांच्या अभ्यासासह लोकसंख्या या विषयाचाही अभ्यास केला जातो. अशा या बहुआयामी स्वरूपामुळे भूगोलाच्या विविध ज्ञानशाखांचा उदय व विकास होत गेला आहे आणि नवनवीन विषयही हाताळले जात आहेत.

मानवी भूगोलाची एक महत्त्वाची शाखा म्हणजे आर्थिक भूगोल होय. मत्स्य पकड, खनिजोत्पादन, शेती, उद्योगधंदे, वाहतूक, व्यापार हे आर्थिक भूगोलातील महत्त्वाचे अभ्यास विषय होत. आर्थिक भूगोलातील अभ्यास विषयाची व्याप्ती व स्वरूप विस्तारत गेल्याने, आर्थिक भूगोलाच्या काही उपशाखा विकसित झाल्या. शेती हा महत्त्वाचा आर्थिक व्यवहार असल्याने कृषी भूगोल ही आर्थिक भूगोलाची एक प्रारंभिक शाखा उदयास आली. या ज्ञानशाखेत झालेल्या संशोधनामुळे या शाखेस अत्यंत महत्त्वपूर्ण स्थान लाभले आहे. **'कृषी व्यवसायाचा भौगोलिक दृष्टिकोनातून केलेला अभ्यास म्हणजे कृषी भूगोल होय.'**

कृषी भूगोल परिचय / १

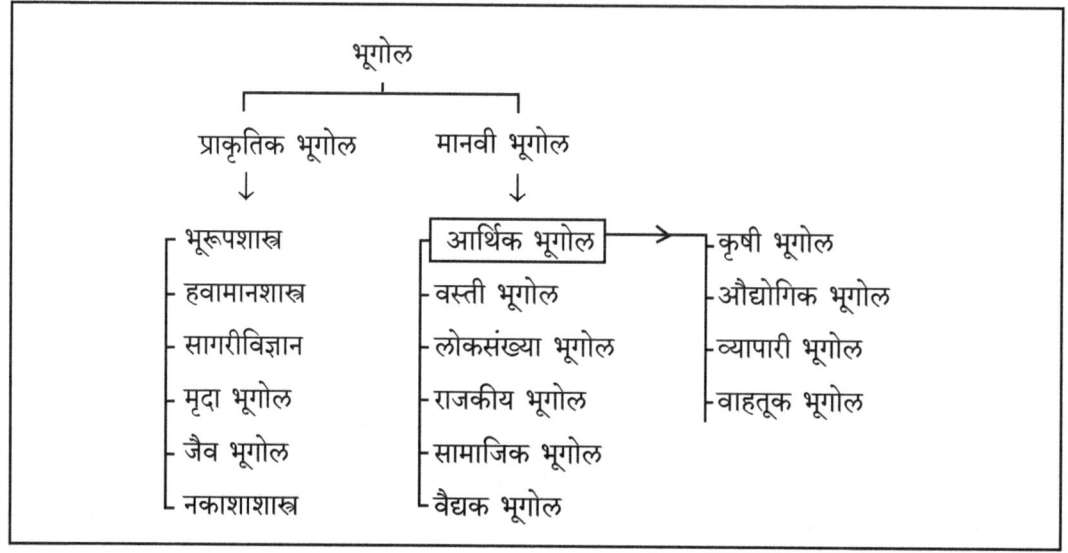

तक्ता क्र. १.१ : भूगोलाच्या ज्ञानशाखा व कृषी भूगोल स्थान

- भूगोल
  - प्राकृतिक भूगोल
    - भूरूपशास्त्र
    - हवामानशास्त्र
    - सागरीविज्ञान
    - मृदा भूगोल
    - जैव भूगोल
    - नकाशाशास्त्र
  - मानवी भूगोल
    - आर्थिक भूगोल →
      - कृषी भूगोल
      - औद्योगिक भूगोल
      - व्यापारी भूगोल
      - वाहतूक भूगोल
    - वस्ती भूगोल
    - लोकसंख्या भूगोल
    - राजकीय भूगोल
    - सामाजिक भूगोल
    - वैद्यक भूगोल

जमिनीतून विविध पिके घेण्याची कला व शास्त्र म्हणजे 'शेती' एवढाच शेती या शब्दाचा मर्यादित अर्थ नसून नैसर्गिक पर्यावरण, मानवी गरजा आणि सभोवतालचे वास्तव यांचा एकत्रितपणे विचार करून जमीन कसण्याची कला व शास्त्र म्हणजे 'शेती' होय. स्थल-कालानुसार बदलत जाणारी शेती, औद्योगिकीकरण व नागरीकरण यांचा शेतीवर पडणारा प्रभाव यामुळे शेती विषयक अभ्यासात बदल झाले व त्यामुळे पर्यायाने कृषी भूगोलाच्या अभ्यासातही बदल झाले; म्हणूनच कृषी भूगोलाचे स्वरूप, व्याप्ती, महत्त्व व विकास जाणून घेणे आवश्यक आहे.

१.१.१ कृषी भूगोलाचे स्वरूप (Nature of Agricultural Geography)

कृषी भूगोलाचे स्वरूप व्यापक, गतिशील व आंतरविद्याशाखीय आहे. आर्थिक भूगोलाची एक स्वतंत्र शाखा म्हणून कृषी भूगोलाची ओळख निर्माण होण्याच्या काळात कृषी भूगोलाचे स्वरूप वर्णनात्मक होते. विसाव्या शतकाच्या प्रारंभी कृषी भूगोलास स्वतंत्र स्थान प्राप्त होऊ लागले होते. विविध पिके, पिकांचे वितरण, शेती प्रकार व पद्धती हे कृषी भूगोलातील महत्त्वाचे अभ्यास विषय होते. वितरणात्मक दृष्टिकोनास तेव्हा महत्त्व होते. परंतु, शेती व्यवसायात होत गेलेले बदल आणि भूगोल विषयात झालेली प्रगती यामुळे कृषी भूगोलाच्या स्वरूपात आमूलाग्र बदल होत गेला. कृषी भूगोल वर्णनस्वरूपी न राहता या विषयाचे स्वरूप विश्लेषणात्मक व विज्ञानाधिष्ठित झाले.

स्कॉटिश भूगोलतज्ज्ञ कोपॉक जे. टी. यांनी १९६०च्या दशकात असे मत मांडले की, कृषी भूगोलात कृषी व्यवसायाचे स्थान, त्याची वैशिष्ट्ये, स्वरूप आणि आकृतिबंध इत्यादी तपासले व अभ्यासले जातात; तसेच शेतीच्या समस्या, त्यांची व्याप्ती, तीव्रता, गांभीर्य जाणून घेऊन त्यावर उपाय सुचविणे हे सुद्धा कृषी भूगोल अभ्यासकांचे क्षेत्र आहे. यासाठी आवश्यक ती माहिती, सांख्यिकी सामग्री संकलित करणे आणि तिचे विश्लेषण करणे हे कृषी भूगोलाचे महत्त्वाचे अंग आहे. उदाहरणार्थ, एखाद्या भागात उसाची लागवड केली जात

असेल आणि दुसऱ्या भागात तेलबियांची लागवड होत असेल तर कृषी भूगोलाचा अभ्यासक यामागील कारणांची मीमांसा करू शकतो. अशी लागवड करणारे इतर प्रदेश कोठे आहेत त्याची माहिती घेऊन काही सिद्धान्त मांडू शकतो; नकाशे, आकृत्या, प्रतिमान तयार करू शकतो. अर्वाचीन कृषी भूगोलाचे स्वरूप हे असे अधिक शास्त्रशुद्ध झाले आहे. त्याशिवाय, कृषी भूगोलाचा अभ्यासक शेतकऱ्याचा पीक घेण्याचा निर्णय, त्यासाठीचे क्षेत्र, त्याचे अर्थशास्त्र अशा अनेक सामाजिक व आर्थिक बाबीही लक्षात घेतो.

कृषी भूगोल इतर अनेक ज्ञानशाखांशी निगडित आहे. भूरूपशास्त्र, हवामानशास्त्र, मृदाविज्ञान, जीवशास्त्र, रसायनशास्त्र, आहारशास्त्र, अर्थशास्त्र, समाजशास्त्र, विपणन व व्यवस्थापनशास्त्र अशा अनेक विद्याशाखांचा संदर्भ कृषी भूगोलाला आवश्यक असतो. याशिवाय, आधुनिक कृषी भूगोलातील संशोधनासाठी संख्याशास्त्र व संगणकाचे ज्ञान आवश्यक ठरते. यामुळे कृषी भूगोलाचे स्वरूप आंतरविद्याशाखीय आहे हे अधोरेखित होते.

कृषी भूगोलाचे स्वरूप स्पष्ट करताना सायमन्स (१९६७) यांनी असे मत मांडले की, कृषी व्यवसाय व त्यातील व्यवहार यांचा स्थल, कालसाक्षेपी अभ्यास करणारे कृषी भूगोल हे एक गतिशील शास्त्र आहे. यात प्रादेशिक विभिन्नता जशी अभ्यासली जाते तद्वत पिकांचा तौलनिक अभ्यासही केला जातो. जगातील प्रत्येक देशात शेती केली जाते त्यामुळे कृषी भूगोलाला जागतिक स्वरूपही प्राप्त झालेले आहे.

१.१.२ कृषी भूगोलाची व्याप्ती (Scope of Agricultural Geography)

आधुनिक कृषी भूगोलाची व्याप्ती विस्तृत आहे. कृषी भूगोल विकसित होण्याच्या प्रारंभीच्या काळात या विषयाची व्याप्ती केवळ अन्नधान्याचे उत्पादन व वितरण यांचा विस्ताराने अभ्यास करणे एवढीच होती. महत्त्वाच्या पिकांचे वितरण, मृदा प्रकार, दर हेक्टरी (एकरी) उत्पादन, एकूण उत्पादन एवढ्याच पैलूंचा अभ्यास प्रामुख्याने केला जात असे. परंतु, १९५० नंतरच्या दशकात कृषी भूगोलाची व्याप्ती खूप व्यापक आहे हे लक्षात येऊ लागले. व्यापारी पिकांचे वाढलेले महत्त्व आणि निर्माण झालेला व्यापार यामुळे तंतूपिके, ऊस, फलोत्पादन यांचाही सखोल अभ्यास होऊ लागला. त्यातून नवीन अभ्यासपद्धतीही विकसित झाल्या. पिकांच्या संदर्भातील सर्वंकष सांख्यिकी सामग्री संकलित करण्याची आवश्यकता निर्माण झाली. कृषी अर्थशास्त्र, कृषी सांख्यिकी यांचे महत्त्व वाढले. जगातील प्रत्येक देशात कृषी व्यवसाय आहेच त्यामुळे कृषी सांख्यिकी सामग्रीचे आदानप्रदान सुरू झाले. सांख्यिकी तंत्राचा वापर करून कृषी कार्यक्षमता मापन, कॉस्ट बेनिफीट रेशो म्हणजे खर्च-लाभ गुणोत्तर, पोषण (न्यूट्रीशन), कुपोषण, भूक, आरोग्य, अन्नसुरक्षा यासारख्या महत्त्वाच्या विषयांचा अभ्यास सुरू झाला. कृषी भूगोलाच्या संशोधकांनी याचे जागतिक चित्र नकाशांच्या माध्यमातून उभे केले. विविध राष्ट्रांची लोकसंख्या व लोकसंख्येस उपलब्ध असणारे अन्नधान्य, त्यातून प्राप्त होणारे पोषण यांचा तौलनिक अभ्यास होऊन चांगले पोषण असलेली राष्ट्रे, त्यांची लोकसंख्या, कुपोषित लोकसंख्येचे प्रदेश यांचे वितरण उपलब्ध झाल्याने कोणत्या भागात मदतीची, उपाययोजनांची गरज आहे ते दृग्गोचर झाले.

विसाव्या शतकाच्या उत्तरार्धात शेतीयोग्य जमिनींचे संरक्षण व संवर्धन आवश्यक झाले. जलसिंचन, खतांचा वापर, तंत्रज्ञानाचा प्रवेश, पिकांचा बदलता आकृतिबंध, प्रदूषण, इत्यादींमुळे कृषी व्यवसायावर विपरीत परिणाम दिसू लागले. प्रादेशिक असंतुलन तीव्र झाल्याने कृषी उत्पादन वाढविण्यासाठी प्रयत्नांची पराकाष्ठा करणे क्रमप्राप्त झाले. शेती ही एक मानवनिर्मित परिसंस्था व प्रणाली असल्याने शेतीचा नैसर्गिक पर्यावरणावर होणारा परिणाम तपासणे आवश्यक ठरले. शाश्वत शेती, सेंद्रिय शेती, शेतीपूरक जोडधंदे, जैवतंत्रज्ञानाचा वापर, कृषीउद्योग असे कृषी व्यवसायाचे नवीन आयाम निर्माण झाल्याने कृषी भूगोलाची व्याप्ती विस्तारली.

कृषी भूगोलाच्या अभ्यासात आता जागतिकीकरण, मुक्त व्यापार, आंतरराष्ट्रीय बाजारपेठ हे विषयही अभ्यासले जात आहेत. या बाबींचा फार मोठा प्रभाव शेतकरी, त्याचे कुटुंबीय, राष्ट्राची अर्थव्यवस्था इत्यादींवर पडत असल्याने ज्या समस्या-अडचणी निर्माण होत आहेत त्यावर काही उपाययोजना सुचविण्याचे कार्य कृषी भूगोलाचे अभ्यासक व संशोधक करू लागले आहेत.

भारतातील कृषी भूगोलतज्ज्ञ डॉ. जसबीरसिंग यांनी आधुनिक कृषी भूगोलाची व्याप्ती स्पष्ट करण्यासाठी पुढील तीन बाबींचा उल्लेख केला आहे :

१) नैसर्गिक पर्यावरण आणि शेतीतील कार्ये.

२) लोकसंख्या वितरण, घनता, गुणात्मक वैशिष्ट्ये यांचा कृषीभूमी उपयोजन व शेतीतील क्रिया-प्रक्रियांशी असलेला संबंध.

३) आर्थिक व सामाजिक पर्यावरणाचा कृषीभूमी उपयोजन आणि उत्पादकता यांच्यातील संबंध.

डॉ. जसबीरसिंग यांचे मत असे आहे की, नैसर्गिक पर्यावरण आणि कृषी व्यवसायातील कार्ये हे कृषी भूगोलाची व्याप्ती दर्शविणारे परंपरागत क्षेत्र आहे. पूर्वी, नैसर्गिक पर्यावरणाचे शेतीवर फार मोठे नियंत्रण असते असा विचार मांडला जात असे; पण विज्ञान तंत्रज्ञानाने शेती व्यवसायात प्रवेश केल्यानंतर आधुनिक शेतीवर असे नियंत्रण शिथिल झालेले दिसून येते. त्यामुळे कृषी भूगोलातील मत प्रवाहातही बदल झाला व व्याप्ती त्यानुसार बदलली आहे.

लोकसंख्येची गुणात्मक वैशिष्ट्ये काळाच्या ओघात बदलतात. लोकांच्या गरजा, आवडी, कौशल्ये बदलल्याने पिके, पिकांचा आकृतिबंध, कृषी अर्थशास्त्र यांच्यातही बदल होतो. लोकसंख्या वाढीच्या प्रमाणात अन्नधान्य व इतर कृषी उत्पादनात वाढ होत नाही. अनारोग्य, कुपोषण, रोजगाराच्या शोधातील स्थलांतर, गरिबी अशा अनेक समस्या निर्माण होतात. कृषी भूगोलाच्या अभ्यासात अशा विषयांचा ऊहापोह केला जातो.

कृषी भूगोलाचे स्वरूप व व्याप्ती स्पष्ट झाल्याने या विषयाची सर्वसमावेशकता दृग्गोचर होते व केवळ शेतीचा अभ्यास म्हणजे कृषी भूगोल नव्हे, हे लक्षात घ्यावे लागते.

१.१.३ कृषी भूगोलाचे महत्त्व (Significance of Agricultural Geography)

शास्त्रशुद्ध पद्धतीने कृषी व्यवसायाचे मूल्यमापन भौगोलिक दृष्टिकोनातून करण्याचे कार्य कृषी भूगोलात केले जाते. जगातील प्रत्येक देशासाठी शेती हा मूलभूत व महत्त्वाचा व्यवसाय असतो. देश विकसित असो वा विकसनशील असो शेतीचे स्थान अन्यनसाधारण महत्त्वाचे असते. अन्न, वस्त्र, निवारा या मूलभूत गरजांव्यतिरिक्त इतर अनेक बाबतीत माणूस शेतीवर अवलंबून असतो. जगातील अनेक राष्ट्रांच्या अर्थव्यवस्थेत व नियोजनात शेती व्यवसायाला अग्रस्थान दिले जाते. त्या संदर्भात, आवश्यक तो सल्ला-मार्गदर्शन व विचार कृषी भूगोलाचे तज्ज्ञ व अभ्यासक देऊ शकतात आणि म्हणून कृषी भूगोलाला महत्त्व प्राप्त झाले आहे.

माणसाचे दैनंदिन कामातील कित्येक तास शेतीशी निगडित कामकाजात व्यतित होतात. शेती हा अव्याहतपणे चालू असणारा व्यवसाय आहे. या व्यवसायास नैसर्गिक पर्यावरणाची अनुकूलता आवश्यक ठरते. शेती व्यवसायाचे हे स्वरूप विशिष्ट अशा सांस्कृतिक पर्यावरण निर्मितीस कारणीभूत ठरते. अशा या परिस्थितीचे आकलन होण्यासाठी कृषी भूगोलाचा अभ्यास महत्त्वपूर्ण ठरतो. कोणते पीक कोठे कोठे घेतले जाते? कोणत्या पद्धतीने? कोणत्या निविष्टांच्या साहाय्याने? त्याच्या व्यापाराचे स्वरूप कसे आहे? यासारख्या अनेक मूलभूत

प्रश्नांची उत्तरे स्थानिक पातळीपासून जागतिक पातळीपर्यंत शोधण्याचे काम कृषी भूगोल करते; यातून संतुलित व शाश्वत कृषी भूमीउपयोजन करण्यासाठी दिशा प्राप्त होते. विकसनशील देशांमध्ये बहुतांश लोकसंख्या कृषी व्यवसायात गुंतलेली असते. कृषी भूगोल तज्ज्ञ व संशोधक कृषी प्रदेश निश्चित करणे, ते नकाशात आरेखित करणे, कृषी प्रदेशातील पिके, उत्पादन, उत्पादकता यांचे स्थलकालानुरूप नकाशे, आलेख, आकृत्या तयार करणे, तेथील समस्या, अडचणी जाणून घेऊन त्यावर उपाय शोधणे आणि शेतीचे व प्रदेशाचे भवितव्य स्पष्ट करणे अशा कामांमध्ये मोठे योगदान देऊ शकतात.

कृषी भूगोलाचे महत्त्वपूर्ण व विशेष स्थान पुढील बाबींवरून स्पष्ट होते :

१) कृषी भूगोलाने उपलब्ध करून दिलेल्या माहितीच्या आधारे प्रादेशिक नियोजनकर्ते वेगळी पिके व कृषीक्षेत्र धुंडाळण्याचे काम करू शकतात.

२) शेतीची साधने, जलसिंचनाची नवी तंत्रे व साधने, जैवतंत्रज्ञानाचा वापर यांचा विविध अंगांनी अभ्यास करून त्याचे यथायोग्य मूल्यमापन करण्याचे काम कृषी भूगोलतज्ज्ञ करू शकतात.

३) बहुतांश कृषी उत्पादने मोसमी व नाशवंत असल्याने ती ग्राहकांपर्यंत सुस्थितित पोहोचण्यासाठी स्थानिक, प्रादेशिक, देशांतर्गत तसेच आंतरराष्ट्रीय पातळीवर उत्पादक क्षेत्रे व मागणी क्षेत्रे यांचे स्थल-काल सापेक्ष नकाशे, आकृत्या तयार करून मार्गदर्शनाचे काम कृषी भूगोलात केले जाते.

४) जागतिकीकरण, मुक्त व्यापार आणि वाहतूक-संदेशवहन विकास यामुळे भौगोलिक सीमांचा अडसर ही बाब प्रभावी राहिलेली नसली तरी प्रत्यक्षात मात्र वाहतूक-व्यापार करताना भौगोलिक घटकांचे ज्ञान आवश्यक ठरते; म्हणूनच कृषी उत्पादनांचा व्यापार व वाहतूक करताना घ्यावयाची दक्षता, अर्थकारण इत्यादी संदर्भातील साहाय्य कृषी भूगोल करून देते.

५) लोकांच्या आहारविषयक सवयी, आवडी-निवडी, त्यातील बदल, उपलब्ध कृषी उत्पादने, त्यांचा पुरवठा इत्यादींचा अभ्यास व नियोजन करण्यासाठी आवश्यक असणारे नकाशे, आकृत्या, रेखाटने तयार करून त्यांचे वाचन, विश्लेषण करण्यासाठी कृषी भूगोल तज्ज्ञांचे मार्गदर्शन हे कृषी भूगोलाचे आधुनिक वैशिष्ट्य झाले आहे.

६) हवामान बदल, मृदाधूप, प्रदूषण, वाढत्या व बदलत्या गरजा, नैसर्गिक व मानवनिर्मित आपत्ती या बाबी लक्षात घेऊन कृषी भूगोलातील संशोधन, सर्वेक्षण पद्धती व अभ्यास अधिक समाजाभिमुख झाले आहे. भूमीउपयोजन, भूमीक्षमता मापन, शाश्वत शेती, कृषीमाल प्रक्रिया, विपणन अशा बहुविध स्तरावर संशोधन होऊ लागले आहे.

वर्णनस्वरूपी विषयाकडून विश्लेषणात्मक व उपयोजित स्वरूपाकडे कृषी भूगोलाची वाटचाल होत गेली आहे. शेती हा या विषयाचा गाभा असल्याने कृषी भूगोलाला विशेष महत्त्व प्राप्त झाले आहे.

१.१.४ कृषी भूगोल विकास (Development of Agricultural Geography)

कृषी भूगोलाचा विकास टप्पाटप्प्याने व वेगवेगळ्या अवस्थांमधून होत गेला आहे. भूगोलाच्या अभ्यासात दोन मूलभूत विचारसरणी आहेत. पृथ्वीचा सर्वंकष अभ्यास हे भूगोलाचे पायाभूत सूत्र असले तरी पृथ्वीच्या प्रकृतीचा अभ्यास करणाऱ्या अभ्यासकांनी प्राकृतिक भूगोल व त्याच्या विविध शाखांचा विकास केला तर मानवाने पृथ्वीच्या विविध संसाधनांचा उपयोग-वापर करून जे व्यवसाय निर्माण केले त्यांच्या अभ्यासकांनी मानवी भूगोल व त्याच्या शाखा विकसित केल्या. मानवी भूगोलाचा विस्तार अनेक अंगांनी होत गेल्याने या

शाखा-उपशाखांना स्वतंत्र विषयाचे स्थान प्राप्त झाले. भूगोलाचे विशेषीकरण (स्पेशलायझेशन) होत गेल्याने मानवी भूगोलातील आर्थिक भूगोल या एका उपशाखेतून 'कृषी भूगोल' उदयास आला. विसाव्या शतकाच्या प्रारंभी आर्थिक भूगोलाच्या अभ्यासात शेती हा एक घटक विषय होता. शेती हा महत्त्वाचा आर्थिक व्यवहार असल्याने आर्थिक भूगोलात त्या विषयास अग्रस्थान होते. त्या वेळी विविध पिकांचे वितरण व त्यांचे उत्पादन यांचा अभ्यास करणे एवढीच त्याची सीमित व्याप्ती होती. परंतु, या विषयाचा आवाका वाढत गेल्याने कृषी भूगोल ही स्वतंत्र परंतु विशेष शाखा निर्माण झाली. विविध पिकांसाठी अनुकूल असणारी भौगोलिक परिस्थिती, अशी परिस्थिती असणारे प्रदेश, त्यातील देश आणि उत्पादन यांचे केवळ वर्णन करणे असे कृषी भूगोलाचे स्वरूप होते. इ.स. १९४०च्या सुमारास एखाद्या प्रदेशातील कृषी विकास कसा होतो हे समजण्यासाठी थोड्या-फार प्रमाणात संख्याशास्त्र व गणिताचा वापर होऊ लागला. त्याचप्रमाणे लोकसंख्या हा घटक कृषी भूगोलातही अंतर्भूत केला गेला.

भूमीउपयोजन व त्याचे नियोजन या विषयाकडे कृषी भूगोलाच्या अभ्यासकांचे लक्ष गेले. भूमीउपयोजनाचे सर्वेक्षण करण्याच्या कामात कृषी भूगोलाचे योगदान फार महत्त्वाचे ठरले. 'ब्रिटन लँड युज सर्व्हे' हा अहवाल पुस्तकरूपाने प्रसिद्ध करण्यात आला. क्षेत्र भेट व क्षेत्रीय अभ्यास (Field Visit & Field Work) या कृषी भूगोलातील अभ्यासपद्धतीचे महत्त्व भूमीउपयोजन व नियोजन करण्यासाठी एक मैलाचा दगड ठरले. डडली स्टॅम्प या ब्रिटिश संशोधकाने या सर्वेक्षणाचे नेतृत्व करून संपूर्ण ब्रिटनमधील भूमीउपयोजन या विषयावर महत्त्वपूर्ण पुस्तक प्रकाशित केले. त्याचे शीर्षक आहे 'Land of Britain : Its Use & Misuse'. कृषी भूगोलाचा पाया डडली स्टॅम्प यांनी आपल्या या मौल्यवान कामातून इ.स.१९४५च्या सुमारास घातला असे म्हटले जाते. त्यानंतर त्यांनी, 'Our Developing World' या पुस्तकात खाद्य पिकांच्या लागवडीतून मिळणारी उत्पादने, त्यातून प्राप्त होणारे उष्मांक आणि त्याचा आरोग्याशी असलेला संबंध, तसेच अन्नाच्या कमतरतेमुळे होणारे आजार व रोग यांची चर्चा करून या विषयाचे महत्त्व अधोरेखित केले. भारतात कृषी भूगोलाच्या अभ्यासात कृषी कार्यक्षमता (Agricultural Efficiency) आणि कृषी उत्पादकता (Agricultural Productivity) मापन करण्यासाठीच्या पद्धती विकसित करण्याचे प्रयत्न सुरू झाले होते.

त्यानंतरच्या काळात कृषी भूगोलाच्या अभ्यासकांचे लक्ष शेती व सामाजिक समस्या अशा विषयांकडे वेधले गेले. संसाधनांचा विकास, त्यांचे व्यवस्थापन व त्यातही विशेषतः शेतीयोग्य मृदा व पाणी या संसाधनांचा सुयोग्य वापर याबाबत अभ्यास होऊ लागला. त्याबरोबर भूधारणा, जमीन संलग्नीकरण अशा संदर्भात संशोधन होऊ लागले. इ.स. १९६०-७० च्या दशकात भारतातील कृषी भूगोलाच्या अभ्यासकांना हरितक्रांती या संकल्पनेचा परिचय झाला. या विषयाने कृषी भूगोलाचे अभ्यासक्षेत्र विस्तारण्यास मोठाच हातभार लावला. त्याचवेळी संख्याशास्त्रीय पद्धतींचा वापर बऱ्याच मोठ्या प्रमाणात केला जाऊ लागला. परिणामी संशोधनातून प्राप्त झालेल्या निष्कर्षांना नेमकेपणा व अचूकता प्राप्त झाली. इ.स. १९८०नंतर व विशेषकरून इ.स. १९९० पासून संगणकाचा वापर वाढत गेला. नकाशे, आरेखने, रेखाचित्रे, अचूक आकृत्या, आकर्षक व उपयुक्त ठरू लागले. क्षेत्रीय अभ्यासाच्या नोंदी करणे, दस्तावेज तयार करणे, तौलनिक अभ्यास करणे यासाठी संख्याशास्त्र, संगणक, भौगोलिक माहिती प्रणाली (G.I.S.) पद्धतीचा वापर कृषी भूगोलात होऊ लागल्याने एक परिपूर्ण विषय म्हणून कृषी भूगोलाला स्थान प्राप्त झाले.

२१व्या शतकातील कृषी भूगोलात अन्नसुरक्षा, दारिद्र्य निर्मूलन, प्रदूषण, मृदाधूप, कृषीमाल उत्पादन वाढ या विषयांचा अंतर्भाव करण्यात आला आहे. अशा संशोधनातून वरील समस्यांवर नियंत्रण कसे मिळविता येईल, मात कशी करता येईल यासाठीचे उपाय सुचविण्यात येत आहेत.

कृषी भूगोलाच्या विकासात व हा विषय समाजाभिमुख करण्याच्या कामात प्रारंभी डडली स्टॅम्प, कोपॉक, सायमन्स यांचे योगदान महत्त्वपूर्ण ठरले. त्या व्यतिरिक्त हिलमन, बर्नहार्ड, ऑट्रेम्बा, रिड्झ व जोन्स यांच्या बरोबरीने भारतात डॉ. जसबीर सिंग, डॉ. महमद शफी व भाटिया यांचे कामही उल्लेखनीय असे ठरले आहे.

१.२ कृषी भूगोल अभ्यासपद्धती (Approaches to the Study of Agricultural Geography)

कृषी भूगोल अभ्यासण्याच्या विविध पद्धती आहेत. विषयाचे बदलते स्वरूप व व्याप्ती या बरोबर विषयाचा वाढत जाणारा आवाका यामुळे कोणत्याही एकाच पद्धतीने केलेला अभ्यास परिपूर्ण होऊ शकत नाही. अभ्यासाचा उद्देश, क्षेत्रीय सर्वेक्षण तंत्र आणि अभ्यास विषयाचे स्वरूप, व्याप्ती व मर्यादा यानुसार वेगवेगळ्या अभ्यासपद्धती अवलंबिल्या जाऊ शकतात. एखाद्या लहान क्षेत्राचा, मर्यादित काळासाठी सखोल व सर्वांगीण अभ्यास जसा केला जाऊ शकतो तसाच अभ्यास मोठ्या क्षेत्रासाठी दीर्घ काळही करता येतो. तुलनात्मक तपासणी करण्यासाठी याचा उपयोग होतो. दोन्ही स्तरांवरील माहितीच्या निष्कर्षांच्या संकलनातून प्रादेशिक आणि जागतिक स्तरावरील संबंधित विषयाचे चित्र अधिक स्पष्ट होते. कोणत्याही स्तरावर अभ्यास, संशोधन केले जात असले तरी त्यासाठी पुढील अभ्यासपद्धतींचा अवलंब केला जातो.

१.२.१ विक्रेय वस्तूपद्धती (Commodity Approach)

१९व्या शतकाच्या शेवटी म्हणजे कृषी भूगोलाच्या प्रारंभिक काळात विषयाची मांडणी करताना विक्रेय वस्तू अभ्यासपद्धती अवलंबिली जात असे. ब्रिटिशांनी विक्रेय वस्तू दृष्टिकोनाचा पुरस्कार केला. अनेकविध कृषी उत्पादनांचा सर्वांगीण अभ्यास करणारी ही पद्धत आहे. अन्नधान्याचे उत्पादन, कापूस, ऊस, चहा अशी नगदी पिके यांचा अभ्यास विक्रेय वस्तू अभ्यासपद्धतीने केला जात असे. विशिष्ट उत्पादन, वस्तू वा पदार्थ हे अभ्यासाचे एकक मानले जाते. एखाद्या पिकाचे उत्पादन, त्याचे क्षेत्रीय वितरण, उत्पादन खर्च, उत्पादनासाठी आवश्यक असलेल्या निविष्टा, उत्पादनास मागणी असलेले प्रदेश, वाहतूक, नफा अशा अनेक अंगांनी त्या पिकाची माहिती संकलित करून नकाशे, आलेख, आकृत्या तयार करून विषयाची मांडणी करणे म्हणजे विक्रेय वस्तू (Commodity) अभ्यासपद्धती अवलंबिणे होय. ब्रिटिशांनी त्यांच्या अधिपत्याखालील दक्षिण आशियाई देशांमध्ये या पद्धतीचा अवलंब करून अनेक पिकांची माहिती मिळविली. त्यांचा व्यापार वाढविण्याच्या दृष्टीने पिकांचे उत्पादन वाढविण्यासाठी त्यांनी शास्त्रशुद्ध प्रयत्न केले. यातूनच मळ्याची शेती ही विक्रेय वस्तूपद्धतीचे अपत्य म्हणून जगासमोर आली.

या अभ्यासपद्धतीच्या साहाय्याने विषयाची मांडणी केल्याने असा समज निर्माण होतो की, कृषी भूगोल म्हणजे पिके व पशुधन यांचे वितरण व व्यापार वर्णन करणारे शास्त्र आहे. यामुळे कृषी भूगोलाची व्याप्ती मर्यादित आहे, असा समज होऊ शकतो. वास्तविक कृषी भूगोलाचे स्वरूप व व्याप्ती इतकी सीमित नाही. ही अभ्यासपद्धती वर्णनस्वरूपी असल्याने त्यात वस्तुनिष्ठता कमी असते. सांख्यिकी पद्धतींचा वापर कमी असतो. लहान क्षेत्रासाठी वस्तूपद्धती उपयुक्त असली तरी मोठ्या क्षेत्रासाठी ती फारशी उपयुक्त व परिणामकारक ठरत नाही असे दिसून आले आहे. मोठ्या क्षेत्रातील माहिती संकलनासाठी लागणारा वेळ अधिक असतो व माहिती संकलनात काही त्रुटी राहण्याची शक्यताही असते. उदाहरणार्थ, गहू या पिकाची सर्वंकष माहिती विक्रेय वस्तू अभ्यासपद्धती वापरून संकलित करावयाची असल्यास पुढील बाबी लक्षात घ्याव्या लागतील. गहू हे पीक दोन्ही गोलार्धातील अनेक देशांमध्ये वेगवेगळ्या ऋतूंमध्ये घेतले जाते. कॅनडा, यु.एस.ए., अर्जेंटिना, ऑस्ट्रेलिया यासारख्या देशांमध्ये ते विस्तृत शेती पद्धतीने घेतले जाते व हे देश गव्हाची निर्यात करतात. याउलट, भारत, चीन,

मेडीटरेनियन सागरी देश सघन पद्धतीने गहू पिकवतात व फारशी निर्यात करत नाहीत. जागतिक बाजारपेठेत गव्हाची सतत आवक होत असते. त्यामुळे गहू विक्रीचा भाव उत्पादन खर्चावर आधारित नसतो. याशिवाय अशा माहितीतून इतर पिकांच्या संदर्भात गव्हाचे स्थान कसे आहे ते समजू शकत नाही; म्हणूनच साकल्याने, तारतम्याने विचार करून विक्रेय वस्तू अभ्यासपद्धती वापरली जाते. इतर अधिक उपयुक्त अभ्यासपद्धती विकसित झाल्याने विक्रेयवस्तू पद्धती कालबाह्य झाली आहे. तरीही कृषी भूगोलाच्या विकासात प्रारंभीच्या काळात अनेक संशोधकांनी या पद्धतीचा वापर केला व ती एक लोकप्रिय, सुलभ अभ्यासपद्धती म्हणून परिचित होती.

१.२.२ सुनियोजित अभ्यासपद्धती (Systematic Approach)

कृषी भूगोलाच्या काही अभ्यासकांच्या मते, सुनियोजित अभ्यासपद्धती ही सर्वोत्तम पद्धत आहे. एखाद्या प्रदेशातील निव्वळ शेती या घटकाचा स्वतंत्रपणे अभ्यास करणे जवळपास अशक्य आहे व ते योग्यही नव्हे. त्या प्रदेशातील इतरही संदर्भ जसे की, भूरचना, हवामान, वनस्पती अच्छादन, लोकसंख्या, पशुधन इत्यादी लक्षात घ्यावे लागतात; यातून त्या प्रदेशाची सर्वंकष माहिती प्राप्त होऊन एक परिपूर्ण चित्र उभे राहते. याचा उपयोग नियोजन, कारणमीमांसा, तुलनात्मक अभ्यास करण्यासाठी होऊ शकतो. एखाद्या प्रदेशातील शेती ही त्या परिसरातील इतर अनेक घटकांशी निगडित असते म्हणून सुनियोजित वा योजनाबद्धरीतीने, तर्कसंगतीने केलेला अभ्यास अधिक यथार्थ ठरतो. या पद्धतीने अभ्यास करण्यासाठी विज्ञान, तत्त्वज्ञान, सामाजिकशास्त्रे, संख्याशास्त्र, वनस्पती व प्राणिशास्त्र इत्यादी आवश्यक त्या ज्ञानशाखांमधील संकल्पना व मूलतत्त्वांचा उपयोग करून विज्ञाननिष्ठ अभ्यास केला जातो. अशा या शास्त्रशुद्धतेमुळे ही पद्धत अनेकवेळा वापरली जाते. कृषी भूगोलाचा विकास होण्यासाठी हा दृष्टिकोन महत्त्वाचा ठरला आहे.

आधुनिक सुनियोजित दृष्टिकोन अभ्यासपद्धतीत पर्यावरण ऱ्हास, मृदा समस्या, हरितवायू परिणाम, जागतिक हवामान बदल, जंगलतोड, अनारोग्य यासारख्या घटकांचाही अंतर्भाव केला जातो. ही अभ्यासपद्धती सर्वसमावेशक आहे. सुनियोजित पद्धती आणि प्रादेशिक अभ्यासपद्धती या परस्परपूरक पद्धती आहेत. पूर्वी काही अभ्यासकांना या पद्धती विरोधाभासी वाटत असत पण 'प्रदेश' निश्चित केल्यावर जे अभ्यास-संशोधन करावयाचे आहे त्यासाठी सुनियोजन करणे हा सर्वोत्तम पर्याय ठरला आहे. अनेक प्रदेशांचा अभ्यास करून तुलना करण्याच्या दृष्टीनेही ही पद्धत उपयुक्त ठरली आहे. काही भूगोलवेत्त्यांच्या मते, सामान्य भूगोल (General Geography) आणि प्रादेशिक भूगोल (Regional Geography) या दोन शाखा यामुळेच विकसित झाल्या व कालांतराने त्या परस्परपूरक ठरल्या.

सुनियोजित पद्धतीमध्ये क्रमबद्धपणे एका घटकाकडून, कार्याकडून वा कृतीकडून पुढील घटकांकडे जावयाचे असते. याला पायरी-पायरीने (स्टेप बाय स्टेप) अभ्यास करत, माहिती संकलित करणे म्हणतात.

१.२.३ प्रादेशिक अभ्यासपद्धती (Regional Approach)

'प्रदेश' ही एक अत्यंत महत्त्वाची तसेच मूलभूत स्वरूपाची भौगोलिक संकल्पना आहे. एक किंवा त्यापेक्षा अधिक निकष निश्चित करून प्रथम 'प्रदेश' सीमा ठरविण्यात येतात. अशा सीमांकित केलेल्या भूभागावरील विविध घटकांचा, बाबींचा पद्धतशीरपणे केलेला अभ्यास म्हणजे प्रादेशिक अभ्यासपद्धती अवलंबिणे होय. प्रदेश अनेक प्रकारचे असू शकतात. जसे की, पर्वतीय प्रदेश, मोसमी हवामान प्रदेश, गवताळ प्रदेश इत्यादी. कृषी भूगोलातील प्रादेशिक अभ्यासपद्धतीत कृषी व्यवहाराशी-व्यवसायाशी निगडित घटकांच्या सारखेपणानुसार प्रदेश सीमा निश्चित केल्या जातात. 'मळ्याची शेती' असे जेव्हा संबोधले जाते तेव्हा मळ्याच्या शेतीत घेतली जाणारी पिके ज्या ज्या भागात घेतली जातात त्या सर्वांचा समावेश त्यात

होतो. गहू उत्पादक प्रदेश असे जेव्हा म्हटले जाते तेव्हा एखाद्या तालुक्यातील गावांमधून होणाऱ्या गव्हाच्या उत्पादनापासून जागतिक गहू उत्पादक प्रदेशापर्यंत त्या 'प्रदेशा'ची व्याप्ती असू शकते; म्हणूनच या अभ्यासपद्धतीत 'प्रदेश' ही मध्यवर्ती संकल्पना असली तरी प्रदेशाचा आकार व क्षेत्रफळ यांना गौण स्थान असते. पृथ्वी पृष्ठभागाचे 'प्रदेश' हे एक आद्य मूलभूत एकक आहे. यामुळे स्थानिक, लहान प्रदेशापासून राष्ट्रीय व जागतिक पातळीपर्यंत माहितीचे संकलन, विश्लेषण होऊ शकते आणि हा प्रादेशिक अभ्यासपद्धतीचा सर्वांत महत्त्वाचा गुण समजला जातो.

अमेरिकी कृषी भूगोल तज्ज्ञ डी. व्हिटलसी यांनी १९३६ मध्ये जागतिक कृषी प्रदेश निश्चित केले. त्यांच्या मते, शेती म्हणजे केवळ पिके घेणे एवढेच नसून त्या अनुषंगाने केले जाणारे व्यवसाय, प्रक्रिया उद्योग, पशुपालन, व्यापार या सगळ्यांचा एकात्मिक पद्धतीने केला जाणारा व्यवसाय होय. यास त्यांनी एकात्मिक दृष्टिकोन (Integrated Approach) असे म्हटले आहे. कृषी प्रदेश निश्चित करताना असा दृष्टिकोन महत्त्वाचा ठरतो. कृषी प्रदेश आरेखित करण्यासाठी असा दृष्टिकोन तर्कसुसंगत आहे असे मानले जाते.

युरोपमध्ये, विशेषतः जर्मनीतील भूगोलवेत्त्यांनी पंधराव्या शतकात 'प्रदेश' ही संकल्पना स्पष्ट केली. त्यातून प्रादेशिक भूगोल विकसित झाला आणि त्यासाठी प्रादेशिक अभ्यासपद्धती ही सुलभ व लोकप्रिय पद्धत निर्माण झाली. युरोपिय राष्ट्रे आकाराने लहान असल्याने प्रदेश सीमा निश्चित करणे सहज शक्य झाले. अशा प्रादेशिकीकरणातून उपलब्ध झालेली माहिती संकलित करून राष्ट्रीय स्तरावर कृषी प्रदेश आरेखित केले गेले आणि कृषी नियोजनात याचा चांगला उपयोग होत असे. मोठ्या आकारमानाच्या यु.एस.ए., कॅनडासारख्या देशांमध्ये कृषी प्रदेश सीमा निश्चित करून माहिती एकत्रित करणे आणि नियोजनात त्याचा वापर करणे तितके सोपे नसल्याने, या पद्धतीच्या वापरावर मर्यादा आल्या. भारतात मात्र ही पद्धत उपयुक्त ठरली कारण प्रादेशिक नियोजन, प्रदेशा-प्रदेशादरम्यानचा असमतोल दूर करण्याच्या योजना आखणे शक्य झाले.

प्रादेशिक अभ्यासपद्धतीचा पुरस्कार करणाऱ्या भूगोलवेत्त्यांमध्ये अमेरिकेतील डी. व्हिटलसी यांच्या व्यतिरिक्त डी. डब्ल्यू. जोन्स, कार्ल साओर आणि ओ. ई. बेकर यांनी महत्त्वपूर्ण योगदान दिले. जोन्स व साओर यांनी शिकागो विद्यापीठात प्रादेशिक अभ्यासपद्धतीत नवता आणण्याच्या दृष्टीने काम केले. कृषीभूमी उपयोग या संदर्भात त्यांनी प्रत्यक्ष क्षेत्रभेटी देऊन सांख्यिकी माहिती मिळविण्याचे काम केले. त्यामुळे प्रत्यक्षातील परिस्थिती समजू शकली. प्रायमरी डेटा अर्थात प्राथमिक सांख्यिकी सामग्रीचे महत्त्व अधोरेखित झाले. ओ. ई. बेकर यांनी 'World Agricultural Atlas' हा शेती विषयाचा जागतिक नकाशा संग्रह तयार केला. नैसर्गिक पर्यावरण व शेती यांच्यातील सहसंबंध स्पष्ट झाला. त्याशिवाय बेकर यांनी अमेरिकेतील ग्रेट प्लेन्सचा कृषी भूगोल (Agricultural Geography of Great Plains) या विषयीचा शोधनिबंध 'Economic Geography' या नियतकालिकात प्रसिद्ध केला. तसेच 'उत्तर अमेरिकी कृषी प्रदेश' (Agricultural Regions of North America) यावरही निबंध प्रकाशित केला.

दक्षिण अमेरिकेतील कृषी प्रदेशासंदर्भातील आपले लिखाण, १९२८ मध्ये ओलॅफ जोनॅसन आणि सी. एफ. जोन्स यांनी प्रकाशित केले; तर १९३०मध्ये ग्रिफिथ टेलर यांनी ऑस्ट्रेलियाचे कृषी प्रदेश निश्चित करणारे निकष ठरवून बरेच महत्त्वाचे योगदान दिले. आशिया खंडासाठी अशाच प्रकारचे संशोधन सॅम्युअल व्हॉन वाल्कनबर्ग यांनी केले तर आफ्रिका खंडासाठी होमर शॅन्ट्झ यांनी १९४० मध्ये कृषी प्रदेश करण्याच्या संदर्भातील आपला शोधनिबंध 'Economic Geography' मध्ये प्रकाशित केला.

अशा पद्धतीने प्रादेशिक अभ्यासपद्धतीचा अवलंब करून अनेक देश व खंडांमधील कृषी प्रदेश आरेखित करण्यात या अभ्यासकांना यश आले असले तरी यात एक महत्त्वाची बाब अशी होती की, प्रदेश करण्यासाठीचे

निकष भिन्न भिन्न असल्याने तुलनात्मक अभ्यास करणे योग्य नव्हते. अमेरिकी कृषी भूगोलतज्ज्ञ डब्ल्यू. डी. जोन्स यांनी मात्र सांख्यिकी सामग्रीच्या साहाय्याने विशिष्ट मूल्ये काढली व सममूल्यरेषांच्या साहाय्याने कृषी प्रदेश सीमा नकाशात आरेखित केल्या आणि कृषी प्रादेशिकीकरण करण्यासाठीचे निकष समान करण्याच्या दृष्टीने महत्त्वपूर्ण काम केले. त्यांनी पुढील चार निकष सांगितले आहेत-

१) पिकांखालील शेकडा क्षेत्र.

२) शंभर एकर लागवडीखालील क्षेत्रातील पशुधनाची संख्या.

३) पिकांखालील एकूण क्षेत्र (एकर्स) व एकूण दूध उत्पादन (गॅलन्स) यांचे गुणोत्तर.

४) एकूण पशुधनापैकी शेतीच्या कामासाठी वापरता येणाऱ्या जनावरांचे शेकडा प्रमाण.

वरील चार निकषांवर आधारित यु.एस.ए.चे कृषी प्रदेश जोन्स यांनी आरेखित केले व त्यामुळे त्या प्रदेशादरम्यान असलेला फरक अधिक स्पष्ट झाला.

रिचर्ड हार्टशोर्न यांनी १९३९ मध्ये कृषी प्रादेशिकीकरण करण्याच्या पद्धतीत काही महत्त्वाचे बदल सुचविले. लोकसंख्या हा घटक त्यांनी महत्त्वाचा मानला. उपलब्ध शेतीक्षेत्रावर अवलंबून असलेली लोकसंख्या, त्या शेतीक्षेत्रातील उत्पादनाचे एकूण मूल्य आणि शेतजमिनीची किंमत या संदर्भातील सांख्यिकी महत्त्वाची असते, असे त्यांचे मत होते. त्यांचे असेही मत होते की, कृषी प्रदेश करण्याचा हेतू स्पष्ट असायला हवा; जर कृषी प्रदेश निश्चित करावयाचा हेतू शेतीखालील क्षेत्र असा असेल तर शेतजमिनीचे क्षेत्र हा मापनाचा निकष महत्त्वाचा ठरतो पण जर प्रादेशिकीकरणाचा हेतू दरडोई उत्पादन हा असेल तर विशिष्ट शेतीक्षेत्रावर किती लोकसंख्या अवलंबून आहे, ते महत्त्वाचे ठरते; म्हणजेच दर एकरी उत्पादन यापेक्षा दरडोई उत्पादन असा हा महत्त्वपूर्ण बदल झाला. प्रादेशिकीकरण करताना आर्थिक व सामाजिक घटकांचा अंतर्भाव करणे महत्त्वाचे ठरले. कृषी भूगोलाच्या अभ्यासात सामाजिक संदर्भ लक्षात घेणे हे एक महत्त्वाचे पाऊल ठरले.

भारतात प्रादेशिक अभ्यासपद्धतीचा अवलंब कृष्णन, रंधवा, जसबीरसिंग, धिल्लाँ व नायर यांनी केला.

प्रादेशिक अभ्यासपद्धतीमुळे, लहान लहान प्रदेशांमधून उपलब्ध झालेली सर्वंकष माहिती एकत्रित करून ती बृहद्प्रदेशांसाठी उपलब्ध तर होतेच शिवाय त्यातील साम्य व भेदही स्पष्ट होतात. अंतिमतः ती एखाद्या देशासाठी, खंडासाठी व जगासाठी उपलब्ध होते. जगातील निरनिराळ्या प्रदेशांमधील अत्यंत विश्वासार्ह असा माहितीचा साठा यामुळे उपलब्ध झाला.

प्रादेशिक पद्धतीचा अवलंब ठराविक काळाने पुन्हा पुन्हा करून एखाद्या प्रदेशात झालेले बदल लक्षात येऊ शकतात व त्यामागील कारणे शोधणे शक्य होते.

१.२.४ प्रणाली अभ्यासपद्धती (Systems Approach)

गेल्या काही वर्षांत कृषी भूगोलातील अभ्यास व संशोधन काही नव्या पद्धतींचा अवलंब करून केले जात आहे. यांना अर्वाचीन अभ्यासपद्धती (Recent Approach) म्हणतात. वर्तनाधिष्ठित दृष्टिकोन, प्रणाली दृष्टिकोन, परिसंस्था दृष्टिकोन आणि आंतरविद्याशाखिय दृष्टिकोन या अर्वाचीन अभ्यासपद्धती आहेत. अशा नवीन दृष्टिकोनामुळे कृषी भूगोलाचा अभ्यास अधिक विज्ञानाधिष्ठित व वस्तुनिष्ठ होत गेला. येथे प्रणाली दृष्टिकोन असलेल्या प्रणाली अभ्यासपद्धतीचा ऊहापोह केला आहे.

'प्रणाली' (Systems) या संज्ञेची व्याख्या जेम्स पी.ई. (१९७२) यांनी केली. **'स्वतंत्र अस्तित्व असूनही एकत्रितपणे, परस्परावलंबनाने काम वा कार्य करणारा सुट्या भागांचा वा घटकांचा संच वा यंत्रणा म्हणजे प्रणाली होय.'**

प्रणाली सुरचित पद्धतीने कार्य करणारी परस्परावलंबी घटकांची यंत्रणा वा व्यवस्था असते. कोणत्याही प्रणालीमध्ये परस्परावलंबी (interdependent) व अन्योन्य परिणामी (interacting), चल (variables) कार्य करत असतात व म्हणूनच प्रणालीचे अस्तित्व असते.

भूगोलाच्या अभ्यासकांनी प्रणाली अभ्यासपद्धती पूर्वीपासून अवलंबिली आहे. भूगोलात निर्जीव व सजीव चल वा घटकांच्या दरम्यान असणारे क्लिष्ट-गुंतागुंतीचे संबंध अभ्यासले जातात. बेरी व चॉर्ली यांच्या मते, भौगोलिक ज्ञानप्राप्तीसाठी व आकलनासाठी प्रणाली दृष्टिकोन व प्रणाली विश्लेषण पद्धती (Systems Analysis Approach) ही मूलभूत साधने होत.

कोणत्याही प्रणालीमध्ये काही मूलभूत अंगे वा घटक (Elements) असतात आणि त्यांच्या दरम्यान महत्त्वपूर्ण जोडण्या (Links) असतात. प्रणालीची ही दोन्ही अंगे सुरचित स्थितीत असल्यास ती अंगे एकसंधपणे, परस्परावलंबनाने व अन्योन्य पद्धतीने कार्य करतात. प्रणालीची कार्यक्षमता यावर अवलंबून असते. मूलभूत अंगे व त्यांच्यातील जोडण्या यांपैकी कशातही बदल झाला तरी प्रणाली प्रभावित होते. त्यामुळे तिचे कार्य, क्षमता व अस्तित्व यात बदल संभवतात. प्रणालीचे कार्य स्पष्ट होण्यासाठी पुढील प्रतिमान मांडले जाते :

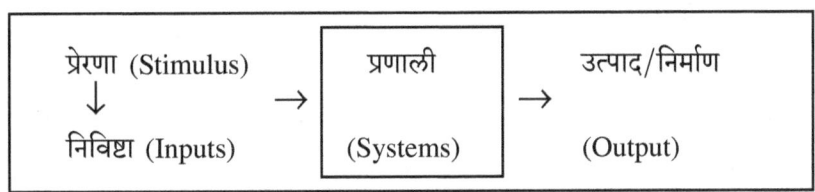

प्रणाली प्रतिमान

प्रणालीचे कार्य कसे असते व तिचे 'वर्तन' वरील प्रतिमान दर्शविते. निविष्टा व उत्पाद यांच्यादरम्यानची जोडणी या आकृतीमुळे स्पष्ट होते.

भौगोलिक दृष्टिकोनातून प्रणाली अभ्यासपद्धती विचारात घेतली तर असे आढळते की, त्यामध्ये एक वा त्यापेक्षा अधिक चल हे महत्त्वाचे अभिक्षेत्रीय (Spatial Variables) चल असतात. स्थान, अंतर, विस्तार, घनता, वितरण हे महत्त्वाचे भौगोलिक अभिक्षेत्रीय चल आहेत.

प्रणाली अभ्यासपद्धतीचा अवलंब चॉर्ली, लिओपोल्ड व बॅरी यांनी भुरूपशास्त्रात जलप्रणालीच्या कार्यासंदर्भात केला; तर बुल्डरबर्ग, बेरी व क्यूरी यांनी वस्त्यांचे स्थान या विषयासाठी प्रणाली अभ्यासपद्धती अवलंबिली. बहुतांश भौगोलिक प्रणाली नियंत्रित प्रकारच्या असतात. परंतु, अनेक वेळा काही निविष्टा नियंत्रित असतात तर काही नेहमीच अनियंत्रित असतात. उदाहरणार्थ, कृषी उत्पादन वाढावे म्हणून खते या एका निविष्टेचा आपण विचार करू. उत्पादन वाढीसाठी जरी आपण आवश्यक तेवढेच खत दिले तरी हवामान या कृषी प्रणालीतील महत्त्वाच्या निविष्टेवर आपले नियंत्रण नसल्याने उत्पादन वाढ साध्य होईलच असे नाही; म्हणजे कृषी प्रणालीत अंशतः नियंत्रित प्रणाली कार्य करत असते.

कृषी भूगोलातील अभ्यासाच्या केंद्रस्थानी शेती हा विषय असल्याने याकडे आपण प्रणाली दृष्टिकोनातून पाहिल्यास असे लक्षात येते की, शेती ही एक जैविक-आर्थिक-सामाजिक प्रणाली (Bio-Eco-Sociological System) आहे. डॉ. जसबीरसिंग व त्यांच्या सहकाऱ्यांनी १९८५मध्ये हरियाणातील कृषी उत्पादकता व प्रादेशिक विभिन्नता अभ्यासण्यासाठी प्रणाली विश्लेषण अभ्यासपद्धती वापरली. या संशोधनाचा निष्कर्ष असा होता की, सामान्यतः जे चल आपल्याला स्वतंत्र चल म्हणून कृषीमाल उत्पादन वाढण्यासाठी कारणीभूत

असतात असे वाटते ते बऱ्याचअंशी परस्परावलंबी असतात; म्हणजे खते पुरविल्यास उत्पादनात वाढ होते इतका साधा सरळ सहसंबंध नसतो. खताचा प्रकार, मात्रा, पाणीपुरवठा, मृदा प्रकार, हवामान, खत देण्याची योग्य वेळ व पिकवाढीची अवस्था यासारख्या अनेक चलांवर 'खत पुरवठा' या चलाची परिणामकारकता उत्पादन वाढीत प्रतिबिंबित होत असते. या सर्वांचा समन्वय म्हणजे जोडण्या चांगल्या झाल्या तर खत पुरवठ्याने उत्पादनात वाढ झालेली दिसते. प्रत्येक घटकाचे योगदान कमी-अधिक असले तरी सर्वांच्या संकलित योगदानातून ते साध्य होते, हे या अभ्यासपद्धतीच्या अवलंबनाने अधिक स्पष्ट झाले.

ही अभ्यासपद्धती गुंतागुंतीची वाटली तरी संख्याशास्त्रीय पद्धतींचा अवलंब व संगणकाचे साहाय्य यांचा या पद्धतीस मोठा फायदा झाला आहे.

१.३ शेतीचा प्रारंभ (Origin of Agriculture)

शेतीचा प्रारंभ केव्हा, कुठे व कसा झाला असावा, या संदर्भात सामाजिक शास्त्रे, जीवशास्त्र, पुरातत्त्वशास्त्र, मानववंशशास्त्र यांसारख्या ज्ञानशाखांनी मोठ्या प्रमाणावर संशोधन केले आहे. जगातील निरनिराळ्या प्रदेशात शेतीचा प्रारंभ झालेला असून, ख्रिस्तपूर्व ७००० ते ८००० वर्षे या काळात शेतीची सुरुवात झाली असावी असे मानले जाते. अतिशय प्रारंभिक अवस्थेतील शेतीला 'निओलिथिक ॲग्रिकल्चर' (Neolithic Agriculture) असे संबोधले जाते.

हिमयुगाच्या नंतर जो उबदार हवामानाचा कालखंड होता त्या काळात 'निओलिथिक शेतकरी' शेती करत होते. हिमयुग (Ice Age) हे काही सलग अस्तित्वात नव्हते तर त्यात काही खंड असलेला काळ होता; अशा उबदार काळात हिमथर ध्रुवीय प्रदेशाकडे सरकत असत. ख्रिस्तपूर्व ६ लाख वर्षे ते ख्रिस्तपूर्व १०,००० वर्षे या कालखंडात थंड व उबदार हवामानाची चार आवर्तने झाली. त्यातील पहिला हिमयुगाचा काळ 'गुंझ'(Gunz) या नावाने संबोधला जातो. या काळात ध्रुवीय प्रदेशापासून समशीतोष्ण कटिबंधापर्यंत जाड हिमथर पसरलेले होते. या काळानंतर हवामान उबदार झाले व हिमथर वितळल्याने पृथ्वी पृष्ठभागाचा बराच मोठा प्रदेश हिममुक्त झाला. या पद्धतीने मिंडेल (Mindel), रिस (Riss) आणि वुर्म (Wurm) अशी अनुक्रमे तीन हिमयुगे निर्माण झाली. प्रत्येक हिमयुगानंतर उबदार हवामानाचा कालखंडही निर्माण झाला होता. त्यानुसार सध्याच्या काळाला 'पोस्टवुर्म' म्हणजे वुर्मोत्तर काळ संबोधले जाते. हा काळ सुमारे १०,००० वर्षांपूर्वी सुरू झाला.

हिमयुगीन काळाचे दोन भाग केले जातात. त्यांना 'Mesolithic Stone Age' म्हणजे मध्यअश्मयुग आणि 'Neolithic Stone Age' अर्थात नवअश्मयुग असे संबोधले जाते. मध्यअश्मयुगीन काळात मानवाने दगडांपासून हत्यारे बनविली होती. त्या काळात अन्न संकलनापासून मानवाने खाद्यवनस्पतींची वाढ करण्यापर्यंत प्रगती केली. काही अभ्यासकांच्या मते, मानव प्रथम फळे व इतर वनोत्पादनांवर उपजीविका करत होता. त्यानंतर दगडाची हत्यारे बनविल्यावर शिकार करू लागला. काही काळानंतर प्राणी पाळण्याची किमया त्याला साध्य झाली आणि मग प्राण्यांचे कळप घेऊन तो चराऊ कुरणे व खाद्य वनस्पतींच्या शोधात भटकंती करू लागला. यातील अखेरचा टप्पा म्हणजे काही मानवी समूह अन्नाच्या उपलब्धतेमुळे एके ठिकाणी राहून स्थिर स्वरूपाचे जीवन जगू लागले; अशा स्थिरावलेल्या माणसांनी लागवडीचे तंत्र शोधले. यातील महत्त्वाचा भाग म्हणजे पुरुषांपेक्षा स्त्रियांचे जीवन अधिक स्थिर स्वरूपाचे असावे; कारण टोळीतील आजारी, वृद्ध व अर्भके यांच्यासाठी त्या एखाद्या भागात वास्तव्य करत असाव्यात. सभोवतालच्या परिसरातील झाडा-झुडपांच्या निरीक्षणातून असे दिसले असावे की, एखाद्या झाडाखाली काही दिवसांनी त्याच प्रकारची छोटी छोटी रोपे

उगवतात व वाढतात. झाडांच्या तुटून पडलेल्या फांद्यांपासूनही तसलेच नवे रोप उगवते. यास आपण शाकीय प्रजनन (Vegetative Reproduction) म्हणतो. त्यानंतर बी पासून उगवण होऊनसुद्धा नवीन रोप येते असे लक्षात आले. अशा या निरीक्षणातून स्त्रियांनी प्रथम शाकीय प्रजनन क्रियेतून शेतीचे म्हणजे लागवड करण्याचे तंत्र जाणले व शेतीचा प्रारंभ झाला. या सर्व अवस्था अत्यंत मंदगतीने उत्क्रांत होत गेल्या.

शेतीच्या प्रारंभाविषयी पुढील संशोधकांची मते जाणून घेणे आवश्यक आहे:

जोसेफ वॉर्ड स्वेन –

i) मध्य-पूर्वेच्या प्रदेशात इराक व इराणच्या सीमावर्ती भागात ख्रिस्तपूर्व ७००० वर्षांपूर्वी मानवाने रान बार्ली (वाईल्ड बार्ली) व गहू यांची शाकीय पद्धतीने लागवड करून शेतीला सुरुवात केली.

ii) निओलिथिक काळात इजिप्तमधील मानवाने जव (Oats), अंबाडी-जवस (Flax), वाटाणे (Peas) व काही भाजीपाला यांच्या लागवडीचे तंत्र अवगत करून घेतले.

iii) मेसोपोटॅमियातील मानवाने घेवडावर्गीय वनस्पती (Beans), गाजर (Carrot) यांची लागवड केली.

iv) खजुराचे मूलस्थान अरेबिया आहे आणि उत्तर आफ्रिकेच्या किनारी प्रदेशात ऑलिव्हचे मूलस्थान आहे.

हम्बोल्ट – अन्न संकलन व शिकारीसाठी भटकेजीवन जगणाऱ्या मानवाने शेतीचा प्रारंभ करण्याची शक्यता खूप कमी आहे. ज्या प्रदेशात मानवी गरजा व भोवतालची परिस्थिती यांची चांगली जाणीव असलेले लोक वास्तव्य करत होते अशा मानवी समूहाने बुद्धिकौशल्याने शेतीचा प्रारंभ केला असावा.

कार्ल सॉर – अमेरिकेतील भूगोलाच्या या प्राध्यापकाने त्यांच्या Agricultural Origins & Dispersals या ग्रंथात असे मत मांडले आहे की, मध्य-पूर्वेच्या प्रदेशात शेतीचा प्रारंभ झाला याविषयी मी साशंक आहे. त्याची कारणे पुढीलप्रमाणे आहेत-

i) ज्या प्रदेशात अन्नाचा तुटवडा असतो तेथे शेतीचा प्रारंभ होणे शक्य नाही. दुष्काळजन्य परिस्थितीतील माणसाला भूक भागविण्यासाठी बरीच मोठी ताकद व वेळ खर्च करावा लागतो. त्यामुळे नवीन कल्पना सुचणे वा काही करून बघण्याची उर्मी त्याच्याकडे नसते. म्हणजेच ज्या प्रदेशात मुबलक अन्न नेहमी उपलब्ध असेल तेथील मानवालाच नवनवीन शोध लावण्यासाठी आवश्यक असणारी ऊर्जा, एकाग्रता, सवड व शांतता मिळू शकते.

ii) ज्या प्रदेशात भौगोलिकदृष्ट्या भूरचना, हवामान, वनस्पती यात विविधता असते तेथे विविध उत्पादने होण्याची शक्यता अधिक असल्याने, नवीन वाण तयार होण्यासाठी अनुकूलता असते. त्यातून चांगल्या, योग्य वाणाचे अधिक उत्पादन घेण्याचे प्रयत्न झाल्याने शेतीचा प्रारंभ झाला असावा.

iii) प्राचीनकालीन शेती करणारा मानव मोठ्या नद्यांच्या काठी वास्तव्य करण्याची शक्यता कमी आहे कारण मोठ्या पुराचा धोका असल्याने तो नदीपासून दूर अंतर्गत भागात उंचवट्यावर राहात असावा.

iv) ज्या प्रदेशात भरपूर वनाच्छादन आहे वा मोठे वृक्ष वाढलेले आहेत अशा प्रदेशात मानवाने वस्ती केली असावी. गवत वा वनस्पती अच्छादन कमी करून, मोकळ्या केलेल्या जमिनीच्या तुकड्यावर शेतीचा प्रारंभ झाला असावा.

v) शिकारी मानवाला शेती करण्यात स्वारस्य असणे शक्य नाही; कारण त्यांना स्थिर व बैठी जीवनशैली रुचणारी, मानवणारी नाही. याउलट, ज्या मानवी समूहांकडे कुऱ्हाडीसदृश्य हत्यारे होती व त्याचा वापर ते वनस्पती व लाकूड तोडण्यासाठी करत असतील अशा समूहांनी शेतीस प्रारंभ केला असावा.

vi) शेतीचा प्रारंभ केलेल्या मानवी समूहांना शेतीची नासधूस होऊ नये, ती पक्षी-प्राण्यांच्या भक्ष्यस्थानी पडू नये म्हणून शेतीजवळच वास्तव्य करण्याची गरज निर्माण झाली असावी. अन्नाची सोय झाल्याने त्याच्या शोधार्थ भटकण्याची आवश्यकता उरली नसावी व त्यामुळे मानव वस्ती करून स्थिर जीवन जगू लागला असावा.

वरील मुद्दे मांडल्यावर आपल्या ग्रंथात कार्ल सॉर यांनी असे मत मांडले की, **'आग्नेय आशिया हा प्रदेश शेतीचे उत्पत्ती स्थान असावे'**. भारतीय उपखंड व चीन यांच्या दरम्यानच्या आग्नेय (दक्षिण-पूर्व) आशियास इंडोचायना असे म्हटले जाई. या प्रदेशाची भूरचना, हवामान व मृदा यात विविधता असून, हा प्रदेश शेतीसाठी अत्यंत अनुकूल तर आहेच शिवाय नद्या, तळी व समुद्रकिनारी भागात मत्स्यपकड करण्यासही अनुकूलता आहे. या भागातच जुने जग व नवे जग यांचा जलवाहतुकीद्वारे मिलाफ होतो. याम, सॅगो, बांबू, ऊस व केळी या पिकांचे मूलस्थान आग्नेय आशिया व आसपासची बेटे, द्वीपसमूह हे आहेत. कार्ल सॉर यांच्या असेही लक्षात आले की, या प्रदेशातील वनस्पतीजन्य उत्पादनातून व नंतरच्या कृषी उत्पादनातून कर्बोदके (कार्बोहैड्रेट्स) प्रामुख्याने प्राप्त होतात तर मत्स्यपकड केल्याने मिळणाऱ्या माशांमधून प्रथिने मिळतात. आरोग्यास हितावह असा हा आहार प्राप्त होतो, हे ही महत्त्वाचे आहे.

प्रारंभिक शेतीचा आणखी एक प्रदेश म्हणजे उष्णकटिबंधीय आफ्रिका होय. सुदान व पूर्व आफ्रिका वगळता इतर भागात याम व टारो अशा कंद पिकांच्या लागवडीचे तंत्र येथील स्त्रियांनी जाणले. त्यासाठी त्यांनी टोकदार काठ्या आणि फावड्यासारख्या अवजारांचा वापर केला असावा असे सॉर यांना वाटते. मेडीटरेनियन (भूमध्य) सागरी प्रदेशातील शेतीचा प्रारंभ ऑलिव्ह, खजूर आणि अंजीरे अशा फळवर्गीय पिकांपासून झाला असावा. मेक्सिको व उर्वरित मध्य अमेरिकेत उष्णकटिबंधीय हवामानामुळे मका व चवळीवर्गीय पिकांची लागवड बी-टोचणी पद्धतीने झाली असावी असे त्यांना वाटते. पश्चिमेकडील प्रदेशात शेतीचा प्रारंभ बी-टोचणे वा पेरणी पद्धतीने झाला आणि हा मुख्य फरक आशिया व आफ्रिका खंडातील शेतीच्या प्रारंभात व पश्चिमेकडील शेतीच्या प्रारंभात आहे.

वॅविलॉव्ह एन. आय. -या रशियाई वनस्पतीशास्त्रज्ञाने १९४९ च्या सुमारास शेतीची उत्पत्ती स्थाने व शेतीचा प्रसार यावर लेख लिहून विस्तृत विवेचन केले आहे. त्यांच्या मते, जगात आठ शेतीची उत्पत्ती स्थाने असून त्यातील एक विशेष प्रकारचे आहे. त्यातील दक्षिण-पश्चिम आशिया (नैर्ऋत्य आशिया) हे सर्वांत प्राचीन उत्पत्ती स्थान आहे. शेतीच्या उत्पत्ती स्थानास वॅविलॉव्ह यांनी 'जिन सेंटर' (Gene Centre) असे संबोधले आहे.

पुढील तक्त्यात जगातील शेतीची उत्पत्ती स्थाने (Gene Centre), त्यात समाविष्ट असणारे सध्याचे देश व प्रारंभीची पिके दर्शविली आहेत :-

तक्ता क्र. १.२ : शेतीची उत्पत्ती स्थाने, समाविष्ट देश व प्रारंभिक पिके

शेती : उत्पत्ती स्थाने (Gene Centre)	**समाविष्ट देश**	**प्रारंभिक पिके**
१. दक्षिण-पश्चिम आशिया (ख्रिस्तपूर्व १०,०००-८,००० वर्षे)	आशिया मायनर व लगतचा युरोप : लेव्हंट कोस्ट, ॲनाटोलिया, पॅलेस्टाईन, इस्त्राईल, जॉर्डन, लेबेनॉन, सिरिया, इराण, इराक, सौदी अरेबिया द्वीपकल्प, इजिप्त, सायप्रस, क्रेट, ग्रीस	गहू, बार्ली, एमर, इंकॉर्न, वाटाणे, मसूर, घेवडा, जवस, खजूर, कलिंगडवर्गीय भाज्या व फळे, खजूर, द्राक्षे, सफरचंदवर्गीय फळे.
२. दक्षिण-पूर्व आशिया (ख्रिस्तपूर्व ९०००-४५०० वर्षे)	भारत, पाकिस्तान, बांगलादेश, श्रीलंका, म्यानमार, थायलंड, लाओस, कंबोडिया, व्हिएतनाम, मलेशिया, इंडोनेशिया, फिलिपिन्स	भात, ऊस, चहा, नारळ, याम, आंबा, केळी, बांबू, काकडीवर्गीय फळे, घेवडावर्गीय पिके
३. पूर्व आशिया	पूर्व व मध्य चीनमधील मोठ्या नद्यांची खोरी, जपान	जरदाळू, चहा, तुती, सोयाबीन, रताळी, भरड धान्ये
४. भूमध्य सागरी किनारपट्टीचा प्रदेश	इटली, ऑस्ट्रीया, बाल्कन द्वीपकल्प, आशिया मायनर, सिरिया, इस्त्राईल, इजिप्त, ट्युनिशिया, अल्जिअर्स आणि मोरक्को	ऑलिव्ह, अंजिरे, बार्ली, वाटाणा वर्गीय पिके, सेलरी, चिकोरी, कोबी, लेट्यूस, कांदे, लसूण
५. आफ्रिकी जिन सेंटर (ख्रि.पू. ५००० वर्षे)	नाईल नदी खोरे, इथियोपिया, पश्चिम आफ्रिका	कापूस, गहू, बार्ली, तेल्याताड, ज्वारी, कॉफी, एरंड, जवस, मेलॉन्स (कलिंगडवर्गीय)
६. दक्षिण अमेरिकी जिन सेंटर (ख्रि.पू. ७०००-३५०० वर्षे)	पेरू, इक्वेडोर, ब्राझिल, चिली, बोलिव्हिया, अर्जेंटिना	कंदपिके-मॅनिअॅक, रताळे, आरारूट, बटाटे, उलुको, लायमाबीन्स, टोमॅटो, भोपळावर्गीय पिके
७. मध्य अमेरिकी जिन सेंटर (ख्रि.पू.३५०० वर्षे)	मेक्सिको, ग्वाटेमाला, कोस्टारिका, होंडुरास, निकाराग्वा, एल सॅल्व्हाडोर	मका, कोको, अवाकाडो, राजमा, चवळीवर्गीय पिके, मिरची, सूर्यफूल, टोमॅटो, तंबाखू
८. स्पेशल जिन सेंटर (ख्रि.पू. ३००० वर्षे)	सिंधू नदी खोरे, खंबात आखाती प्रदेशातील लोथल (भारत-पाकिस्तान)	भात, ऊस, आंबा, कडधान्य पिके

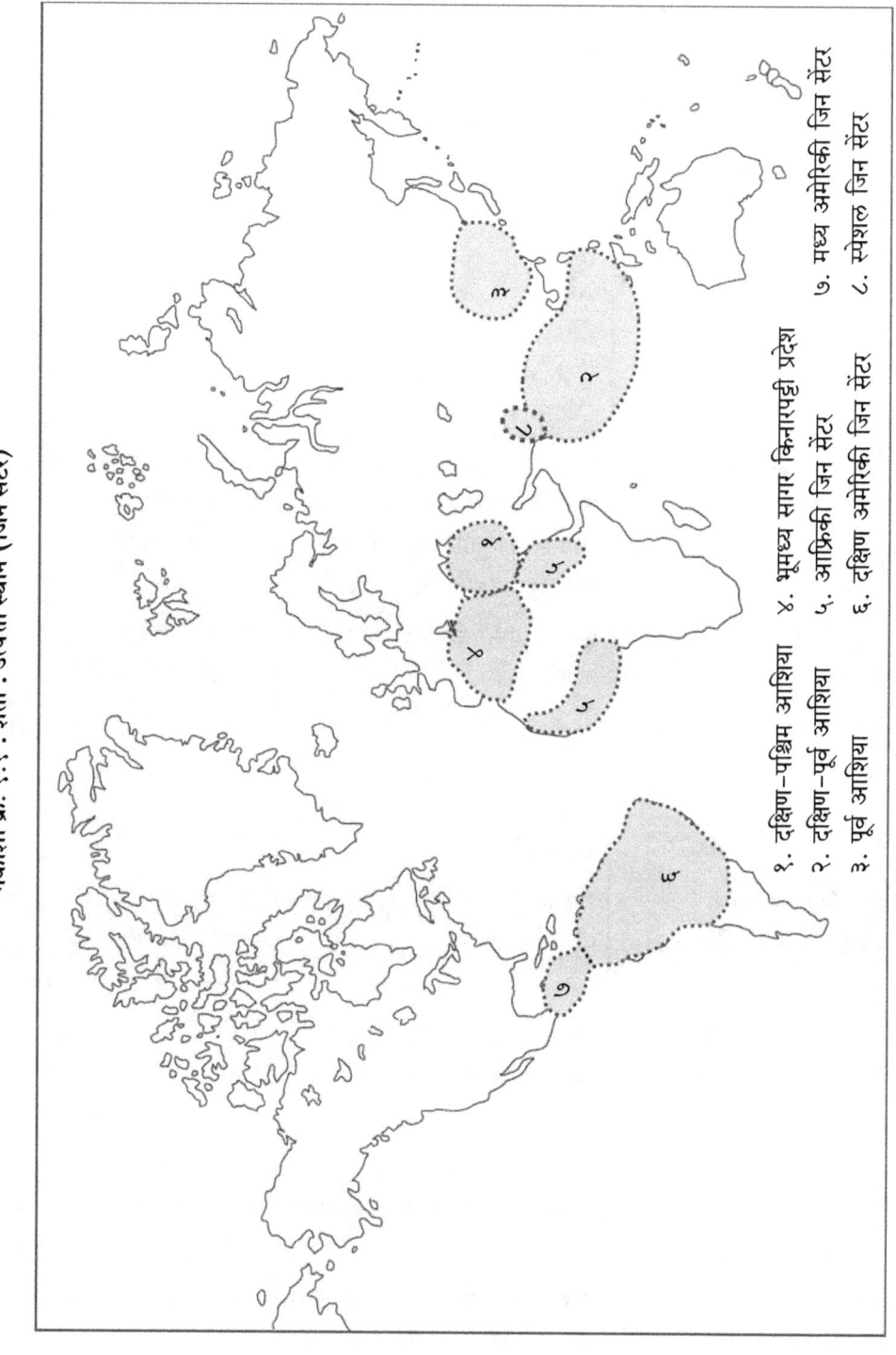

नकाशा क्र. १.१ : शेती : उत्पत्ती स्थाने (जिन सेंटर)

१
२
३
४
५
५
६
७
८
१. दक्षिण-पश्चिम आशिया
२. दक्षिण-पूर्व आशिया
३. पूर्व आशिया
४. भूमध्य सागर किनारपट्टी प्रदेश
५. आफ्रिकी जिन सेंटर
६. दक्षिण अमेरिकी जिन सेंटर
७. मध्य अमेरिकी जिन सेंटर
८. स्पेशल जिन सेंटर

वॅविलॉव्ह यांचे वरील जिन सेंटरचे विवेचन पुराजीवशास्त्रातील संशोधकांना फारसे मान्य नव्हते. परंतु, वनस्पतीशास्त्रातील दृष्टिकोन व उद्देश आणि पुराजीवशास्त्रातील दृष्टिकोन व उद्देश भिन्नभिन्न असावेत व त्यामुळे मतभिन्नता असावी.

सिसेल क्रोन – यांचे मत असे आहे की, शेतीचा प्रारंभ ख्रिस्तपूर्व ५००० वर्षे झाला असावा कारण इजिप्तमधील उत्खननातून असे निदर्शनास आले आहे की, त्या काळी फैयुम (Faiyum) लोक तलावाच्या काठावर राहत असत. त्यांनी शिकार करण्याबरोबर गुरे, मेंढ्या, शेळ्या अशा प्राण्यांचे कळप पाळले होते. याच लोकांना गहू व दोन प्रकारची बार्ली यांची लागवड करणे जमले व त्यांनी शेतीस प्रारंभ केला. तशाच प्रकारची बार्ली इजिप्तमध्ये अजूनही पिकवली जाते; पण सिरिया, ट्युनिशिया व इराणमध्ये बार्लीचे हे दुसरे वेगळेच वाण लावले जाते. त्याचप्रमाणे नाईल नदी खोऱ्यात ख्रि.पू. ३६०० वर्षे शेतीचा प्रारंभ झाला असल्याचे पुरावे मिळाले आहेत.

शेतीच्या प्रारंभाविषयीच्या वरील सर्व विवेचनातून असे आढळते की, जगात शेतीची सुरुवात ख्रि.पू. १०,००० वर्षांपूर्वीनंतरच्या काळात झाली असून, ती निरनिराळ्या प्रदेशात झाली असली तरी त्यातील बहुतांश स्थाने उष्णकटिबंधात आहेत. तसेच जंगली बार्ली, गहू यापासून लागवडीचा (Cultivated) वाण निर्माण झाला आहे. जंगली वा रानटी बार्ली व गहू (Wild Barley & Wheat) म्हणजे नैसर्गिक वनस्पतीच्या रूपातील या रोपांना ओंब्या आल्यावर त्या पक्व झाल्या की, ओंब्यांमधील दाण्याचे टरफल वा तूस (Husk) तडकते व बी बाहेर फेकले जाते. नंतर खाली पडलेले बी वारा, पाणी वा प्राणी यांच्यामार्फत दुसरीकडे नेले जाते व अनुकूलता प्राप्त झाली की रुजते व त्यातून नवे रोप येते. याउलट, लागवड केलेली बार्ली वा गहू (Cultivated Barley or Wheat) म्हणजे ज्या रोपातील ओंब्यांमधून बाहेर पडणाऱ्या बियांचे टरफल आपोआप तडकत नाही तर ते मळणी करून (Thrashing) काढावे लागते असे रोप होय. जंगली रोपांमधील बियांपासून निवड पद्धतीने व उत्परिवर्तनाने (Mutation) अशा प्रकारचे लागवडीचे वाण प्राप्त होते व अशी प्रक्रिया साध्य झाल्याने शेतीची सुरुवात झाली.

शेती प्रसार (Dispersal of Agriculture)

शेतीचा प्रारंभ जगातील निरनिराळ्या भागात थोड्याफार फरकाने झाला असला तरी शेती जगभर पसरण्याचा काळ हा त्यामानाने फार कमी आहे. प्रारंभिक शेती प्रदेशापासून मानवाने केलेल्या स्थलांतरामुळे शेतीचा प्रसार होत गेला. पिटर बेलवूड यांनी या संदर्भात, **'अरली फार्मिंग डिस्पर्सल हायपॉथिसिस'** (Early Farming Dispersal Hypothesis) म्हणजे प्रारंभिक शेतीप्रसार परिकल्पना मांडली आहे. त्यांच्या मते, स्थलांतरित मानवाचे लागवडीयोग्य वनस्पतींवरील व पाळीव प्राण्यांवरील अवलंबित्व वाढलेले असल्याने आणि त्यास त्याचे तंत्र अवगत झालेले असल्याने, तो नवीन प्रदेशात व नव्या पर्यावरणात गेला तरी त्या तंत्राचा वापर करून त्याने शेतीस सुरुवात केली आणि ही अशाच प्रकारची क्रिया शेतीच्या सर्वच उत्पत्ती स्थानापासून झाल्याने शेतीचा प्रसार झपाट्याने झाला. शिकार करणाऱ्या भटक्या मानवाने शेतीचा प्रसार केला नाही. शेतीचा प्रसार भूप्रदेशांच्या उंचीनुसारही कसा झाला ते त्यांनी स्पष्ट केले. उंचीनुसार लागवडीचे तंत्र तीन पट्ट्यात विकसित झाले व प्रत्येक पट्ट्यात काही प्राधान्य पिके लावली जात असत–

१) सपाट–सखल भूभाग – मॅनिऑक, रताळेवर्गीय कंद (स्विट पोटॅटोज).

२) सौम्य उताराचा भूभाग - राजगिरा (ॲमॅरँथ) गट, भुईमूग, जिकामा, कोको.

३) उंचीवरचा प्रदेश - बटाटे गटातील पिके.

डोंगराळ व पर्वतीय प्रदेशात शेतीचा अनुलंब प्रसार (Vertical Spread) अशा प्रकारे झाला. बेलवूड यांनी ज्या प्रदेशात शेतीचा प्रारंभ झाला त्यांना 'प्रिस्टिन सेंटर्स' (Pristine Centers) अर्थात आदिम केंद्रे असे संबोधले आणि अशी सात ते बारा आदिम केंद्रे जगभर पसरलेली होती व तेथून विविध दिशांनी शेतीचा प्रसार होत गेला असे मत मांडले. शेती प्रसाराचा सर्वांत प्राचीन मार्ग ख्रि.पू. ७००० वर्षे असा असून, तो मध्य-पूर्वेपासून बल्गेरिया, इटली, ब्रिटन असा असावा असे ते मानतात. पुढील तक्त्यात पिटर बेलवूड यांची प्रिस्टिन सेंटर्स व पिके दिली आहेत.

प्रदेश (Pristine Centers)		**लागवड केलेली पिके**
१) नैर्ऋत्य आशिया व पूर्व आशिया	-	गहू, बार्ली, लेन्टिल्स (मसूर वर्ग)
२) थायलंड	-	भात
३) चीन	-	भरडधान्ये, सोयाबीन्स, मका
४) आग्नेय आशिया	-	टारोकंद
५) उत्तर आफ्रिका	-	ज्वारी, बाजरी
६) दक्षिण अमेरिका	-	लायमाबीन्स, मिरी-मिरची, बटाटे, मॅनिॲक
७) उत्तर मेक्सिको व लगतचा उत्तर अमेरिका	-	सुर्यफूल, मेग्रास, चेनोपॉड्स, सम्पवीड, मार्शेल्डर
८) मेसो अमेरिका (मध्य)	-	स्क्वाश (कोहळा वर्ग), बीन्स, मका

पिटर बेलवूड यांनी प्रसाराच्या संदर्भात असे म्हटले आहे की, मका मध्य अमेरिकेतून उत्तर व दक्षिण अमेरिकेत नेला गेला. परंतु, मानवी स्थलांतराचा व लागवड तंत्राचा प्रसार यांच्या वेगात तफावत आढळते. भाताचा प्रसार दक्षिण, पूर्व आणि आग्नेय आशियात झपाट्याने झाला कारण भूरचना व हवामान यांच्या अनुकूलतेबरोबर भौगोलिक सलगता व सहज स्थलांतर ही सुद्धा महत्त्वाची कारणे होत. शेतीचा भौगोलिकदृष्ट्या जगभर प्रसार होण्यापूर्वीच ख्रि.पू. ३००० वर्षे या काळात कृषी अर्थव्यवस्था (Crop Economics) उदयास आलेली होती.

पिटर बेलवूड यांच्या परिकल्पनेव्यतिरिक्त इतर अभ्यासकांनी शेतीचा प्रसार कसा झाला असावा ते कालखंडानुसार मांडले आहे. इतिहासपूर्व काळातील शेती प्रसार, मध्ययुगीन शेती प्रसार आणि आधुनिक काळातील शेती प्रसार असे तीन कालखंड यासाठी केलेले आहेत.

१) इतिहासपूर्व काळातील शेती प्रसार

दक्षिण-पश्चिम आशिया (नैर्ऋत्य आशिया) या चंद्रकोरीसारखा आकार असलेल्या शेतीच्या सर्वांत प्राचीन प्रारंभ स्थानापासून भूमध्य समुद्रातील बेटांच्या समूहातून डॅन्युब नदी खोऱ्यापर्यंत गहू व बार्ली या पिकांची शेती विस्तारत गेली. डॅन्युब खोऱ्यापासून बाल्टीक समुद्राकडे आणि पुढे ख्रि.पूर्व ३००० वर्षे उत्तर समुद्राच्या भोवतालच्या प्रदेशात शेती पोहोचली. त्याच सुमारास युक्रेनच्या गवताळ मैदानी प्रदेशात आणि मॉस्कोच्या परिसरात इ.स.पूर्व २५०० पर्यंत लागवडीची पिके घेण्यास सुरुवात झाली. डॅन्युब खोऱ्यापासून शेतीचा प्रसार पुढे फ्रान्स, जर्मनी, हॉलंड, स्पेन आणि पोर्तुगाल पर्यंत झाला.

पुरातत्त्वशास्त्रातील संशोधनानुसार, आफ्रिकेच्या उत्तर किनारपट्टीच्या प्रदेशातील लिबियापासून ट्युनिशिया,

अल्जिरिया व मोरक्को पर्यंत ख्रि.पूर्व ४००० वर्षे नैर्ऋत्य आशियातून नाईल नदी खोऱ्याद्वारे शेती पसरत गेली. या तुलनेत नैर्ऋत्य आशियातून पूर्वेकडील शेती प्रसार बराच नंतर झाला. झाग्रोस व हिंदुकुश पर्वत रांगांच्या दरमानचा प्रदेश उंचसखल, दुर्गम भूरचनेचा, उष्ण कोरड्या हवामानाचा व वाळवंटाने व्यापलेला असल्याने गहू, बार्ली, अंबाडी-जवस या फ्लॅक्स गटातील पिकांचा प्रसार मंद गतीने झाला.

सिंधू नदी खोऱ्यातील शेतीच्या प्रारंभ स्थानाचा विस्तार बराच मोठा होता. उत्तरेकडे हिमालयाच्या पायथ्यापासून पूर्वेकडे यमुना नदी, दक्षिणेकडे नर्मदा नदी आणि पश्चिमेकडे मक्रान किनाऱ्यापर्यंत शेतीचे हे प्रारंभ स्थान पसरले होते. सिंधू नदी व तिच्या उपनद्यांच्या काठी वस्त्या होत्या. या भागातून पूर्वेकडे गंगा नदी खोऱ्याकडे आणि नंतर द्विपकल्पीय भारताच्या दिशेने शेतीचा प्रसार झाला. इ.स.पूर्व सातव्या शतकात शेती गंगेच्या त्रिभुजप्रदेशात पोहोचली होती.

चीनमधील शेतीच्या प्रारंभिक स्थानापासून शेतीचा प्रसार कोरीया, मांचुरिया आणि पुढे जपान पर्यंत होत गेला; तर आग्नेय आशियातील प्रारंभिक स्थानापासून आग्नेय चीनमध्ये भात, केळी, ऊस व याम ही पिके नेली गेली.

काही अभ्यासकांच्या मते, सहारा वाळवंटाच्या दक्षिणेकडे शेती कशी पोहोचली याबाबत स्पष्टता नाही. काही मानववंशशास्त्रज्ञांचे असे मत आहे की, नाईल नदी खोऱ्यातून घानाच्या दक्षिणभागात शेतीचा प्रसार झाला आणि सहाराचा प्रदेश आतापेक्षा पूर्वी आर्द्र हवामानाचा असल्याने उत्तर आफ्रिका व पश्चिम आफ्रिका या भागातील शेतीचे तंत्र सहाराच्या प्रदेशातून दक्षिण आफ्रिकेपर्यंत पोहोचले असावे. विषुववृत्तीय आफ्रिकेच्या दाट निबिड अरण्यातील विखुरलेल्या प्राथमिक शेतीत नांगराचा वापर खूपच उशिरा म्हणजे १९ व्या शतकापर्यंत केला गेला नव्हता. नांगरणीशिवायची शेती असे त्याचे स्वरूप होते.

उत्तर अमेरिका खंडातील शेती प्रसार हा संपूर्णपणे वेगळा व स्वतंत्र विषय आहे. जरी बेरिंगच्या सामुद्रधुनीद्वारे जुन्या जगातील मानव उत्तर अमेरिकेत पोहोचला होता तरी त्यामुळे शेती प्रसार मात्र झाला नाही म्हणजेच इतिहासपूर्व काळात आशिया, युरोप व आफ्रिका खंडातील जुन्या जगातच प्रथम शेती विस्तारली.

२) मध्ययुगीन कालखंडातील शेती प्रसार

ख्रिश्चन कालगणनेच्या सुरुवातीच्या काळापर्यंत दक्षिण आशिया, युरोप, आफ्रिका, भारत, चीन आणि आग्नेय आशिया अशा व्यापक भूप्रदेशातील पिकांचे आदान-प्रदान मोठ्या प्रमाणावर झाले होते. इ.स.११०० ते १५०० या काळास 'मध्ययुगीन कालखंड' म्हणतात आणि या काळात रोमन साम्राज्याचा विस्तार विविध मोहिमांद्वारे होत गेल्याने पश्चिम युरोपात शेती व पशुपालनाचा प्रसार झाला. याच काळात अरबी व्यापारी अरबी समुद्र व हिंदी महासागरातून दक्षिण आशिया व आग्नेय आशियात जात-येत असल्याने शेतीचा प्रसार झाला. हे अरब व्यापारी गहू, बार्ली, कापूस, भात, ऊस, वाटाणेवर्गीय उत्पादने घेऊन पश्चिम व उत्तर आफ्रिकेच्या किनाराकिनाऱ्याने पुढे स्पेन-पोर्तुगाल या आयबेरियन द्वीपकल्पापर्यंत गेले. त्याचप्रमाणे इंडोनेशिया, मलेशिया आणि थायलंडमधील व्यापारीवर्गाने केळी, याम व टारो ही उत्पादने मादागास्कर व लगतच्या आफ्रिकेतून आग्नेय आशियात नेली. अरबांनी नंतर कापूस, तीळ आणि बार्ली ही उत्पादने चीन व आसपासच्या प्रदेशात नेली.

तेराव्या शतकापासून सतराव्या शतकापर्यंतच्या काळास 'Age of Explorations' अर्थात 'मोहिमांचा काळ' म्हणतात. या काळात स्पेन, पोर्तुगाल, इटली, हॉलंड, फ्रान्स व स्कँडेनेव्हियाच्या प्रदेशातून आग्नेय आशिया व पूर्व आशियाकडे भू-मार्ग व जलमार्गाने मोठमोठ्या मोहिमा काढण्यात आल्या. पंधराव्या

शतकात अमेरिकेचा शोध लागल्याने आशिया, युरोप व अमेरिकेत शेतीच्या प्रसाराबरोबर पिकांच्या लागवडीचे तंत्रही बदलत जाऊन पिकांचा आकृतिबंध व एकूण शेती व्यामिश्र होत गेली. आधुनिक शेतीचा प्रारंभ यामुळे सुरू झाला.

३) आधुनिक काळातील शेतीचा प्रसार

'ग्रेट एज ऑफ डिस्कव्हरी' या कालखंडानंतरच्या काळास 'आधुनिक युग' म्हटले जाते. या काळापर्यंत जगभर ज्या ज्या ठिकाणी शेती करणे शक्य होते तो सर्व भूभाग लागवडीखाली आणला गेला होता. परंतु, नवीन जलमार्गाने प्रवास सुरू झाल्याने युरोपमधील पिके पार दक्षिण अमेरिका व ऑस्ट्रेलियात पोहोचली. आफ्रिकेच्या केप ऑफ गुड होप आणि दक्षिण अमेरिकेच्या मॅगेलेन सामुद्रधुनीतून अनुक्रमे आग्नेय आशिया व ऑस्ट्रेलियापर्यंत व्यापारी व इतर लोकांचा प्रवास सुरू झाल्याने अनेक पिकांचे बेणे युरोपमध्येही नेले गेले. मेक्सिकोतून युरोप व अमेरिकेत मुख्यत्वे मका नेला गेला. त्याशिवाय तंबाखू व टोमॅटोचे वाणही नेले गेले. युरोपमधील सध्याच्या काळातील शेती सतराव्या शतकापासून सुरू झालेली आहे.

१९व्या शतकाच्या मध्यापर्यंत युरोपीय वसाहतवादी लोक मध्य व दक्षिण आफ्रिकेत पोहोचले. त्यामुळे मक्याची शेती या प्रदेशात सुरू झाली. त्याशिवाय ब्राझिलमधून कोको, भूईमूग व रबर आणले गेले. दक्षिण आफ्रिकेतील कापूस इजिप्त व सुदानी कापसापेक्षा वेगळा आहे कारण तो लांब धाग्याचा व अधिक चांगल्या दर्जाचा असून अमेरिका व भारतातून तो दक्षिण आफ्रिकेत नेला गेला.

दक्षिण व आग्नेय आशियातील शेतीचे वैशिष्ट्य म्हणजे १५ व्या शतकानंतर जवळपास इ.स. १९६५ पर्यंत येथील शेतीत व पिकांच्या आकृतिबंधात फारसे लक्षणीय असे बदल झाले नाहीत; पण त्यानंतर हरितक्रांतीच्या तत्त्वांच्या स्वीकारामुळे शेतीत लक्षणीय बदल झाले.

भारताच्या बाबतीत असे आढळते की, १६ व्या शतकात पोर्तुगीजांनी मका, मिरची, टोमॅटो, रताळी, अननस या पिकांचे वाण आणून पश्चिम किनारपट्टीच्या प्रदेशात लागवड केली तर युरोपीय वसाहतवाद्यांनी कर्नाटकातील कूर्ग व म्हैसूर भागात कॉफीचे मळे लावले. ब्राझिलमधून व्यापाऱ्यांनी रबर आणून केरळमध्ये लावले. सिंधू खोऱ्यातील कापूस जरी भारतात पिकवला जात होता तरी लांब धाग्याचा चांगला कापूस १७व्या शतकात इराण व इजिप्तच्या नाईल खोऱ्यातून आणून लावला गेला. डच व पोर्तुगीज लोकांनी भूईमूग, तेल्याताड, मका, मॅनिऑक व तंबाखू यांची शेती भारतात सुरू केली.

अमेरिका खंड स्थलांतरिताचेच असल्याने तेथील शेतीचा प्रसार जगभरातील लोकांनी केला असला तरी मेक्सिकोतून मका, भूमध्य सामुद्रिक देशांमधून गहू, बार्ली व इतर पिकांचे वाण आणले गेले. वेस्टइंडिज व आफ्रिकेतून जे गुलाम आणले गेले त्यांच्या बरोबर भात, भूईमूग व ऊस अमेरिकेत आला. ऑस्ट्रेलिया व न्यूझिलंड या दक्षिण गोलार्धातील देशांमध्येही ब्रिटिश व फ्रेंच लोकांनीच शेतीचा प्रसार केला.

१.४ कृषी सांख्यिकी सामग्री : स्रोत (Sources of Agricultural Data)

कृषि नियोजन, कृषी योजना, कृषी धोरण निश्चित करणे, कृषी समस्या व उपाययोजना, कृषी व्यवसायातील लोकसंख्या, कृषी अर्थव्यवहार, कृषी व्यवसायाचे भवितव्य यासारख्या अनेक बाबींसाठी कृषी विषयक सांख्यिकी सामग्रीची नितांत आवश्यकता असते. कृषिप्रधान अर्थव्यवस्था असलेल्या राष्ट्रांचे संपूर्ण अर्थकारण कृषी व्यवसायावर अवलंबून असल्याने विश्वासार्ह, नियमित सांख्यिकी सामग्री संकलित करणे हे अत्यंत महत्त्वाचे काम आहे.

कृषी सांख्यिकी संकलित करण्याचे दोन प्रमुख स्रोत आहेत :

प्राथमिक सांख्यिकी सामग्री : जी संख्यात्मक सामग्री क्षेत्र भेटीतून, सर्वेक्षण करून अभ्यासक वा सर्वेक्षक स्वतः संकलित करतो त्या सांख्यिकीस प्राथमिक सांख्यिकी (Primary Data) म्हणतात.

द्वितीय सांख्यिकी सामग्री : एखादी विशिष्ट संघटना, कार्यालय, शासकीय-निमशासकीय संस्था, जागतिक संघटना वा संस्था जेव्हा अनेक स्रोत वापरून सांख्यिकी सामग्री संकलित करून प्रकाशित करतात ती द्वितीय सांख्यिकी सामग्री (Secondary Data) होय.

प्राथमिक सांख्यिकी ही मूलभूत सामग्री असते. तिची विश्वासार्हता संकलित करणाऱ्याच्या (Field Worker) उद्देशावर व विश्वासावर जशी अवलंबून असते तशीच ती ज्या व्यक्तिकडून (Respondent) पुरविली जाते त्या व्यक्तीच्या आकलनावर, सचोटीवर अवलंबून असते. त्यामुळे अशी सांख्यिकी सामग्री व्यक्तीसापेक्ष व पूर्वग्रहाने प्रभावित असू शकते. प्रश्नावली भरून घेणे, मुलाखती घेणे, ध्वनी-चित्रमुद्रण करणे हे काही मार्ग प्राथमिक सांख्यिकी संकलित करताना वापरले जातात. अशा सांख्यिकी सामग्रीची व्याप्ती मर्यादित असते. मर्यादित क्षेत्रासाठी व काळासाठी अशी सामग्री गोळा केली जाते. ही सांख्यिकी सामग्री मर्यादित असल्याने तिच्या विश्लेषणातून काढलेले निष्कर्ष, अनुमान वा सार यांचा वापर करून सर्वसामान्य (General) व्यापक निष्कर्ष काढणे सयुक्तिक ठरत नाही. मात्र, अशा प्रकारची सांख्यिकी अभ्यासक, संशोधक यांच्यासाठी महत्त्वाची असल्याने तिचे एक वेगळे स्थान आहे.

द्वितीय सांख्यिकी सामग्रीची व्याप्ती मोठी असते. अशी सांख्यिकी नियत कालावधीनुसार व क्षेत्रानुसार नियमितपणे संकलित केली जाते. त्यासाठी स्वतंत्र, प्रशिक्षित मनुष्यबळ व प्रशासन यंत्रणा कार्यरत असते. जगातील प्रत्येक राष्ट्रात अशा प्रकारचे काम केले जाते. ही सांख्यिकी अधिकृत व विश्वासार्ह समजली जाते. तसेच अशी सांख्यिकी सामग्री पूर्वग्रहरहित व व्यक्तिनिरपेक्ष असते. राष्ट्रीय स्तरावर संकलित केलेली अशी सांख्यिकी युनायटेड नेशन्स व इतर मान्यताप्राप्त जागतिक संघटना एकत्रित करतात आणि त्यावरून जागतिक सांख्यिकी अहवाल दर वर्षी प्रकाशित केला जातो. लोकसंख्या, कृषी, व्यापार, उद्योग, वाहतूक, संदेशवहन, आरोग्य इत्यादी अनेक बाबींसाठी अशी सांख्यिकी संकलित होत असते.

भारतात अशा प्रकारची द्वितीय सांख्यिकी संकलित करून प्रकाशित करणाऱ्या पुढील महत्त्वाच्या संस्था व संघटना आहेत. कृषी विषयक सांख्यिकी सामग्री संकलित करताना साधारणपणे लागवडीखालील क्षेत्र, पिकांखालील हंगामानिहाय क्षेत्र, दर हेक्टरी उत्पादन, एकूण उत्पादन, भूधारणा, कूळवहिवाटी जमिनीचे क्षेत्र (Land Tenancy), पिकांचा आकृतिबंध, जलसिंचन व त्याचा स्रोत, शेतमजूर लोकसंख्या, यांत्रिकीकरणाचे प्रमाण अशा अनेक घटकांची माहिती जमा केली जाते.

ॲग्रिकल्चरल सेन्सस (Agricultural Census) : कृषी विषयक गणना करण्याचे काम 'ॲग्रिकल्चरल सेन्सस' ही संस्था करते. 'वर्ल्ड ॲग्रिकल्चरल सेन्सस प्रोग्रॅम' या जागतिक शिखर संस्थेची ही भारतातील सभासद संस्था १९७० मध्ये स्थापण्यात आली. कृषी व सहकार खात्यामार्फत दर पाच वर्षांनी कृषीविषयक सांख्यिकी सामग्री गणना व संकलन करण्याचे काम केले जाते. देशातील राज्ये व केंद्रशासित प्रदेशाकडून ही माहिती केंद्रीय कृषी व सहकार मंत्रालयाकडे पाठविली जाते. त्यानंतर या सर्व सर्वेक्षणाचा अहवाल शिखर संस्थेकडे पाठविण्यात येतो. कृषीविषयक गणनेमध्ये, भूधारणा वितरण (Land holding & its distribution), कुळवहिवाट क्षेत्र, भूमीउपयोजन सांख्यिकी, जलसिंचन स्रोत, प्रकार व पद्धती, कृषी निविष्टा, उत्पादन, कृषी

व्यवसायातील लोकसंख्या, पिकांचा आकृतिबंध अशा अनेकविध बाबींची माहिती व सांख्यिकी दिलेली असते.

१९७३ पासून कृषी संशोधन व शिक्षण यांचाही यात समावेश करण्यात आला आहे. यामुळे शेती, पशुपालन व मत्स्योद्योग आणि जोडधंदे यांच्यातील समन्वय साधल्याने अशी माहिती अधिक उपयुक्त होऊ लागली आहे.

फूड अॅन्ड अॅग्रिकल्चर ऑर्गनायझेशन (Food and Agriculture Organization) (FAO)

इ.स. १९४५ मध्ये स्थापन झालेल्या युनायटेड नेशन्स ऑर्गनायझेशन्स (युनो)ची फूड अँड अॅग्रिकल्चर ऑर्गनायझेशन (एफएओ) ही एक विशेष अंगभूत संघटना आहे. ग्रामीण लोकांचे जीवनमान उंचावणे, पोषणमूल्य वाढविणे आणि कृषी उत्पादकता वाढविणे हे या संघटनेचे उद्देश आहेत. युनोने यासाठी 'वर्ल्ड फूड सिक्युरिटी' (World Food Security) नावाची एक समिती स्थापली आहे. सभासद राष्ट्रांमधील अन्नसुरक्षा, अन्नधान्य उत्पादन आणि लोकांना पुरेसे अन्नधान्य प्रत्यक्षात प्राप्त होण्यासाठीच्या भौतिक व आर्थिक उपलब्धता यासाठी ही समिती मदत करते. भारत एक सभासद राष्ट्र असल्याने डब्ल्यू एफ एस तर्फे कृषी विषयक महत्त्वाच्या बाबींवर लक्ष ठेवले जाते. तसेच कृषी सांख्यिकी संकलनाचे काम केले जाते. प्रत्येक राष्ट्राकडून असा अहवाल येत असल्याने अन्न व कृषी संघटना ही एक कृषी विषयक सांख्यिकीचा स्रोत म्हणूनही कार्य करते. त्याआधारे सभासद राष्ट्रांना कृषी विषयक सल्ला, मार्गदर्शन व मदत केली जाते.

इंडियन स्टॅटिस्टिकल सिस्टिम (Indian Statistical System) (ISS)

केंद्र शासनाच्या अधिपत्याखालील 'मिनिस्ट्री ऑफ स्टॅटिस्टिक्स अँड प्रोग्रॅम इम्प्लीमेंटेशन' या मंत्रालयाचा 'इंडियन स्टॅटिस्टिकल सिस्टिम' हा एक प्रमुख विभाग आहे. विविध राज्ये व केंद्रशासित प्रदेशांकडून उपलब्ध होणारी सांख्यिकी येथे संकलित केली जाते. तसेच जनगणना, आर्थिक गणना, कृषी गणना, पशुधन गणना अशा राष्ट्रीय स्तरावरील गणना कार्यांमध्ये सुसूत्रता आणण्याचे व समन्वयाचे काम हा विभाग करतो. त्या व्यतिरिक्त या विभागातर्फे वार्षिक नमुना सर्वेक्षण, उद्योग सर्वेक्षण आणि अन्य सामाजिक-आर्थिक सर्वेक्षण करण्याचे काम दरवर्षी केले जाते.

कृषी व सहकार मंत्रालयाच्यादृष्टीने कृषी गणना, पशुधन गणना आणि आर्थिक गणना याद्वारे प्राप्त होणारी सांख्यिकी सामग्री अत्यंत महत्त्वाची असते. दर पाच वर्षांनी असे सर्वेक्षण केले जाते तर राष्ट्रीय नमुना सर्वेक्षण संघटनेद्वारे पुरविली जाणारी वार्षिक सांख्यिकी सामग्रीही शेतीच्यादृष्टीने महत्त्वाची ठरते.

राष्ट्रीय नमुना सर्वेक्षण संघटना (National Sample Survey Organisation) (NSSO)

'राष्ट्रीय नमुना सर्वेक्षण संघटना' ही एक 'इंडियन स्टॅटिस्टिकल सिस्टिम' या विभागाची महत्त्वाची घटक शाखा आहे. या संघटनेची स्थापना १९५० साली झाली असली, तरी १९७० मध्ये पुनर्रचना झाल्याने 'राष्ट्रीय नमुना सर्वेक्षण' अस्तित्वात आले. ही एक स्वायत्त संघटना असली तरी सुकाणू समितीद्वारे धोरणनिश्चिती केली जाते. विविध पिकांच्या लागवडीचे क्षेत्र, उत्पादन आणि बाजारभाव यांच्या सांख्यिकीचे संकलन दर वर्षी या संघटनेद्वारे केले जाते. त्याशिवाय भूधारणा, पशुधन, कर्जस्थिती व गुंतवणूक या संदर्भातील सांख्यिकीचे सर्वेक्षण दर दहा वर्षांनी केले जाते.

या संघटनेने संकलित केलेली पिकांच्या संदर्भातील सर्व माहिती राज्यांना पुरविली जाते. त्या आधारे राज्ये पिकांसाठीचे अंदाज तयार करतात व शेतकऱ्यांना सल्ला-मार्गदर्शन करतात.

वरील महत्त्वाच्या संस्था–संघटनांव्यतिरिक्त प्लॅनिंग कमिशन रिपोर्ट फॉर फाईव इयर प्लॅन, 'इंडिया' मिनिस्ट्री ऑफ इन्फर्मेशनतर्फे प्रकाशित होणारा वार्षिक ग्रंथ, फूड कॉर्पोरेशन ऑफ इंडिया अहवाल, इनपुट सर्व्हेज्, 'इरिगेशन कमिशन रिपोर्ट' अशा इतर काही संस्था कृषी विषयक सर्वंकष सांख्यिकी संकलित करून प्रकाशित करतात.

सरावासाठी प्रश्न

१) भूगोल विषयातील कृषी भूगोलाचे स्थान व महत्त्व विशद करा.
२) कृषी भूगोलाचे स्वरूप व व्याप्ती स्पष्ट करा.
३) कृषी भूगोलाचा विकास आणि आधुनिक भूगोलातील कृषी भूगोलाचे स्थान व योगदान विशद करा.
४) कृषी भूगोल अभ्यासण्याच्या महत्त्वाच्या पद्धती कोणत्या आहेत ते सांगून प्रादेशिक अभ्यासपद्धतीचे सविस्तर विवेचन करा.
५) विक्रेय वस्तू अभ्यासपद्धती आणि प्रणाली अभ्यासपद्धती यातील फरक स्पष्ट करा.
६) शेतीच्या प्रारंभाविषयी विविध संशोधकांनी मांडलेली मते वर्णन करा.
७) शेतीची जगातील उत्पत्ती स्थाने आणि प्रारंभिक पिके यावर भौगोलिक निबंध लिहा.
८) 'प्रारंभिक शेती प्रसार परिकल्पना' आणि आदिम केंद्रे याविषयी चर्चा करा.
९) सांख्यिकी सामग्रीचे कृषी भूगोलातील महत्त्व स्पष्ट करा.
१०) टिपा लिहा.
    १) कृषी भूगोल : एक आंतरविद्याशाखा
    २) कृषी भूगोलाचा विकास
    ३) सुनियोजित अभ्यासपद्धती
    ४) शेतीची उत्पत्ती स्थाने
    ५) कृषी सांख्यिकी स्रोत

 **२** | # कृषीभूमी विनियोग : नियमनकारी घटक

Determinants of Agricultural Land use

२.१ नियमनकारी घटक
    २.१.१ भौतिक घटक
    २.१.२ आर्थिक घटक
    २.१.३ तांत्रिक घटक
    २.१.४ सामाजिक घटक

२.२ भूधारणा आणि कूळवहिवाट पद्धत
    २.२.१ जमीन सुधारणा
    २.२.२ भूमीउपयोजन धोरण आणि नियोजन

२.१ नियमनकारी घटक

शेती हा सातत्याने चालणारा व्यवसाय आहे. शेतीयोग्य जमिनीतून वर्षानुवर्षे सतत पिके घेतली जातात; म्हणूनच शेतीयोग्य जमिनीचा वापर करण्यासाठी कोणते घटक अनुकूल वा प्रतिकूल ठरतात ते जाणून घेणे आवश्यक आहे. '**शेतीयोग्य जमिनीचा वापर निश्चित करणाऱ्या घटकांना कृषीभूमी विनियोग नियमनकारी घटक (Determinants of Agricultural Land use) म्हणतात**'. १९५०नंतर अशा घटकांचा सविस्तर अभ्यास होऊ लागला. शेतीविषयक प्रादेशिक विभिन्नतेची कारणमीमांसा करणे त्यामुळे शक्य होऊ लागले. या नियमन करणाऱ्या घटकांनुसार शेती करण्याच्या पद्धती, पिकांची निवड, उत्पादकता, गुणवत्ता, शेतीचा हंगाम, विपणन इत्यादी बाबी निश्चित होतात. शेतजमिनीच्या वापराचे नियमन करणारे घटक अभ्यासाच्यादृष्टीने चार गटांत विभागले जातात. तक्ता क्र. २.१ मध्ये कृषीभूमी विनियोग नियमन करणारे घटक दर्शविले आहेत.

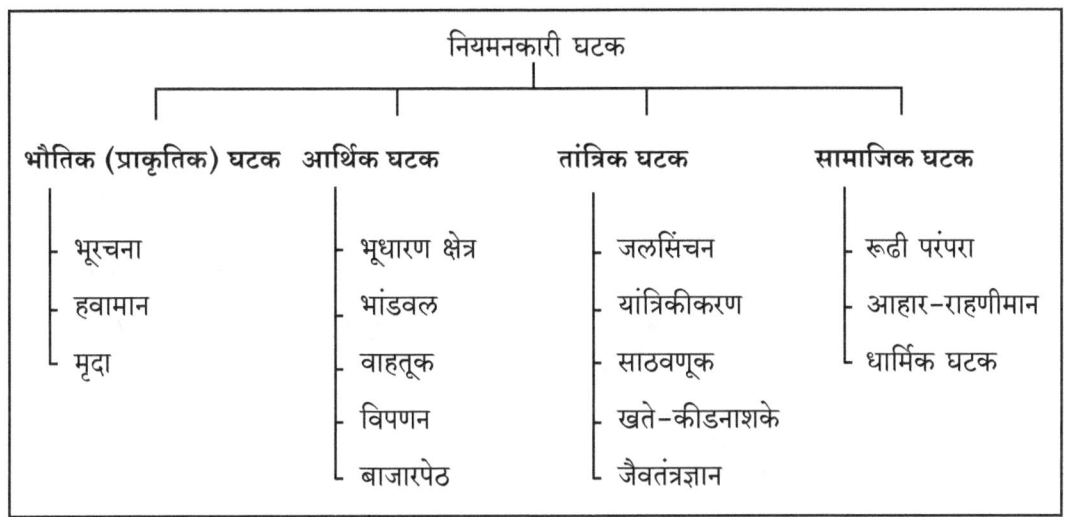

तक्ता क्र. २.१ : कृषीभूमी विनियोग नियमनकारी घटक

नियमनकारी घटक

- **भौतिक (प्राकृतिक) घटक**
  - भूरचना
  - हवामान
  - मृदा
- **आर्थिक घटक**
  - भूधारण क्षेत्र
  - भांडवल
  - वाहतूक
  - विपणन
  - बाजारपेठ
- **तांत्रिक घटक**
  - जलसिंचन
  - यांत्रिकीकरण
  - साठवणूक
  - खते-कीडनाशके
  - जैवतंत्रज्ञान
- **सामाजिक घटक**
  - रूढी परंपरा
  - आहार-राहणीमान
  - धार्मिक घटक

२.१.१ भौतिक (प्राकृतिक) घटक (Physical Determinants)

संपूर्ण शेती व्यवसायावर व विशेषतः शेत जमिनीच्या वापरावर भौतिक घटकांचे फार मोठे नियंत्रण असते. हेटनर व मॅकहार्ग यांच्या मतानुसार भौतिक घटक जाणून घेऊन शेतीचे व पर्यायाने पिकांचे समायोजन केल्याशिवाय मानवाला शेती व्यवसाय करणे शक्य नाही. भूरचना, हवामान व मृदा हे शेतीच्यादृष्टीने सर्वांत महत्त्वाचे नियमनकारी घटक होत.

भूरचना

शेतीयोग्य जमिनीच्या वापरावर भूरचनेचा लक्षणीय प्रभाव असलेला दिसून येतो. भूप्रदेशाची उंची, उंचसखलता व उतार या भूरचनेच्या मूलभूत अंगांचे शेत जमिनीच्या उपयोगावर नियंत्रण असते. पर्वत, पठारे व मैदाने अशा ठळक भूरूपात ही मूलभूत अंगे दृग्गोचर होतात; म्हणूनच अशा भूरूपांचा व शेतजमिनीच्या विस्ताराचा, क्षेत्राचा, आकारमानाचा जवळचा संबंध आढळतो.

पर्वतीय प्रदेश व कृषीभूमी विनियोग

कृषीभूमी विनियोगाच्यादृष्टीने पर्वतीय व डोंगराळ प्रदेश फारसे अनुकूल नसतात. पर्वतीय प्रदेशाची समुद्रसपाटीपासूनची उंची जास्त असते आणि बहुतांश उतार तीव्र-खडकाळ असतात. उंचसखलपणामुळे सलग मोठा शेतीयोग्य जमिनीचा तुकडा उपलब्ध नसतो. उतारावर पायऱ्यापायऱ्यांची रचना असलेल्या लांबट आकाराच्या शेतजमिनीच्या तुकड्यांमध्ये शेती केली जाते. मृदेचा थर पातळ असतो. मृदा जाडसर आकारमानाच्या कणांनी बनलेल्या व सैलसर असतात; असे मृदाकण पाणी धरून ठेवू शकत नाहीत. त्यामुळे त्या कोरड्या असतात. शेतातील बहुतांश कामे मनुष्यबळाच्या साहाय्याने करावी लागतात. उतारावरील स्थान व लहान, लांबट आकार यामुळे यंत्रांचा वापर करता येत नाही.

आकृती क्र. २.१ : उतार स्वरूप व सूर्याभिमुखता

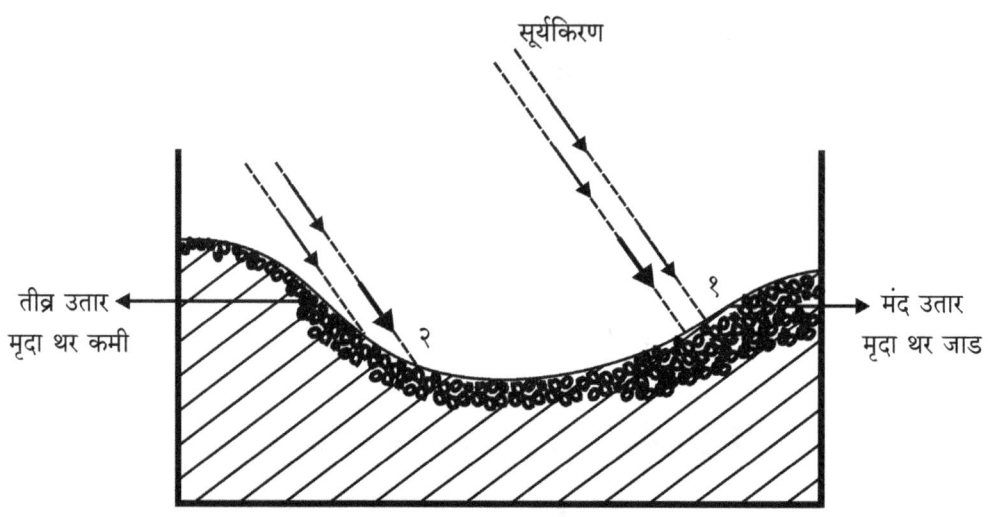

१ : सूर्याभिमुख उतार – उष्णतेचे केंद्रीकरण
२ : विरुद्ध उतार – उष्णतेचे विकेंद्रीकरण

पर्वतीय प्रदेशात अधिक उंचीवर पीक वाढीचा व पक्वता येण्यासाठीचा काळ बराच मर्यादित असतो. सायमन्स यांच्या मते, अधिक उंचीवर आर्द्रता व कार्बन–डाय–ऑक्साईडचे प्रमाण कमी असते. परिणामी पिकांचे पोषण व्यवस्थित होत नाही. रात्रीच्या तापमानात लक्षणीय घट होते व मृदाही कोरड्या असल्यास पिकांवर त्याचा विपरीत परिणाम होतो. साधारणपणे ३००० मी. पेक्षा अधिक उंचीवर शेती होऊ शकत नाही. भारतात हिमाचल प्रदेशातील सफरचंदाच्या बागेतील निरीक्षणात असे आढळले आहे की, ५० ते ७५ मी. ने उंची वाढल्यास सफरचंदे पक्व होण्याचा काळ २४ तासाने वाढतो.

पर्वतीय प्रदेशातील उतार भिन्न भिन्न दिशांना असल्याने सूर्याभिमुख उतार व वातसन्मुख उतार यानुसार शेतीयोग्य जमिनीचे स्थान व वापरही वेगवेगळा असतो. समशीतोष्ण कटिबंधातील पर्वतीय व डोंगराळ प्रदेशातील दऱ्याखोऱ्यांमध्ये उतार हा घटक महत्त्वाचा ठरतो. सूर्याभिमुख उतारावर तापमान अधिक असते व त्यामुळे पिकांची वाढ चांगली होते. परंतु, अशा प्रदेशात रात्री तापमानाची विपरीतता (Inversion of Temparature) घडून आल्यास पिकांवरही विपरीत परिणाम होतो. अशा प्रदेशात हिवाळ्यातील दीर्घ रात्री उंचीनुसार तापमान कमी होण्याऐवजी वाढते. यामुळे दरीच्या तळभागात तापमान कमी व अधिक उंचीवर तापमान जास्त अशी परिस्थिती निर्माण होऊन दऱ्याखोऱ्यातील पिकांवर त्याचा परिणाम होतो. आल्प्स व हिमालयात तापमानाची विपरीतता निर्माण झाल्याने पिकांच्या उत्पादनात घट येते असे आढळले आहे. उत्तर गोलार्धात दक्षिणेकडील उतार सूर्याभिमुख असतात. अशा उतारांवर तापमान जास्त असते व प्रकाशमय काळ अधिक असतो. त्याचा शेतीला फायदा होतो.

आकृती क्र. २.२ : भूरचना व पर्जन्यप्रमाण

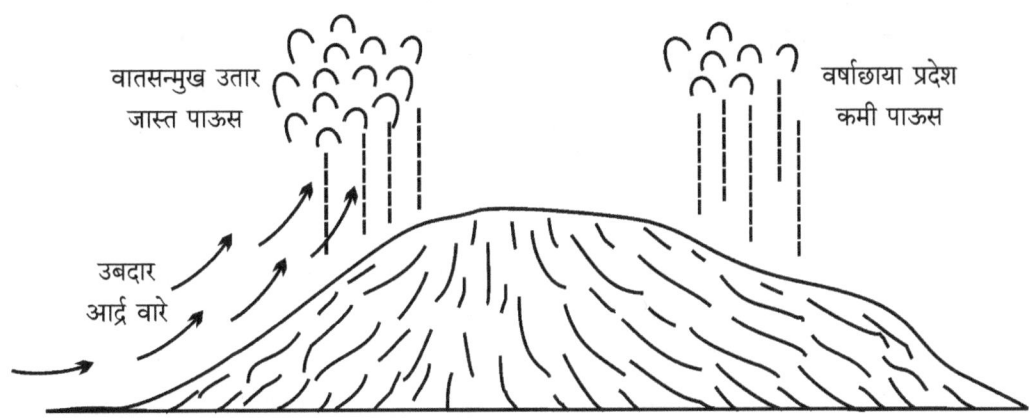

पर्वतीय व डोंगराळ प्रदेशाचे कमी उंचीचे सौम्य उतार मळ्याच्या शेतीसाठी उपयुक्त असतात. चहा, कॉफी, कोको या पिकांचे मळे अशा भागात असतात. ईशान्य भारतातील आसाम-मेघालयमधील चहाचे मळे गारो-खाँसी या डोंगराळ प्रदेशातील उतारावर आहेत.

आकृती क्र. २.३ : पर्वतीय प्रदेश, दरी उतार व तापमान विपरितता

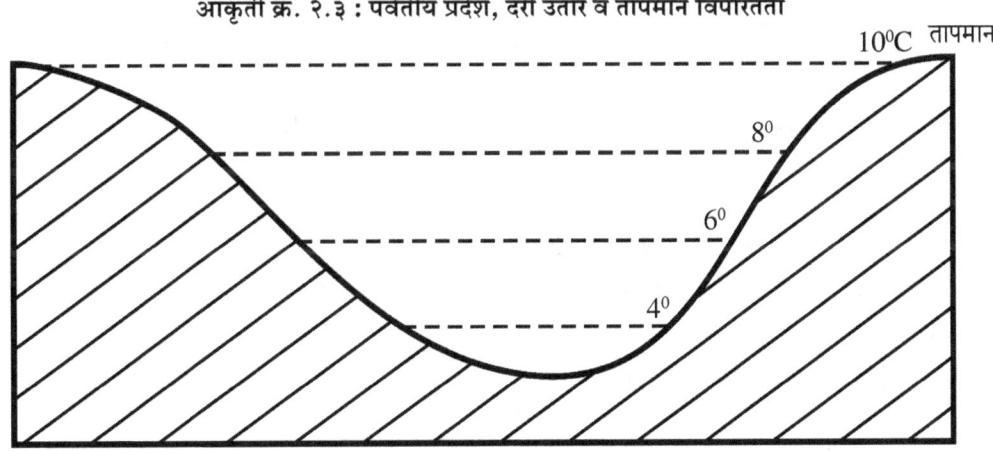

पठारी प्रदेश व कृषीभूमी विनियोग

भूरचना या दृष्टीने पठारी प्रदेश शेती व्यवसायास पूरक असतात. परंतु, त्याचबरोबर पठाराचे भौगोलिक स्थान महत्त्वपूर्ण ठरते. भारतातील दख्खन पठार, ब्राझिलमधील पठार, दक्षिण चीनचे युनान पठार आणि म्यानमारमधील शान पठार यांचे स्थान शेतीसाठी अत्यंत अनुकूल अशा प्रदेशात असल्याने तेथे शेतीयोग्य जमिनीचा वापर अनेकविध पिके घेण्यासाठी करून घेण्यात येतो. याउलट, सौदी अरेबियातील पठार, इराण पठार हे उष्ण, कोरड्या हवामान प्रदेशात असल्याने तेथे शेतीयोग्य जमिनीची उपलब्धता कमी असून तिच्या वापरावरही खूप मर्यादा आहेत.

मैदानी प्रदेश व कृषीभूमी विनियोग

भूरचनेच्या दृष्टीने मैदानी प्रदेश शेती व्यवसायास अत्यंत अनुकूल असतात. बहुतांश मैदाने नद्यांनी टाकलेल्या गाळाच्या संचयनातून निर्माण झालेली असतात. सुपीक गाळाच्या मृदा, भरपूर पाण्याची उपलब्धता, उत्तम वाहतुकीचे जाळे, दाट लोकसंख्येमुळे कृषी उत्पादनांना असलेली मोठी मागणी यामुळे मैदानी प्रदेश कृषी समृद्ध असतात. शेतीयोग्य जमिनीचा वापर अत्यंत सघन पद्धतीने केलेला असतो. नाईल नदीखोरे, गंगा–ब्रह्मपुत्रा नद्यांची पूर मैदाने, सिंधू खोरे ही काही उत्तम कृषीभूमी विनियोगाची उदाहरणे होत.

हवामान

कृषीभूमी विनियोगावर प्रभाव असणारा सर्वांत महत्त्वाचा घटक म्हणजे हवामान होय. मानवाला हवामानावर नियंत्रण मिळविणे वा त्यात अपेक्षेनुसार बदल करणे शक्य झालेले नाही; म्हणूनच विशिष्ट हवामानात विशिष्ट पिके असा सहसंबंध दिसतो. उष्ण सम दमट हवामान व भातशेती हे नाते या प्रकारचे आहे. हवामान अनुकूल असेल तर कृषीभूमी उपयोजन सघन (Intensive) पद्धतीने केले जाते तर हवामान प्रतिकूल असल्यास जमिनीच्या वापरावर फार मर्यादा येतात. तापमान, आर्द्रता, पर्जन्य, सूर्यप्रकाशाचा कालावधी, वारा, धुके, गारा अशा हवेच्या भिन्न भिन्न आविष्कारांचा कृषीभूमी विनियोगावर लक्षणीय परिणाम होतो.

तापमान

पिकाच्या लागवडीपासून ते पीक पूर्ण तयार होऊन कापणीपर्यंतच्या कालावधीतील तापमानाला अनन्यसाधारण असे महत्त्व असते. पीक तयार होईपर्यंतच्या प्रत्येक अवस्थेत रोपाला विशिष्ट तापमानाची आवश्यकता असते. अशा विशिष्ट तापमानास पर्याप्त तापमान (Optimum Temperature) म्हणतात. सामान्यपणे ६^{0} से. तापमानापेक्षा कमी तापमानास पिकाची वाढ होणे थांबते. तसेच ४५^{0} से. वा त्यापेक्षा अधिक तापमानास पिक करपण्याची शक्यता असते. अशा दोन्ही अवस्थांमधील विपरीत परिणाम टाळण्यासाठी पिकाला पाणी दिल्यास बचाव होऊ शकतो.

पिकासाठी सुयोग्य हंगाम निश्चित करताना तापमानाच्यादृष्टीने कोणता काळ योग्य आहे हे उष्णांक दिन (डीग्री डेज) या संज्ञेवरून ठरविले जाते. एखाद्या पिकास, पेरणी केल्यापासून ते पूर्ण तयार होण्यासाठीच्या कालावधीत एकूण किती उष्णांक आवश्यक आहेत ते समजल्यास त्या पिकासाठीचा योग्य कालावधी निश्चित करता येतो.

उष्णांक दिन पुढील सूत्राच्या साहाय्याने समजतो :

$$\text{उष्णांक दिन (Degree Days)} = \left[\frac{\text{कमाल तापमान} + \text{किमान तापमान}}{२} - १० \right] \times \text{दिवस}$$

म्हणजेच सरासरी तापमान उणे दहा गुणिले कालावधी (दिवस) म्हणजे 'उष्णांक दिन' होय. उदा. एका दिवसाचे कमाल तापमान ३०^{0} से. आहे व किमान तापमान १६^{0} से. आहे तर

$$\text{उष्णांक दिन} = \left[\frac{३० + १६}{२} - १० \right] \times १$$

$$= \left[\frac{४६}{२} - १०\right] X १$$

$$\text{उष्णांक दिन} = (२३ - १०) X १$$

$$= १३ X १$$

$$\text{उष्णांक दिन} = १३$$

म्हणजे त्या एका दिवसात पिकास १३ उष्णांक दिन प्राप्त झाले. समजा हेच कमाल व किमान तापमान एक महिन्याचे म्हणजे तीस दिवसांसाठीचे असेल तर तेरा गुणिले तीस म्हणजे ३९० उष्णांक दिन त्या महिन्यात प्राप्त झाले असे म्हणता येईल. अशा पद्धतीने प्रत्येक पिकाच्या पेरणीपासून ते पूर्ण तयार होण्यासाठी लागणाऱ्या कालावधीतील एकूण उष्णांक दिन काढले जातात. जगातील निरनिराळ्या प्रदेशात एखादे पीक घेतले जाते तेव्हा तेथील उष्णांक दिन प्राप्त करून घेतल्यावर साधारणपणे त्या पिकास किती उष्णांक दिनाची आवश्यकता आहे ते निश्चित केले जाते. वर्षातील ज्या कालावधीत ते उपलब्ध असेल त्यानुसार त्या पिकाचा हंगाम ठरतो; म्हणूनच भारतात द्राक्षे हिवाळ्याच्या उत्तरार्धात तयार होतात तर युरोपमध्ये उन्हाळ्याच्या उत्तरार्धात तयार होतात. जगातील महत्त्वाच्या पिकांसाठी आवश्यक असलेले उष्णांक दिन दर्शविणारा एक तक्ता तयार केला गेला आहे. उदा. भात पिकास ३००० ते ४००० उष्णांक दिन आवश्यक असतात तर द्राक्षास २००० ते २५०० उष्णांक दिन पुरेसे ठरतात. उष्ण कटिबंधात अधिक उष्णांक दिन उपलब्ध असतात म्हणून वर्षभर शेती होऊ शकते तर समशीतोष्ण कटिबंधातील थंड पट्ट्यात उष्णांक दिन कमी असल्याने शेतजमिनीच्या वापरावर मर्यादा येतात.

प्रकाशमय काळ (Photo Period) : पिकासाठी सूर्यप्रकाश किती तास उपलब्ध आहे, त्यानुसार प्रकाश संश्लेषण व अन्ननिर्मिती क्रिया चालू असते. सूर्यप्रकाश उपलब्ध असण्याच्या काळास **'प्रकाशमय काळ'** (Photo Period) म्हणतात. अभ्राच्छादित आकाश, दाट धुके, धूसर हवा यामुळे पिकाला पुरेसा प्रकाशमय काळ उपलब्ध होत नाही व त्याचा परिणाम उत्पादनावर होतो. बहुतांश पिके पक्व होण्याच्या काळात हा घटक महत्त्वाचा ठरतो. फळे व कापूस तयार होण्याच्या काळात म्हणूनच निरभ्र आकाश व स्वच्छ सूर्यप्रकाश आवश्यक असतो.

आर्द्रता व पर्जन्य : हवेतील आर्द्रता व मृदेतील आर्द्रता या दोन्ही बाबी शेतजमिनीच्या वापराच्यादृष्टीने महत्त्वाच्या आहेत. हवेत आर्द्रता कमी असल्यास हवा कोरडी होते व बाष्पीभवनाचा वेग वाढून उभ्या पिकातील व मृदेतील आर्द्रता कमी होत जाते; अशी स्थिती जास्त काळ राहिल्यास रोपे मलूल होऊन कोमेजू लागतात. अशी स्थिती पिकाची हानी करते; यासाठी जलसिंचन हाच पर्याय असतो.

अतिरिक्त आर्द्रता व पाऊस शेतीयोग्य मृदेस हानी पोहोचवतात. मृदेतील व पिकातील जैविक व रासायनिक क्रियांवर अतिरिक्त आर्द्रतेचा व पाण्याचा विपरीत परिणाम होतो. आर्द्र म्हणजे दमट हवामानात बुरशीजन्य जीवाणूंचा प्रादुर्भाव वाढून पिकास धोका निर्माण होतो.

काही प्रदेशातील शेती पूर्णपणे पावसावर अवलंबून असते. पाऊस अनेक वेळा बेभरवशाचा व असम वितरणाचा असतो. शेतीयोग्य जमिनीचा वापर ठरविताना ही बाब महत्त्वाची ठरते. पिकाची निवड व पिकाचा हंगाम ठरविणे पावसाच्या कालावधीवर व प्रमाणावर अवलंबून असते. कोरडवाहू शेती (जिरायती) असणाऱ्या

प्रदेशात जमिनीच्या वापरावर यामुळे बऱ्याच मर्यादा येतात. दक्षिण आशियाई देश, मेडीटरेनियन (भूमध्य) सामुद्रिक हवामानाचे प्रदेश अशा विशिष्ट ऋतूत पाऊस असणाऱ्या प्रदेशात ही समस्या गंभीर स्वरूप धारण करते.

आर्द्रता व पर्जन्याशी निगडित असणारी आणखी एक बाब म्हणजे **अवर्षण (Drought)** होय. **बाष्पीभवन (Evaporation) आणि बाष्पोच्छ्वास (Evapotranspiration) या क्रिया चालू राहण्यासाठी आवश्यक असणारे बाष्प मृदेत उपलब्ध नसणे म्हणजे 'अवर्षण' होय.** अवर्षण ही वातावरणीय आपत्ती असली, तरी पिकाला आवश्यकता असेल तेव्हा पाऊस न पडल्यास कृषी उत्पादनात लक्षणीय घट येते; अशा स्थितीस कृषीजन्य अवर्षण (Agricultural Drought) म्हणतात. ज्या प्रदेशात वारंवार अशी परिस्थिती उद्भवते अशा प्रदेशास 'अवर्षणप्रवण क्षेत्र' (Drought Prone Area) म्हणतात. समशीतोष्ण कटिबंधातील प्रेअरी, स्टेपिज्, डाऊन्स यासारखे गवताळ प्रदेश, उष्णकटिबंधातील निम-ओसाड (Semi Arid) प्रदेश, मोसमी हवामानातील अवर्षण प्रवणक्षेत्र हे जगातील या समस्येने ग्रासलेले प्रदेश होत. या प्रदेशात कृषी व्यवसाय महत्त्वाचा व प्रमुख असूनही कृषीभूमी विनियोगावर तेथे खूपच मर्यादा येतात; कारण अशा प्रदेशात बाष्पीभवन व बाष्पोच्छ्वासाचा वेग उपलब्ध पाण्याच्या तुलनेत अधिक असतो.

वारा, धुके, गारा व हिम हे हवेचे विविध स्थानिक आविष्कार होत. यामुळे हवामान अल्पावधीसाठी प्रतिकूल होते परंतु त्यांचा उभ्या पिकांवर विपरीत परिणाम होतो. ज्या प्रदेशात यांची वारंवारता जास्त आहे तेथे पिकाचा हंगाम ठरविताना याचा विचार करावा लागत असल्याने जमिनीच्या वापरावर मर्यादा येतात.

मृदा

संपूर्ण शेतीच्या संदर्भात मृदा हा मूलभूत घटक व एक संसाधन (Resource) आहे. मृदा पिकाच्या पोषणद्रव्याचे कोठार होत. मृदेत विद्राव्य स्थितीत असलेली पोषणमूल्ये पिकांची मुळे शोषून घेतात व पिकांची वाढ होते. मृदेचे भौतिक व रासायनिक गुणधर्म, मृदाजल व वायू, मृदेची जाडी व परिपक्वता (Maturity) यावर मृदेची उत्पादकता अवलंबून असते. भूरचना, हवामान, खडक प्रकार, वनस्पती आच्छादन यांच्यातील संयुक्त क्रिया-प्रक्रियांमधून मृदा निर्माण होतात म्हणून मृदा या व्युत्पित (Derived) घटक होत. याचाच अर्थ जर हवामान, भूरचना, खडक प्रकार हे घटक शेतीयोग्य असतील तर मृदाही शेतीयोग्य असतात. परंतु, वर्षानुवर्षे सातत्याने पिके घेतल्याने तसेच खते, जलसिंचन व कीटकनाशके यांच्या वापरामुळे मृदेचे मूळ गुणधर्म व उत्पादकता यात बरेच बदल होतात. मृदेचे संसाधनमूल्य घटते. मृदा संवर्धन, मृदा व्यवस्थापन, शाश्वत शेती, सेंद्रिय शेती यांचा अवलंब करून मृदेची गुणवत्ता टिकवून ठेवण्याचे प्रयत्न केले जातात.

कृषीभूमी विनियोगाच्यादृष्टीने मृदाजल व मृदाजलधारकता, मृदा आम्ल-विम्लता (Soil pH) यांचा प्रामुख्याने विचार करणे महत्त्वाचे आहे.

मृदाजल व मृदाजलधारकता : मृदेची रचना ज्या घटकांनीयुक्त असते त्यांपैकी मृदाजल हा एक लक्षणीय घटक आहे. मृदेच्या एकूण आकारमानात सुमारे पन्नास टक्के व्याप्ती हवा व पाणी यांची असते. मृदेतील हवा व पाण्याचे संतुलन असण्यासाठी प्रत्येकाचे प्रमाण पंचवीस टक्के असावे लागते. परंतु, हे दोन्ही घटक एकमेकांचे स्थान व्यापत असतात. मृदेत पाणी वाढू लागले की, हवेचे प्रमाण घटू लागते तर बाष्पीभवनाने मृदेतील पाणी कमी होत जाऊन हवेचे प्रमाण वाढू लागते व मृदा कोरडी होते. तापमान, बाष्पीभवनाचा वेग, मृदेची संरचना, उतार, वनस्पती आच्छादन यामुळे मृदेतील हवेचे व पाण्याचे प्रमाण सतत बदलत असते.

मृदेतील पाण्यात पिकांसाठी आवश्यक असलेली मूलद्रव्ये विरघळल्याने जे द्रावण तयार होते ते पिकांची

मुळे शोषून घेऊ शकतात. त्यामुळे मृदेतील पाण्याचे अस्तित्व कशा प्रकारचे असते ते जाणून घेणे आवश्यक आहे. मृदेत पाणी तीन प्रकारे अस्तित्वात असते.

१) मृदेतील घनकणांच्याभोवती अतिशय पातळ आवरणाच्या स्वरूपात (Film) जे पाणी जमते त्यास जलाकर्षक (Hygroscopic) प्रकारचे पाणी म्हणतात. मातीतील घन कण व हे पाणी यांच्यात एकत्र राहण्याची प्रवृत्ती (Cohesion) असते. जमिनीलगतच्या हवेत सापेक्ष आर्द्रता ९५ टक्क्यांपेक्षा जास्त असल्यास पाण्याचे रेणू या घनकणांकडे आकर्षिले जाऊन त्याच्याभोवती जमा होतात व या प्रकारचे जल मृदेत जमते.

२) जलाकर्षक क्रियेने मृदेत पाण्याचे प्रमाण वाढले की, केशाकर्षण (Capillary Action) निर्माण होते व मृदेच्या आर्द्र-ओलसर कणांकडून कोरड्या कणांकडे मृदाजल संक्रमित होत राहते. मृदेत असे पाणी आडवे-उभे, वरून-खाली, खालून-वर संक्रमित होते. जेव्हा मृदेत कमाल केशाकर्षक गुणधर्माचे जल असते तेव्हा त्या स्थितीस कमाल धारण क्षमता (Field Capacity) म्हणतात. अशा स्थितीत मृदेतील सूक्ष्म छिद्रे (Micro Pores) पाण्याने व्यापलेली असतात आणि बृहद्छिद्रे (Macro Pores) हवेने व्यापलेली असतात. पिकांची मुळे अशा स्थितीतील पाणी अत्यंत प्रभावीपणे शोषून घेऊ शकतात. गाळाच्या मृदा, रेगूर मृदा प्रकारांमध्ये जलाकर्षक व केशाकर्षक अवस्थेतील पाणी अधिक प्रमाणात टिकून राहू शकते म्हणून त्यांची पाणी धरून ठेवण्याची क्षमता म्हणजे जलधारकता अधिक असते.

आकृती क्र. २.४ : मृदा प्रकार व पाण्याची उपलब्धता

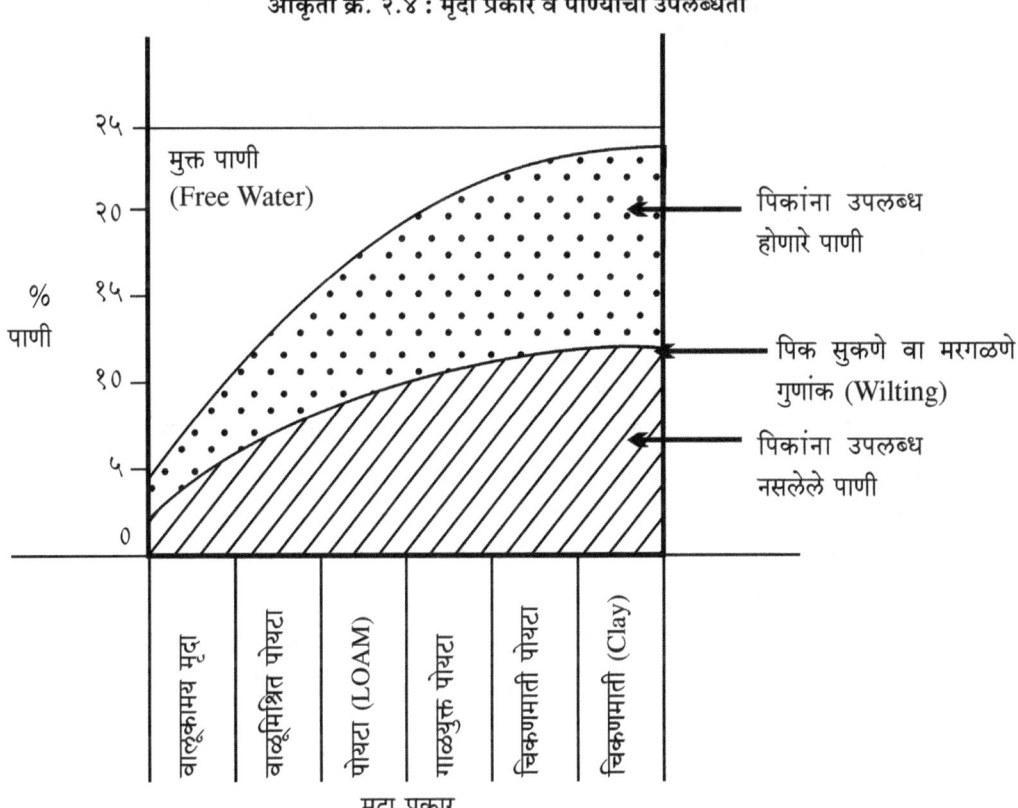

शेतीसाठी अशा मृदा अधिक उपयुक्त असल्याने अशा मृदांचा वापर वर्षभर पिके घेण्यासाठी होतो. याउलट, वाळूमिश्रित भरड मृदांमध्ये अशा गुणधर्माचे पाणी कमी असते व त्या कोरड्या होतात.

पोयट्याच्या मृदा (Loam), गाळाच्या मृदा व रेगूर मृदांमध्ये केशाकर्षक जल अधिक असल्याने खोलवर मुरलेले पाणी ७५ सेंमी. पर्यंत वर येऊ शकते तर भरडमृदांमध्ये ही क्षमता फक्त ३० सेंमी. पर्यंतच असते. जलसिंचन करण्याच्यादृष्टीने मृदेच्या या गुणधर्माचा विचार करावा लागतो.

३) मृदा जलाची तिसरी स्थिती म्हणजे पृष्ठभागाकडून खालच्या थरांमध्ये नेले जाणारे पाणी होय. यास गुरुत्वबलीय (Gravitational) मृदाजल म्हणतात. पावसाचे जमिनीत मुरत जाणारे पाणी वा सिंचनाने दिले जाणारे मुक्त पाणी हे मृदेच्या वरच्या थरातून खाली जात राहते. अशा स्थितीतील पाणीही रोपांची मुळे शोषून घेऊ शकतात.

वरील तीन अवस्थांतील मृदाजलापैकी केशाकर्षकता गुणधर्माचे व गुरुत्वबलीय गुणधर्माचे जल पिकांच्यादृष्टीने महत्त्वाचे असते.

मृदाजलाच्या या तीन स्थिती लक्षात घेतल्यावर मृदेची जलधारकता (Water Holding Capacity) हा गुणधर्म लक्षात घेणे आवश्यक आहे. जाडसर कणांचे प्रमाण अधिक असलेल्या मृदांची जलधारकता कमी असते; म्हणूनच वालूकामय मृदा बऱ्याचअंशी कोरड्या असतात. याउलट, बारीक व सूक्ष्म कणमयता असलेल्या गाळ व चिकणमाती (Silt & Clay) युक्त मृदांची जलधारकता उत्तम असते व म्हणून त्यांच्यातील ओल बरेच दिवस टिकून राहते. कोरडवाहू शेतीमधील पिकांसाठी हे उपयुक्त ठरते. मृदेतील असेंद्रिय घनकणांचे आकारमान व मृदाजल यांचा सहसंबंध व्यस्त असतो. मृदेतील घनकण आकाराने मोठे तर जलधारकता कमी आणि मृदा-घनकण लहान तर जलधारकता अधिक असते.

गवताळ प्रदेशातील चर्नोझेम, चेस्टनट व प्रेअरीमृदा, उष्णकटिबंधातील निम-ओसाड प्रदेशातील काळ्या कसदार रेगूर मृदा व पूर मैदाने, त्रिभुज प्रदेशातील गाळाच्या मृदा, लोममृदा यांची जलधारकता उत्तम असल्याने अशा शेतजमिनींचा वापर सघनपणे करून घेता येत असल्याने हे प्रदेश समृद्ध शेतीचे आहेत. त्या तुलनेत लॅटेराईट मृदा, तांबडी मृदा यांची जलधारकता कमी असते परंतु, जलसिंचनामुळे अशा जमिनींचा वापरही विविध पिके वर्षभर घेण्यासाठी होऊ शकतो.

मृदा आम्ल-विम्लता (Soil pH) : मृदेची आम्ल-विम्लता (pH) हा एक रासायनिक गुणधर्म आहे. रसायनशास्त्राच्या परिभाषेत pH या संज्ञेने आम्ल-विम्ल निर्देशांक दर्शविला जातो. मृदेतील विदल किंवा विद्युतसंचित हायड्रोजन अणूच्या क्रियाशीलतेवरून आम्ल-विम्ल निर्देशांक ठरतो. मृदेतील 'क्ले ह्युमस' (Clay-Humus) या काळसर चिकट द्रव्याच्या संपर्कात मृदाजल व मृदेतील निरनिराळी खनिजे आली की, त्यांचे आयनीकरण (Ionization) होऊन निरनिराळी विदले (Ions) निर्माण होतात. हे विदल धनात्मक (Cations) व ऋणात्मक (Anions) भारित असतात. विदल हायड्रोजन अणू सर्वाधिक क्रियाशील असतो. मृदेत त्याचे प्रमाण अधिक असेल तर तो इतर खनिजांमधील विदल घटकांची जागा घेतो. त्यामुळे सोडीयम, नायट्रोजन, पोटॅशियम, मॅग्नेशियम व कॅल्शियम या कमी क्रियाशील विदलांना दूर करतो आणि हे घटक असलेली मृदेतील द्रव्ये वाहून जातात; म्हणून क्रियाशील हाड्रोजनचे प्रमाण कमी असणे आवश्यक असते. विदल हायड्रोजनचे मापन आम्ल-विम्ल निर्देशांकावरून करतात. रसायनशास्त्राच्या परिभाषेत आम्ल-विम्ल निर्देशांकाची व्याख्या पुढीलप्रमाणे आहे :

pH is defined as the concentration of hydrogen ions in a soil solution expressed in

Moles/Liter. pH is expressed as the Logarithm of the reciprocal of the Hydrogen ion concentration (H+)

विद्रावातील हायड्रोजन आयनांची संहती (एक लिटर विद्रावात असलेल्या व ग्रॅममध्ये व्यक्त केलेल्या राशीस, रेणुभाराने भागल्याने मिळणारी संख्या) दर्शविणारा संकेतांक म्हणजे पी.एच. मूल्य होय.

pH हा संकेतांक १९०९ मध्ये एस. पी. एल. सरेन्सन यांनी हायड्रोजनचा प्रभाव या अर्थाच्या Puissance d'hydrogen या फ्रेंच शब्दावरून बनविला.

विदल हायड्रोजनची तीव्रता ७ हा अंक उदासीन वा तटस्थता दर्शविते; जर हा निर्देशांक ७ पेक्षा कमी असेल तर ती मृदा आम्लधर्मी (Acidic) असते आणि जर हे मूल्य ७ पेक्षा अधिक असेल तर मृदा विम्लधर्मी (Alkaline) असते.

मृदेची आम्ल-विम्लता वनस्पती निश्चित करतात. जमिनीवर पडलेल्या पालापाचोळ्याच्या विघटनातून जर आम्लधर्मी मूलद्रव्ये तयार झाली तर मृदेचा आम्ल-विम्ल निर्देशांक सातपेक्षा कमी मूल्याचा असतो. परंतु, जर वनस्पतीजन्य पदार्थांच्या विघटनातून आम्लधर्मी घटक निर्माण झाले नाहीत तर मृदा विम्लधर्मी होतात व त्यांचा निर्देशांक सातपेक्षा अधिक असतो. मृदा जर आम्लधर्मी झाल्या तर त्यांच्यातील सोडीयम, मॅग्नेशियम, फॉस्फरस यासारख्या खनिजांचे प्रमाण घटते. शिवाय मृदेतील जीवाणुंची क्रियाशीलता कमी होते. नायट्रोजनचे स्थिरीकरण करणारे ऱ्हायझोबियम, अझॅटोबॅक्टरसारखे सूक्ष्मजीव मृतवत होतात. मृदेची सुपिकता कमी होऊन कृषी उत्पादनात घट होते. प्रत्येक पिकाची पोषणद्रव्याची मागणी व मृदेतील पोषणद्रव्याची स्थिती यावरून खतांचा प्रकार व मात्रा ठरवाव्या लागतात. कोणती पिके कोणत्या मृदेत योग्य ठरतील हा निर्णयही यावरच अवलंबून असतो म्हणून मृदेची आम्ल-विम्लता महत्त्वाची असते. पुढील तक्त्यात मृदेची आम्ल-विम्लता व मृदा प्रकार दर्शविले आहेत.

तक्ता क्र. २.२ : आम्ल-विम्ल निर्देशांक आणि मृदा प्रकार

pH मूल्य	मृदा गुणधर्म	मृदा प्रकार
४ पेक्षा कमी	तीव्र आम्लधर्मी	पडझॉल
४-५.५	मध्यम ते तीव्र आम्लता	लॅटेराईट
५.६-६.५	सौम्य आम्लता	तांबडी मृदा
६.६-७.३	उदासीन/तटस्थ	प्रेअरी, रेगूर मृदा
७.४-८.४	सौम्य ते मध्यम विम्लता	चर्नोझेम मृदा
८.५-९.०	तीव्र विम्लता (क्षारयुक्त)	पिंगट (पिवळ्या) मृदा
९ पेक्षा अधिक	अतितीव्र विम्लता (क्षारयुक्त)	वाळवंटी मृदा

आकृती क्र. २.५ : pH परिमाण आणि शेतीयोग्य मृदा

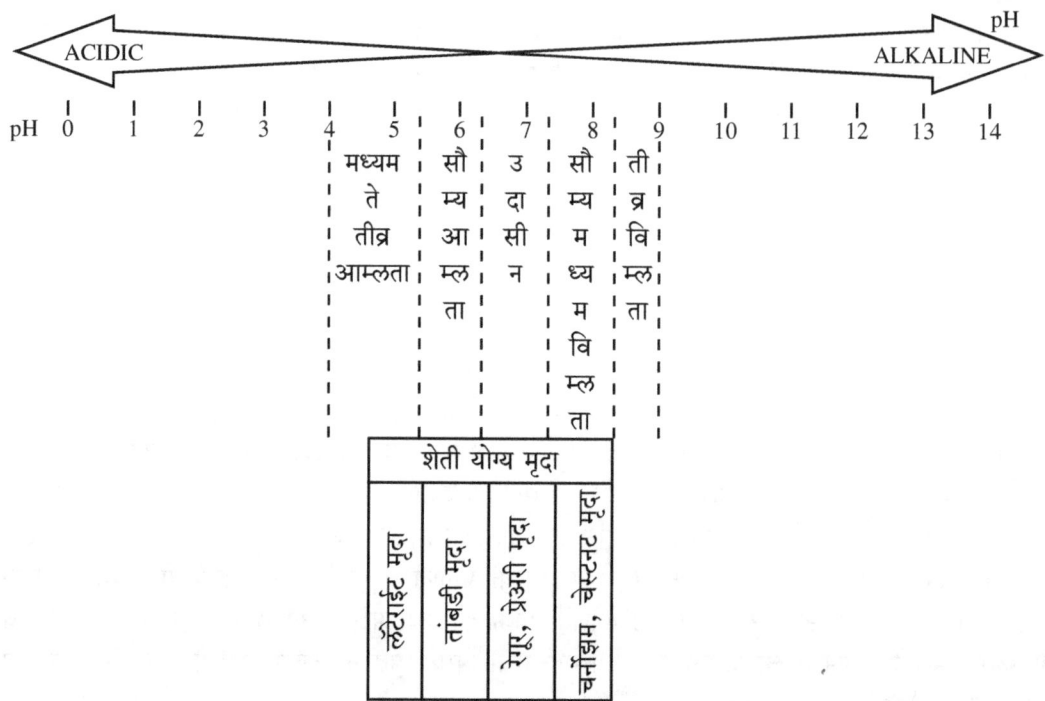

सातत्याने पिके घेतल्याने, खत पुरवठ्यामुळे व अतिरिक्त जलसिंचनाने मृदेची आम्ल-विम्लता लक्षणीयरीत्या बदलते, म्हणूनच काही ठराविक वर्षांनी शेतकऱ्याने मृदेची चाचणी करून घेणे अगत्याचे ठरते. तसेच पिकास द्यावयाच्या पाण्याचीही चाचणी करावी लागते. त्यावरून मृदेची उत्पादकता राखण्यासाठीचे उपाय करता येतात.

२.१.२ आर्थिक घटक (Economic Determinants)

कृषी व्यवसाय हा एक महत्त्वाचा आर्थिक व्यवहार असतो. शेतीवर जसा भौतिक घटकांचा प्रभाव असतो तसाच तो आर्थिक घटकांचाही असतो; म्हणूनच केवळ भौतिक घटक अनुकूल असणे पुरेसे नसते तर आर्थिक घटकही साहाय्यकारी असावे लागतात. धारणक्षेत्र (Land holding), भांडवल, वाहतूक, विपणन व बाजारपेठ हे महत्त्वाचे आर्थिक घटक होत.

धारणक्षेत्र (Land holding)

शेतीयोग्य जमीन हा अचल घटक असला तरी त्याचा वापर हा अत्यंत चल स्वरूपाचा असतो आणि तो काळानुरूप बदलता असतो; म्हणूनच शेतकऱ्याकडे किती धारणक्षेत्र आहे यावर त्या जमिनीचा वापर निश्चित होत असतो. बहुतांश आर्थिक निर्णय धारणक्षेत्रावर ठरतात. कृषी गणनेत धारणक्षेत्र हा प्राथमिक एकक आहे.

जागतिक पर्याप्त धारणक्षेत्र ठरविणे हे अत्यंत कठीण आहे. यादृष्टीने जगभर झालेल्या प्रयत्नानुसार माणशी (शेतकरी) एक हेक्टर इतके जागतिक धारणक्षेत्र आहे. परंतु, अशा निव्वळ धारण क्षेत्रापेक्षा आर्थिक धारणक्षेत्र (Economic Holding) महत्त्वाचे आहे.

आर्थिक धारणक्षेत्र : किंटजे यांच्या मतानुसार, ज्या जमिनीतून, शेतीसाठी झालेला खर्च वजा जाता शेतकरी व त्याचे कुटुंब यांना समाधानाने राहता येण्याजोगे पुरेसे उत्पन्न मिळते ते जमिनीचे क्षेत्र म्हणजे 'आर्थिक धारणक्षेत्र' होय.

डॉ. मान आर्थिक धारणक्षेत्राचा विचार थोडा वेगळ्या पद्धतीने मांडतात. त्यांच्या मते, ज्या धारणक्षेत्रातून शेतकरी व त्याचे कुटुंब (४-५ माणसे) किमान राहणीमानानुसार व्यवस्थित उपजीविका करू शकतात असे धारणक्षेत्र म्हणजे आर्थिक धारणक्षेत्र होय.

धारणक्षेत्र आणि त्यातून मिळणाऱ्या उत्पन्नापासूनचा नफा यानुसार कृषीभूमी विनियोग ठरत असतो. डॉ. अमर्त्य सेन यांच्या मते, धारणक्षेत्र लहान तर नफाही लहान (कमी) असतो. लहान धारणक्षेत्रामुळे कृषीभूमी वापरावर खूप मर्यादा येतात. अशा धारणक्षेत्रामुळे शेतकरी कोणतीच जोखीम घेऊ शकत नाही व कोणत्याही व्यवसायात तारतम्याने जोखीम (Calculated Risk) घेतल्याशिवाय प्रगती होत नाही.

दक्षिण आशियाई राष्ट्रे व आफ्रिकेतील जमातींमध्ये वारसा हक्क कायदा असल्याने शेतजमिनीचे विभाजन होते व धारणक्षेत्र कमी होत जाते. शिवाय ते सलग राहत नसून लहान लहान तुकड्यांत विखुरलेले असते. यातून अल्पभूधारकता निर्माण होऊन शेतजमिनीचा कार्यक्षम वापर शक्य होत नाही.

अल्पभूधारणेचे अनेक तोटे दूर करण्यासाठी जमीनसुधार योजना (Land Reforms) अमलात आणल्या गेल्या आहेत. कूळ कायदा, कसेल त्याची जमीन, भूदान, जमिनीचे संलग्नीकरण, सामूहिक शेती, सहकारी शेती, गटशेती, करार शेती असे अनेक उपाय योजले जात आहेत. यामुळे सलग व मोठे शेतीक्षेत्र उपलब्ध होते व अशा जमिनीचा वापर अधिक चांगल्या पद्धतीने करणे शक्य होते व त्यातून अधिक नफा मिळतो.

धारणक्षेत्र व राहणीमान यांचा घनिष्ठ संबंध असतो. एका पाहणीनुसार आग्नेय आशियातील राष्ट्रांमध्ये भात हे प्रमुख पीक असलेल्या प्रदेशात चार-पाच माणसांच्या कुटुंबासाठी एक हेक्टर शेतीक्षेत्र निर्वाहासाठी पुरेसे ठरते कारण या प्रदेशातील राहणीमान साधारण प्रकारचे असते पण ऑस्ट्रेलिया, कॅनडा अशा विकसित राष्ट्रांमध्ये उच्च राहणीमान व मोठ्या गरजा यामुळे एका कुटुंबास १०० हेक्टरपेक्षा अधिक धारणक्षेत्राची गरज असते. यावरून निव्वळ धारण क्षेत्रापेक्षा आर्थिक धारणक्षेत्र कृषीभूमी विनियोगाच्या संदर्भात महत्त्वाचे असते असे आढळते.

भांडवल

संपूर्ण शेती व्यवसायाचे व पर्यायाने पिकाचे अर्थशास्त्र भांडवल या महत्त्वाच्या नियंत्रक घटकावर अवलंबून असते. शेती करण्यासाठी दोन प्रकारचे भांडवल आवश्यक असते. शेतजमिनीची खरेदी, अवजारे, यंत्रे, जलसिंचनसुविधा, साठवणुकीच्या सोयी, पशुधनाची खरेदी व त्यांच्यासाठी बंदिस्त गोठा, शेताजवळील घर यासाठी कराव्या लागणाऱ्या भांडवल गुंतवणुकीस स्थिर (Fixed) भांडवल म्हणतात. या व्यतिरिक्त दरवर्षी पिके घेण्यासाठी जे भांडवल आवश्यक असते त्यास खेळते (Operational) भांडवल म्हणतात. बी-बियाणे, खते, संजिवके, कीडनाशके खरेदी, मजुरांची मजुरी, शेतसारा खंड देणे, वाहतूक, विपणन यासाठी खेळते भांडवल आवश्यक असते. भांडवलामुळे प्रति हेक्टरी व प्रति श्रमिकी उत्पादन वाढ शक्य होते. शेती बहुतांशी निसर्गाधीन असल्याने इतर कोणत्याही क्षेत्रापेक्षा शेतीतील भांडवल गुंतवणूक जोखमीची असते. किती भांडवल गुंतविल्यास शेती फायदेशीर ठरेल व त्यात जोखीमही कमी असेल याचा सखोल विचार करावा लागतो. काही कारणाने भांडवल गुंतवणूक तोट्याची झाल्यास त्यामुळे पडणारा वित्तीय भार पेलणे शेतकऱ्यास शक्य होत नाही. यामुळे शेतकरी कर्जबाजारी होऊ शकतो.

जगातील प्रत्येक देशात शेतीस वित्तपुरवठा करणाऱ्या संस्था कार्यरत आहेत. विकसनशील देशांमध्ये शेतकरी स्वतः असे भांडवल उभे करू शकत नाही. त्यामुळे अशा संस्था महत्त्वाचे कार्य करतात. प्रत्येक शेतकरी आपल्याकडील भांडवलाचा व खर्चाचा आढावा घेऊन किती व कोणती पिके घ्यावयाची हे ठरवितो आणि त्यानुसार जमिनीचा वापर निश्चित करतो; म्हणजेच कृषीभूमी विनियोग व भांडवल यांचा नजीकचा संबंध असतो.

मळ्याची शेती, मिश्र शेती, विस्तृत यांत्रिक शेती, अशा शेती प्रकारात फार मोठी भांडवल गुंतवणूक करावी लागते तर त्या तुलनेत निर्वाही शेती, सघन निर्वाही शेती यामध्ये कमी भांडवल असते.

वाहतूक

शेतकरी, त्याचे उत्पादन आणि ग्राहक यांना जोडणारा दुवा म्हणजे 'वाहतूक' होय. वाहतुकीचे जाळे सक्षम, उत्तम दर्जाचे असल्यास कृषी निविष्टा प्राप्त करून घेण्यात आणि ग्राहकास रास्त भावात कृषी उत्पादन मिळण्यात अडसर राहत नसल्याने कृषीभूमी विनियोग उत्तम प्रकारे करता येतो.

कृषीभूमी वापर कार्यक्षम पद्धतीने होण्यासाठी बी-बियाणे, खते, संजिवके, वैरण-चारा, कीडनाशके शेतापर्यंत आणण्यासाठी आणि उत्पादित कृषीमाल बाजारपेठेपर्यंत नेण्यासाठी शेतकऱ्याला बराच मोठा वाहतूक खर्च करावा लागतो; म्हणून कृषीअर्थशास्त्रज्ञ वाहतूक म्हणजे 'आर्थिक अंतर' (Economic Distance) असे म्हणतात. किफायतशीर वाहतूक पर्याय निवडताना, वाहतुकीचा वेग, सेवेची वारंवारता, वाहतूक प्रकार, वाहतुकीचे साधन, शीतपेट्यांची व्यवस्था आणि एकूण वाहतूक खर्च अशा बाबींचा तुलनात्मक विचार करून शेतकरी विशिष्ट वाहतूक पर्याय स्वीकारतो आणि म्हणून यास 'आर्थिक अंतर' संबोधणे योग्य ठरते.

शेत जमिनीचा वापर उत्तमपद्धतीने होण्यासाठी शेतीक्षेत्र आणि बाजारपेठ यांच्या दरम्यानचे वाहतुकीचे जाळे चांगले असणे ही प्राथमिक महत्त्वाची बाब आहे. या दोन घटकांदरम्यान अंतर कमी असेल तर थेट वाहतूक शक्य असते. अशी थेट वाहतूक वेळ, इंधन, श्रमशक्ती यांची बचत करते व सक्षम ठरते. जपान, युरोपीय राष्ट्रे, श्रीलंका यासारख्या क्षेत्रफळाने लहान असलेल्या राष्ट्रांमध्ये अशी अनुकूल परिस्थिती असल्याने कृषीभूमी विनियोग चांगला आढळतो. परंतु, याउलट इक्वेडोर, बोलिव्हिया, कोलंबिया या दक्षिण अमेरिकी देशांमध्ये वाहतुकीचे मार्ग व साधने फारशी नसल्याने शेतजमीन उपलब्ध असूनही ती लागवडीखाली आणली गेली नव्हती.

कृषी उत्पादने मोसमी व नाशवंत असल्याने, शेतकऱ्याला रास्त भाव मिळण्याच्या दृष्टीने ती सुस्थितित ग्राहकांपर्यंत पोहोचणे महत्त्वाचे असते. यासाठी विनाथांबा थेट वाहतूक असणे आवश्यक असते; जर मालाची वाहतुकीदरम्यान चढ-उतार करावी लागली तर माल हाताळला गेल्याने, चढ-उतारात वेळ गेल्याने, खराब होण्याची शक्यता वाढते. अशा स्थितीत शेतकरी व ग्राहक दोघेही असमाधानी राहतात. परिणामी मागणीत घट झाल्याने उत्पादन घेण्यात शेतकऱ्यास स्वारस्य राहत नाही आणि अशा परिस्थितीत शेतकरी आपल्या शेतजमिनीचा कार्यक्षमपणे वापर करत नाही.

विपणन

चांगल्या विपणनामुळे शेतकऱ्यास उत्पादन घेण्यास चालना व उत्तेजन मिळत असल्याने शेतकरी आपल्या शेतीयोग्य जमिनीचा वापरही अधिक चांगल्या प्रकारे करून घेतो. बहुतांश कृषीमाल मोसमी स्वरूपाचा व नाशवंत असतो. त्यामुळे शेतकऱ्यास योग्य तो परतावा लवकर मिळणे हे त्याने केलेल्या भांडवल गुंतवणुकीमुळे व उत्पादन खर्चामुळे आवश्यक असते; जर चांगल्या विपणनामुळे शेतकऱ्यास योग्य तो परतावा मिळाला तर

शेतकरी जमिनीचा उत्तम वापर करून अधिक नफा मिळविण्याचा प्रयत्न करतो. आधुनिक वाहतूक व विपणन तंत्रामुळे कृषीमाल दूरवरच्या बाजारपेठेत पोहोचू शकतो व त्याचा चांगला परतावा शेतकऱ्यास मिळतो. शेतकऱ्यास विविध प्रकारची उत्पादने घेण्यास प्रेरणा मिळते.

दूध, मांस, अंडी, मासे, फळे, फुले व भाजीपाला असा कृषीमाल अति नाशवंत व नाजूक असतो परंतु मोठ्या शहरांमधून त्यास मागणीही भरपूर असते. तसेच भावही चांगला मिळतो. शीतपेट्यांची सुविधा असलेली जलद, सुरक्षित, विश्वासार्ह वाहतुकीची जोड अशा मालाच्या विपणनास मिळाल्याने शेतजमिनीचा वापर उत्तम प्रकारे सघन पद्धतीने करून घेतला जातो. जगातील महानगरांच्या परिसरात मंडई बागायती विकसित होण्याचे उत्तम विपणन हे कारण आहे.

शेतकऱ्याकडील उत्पादन वाढावा (Surplus) ग्राहकाला मिळावा व त्यात सातत्य असावे यासाठी प्रक्रिया उद्योग व सुयोग्य आकर्षक वेष्टनबद्धता (Packaging) विपणनास पूरक असतात. असे उद्योग कृषीमाल उत्पादक क्षेत्रातच सुरू झाले तर कृषीभूमी विनियोगास मोठे साहाय्य प्राप्त होते. एकंदरीत कृषीभूमी विनियोग व विपणन यांचा घनिष्ठ संबंध असतो.

बाजारपेठ

शेतकऱ्यांसाठी कृषीमालाचे उत्पादन घेण्यामागील मुख्य प्रेरणा म्हणजे बाजारपेठ व तेथील मागणी हे असते. अगदी निर्वाही शेतीतही शेतकरी स्वतःपुरते उत्पादन राखून ठेवून उर्वरित सर्व कृषीमाल नजीकच्या बाजारात विक्रीसाठी पाठवतो. सघन शेतीत व विस्तृत शेतीत बाजारपेठेला अनन्यसाधारण महत्त्व असते.

बाजारपेठेत ज्या कृषी उत्पादनांना चांगली मागणी असेल त्याप्रमाणे शेतकरी आपल्याकडील जमिनीची विभागणी करून तिचा अधिकाधिक चांगला उपयोग करून घेतो. अन्नधान्यास नेहमीच बाजारपेठ उपलब्ध असते. त्यामुळे धान्यपिकाखाली काहीक्षेत्र राखलेले असते. त्यानंतर भाजीपाला, फळे, नगदी पिके, अखाद्य पिके इत्यादींसाठी बाजारपेठेतील मागणीनुसार शेतकरी भूमीउपयोजन करतो. बदलत्या गरजांनुसार आणि आहाराच्या बदलत्या कल्पनांनुसार बाजारातील विशिष्ट उत्पादनांची मागणी बदलते वा कमी-अधिक होत असते. बाजारपेठेतील अशा बदलांचा कल लक्षात घेऊन शेतकरी भूमीउपयोजनात बदल करतो. मिश्रशेती, मंडई बागायती, पशुपालन (Animal Husbundary), सघन शेती अशा शेती प्रकारात बाजारपेठेतील मागणीनुसार कृषीभूमी विनियोग बदलतो; कारण यातील बहुतांश उत्पादने विक्रीसाठीच असतात. कृषीभूमी विनियोगावर बाजारपेठेचे फार मोठे नियंत्रण असते. यात स्थानिक बाजारपेठेपेक्षा दूरवरच्या देशांतर्गत बाजारपेठा व आंतरराष्ट्रीय बाजारपेठांचा प्रभाव अधिक असतो.

२.१.३ तांत्रिक घटक (Technological Determinants)

आधुनिक शेती तांत्रिक घटकांशिवाय अशक्य आहे. तांत्रिक घटकांना अभौतिक घटक (Nonphysical Factors) असेही संबोधले जाते. शेतातील अनेक कामे, पाण्याचा पर्याप्त वापर, खते-संजिवके-कीडनाशके यांचे उत्पादन, वापर, मृद्संधारणाची कामे, वाहतूक, विपणन, अशा शेती निगडित अनेक बाबी तंत्रज्ञानावर अवलंबून आहेत. जलसिंचन, यांत्रिकीकरण, साठवणूक, जैवरासायनिक निविष्टा, आणि जैवतंत्रज्ञान हे महत्त्वाचे तांत्रिक घटक होत. तांत्रिक घटकांसाठी मोठी भांडवल गुंतवणूकही करावी लागते; म्हणून यांना 'टेक्नो-इकनॉमिक इनपुट्स' असेही म्हणतात. तांत्रिक घटकांमुळे कृषीभूमी विनियोग अधिक कार्यक्षम, वेळ व श्रमाची बचत करणारा असतो.

जलसिंचन

पिकाच्या गरजेनुसार नियंत्रित पाणीपुरवठा करणे म्हणजे जलसिंचन होय. सामान्यपणे यामुळे उत्पादनाची हमी मिळते. पारंपरिक शेतीत अपुरा पाऊस व अवर्षण यापासून पिकाचा बचाव एवढाच जलसिंचनाचा मर्यादित अर्थ होता; पण हरितक्रांतीचे तत्त्व स्वीकारल्यावर जलसिंचनास व्यापक अर्थ प्राप्त झाला. सुधारित बी-बियाणांचा (HYV) वापर, खते-संजिवके-कीडनाशकांचा वापर सुरू झाल्याने जलसिंचन अपरिहार्य ठरले. जलसिंचनामुळे बहुपीक पद्धती शक्य झाली तसेच एरवी जी जमीन लागवडीयोग्य असूनही पाण्याच्या कमतरतेमुळे पिके घेण्यासाठी वापरणे शक्य होत नसे अशी जमीन लागवडीखाली आणणे शक्य झाले.

जलसिंचनामुळे पिकांचा आकृतिबंध बदलतो असे आढळते. पाण्याची हमी व उत्पादनाची खात्री मिळत असल्याने शेतकरी अधिक नफा मिळवून देणारी पिके घेण्याकडे आकर्षित होतो. यामुळे भूमीउपयोजन लक्षणीयरीत्या बदलते. ऊस, कापूस, विविध फळे यासारख्या नगदी पिकांचे वाढलेले क्षेत्र हा जलसिंचनाचा परिणाम आहे. परंतु, यामुळे धान्यपिकाखालील क्षेत्र कमी होत आहे ही गंभीर बाब आहे.

विहिरी, तलाव व कालवे ही तीन जलसिंचनाची माध्यमे आहेत. यातील पाणी शेतापर्यंत व प्रत्येक रोपापर्यंत पोहोचवण्यासाठी वापरण्यात येणाऱ्या तंत्रज्ञानात लक्षणीय बदल झाले आहेत व त्याचाही प्रभाव भूमी विनियोगावर झालेला दिसून येतो. विहीर हे आशिया व आफ्रिका खंडातील प्राचीन व परंपरागत जलसिंचनाचे माध्यम आहे. या प्रदेशातील लहान भूधारकांचे ते महत्त्वाचे पाणी मिळवून देणारे साधन आहे. या प्रदेशात लहान भूधारकांची संख्या बरीच अधिक असल्याने त्यांना याचा लाभ होतो. धारणक्षेत्र लहान असल्याने शेतजमिनीचा वापर बदलण्यास फारसा वाव नसला तरीही विद्युतपंपांचा वापर व अधिक उपसा करण्याची प्रवृत्ती यामुळे भूजलपातळी खाली जात आहे.

कालवा जलसिंचन अधिक तांत्रिक व खर्चीक माध्यम आहे. धरणे बांधणे, कालवे काढणे, वितरिकांचे जाळे तयार करणे, त्यांचे व्यवस्थापन, दुरुस्ती यासाठी मोठा खर्च करावा लागतो परंतु त्याचे लाभक्षेत्र मोठे असते. कालवा सिंचनाने मात्र भूमीउपयोजन लक्षणीयरीत्या बदलते. परंपरागत धान्य पिकांच्याऐवजी फळबागांची लागवड, पॉलीहाऊसमधील उत्पादने व इतर नगदी पिके घेण्याकडे शेतकऱ्यांचा कल असतो. शेती व्यापारी स्वरूपाची होते. युएसएमधील कॅलिफोर्निया राज्यात कालव्यांच्या जाळ्यामुळे द्राक्षे, सफरचंदे, चेरी, संत्री इत्यादी फळांचे उत्पादन घेणे शक्य झाल्याने येथील कृषीभूमी वापरात फार मोठा बदल झाला. ठिबक सिंचन व तुषार सिंचनाने पाण्याचा मुक्त वापर कमी होऊन पर्याप्त वापर होऊ लागल्याने सिंचनक्षेत्र वाढण्यास साहाय्य झाले. केवळ तांत्रिक सहकार्यामुळे हे सर्व शक्य झाले असल्याने शेती, पाणी व तंत्रज्ञान यामुळे ओसाड भागाचे नंदनवन होऊ शकते.

यांत्रिकीकरण

शेत नांगरण्यापासून ते पिकाची तोडणी, मळणी होऊन त्याची साठवणूक, वाहतूक, विपणन करून ग्राहकांपर्यंत पोहोचण्यासाठी अनेक प्रकारची अवजारे, उपकरणे व यंत्रे वापरली जातात. विज्ञान-तंत्रज्ञानातील नवनवीन शोधांमुळे अवजारे, यंत्रे वापरण्यास, देखभालीस अधिक सुलभ व सुटसुटीत झाली आहेत. दाट लोकसंख्येच्या उष्णकटिबंधीय देशांमध्ये धारणक्षेत्र लहान व विखुरलेले असल्याने आणि मनुष्यबळ स्वस्त दरात उपलब्ध असल्याने यंत्रांचा वापर कमी आहे. परंतु, विस्तृत शेतीच्या प्रदेशात मोठे धारण क्षेत्र व विरळ लोकसंख्येमुळे महाग मनुष्यबळ यामुळे यांत्रिकीकरणाशिवाय पर्याय नाही. युएसए, कॅनडा या देशांमध्ये हार्वेस्टर्स, कंबाईन्स, ट्रॅक्टर्स अशी आधुनिक यंत्रे वापरतात. ऑस्ट्रेलियात 'स्टंप-जंप' नांगर वापरला जाऊ लागला. मजुरीवरील खर्च व वेळ यांची बचत झाली

तरी भांडवल गुंतवणूक वाढली. शिवाय १९८० नंतर शेतीक्षेत्रातील पुरुषांचे स्थलांतर इतर क्षेत्रांत मोठ्या प्रमाणात होऊ लागल्याने मजुरांवरील अवलंबित्व कमी करण्यासाठी यंत्रांचा वापर वाढला. ज्या जमिनीत शेती करणे अत्यंत कष्टाचे व अवघड असे त्या जमिनीत यंत्राच्या वापरामुळे शेती करणे शक्य झाले. हरितक्रांतीमुळेही यंत्राचा वापर वाढला. अशा सर्व कारणांमुळे आधुनिक शेती यंत्राशिवाय शक्य नाही आणि ती अधिक किफायतशीर करण्याच्या प्रयत्नातील एक भाग म्हणजे भूमी वापरात केले जाणारे बदल होय.

साठवण

बहुतांश कृषी उत्पादने हंगामी व नाशवंत असतात. निर्वाही शेतीत उत्पादनाचा वाढावा फारसा नसतो व धान्यपिकेच प्रामुख्याने घेतली जातात. कमी खर्चाच्या परंपरागत पद्धतीने साठवणूक केली जाते. परंतु, सघन शेती व व्यापारी शेती यातून होणारी उत्पादने मुख्यत्वे विक्रीसाठी असतात. अशी उत्पादने साठविण्यासाठी भांडवल व तंत्रज्ञान यांचा वापर करून आधुनिक सुविधा निर्माण कराव्या लागतात. दूरवरच्या विविध बाजारपेठांमधून मागणीनुसार माल पाठवावा लागत असल्याने साठवणुकीच्या सोयींबरोबर वाहतुकीच्या साधनांमध्येही विशेष सुविधा असाव्या लागतात. यामुळे शेतकऱ्यास अपेक्षित परतावा मिळतो. प्रगत देशांमध्ये धान्य साठविण्यासाठी मोठमोठी गोदामे असतात व त्यातून स्वयंचलित पद्धतीने धान्य वेष्टनबद्ध होऊन ट्रकमध्ये चढविले व उतरविले जाते. भाजीपाला, फळे, दूध, दुग्धजन्य पदार्थ, मांस, अंडी, मासे अशा अतिनाशवंत मालासाठी शीतगृहे व शीतपेट्या यांची सोय केलेली असते. त्याशिवाय प्रक्रिया उद्योग शेताजवळच उभारले जातात.

कॅनडा व युएसए हे देश गव्हाच्या निर्यातीत आघाडीवर आहेत. जागतिक बाजारपेठेतील गव्हाची आवक व भाव लक्षात घेऊन आवश्यक तेवढाच माल शेतकरी आंतरराष्ट्रीय बाजारात पाठवितात. यासाठीच मोठमोठी गोदामे शेताजवळच बांधली जातात. न्यूझिलंड व ऑस्ट्रेलियातील लोणी, चीज, क्रिम असे नाशवंत पदार्थ युरोपीय बाजारात रास्त किमतीला विकणे शक्य होते कारण शेतापासून ग्राहकापर्यंत उपलब्ध असलेली वाहतुकीतील उत्तम साठवणुकीची सोय हे आहे. साठवणुकीच्या उत्तम सोयी व प्रक्रिया उद्योग यामुळे शेतजमिनीचा पर्याप्त वापर करणे शक्य होते.

उष्णकटिबंधीय व विशेषतः दक्षिण आशियाई देशांमध्ये साठवणुकीच्या आधुनिक सोयी व्यापक प्रमाणावर आणि शेतकऱ्यांना परवडतील अशा खर्चात उपलब्ध नाहीत. शासनाने काही प्रमाणात गोदामे व शीतगृहे बांधली आहेत; पण ती व्यवस्था अपुरी आहे. वीज व पाणी टंचाई हा गंभीर प्रश्न असल्याने शीतगृहे निरुपयोगी ठरतात. प्रक्रिया उद्योग मर्यादित प्रमाणात आहेत. शेतकऱ्यास लवकर परतावा हवा असतो. त्यामुळे शेतकरी सर्व माल विक्रीसाठी बाजारात आणतो. एकाचवेळी एकाच प्रकारचा माल बाजारात आल्याने भाव कोसळतात व काहीवेळा शेतकऱ्याचा उत्पादन-खर्चही भरून निघत नाही. टोमॅटो, कांदे, भाजीपाला अशा हंगामी उत्पादनांच्या बाबतीत हे आढळून येते. यामुळे शेतकरी पिकांचा आकृतिबंध बदलत राहतात. काही वेळा एखाद्या पिकास चांगला भाव मिळाला तर पुढील हंगामात अनेक शेतकरी तेच पीक घेतात व अतिरिक्त उत्पादन होऊन भाव मिळत नाही. साठवणुकीच्या सोयी पुरेशा नसल्याने माल बाजारात आणल्याशिवाय पर्याय नसतो. यामुळे कृषीभूमी उपयोजन योग्य तऱ्हेने होत नाही.

खते, संजिवके व कीडनाशके

सुधारित बी-बियाणांच्या स्वीकाराबरोबर जलसिंचन, खते-संजिवके व कीडनाशकांचा वापर अपरिहार्य ठरतो. यांच्या वापरामुळे गुणवत्तापूर्ण उत्पादनवाढ शक्य होते. परंतु, यामुळे उत्पादन खर्च वाढतो. कोरडवाहू शेतीत यांचा फारसा वापर करणे शक्य नसते कारण खते वापरल्यास अधिक पाणी द्यावे लागते.

शेती हा परंपरागत व्यवसाय असलेल्या प्रदेशात शेणखत, कंपोस्ट खत व हिरवळीची खते अशा नैसर्गिक खतांचा वापर फार पूर्वीपासून केला जात आहे. परंतु, रासायनिक खतांचे उत्पादन व वापर सुरू झाल्यावर उत्पादन वाढ झपाट्याने झाली. विपुल उत्पादनामुळे अशी खते तुलनेने स्वस्त असल्याने त्यांचा वापर अधिक मुक्तपणे सुरू झाला. यामुळे उत्पादन खर्च वाढू लागला व जमिनीही नादुरुस्त झाल्याने जमिनीच्या वापरात बदल करावे लागले.

प्रगत देशांमध्ये खतांचा वापर मोठ्या प्रमाणावर केला जातो. युके, युएसए, ऑस्ट्रेलियात रासायनिक खतांच्या मात्रा मोठ्या प्रमाणात दिल्या जातात. त्या तुलनेत आशियाई देश खते कमी वापरतात.

आता सेंद्रिय व जैवखतांना व कीडनाशकांना महत्त्व प्राप्त होत आहे. यासाठी जैवतंत्रज्ञानाची जोड आवश्यक आहे. गांडूळखत, शेणखत, ताग-धेंचा, कंपोस्ट खत ही सेंद्रिय खते होत. शेतकऱ्याच्या शेतातच यांची निर्मिती करणे शक्य असल्याने रासायनिक खतांच्या खर्चापेक्षा कमी खर्चात ही खते उपलब्ध होतात. संजिवकांमुळे उत्पादनाची गुणवत्ता वाढते व फळांची गळती कमी होते.

तणनाशके व कीडनाशके वापरल्याने पिकाचे व उत्पादनाचे रक्षण होते व उत्पादनात घट होत नाही. उष्ण दमट हवामानात बुरशीजन्य सूक्ष्मजीव झपाट्याने वाढून पसरतात. शिवाय उंदीर, घुशी, ससे, पक्षी पिके खाऊन फस्त करतात. यामुळे अल्पावधित शेकडो हेक्टर्सचे क्षेत्र बाधित होते. शिवाय कीडनाशकांचा अंश जमिनीत व पिकांत राहण्याचा धोका असतो. पिकाची निवड करताना शेतकऱ्यास यासाठी येणाऱ्या खर्चाचा विचार करावा लागतो व त्यानुसार पिकाचे क्षेत्र व पिकाचा प्रकार ठरवावा लागतो म्हणजेच पर्यायाने भूमी उपयोजनावर त्याचा परिणाम होतो.

खते, संजिवके व कीटकनाशके यांच्या निर्मितीत जीवशास्त्र, रसायनशास्त्र व तंत्रज्ञान या तिनही ज्ञानशाखांचा संगम व समन्वय असतो म्हणून यांना **जैवरासायनिक निविष्टा** (Biochemical Inputs) म्हणतात व यांचा समावेश तांत्रिक घटकात करतात.

जैवतंत्रज्ञान

आधुनिक शेतीतील तांत्रिक घटकांमध्ये जैवतंत्रज्ञानास अनन्यसाधारण महत्त्व प्राप्त झाले आहे. शेतीतील काही समस्यांचे निराकरण करण्याचा हा एक वैज्ञानिक मार्ग आहे. यासाठी विज्ञानाबरोबरच संशोधन व तंत्रज्ञानाची जोड महत्त्वाची ठरते. **'पिकाची उत्पादन वाढ, उत्पादनाचा चांगला दर्जा आणि पिकावरील रोग व किडींचे नियंत्रण प्राप्त करण्यासाठी सजीवांचा उपयोग करून घेण्याच्या तंत्रास जैवतंत्रज्ञान म्हणतात'**. शेती पर्यावरण स्नेही व शाश्वत होण्याच्या दृष्टीने जैवतंत्रज्ञानास महत्त्व आहे. यामुळे पिकांची निवड, समन्वय, पिकांची संख्या यावर विचार केला जात असल्याने भूमी वापरावर त्याचा परिणाम होतो. जैवतंत्रज्ञानात पुढील पद्धतींचा अवलंब केला जातो.

जीवांणुद्वारा नियंत्रण : शेतातील तण, रोपावरील कीड-रोग नियंत्रित करण्यासाठी निरनिराळ्या जीवाणुंचा वापर करण्याचे तंत्र म्हणजे जिवाणूंद्वारा नियंत्रण होय. निसर्गातील अन्नसाखळीच्या तत्त्वानुसार एक जीव दुसऱ्या जीवाचे अन्न असते. या तत्त्वाचा यात वापर करतात. काही वनस्पती व कीटक तणाचे शत्रू असतात. त्यांचा तणनाशक म्हणून वापर करून घेतला जातो. हवाई बेटावर असलेल्या उसाच्या मळ्यात 'लँटेना कॅम्रा' नावाचे तण बेसुमार वाढते. विशिष्ट प्रजातीची फुलपाखरे या तणाची फुले व फळे खातात; म्हणून अशा फुलपाखरांचे नियंत्रित परंतु आवश्यक तेवढे प्रजोत्पादन घडवून आणून त्यांना उसाच्या मळ्यात सोडतात व या पद्धतीने तणाचे नियंत्रण केले जाते. यु.एस.ए.मध्ये 'सेंट जॉन्सवर्ट' या तणाचे नियंत्रण भुंग्याच्या वर्गातील कीटकांकडून केले

जाते. दक्षिण भारतात निवडुंगाच्या वर्गातील अनावश्यक वनस्पती कोणत्याही शेतात वेगाने पसरत असे. 'कोचिनिअल' या कीटकाचे ते अन्न असल्याने असे कीटक शेतात सोडल्यावर या अनावश्यक वनस्पतीवर नियंत्रण मिळविता आले. तुडतुडे व मिजमाशा भातशेतीचे नुकसान करतात. त्यासाठी बदके, बेडूक व कोळी यांचा वापर केल्यास त्यावर नियंत्रण मिळविता येते.

परागीभवन व फळधारणा : परागीभवन व फळधारणा या नैसर्गिक क्रिया असल्या तरी उत्पादन वाढीचा खात्रीशीर उपाय म्हणून या क्रिया हेतूपूर्वक घडवून आणल्या जातात. मधमाशा पालन, भुंगे, फुलपाखरे आकर्षित होतील अशा फुलझाडांची लागवड, असे काही उपाय योजले जातात. आंबा, नारळ, जांभूळ यांच्या बागांमध्ये मधुमक्षिका पालन केल्यास परागीभवन व फलधारणा अधिक चांगली होते. जवस, सुर्यफूल, तीळ या तेलबियांच्या रोपांवर फुले आल्यावर शेतकरी हलका हात फिरवतात. यामुळे परागीभवन व्यापक प्रमाणावर झाल्याने अधिक फलधारणा होऊन उत्पादन वाढते.

सूक्ष्मजीवांचा वापर : मृदेतील सूक्ष्मजीवांचे अस्तित्व अत्यंत मोलाचे असते. विशिष्ट सूक्ष्मजीव विशिष्ट कार्य करतात. ऱ्हायझोबियम हे सूक्ष्मजीव हवेतील नत्रवायू घेऊन मृदेत त्याचे स्थिरीकरण करू शकतात. हवेतील नत्रवायू वनस्पती शोषून घेण्यास असमर्थ असतात. वनस्पतींना शोषून घेण्यायोग्य नत्रवायू उपलब्ध करून देण्याचे काम ऱ्हायझोबियम करतात. द्विदल धान्य पिकाच्या मुळ्यांवर ज्या गठुळ्या (Nodules) असतात, त्यांचे सहकार्य या कामी होते. द्विदल धान्याच्या बियाणांवर या सूक्ष्मजीवांचा लेप देतात व असे बी पेरले की, हे जीवाणू सक्रिय होतात व रोपाची वाढ सुरू झाली की, रोपाच्या मुळावर ते हवेतील नत्रवायू घेऊन जोमाने वाढतात. यामुळे मृदेतील नत्रवायूचे प्रमाण वाढते; पिकास याचा फायदा होतो. अशाच पद्धतीने इतर काही उपयुक्त सूक्ष्मजीव कार्य करतात.

गांडुळाचा वापर हे ही असेच जैवतंत्रज्ञान आहे. शेतीयोग्य जमिनीचा अधिक सक्षम वापर करून घेऊनही जमिनीस व पर्यावरणास हानी पोहोचू न देण्याचा मार्ग म्हणून यास महत्त्व आहे. ऊतीसंवर्धन हे ही याच प्रकारचे जैवतंत्रज्ञान आहे.

२.१.४ सामाजिक घटक (Social Determinants)

शेत जमिनीच्या वापरावर सामाजिक घटकांचा प्रभाव इतर घटकांच्या तुलनेत कमी झालेला दिसून येतो. परंतु, कृषी प्रधान देशांमध्ये शेत जमिनीच्या वापरावर आहार, रूढी-परंपरा, राहणीमान यासारख्या सामाजिक घटकांचा प्रभाव अजूनही आहे असेही आढळते.

निरनिराळ्या देशांमध्ये व एखाद्या देशाच्या निरनिराळ्या भागांमध्ये आहारात बरीच भिन्नता आढळते. वेगवेगळ्या प्रदेशातून कोणत्या उत्पादनांना मागणी आहे ते शेतकऱ्यांना आता माहीत होऊ लागले आहे तरीही काही सामाजिक घटकांचा प्रभाव आहे असे दिसून येते.

पश्चिम युरोपीय देश, युएसए, कॅनडा, ऑस्ट्रेलिया या देशांमधील राहणीमान उच्च आहे. या देशांमधून मांस, अंडी, मासे, दुग्धजन्य पदार्थ व फळे यांना मोठी मागणी असते; म्हणूनच या प्रदेशात मिश्र शेती, पशुपालन, फलोत्पादन यांना महत्त्व आहे. शिवाय न्यूझिलंडसारख्या दूरवरच्या देशातून या देशांमध्ये या उत्पादनांची आयातही होते. त्या तुलनेत बहुतांश आशियाई देशातील आणि आफ्रिकीदेशातील राहणीमान साधे व वेगळे आहे. तांदूळ, गहू, भरड धान्ये, डाळी, कंदपिके यांना मागणी अधिक असल्याने शेतकऱ्याचा कल ही उत्पादने घेण्याकडे असतो.

धार्मिक समजुतीनुसार काही उत्पादनांना मागणी नसते. उदाहरणार्थ, हिंदू धर्मियांमध्ये गोमांस (Beef) वर्ज्य आहे तर मुस्लीम धर्मियांमध्ये डुकराचे मांस वर्ज्य समजले जाते. परंतु, चीनमध्ये मात्र तसे नाही. मलेशियात ख्रिश्चन धर्मीय शेतातच डुकरे पाळतात व मांस विक्री करतात. सेलेबस बेटावरील भातशेती करणाऱ्या शेतकऱ्यांमध्ये भाताची कापणी झाल्यावर मका वा तत्सम पिके घेत नाहीत व जमीन पडीत ठेवतात कारण रूढी परंपरेनुसार असे पीक घेणे म्हणजे पाप समजले जाते.

आफ्रिकेतील एका जमातीमध्ये अशी रूढी आहे की, ज्या व्यक्तीकडे गुरे जास्त तितकी ती व्यक्ती मोठी व तिचा मान मोठा. परंतु, यामुळे अतिरिक्त चराई होते, भाकड गुरेही पाळली जातात, जमिनीची धूप वाढून कृषी उत्पादकताही घटते आणि हिरव्या चाऱ्याच्या कमतरतेमुळे गुरेही अशक्त होतात.

जागतिकीकरण, स्थलांतर, संदेशवहन यामुळे शेतकरी नवीन उत्पादने घेण्याचा प्रयत्न करतो. यामुळेही कृषीभूमी विनियोगात बदल होत आहे. कृषी उत्पादने, त्यातील बदल व सामाजिक घटक अशा विषयासंदर्भात फारसे संशोधन व अभ्यास झालेला नाही व तो होणे आवश्यक आहे.

२.२ भूधारणा आणि कूळवहिवाट पद्धत (जमीन भाडेपट्टीने देणे) (Land holding and Land Tenure System)

भूधारणा वा धारणक्षेत्र (Land holding), कूळवहिवाट पद्धत, जमीन सुधारणा, भूमीउपयोजन धोरण आणि नियोजन यावर सामाजिक व सांस्कृतिक घटकांचा प्रभाव असतो. वास्तविक भूधारणा हा आर्थिक नियमनकारी घटक असला तरी तो सामाजिक व सांस्कृतिक पर्यावरणाशी कसा निगडित आहे त्याचे विवेचन या भागात करावयाचे आहे.

भूधारणा आणि कृषी उत्पादकता यांचा घनिष्ठ संबंध असतो. धारणक्षेत्राची मालकी, आकारमान आणि या बरोबरच शेतमालक स्वतः शेती करतो वा त्याने जमीन भाड्याने देऊन कुळास वा खंडाने कसण्यास दिलेली असते यावर उत्पादन व उत्पादकता अवलंबून असते. या प्रकारचे स्वरूप विकसनशील कृषीप्रधान देशांमध्ये दृग्गोचर होते. त्या तुलनेत प्रगत देशांत आणि अविकसित देशांमध्ये भूधारणा आणि उत्पादनाचे स्वरूप खूप भिन्न असते.

उद्योगप्रधान प्रगत देशांमध्ये लोकसंख्या कमी व शेतीयोग्य जमिनीचे मोठे प्रमाण यामुळे प्रत्येक शेतकऱ्याकडील भूधारणा शेकडो हेक्टर्स क्षेत्राची असते. उत्पादनाचा वाढावा असतो. भांडवलाची उपलब्धता आणि व्यवस्थापन यादृष्टीने शेतकरी सर्व क्षेत्र लागवडीखाली आणतोच असे नाही. उत्पादन भरपूर झाले तरी दर हेक्टरी उत्पादकता कमी असते हे मोठ्या धारणक्षेत्राचे वैशिष्ट्य आढळते.

अविकसित देशांमध्ये वा स्थलांतरित शेतीत धारणक्षेत्र मर्यादित म्हणजे लहान असते. त्याची मालकी समूहाची (Community) असते. समूहातील सर्वजण संघटितपणे शेतीतील कामे करतात व जे उत्पादन येते ते सर्वजण वाटून घेतात. दोन ते तीन वर्षांनी उत्पादन घटत जाते व अपुरे पडू लागले की, तो जमिनीचा तुकडा सोडून देतात व संपूर्ण समूह दुसरीकडे जमिनीच्या शोधात जातो. घटते उत्पादन व समूहातील लोकसंख्या हे महत्त्वाचे असते. दक्षिण अमेरिका व पश्चिम-मध्य आफ्रिका या भागात एक चौरस कि.मी. क्षेत्रात साधारणपणे १२-१५ लोकांचा चरितार्थ होईल एवढे उत्पादन मिळते. परंतु, इंडोनेशिया, मलेशिया येथे अशा शेतीत द.चौ.कि.मी.ला ३० लोकांचा चरितार्थ होऊ शकतो. या समूहामध्ये काही वेळा कोणते उत्पादन कोणी घ्यायचे याचे करार होतात. त्यात सर्वांची सहमती महत्त्वाची असते. धारणक्षेत्राची मालकी हा घटक गौण असतो. या

प्रकारच्या शेतीत काही ठिकाणी समूहाबाहेरच्या व्यक्तीची मदत घेण्याची प्रथा आहे. असा बाहेरचा माणूस स्वतः निविष्टा घालून शेती करतो व उत्पादन घेतो आणि त्या बदल्यात इतर गरजेच्या गोष्टी वा पैसे देतो. यातही कधीकधी पैसे वा वस्तू देण्यावरून, मालकी हक्कावरून वाद होतात. समूहाचा प्रमुख वा धर्मगुरू यांच्या मध्यस्थीने या समस्या सोडविल्या जातात.

दक्षिण अमेरिकेत अल्पभूधारकास वा शेतमजुरास 'पियन' (Peon) म्हणतात आणि मोठ्या भूधारकास 'कॅबॅलेरोस' (Caballeros) संबोधतात. मोठ्या भूधारकाकडे असलेल्या 'इस्टेट' वर पिकाचे उत्पादन घेण्याची 'पियन'ला परवानगी घ्यावी लागते. यामध्ये सर्व निविष्टा पियनलाच उपलब्ध करून घ्याव्या लागतात. उत्पादन वाढीसाठी, ते चांगले येण्यासाठी कोणत्याही प्रकारची चालना व प्रेरणा दिली जात नाही. त्यामुळे उत्पादन कमी येते.

उष्णकटिबंधातील आर्द्र प्रदेशात (Humid Tropics) जमिनीची मालकी व जमिनीचे हक्क धार्मिक नीतिनियमानुसार परंपरेने प्राप्त होतात. जो जमीन कसतो त्याला कुटुंबातील ज्येष्ठांची व धर्मप्रमुखाची संमती घेऊनच जमीन सुधारणा करता येतात. आफ्रिकेतील नायजेरियात एका नेत्याने असे सांगितले की, त्यांच्याकडे जमिनीची मालकी संपूर्ण विस्तारित कुटुंबाची असते. अशा मालकीत संबंधित कुटुंबातील मृत व्यक्ती, जिवंत व्यक्ती आणि काही अजून जन्मावयाच्या व्यक्ती यांचा समावेश असतो. ही एक प्रकारे 'कौटुंबिक शेती' (Family Farming) होय.

दक्षिण आशियात व विशेषतः भारतीय उपखंडात मालकीची जमीन असणे यास मोठी प्रतिष्ठा व पत असते. जमीन मालकाने भाडेपट्टीने वा कराराने जमीन कसावयास देणे हा एक महत्त्वाचा व्यवहार असतो. जो जमीन भाडेपट्टीने कसावयास घेतो त्यास 'कूळ' म्हणतात व मालकाबरोबरच्या व्यवहारास कूळवहिवाट म्हणतात. हा एक सामाजिक व सांस्कृतिक व्यवहार असून, तो ग्रामीण भागातील सामाजिक न्यायाशी संबंधित आहे. या संदर्भात मॉर्गन व म्युटॉन (१९७१) यांनी असे मत मांडले आहे की, भारतीय उपखंडात भूधारणा, शेती कसण्याची पद्धत (कूळवहिवाटी प्रकार) आणि ग्रामीण वस्तीचा वर्णानुसार असणारा आकृतिबंध या बाबी सामाजिक परिस्थितीशी निगडित असून दैनंदिन आर्थिक अडचणींमधून मार्ग काढण्याचा तो एक उपाय आहे.

भारतीय उपखंडात शेती करण्याच्या आणि जमीन भाडेपट्टीने देण्याच्या संदर्भात पुढील व्यवस्था अस्तित्वात आल्या. स्वातंत्र्यपूर्व काळात या पद्धती मोठ्या प्रमाणात प्रचलित झालेल्या होत्या.

१) जमीनदारी : ज्या व्यक्तीकडे मोठे भूधारणक्षेत्र स्वतःच्या मालकीचे असे त्या व्यक्तीस जमीनदार म्हणत. अशा व्यक्तीस व त्याच्या कुटुंबास समाजात व गावात मोठी प्रतिष्ठा व पत असे. जमीनदार स्वतः प्रत्यक्ष शेती न करता भाड्याने वा कराराने शेती कसण्यास देत असत आणि आलेल्या उत्पादनातील काही वाटा स्वतः घेत. शासनाकडे जमिनीचा महसूल वा शेतसारा भरण्याची जबाबदारी जमिनदाराची असे. अशा या प्रथेला जमिनदारी म्हणतात. इ.स. १७९३ मध्ये लॉर्ड कॉर्नवॉलीस यांनी ब्रिटिश अधिपत्याखालील बंगालमध्ये ही पद्धती स्वीकारून त्यास मान्यता दिली. यामुळे ईस्ट इंडिया कंपनीला नियमित जमीनमहसूल मिळण्याची व्यवस्था झाली आणि विशेष चांगल्या जमिनींच्या लागवडीसंदर्भात हस्तक्षेप करण्याची संधी मिळाली. कालांतराने जमीनमहसूल गोळा करण्यासाठी जमीनदार मध्यस्थ नेमू लागले. यांना जहागीरदार, इनामदार, वतनदार, संस्थानिकांचा जमीन प्रतिनिधी असे संबोधण्यात येऊ लागले. अनेक वेळा कुळांचा संबंध या मध्यस्थांशीच येत असे; यातून महसूल गोळा करणाऱ्या मध्यस्थांनाच मालकाचा दर्जा मिळण्याची व्यवस्था झाली. अशा प्रकारची जमीनदारी पद्धत बंगाल, अवध, मद्रास आणि बनारस (तत्कालीन नावे) या भागात प्रचलित झाली.

त्या वेळी ब्रिटिश सरकारचा असा दावा होता की, जमीनदारी पद्धत ग्रामीण भागातील सधनवर्गाचे प्रतिनिधित्व करणारी असल्याने त्यांनी सामाजिक न्यायाच्या दृष्टिकोनातून गरीब लोकांना जमीन भाडेपट्टीने देऊन कसण्यासाठी दिल्याने जमिनीचा चांगला वापर होऊन शेतीत सुधारणा होतील; पण प्रत्यक्षात मात्र तसे झाले नाही. जमीनदार शेतीकडे दुर्लक्ष करून ऐशोआरामात राहू लागले आणि मध्यस्थांमार्फत कुळाकडून अधिकाधिक महसूल वसूल करू लागले; यातून कुळाचे शोषण होऊन अन्याय वेठबिगारी वाढीस लागली. ब्रिटिश सरकारने यात कोणतीही मध्यस्थी वा हस्तक्षेप केला नाही. यामुळे भारतीय शेती केवळ निर्वाही स्वरूपाची झाली.

२) महालवारी : महालवारी पद्धतीमध्ये गावातील शेतजमिनीची मालकी गावातील विशिष्ट समाजाकडे असावयाची. जमिनीचा महसूल वा शेतसारा भरण्याची जबाबदारी संपूर्ण समाजाची असे. जमिनीची मालकी ज्या ग्रामीण समाजाकडे असावयाची त्याला जमिनीचा वापर करण्याचे पूर्ण स्वातंत्र्य असे. त्यामुळे ती जमीन भाडेपट्टीने देऊन त्या बदल्यात मिळणारे उत्पादन वाटून घेतले जाई वा शासनाच्या मध्यस्थीने अथवा परवानगी शिवाय लागवडीखाली आणून उत्पादनाची वाटणी केली जाई. अशी पद्धत प्रथम आग्रा संस्थान, अवध संस्थान आणि नंतर पंजाबमधील संस्थानात रूढ झाली.

शेतसारा वा जमीन महसूल भरावयाची जबाबदारी संबंधित समाजाची असल्याने प्रत्येकाचा वाटा गोळा करण्याचे काम मध्यस्थ करत. त्यांना 'लंबरदार' म्हटले जाई. या कामाच्या बदल्यात त्याला पाच टक्के कमिशन मिळे. या पद्धतीतही मध्यस्थ असल्याने अनिष्ट प्रथांचा शिरकाव झाला.

३) रयतवारी : वास्तविक रयत म्हणजे शेती करणारा शेतकरी होय. परंतु, यामध्येही काही अनिष्ट रूढींचा शिरकाव झाल्याने ही पद्धत जमीनदारी, महालवारी पद्धतीकडे झुकली. रयतवारीमध्ये धारणाक्षेत्र हे एक व्यक्तिगत मालकीचे जमिनीचे स्वतंत्र एकक मानले जाई. जमिनीचा महसूल भरण्याची संपूर्ण जबाबदारी संबंधित जमीन मालकाची असे. ही प्रथा मुंबई इलाखा, बेरार प्रांत आणि मध्य भारतातील हिंदूंमध्ये प्रचलित होती. रयत जोपर्यंत नियमितपणे शेतसारा शासनाकडे जमा करत असे तोपर्यंत जमिनीचा वापर कसाही करण्याचे त्याला स्वातंत्र्य असे. अनेक रयत जमीन भाडेपट्टीने देत असत. यामध्ये रयत व कूळ यांचे परस्पर संबंध चांगले असल्यास सर्व व्यवहार व्यवस्थित चालत असत. परंतु, कालांतराने जमीनदारी पद्धतीचे काही अंश रयतवारीतही दिसू लागले. जमीन मालक कुळाचे शोषण करू लागला. कुळाकडून उत्पादनातील खूप मोठा वाटा बळाच्या जोरावर वसूल करणे, बिगरशेती कामात कुळाला जुंपणे असे गैरप्रकार वाढले; पण शासन यात हस्तक्षेप करू शकत नसे.

एकूणात जमीनदारी, महालवारी व रयतवारी या पद्धतीमध्ये जमीन मालक स्वतः शेती कसत नसे व जमीन भाडेपट्टीने देऊन जमीनभाडे म्हणून मोठा हिस्सा घेत असे. यामुळे सामाजिक विषमता, वैमनस्य, अशांतता निर्माण होऊन भारतीय शेती मात्र निर्वाही वा चरितार्थाची शेती झाली. ब्रिटिश राजवटीच्या दीडशे वर्षांच्या कालखंडात शेतसारा वा खंड वसूल करण्यासाठी मध्यस्थ नेमण्याची प्रथा रूढ झाली. अनेकवेळा हे लोकच जमीन मालक असल्याच्या थाटात वागत. महाराष्ट्रात अशा व्यक्तींना खोत, मालगुजार, इनामदार व जहागीरदार म्हणत; अशा मध्यस्थांमुळे प्रत्यक्ष शेत कसणाऱ्या कुळांना स्वतःच्या उत्पादन प्राप्तीची शाश्वती नसे. उत्पादनातील किती वाटा मध्यस्थास व जमीन मालकास द्यावा यावर बंधन नसल्याने कुळाची परिस्थिती बिकट झाली. अनिष्ट, अन्यायकारक पद्धतींचा शिरकाव झाला. कुळे गरीब, अज्ञानी व अनेक वेळा निरक्षर असल्याने ते या अन्यायाविरुद्ध काही करू शकत नसत. एच.वेंकट सुब्बया त्यांच्या 'इंडियन इकनॉमी सिन्स इंडिपेंडन्स' या पुस्तकात म्हणतात की, जर लॉर्ड कॉर्नवॉलीस आणि सर टॉमस मन्रो यांच्यासारख्या या पद्धतीच्या

प्रचारकांनी सन १९४० सालातील भारतातील जमीनदारी, महालवारी व रयतवारी शेतीची स्थिती व अवस्था बघितली असती तर त्यांना ती ओळखता येणे अवघडच झाले असते.' या विधानावरूनच भारतीय शेतीचे स्वरूप स्पष्ट होते.

भारतीय उपखंडातील भूधारणेच्या संदर्भातील आणखी एक वैशिष्ट्य म्हणजे जमिनीचे विभाजन वा तुकडीकरण (Fragmentation) होय. हिंदू व मुस्लीम धर्मियांमध्ये वारसा हक्क कायदा (Law of Inheritance) आहे. त्यामुळे दक्षिण आशियाई देशांमध्ये वारसा हक्काने मिळालेल्या शेतजमिनीचे पुढील पिढीत वाटप होते. वाटप झाल्याने स्वतंत्र तुकडे करण्यासाठी बांध घातले जातात. वहिवाटीसाठी पायवाटा ठेवतात. शेतजमिनीचा तुकडा सलग न राहता त्याचे लहान लहान भूखंड होतात. कित्येक हेक्टर क्षेत्र बांध व पायवाटांमुळे निरुपयोगी ठरते. शिवाय एखाद्याच्या मालकीचा जमिनीचा तुकडा गावालगत, जवळ असेल तर दुसरा तुकडा दूरवर आडबाजूला असू शकतो. अशावेळी मृदाही वेगवेगळ्या प्रतीच्या असतात. पीक घेण्यासाठी सर्व व्यवस्था स्वतंत्रपणे करावी लागते. त्यामुळे उत्पादन खर्च वाढतो. परिणामी गैरसोयीची जमीन लागवडीविनाच ठेवली जाते. शेत जमिनीच्या वाटपात सर्व वारसांचे समाधान न झाल्यास कायदेशीर दावे-प्रतिदावे सुरू होतात व शेती दुर्लक्षित होते. काही वेळा जमीन गहाण ठेवून कर्ज घेतलेले असते. त्याची फेड न झाल्यास सावकार, बँका, पतपेढ्या वा वित्तीय संस्था जमीन ताब्यात घेतात व कोणत्याही प्रकारे तिचा वापर करण्यावर निर्बंध येतात. शेतकरी भूमिहीन होण्याची शक्यता असते. एकत्र कुटुंब पद्धतीचा ऱ्हास झाल्याने जमीन विखंडनाचा प्रश्न अधिकच गंभीर झाला आहे. धारणक्षेत्राचे आकारमान लहान झाल्याने उत्पादकताही कमी होते. पुढील तक्त्यात काही निवडक राष्ट्रांमधील सरासरी धारणक्षेत्र दर्शविले आहे :

तक्ता क्र. २.३ : काही निवडक राष्ट्रांमधील सरासरी धारणक्षेत्र (हेक्टर्स)

राष्ट्र	सरासरी धारण क्षेत्र (हे.)
भारत	१.३
पाकिस्तान	१.५
बांगलादेश	०.४
श्रीलंका	१.० पेक्षा कमी
म्यानमार	२.५
इंडोनेशिया	१.०
फिलिपिन्स	१.५
जपान	१.२
युरोपीय राष्ट्रे	४०.०
उत्तर अमेरिकी राष्ट्रे	१२५.०

वरील तक्त्याच्या निरीक्षणावरून असे आढळते की, आशियाई राष्ट्रांमध्ये सरासरी धारणक्षेत्र लक्षणीयरीत्या लहान असून उत्तर अमेरिकेत ते फारच मोठे आहे. बांगला देश व श्रीलंका या राष्ट्रांमधील धारणक्षेत्र किमान आहे तर म्यानमारमध्ये ते थोडेफार जास्त आहे. आशियाई राष्ट्रांमध्ये धारणक्षेत्र लहान असल्याने यंत्राचा वापर करण्यावर मर्यादा येतात. अशी धारणक्षेत्रे श्रमाधारित असल्याने मळणी, तोडणी, कापणी, हाताळणी, वेष्टणबद्धता

व साठवणूक अशा हंगामोत्तर (Post Harvest) कामांमध्ये उत्पादनाची गुणवत्ता कमी होणे व उत्पादनाचा व्यय होणे हे धोके संभवतात. यापेक्षा अगदी वेगळी परिस्थिती कॅनडा व व युएसए या उत्तर अमेरिकी राष्ट्रांमध्ये आहे. येथे तीन ते चार टक्केच लोकसंख्या शेती व्यवसायात आहे. मोठे धारणक्षेत्र व महाग मनुष्यबळ यामुळे शेती यंत्राधारित आहे. कृषी निविष्टांचा खर्च खूप मोठा असतो. मोठी भांडवल गुंतवणूक करावी लागते. आंतरराष्ट्रीय बाजारात अपेक्षित बाजारभाव मिळेल याची हमी नसते; म्हणून शेतकरी सर्व धारणक्षेत्र लागवडीसाठी वापरत नाही. उत्पादन भरपूर असते पण दर हेक्टरी उत्पादकता कमी असते. एकपिकी शेती करण्याकडे कल असतो. नागरी व औद्योगिक भागात नोकरी-व्यवसायाची संधी मिळाल्यास शेती विकून टाकली जाते आणि खरेदी करणाऱ्यांचे धारणक्षेत्र मोठे होत गेल्याने व्यवस्थापन करणे जिकिरीचे व अवघड होते. धारणक्षेत्र लहान असणे वा खूप मोठे असणे समस्या निर्माणकारी असते; म्हणून आर्थिक धारणक्षेत्र, किफायतशीर भूधारणा, कौटुंबिक धारणक्षेत्राची शेती असे पर्याय समोर येतात.

२.२.१ जमीन सुधारणा (Land Reforms)

जो शेतकरी जमीन कसतो त्याचा अधिकार त्या जमिनीवर असला पाहिजे, अर्थात 'कसेल त्याची जमीन' हा जमीन सुधारणेचा मूलमंत्र आहे. कृषीप्रधान अर्थव्यवस्था असलेल्या देशांमध्ये ही कार्यवाही सामाजिक न्यायासाठी महत्त्वाची आहे. जगातील जवळपास पंचवीस देशांनी जमीन सुधारणा वेगवेगळ्या पद्धतींनी राबविल्या आहेत. पूर्वीचा रशिया, चीन, व्हिएतनाम, क्युबा या देशांमध्ये साम्यवादी विचारसरणीनुसार जमीन सुधारणा करण्यात आल्या. सहकारी शेती, सामुदायिक शेती ही त्याची रूपे होत. मेक्सिको व बोलीव्हिया या देशात बिगर साम्यवादी क्रांती झाल्याने जमीन सुधारणा झाल्या; तर जपान, दक्षिण कोरिया व तैवानमध्ये दुसऱ्या महायुद्धानंतर लगेचच जमीन सुधारणा करण्यासाठी कायदेशीर पावले उचलली गेली.

भारतातही स्वातंत्र्यानंतर लगेचच जमीन सुधारणा करण्याच्या दृष्टीने विचार सुरू झाला. शेतीयोग्य जमिनीचा पर्याप्त वापर आणि सामाजिक न्याय अशा दुहेरी उद्दिष्टांसाठी भारतातील जमीन सुधार योजना तयार करण्यात आल्या. यासाठी शेतीयोग्य जमिनींचे पुनर्वितरण (Re-distribution) करणे आवश्यक ठरले. यामुळे प्रत्यक्ष शेती कसणाऱ्याला संरक्षण मिळाले. जमीन कराराने वा भाडेपट्टीने देण्याचा दर निश्चित करण्याच्या मार्गदर्शक सूचना तयार करण्यात आल्या आणि मालकी हक्क प्रस्थापित झाले. जमीन मालक आणि प्रत्यक्ष शेती करणारे कूळ यांच्या दरम्यान असणारे मध्यस्थ ही कल्पना संपुष्टात आली. जमीन महसूल, शेतसारा थेट शासनाकडे जमा होऊ लागला.

जमीन सुधार योजनेमध्ये पुढील बाबी अंतर्भूत आहेत :

१) मध्यस्थांचे उच्चाटन.

२) करार वा भाडेपट्टीने जमीन देण्यातील सुधारणा.

३) कमाल जमीन धारणा.

४) जमीन तुकडीकरणास प्रतिबंध, जमीन संलग्नीकरण आणि सहकारी शेतीस उत्तेजन.

१) मध्यस्थांचे उच्चाटन

भारतीय उपखंडात जमीनदारी, महालवारी व रयतवारी शेतीचे वर्चस्व होते. शेत जमिनीचे मोठे क्षेत्र या वर्गाकडे असे. श्रीमंती व ऐशोआरामात राहण्याच्या सवयींमुळे हे लोक आपली जमीन कसण्यासाठी भाडेपट्टीने वा कराराने गरीब कुटुंबाना देत असत. अशा कुटुंबांना 'कूळ' म्हटले जाते. शेतीतील उत्पादन जमीन मालक व कूळ सामंजस्याने वाटून घेत असत. परंतु, अनेक वेळा जमीन मालक मध्यस्थ नेमत असत.

हे मध्यस्थ कुळाकडून आपला स्वतःचा वाटाही घेत. हळूहळू या प्रथेमध्ये अन्याय होऊ लागला. जमीनदार व मध्यस्थ प्रत्यक्ष शेती कसणाऱ्या कुळाचे शोषण करत, वेठबिगार म्हणून कामे करून घेत, उत्पादनाचा मनमानी वाटा काढून घेत. अशा या सामाजिक व आर्थिक अन्यायाचे निराकरण करण्यासाठी मध्यस्थांचे उच्चाटन करणारा कायदा इ.स. १९४८ मध्ये करण्यात आला. परंतु, आसाम, गुजरात, मद्रास (त्यावेळचे) आणि मुंबई इलाख्यात मात्र इनामी जमिनी व काही कुळांना हा कायदा लागू होऊ शकला नाही. यात आश्चर्याची बाब म्हणजे, ज्या बंगालसारख्या राज्यात जमीनदार वर्गाच्या वर्चस्वामुळे कुळांचे, शेतमजुरांचे, खंडकऱ्यांचे (Share Cropping) सर्वाधिक शोषण व छळ होत असे आणि गैरहजर जमीनदार (Absentee Landlords) उत्पादनातील मोठा हिस्सा घेत असत तेथे मात्र मध्यस्थांचे उच्चाटन करणारा कायदा इ.स. १९५४ मध्ये अंमलात आला. काही ठिकाणी मध्यस्थ व जमीनमालक यांच्याबाबत स्पष्टता नव्हती त्यामुळे रयतवारी पद्धत चालूच राहिली. जमीन मालकांकडून जमीन गेल्याने काहींचे खूप मोठे नुकसान झाले व गाव सोडून नोकरी-व्यवसायाच्या शोधात इतरत्र जावे लागले.

असे सर्व होऊनही तीस लाख कुळांना ६२ लाख एकर जमिनीची मालकी मिळाली. मध्यस्थांचे कमिशन व इतर फायदे बंद झाल्याने त्यांना शासनातर्फे भरपाई देण्यात आली. रशिया, चीन व पूर्वीचा युगोस्लाव्हिया या राष्ट्रांमध्ये मात्र अशी नुकसान भरपाई न देता त्यांना सामूहिक शेतीत कामे देण्यात आली.

२) भाडेपट्टीने जमीन देण्यातील सुधारणा

जमीन मालकाने स्वतः जमीन न कसता ती भाडेपट्टीने, कराराने व खंडाने (Share Cropping) कसण्यासाठी कुळास देण्याची प्रथा भारतात प्रचलित होती. अनेक वेळा कुळाकडे स्वतःची जमीन असे, तरी पुरेसे उत्पन्न मिळत नसल्याने वा गरिबी व अल्प भूधारकतेमुळे ते लोक मोठ्या जमीनमालकांकडून भाडेपट्टीने जमीन घेत. काही भूमिहीन कुटुंबे अशा पद्धतीने शेती करतात. काही मध्यस्थांच्या संमतीने कुळे आणखी एखाद्या कुळास परस्पर जमीन कसण्यासाठी देत असत. यास पोटभाडेपट्टीदार म्हणता येईल. जमिनीचा महसूल व शेतसारा भरण्याची जबाबदारी जमीन मालकाची असे पण ते कुळास भरावयास बळजबरी करत.

कराराने वा भाडेपट्टीने जमीन कसण्यासाठी देण्याच्या पद्धतीतील अशा त्रुटी वा दोष दूर करण्यासाठी शासनाने कुळांची विभागणी तीन गटात केली. पहिल्या गटात जमीन मालकाने एखाद्या कुळास कायमस्वरूपी जमीन कसावयास दिलेली असलेल्यांचा समावेश होतो. दुसऱ्या गटात कूळवहिवाटदारांच्या इच्छेनुसार ठराविक मुदतीसाठी जमीन भाडेपट्टीच्या कराराने घेतलेल्यांचा समावेश होतो आणि तिसऱ्या गटात मध्यस्थाने वा कुळाने जमीन पोटकुळास कसावयास दिलेली असणाऱ्यांचा समावेश असतो. यामध्ये पहिल्या दोन गटातील कुळांना काही प्रमाणात उत्पादनाची हमी असते व एकूण सुरक्षितता असते; कारण जमीनमालक व कूळ यांचे संबंध परस्परावलंबी स्वरूपाचे असतात. जमीनमालक शासनाकडे शेतसारा नियमित भरत असतो. अशा व्यवस्थेमुळे कुळवहिवाटदार चांगले उत्पादन येण्यासाठी प्रयत्नशील राहतो. सर्वांत दयनीय परिस्थिती तिसऱ्या गटातील कुळांची असते. त्यांना जमीनदार, मध्यस्थ व मूळ कूळ यांच्या मर्जीनुसार काम करावे लागते आणि शिवाय उत्पादनातील साठ ते सत्तर टक्के वाटा हे लोक काढून घेतात. त्यांचे शोषण होते व बिगारी काम करावे लागते. अशा सर्व कारणांमुळे जमीन भाडेपट्टीने देण्यासाठी काही नियम व निकष निश्चित करणे आवश्यक होते.

पूर्वी अनेक व्यवहार कागदोपत्री न ठेवता विश्वासावर तोंडी व्यवहाराने ठरविले जात असत. बहुतांश कुळे अशिक्षित, अज्ञानी, गरीब असत. अन्याय झाला तरी, त्याविरुद्ध दाद मागण्याचे बळ व पैसा नसे. काही वेळा

विशिष्ट परिस्थितीमुळे जमीन भाडेपट्टीने देण्याशिवाय पर्याय नसे. विधवा, अविवाहित महिला, अपंग वा कायमस्वरूपी आजारामुळे काम करू न शकणारे लोक, लष्करात नोकरी करणाऱ्या व्यक्ती यांच्याकडे जमीन मालकी असली तरी ते प्रत्यक्षात शेती करू शकत नाहीत; म्हणूनच जमीन मालक आणि कूळ यांच्या दरम्यान होणारा व्यवहार कागदोपत्री करण्याचे बंधन घालण्यात आले. भाडेपट्टीचे वा कराराचे दर निश्चित करणारी नियमावली तयार करण्यात आली. कुळांच्या हक्कांचे संरक्षण होईल आणि कसेल त्याची जमीन या कायद्यानुसार जमिनीचे हक्क देण्यात येऊ लागले.

पहिल्या व दुसऱ्या पंचवार्षिक योजनेत अशी तरतूद करण्यात आली की, एकूण उत्पादनाच्या वा उत्पन्नाच्या वीस ते पंचवीस टक्के एवढे भाडे वा खंड आकारता येईल. अनेक राज्यांनी ही तरतूद मान्य केली पण भाडे आकारणीचे दर निश्चित करताना स्वातंत्र्य घेतले. महाराष्ट्र, गुजरात व राजस्थान या राज्यांनी उत्पादनाच्या १७ टक्के भाडे ठरविले तर आसाम, कर्नाटक, मणिपूर, त्रिपुरा या राज्यांनी २० ते २५ टक्के भाडेपट्टी निश्चित केली. त्याचप्रमाणे पंजाबमध्ये ३३ टक्के, तमिळनाडूत ४० टक्के तर आंध्र प्रदेशने जलसिंचित क्षेत्रासाठी २५ टक्के भाडे आकारले.

कूळवहिवाटदारांची दयनीय परिस्थिती, अज्ञान इत्यादी कारणांमुळे आणि शेत जमिनीची मर्यादित उपलब्धता यामुळे या कायद्याचे योग्यरीतीने पालन होण्यापेक्षा त्यातील त्रुटी व पळवाटा शोधून इतर मार्ग वापरले जाऊ लागले व काही बाबतीत कायदा निष्प्रभ ठरू लागला. यासाठी तिसऱ्या पंचवार्षिक योजनेत असे नमूद करण्यात आले की, कुळाचे सामाजिक व आर्थिक स्थान कमकुवत असल्याने व शेतीयोग्य जमिनीवरील लोकसंख्येच्या वाढत्या भारामुळे कुळांना कायद्याचे संरक्षण घेणे कठीण आहे. शिवाय सर्व कायदेशीर प्रक्रिया त्यांना आर्थिकदृष्ट्या परवडणारी नाही व त्यासाठी लागणारा वेळही जास्त असतो. त्यामुळे कायदा संमत होऊनही कुळवहिवाटदारी चालूच राहणार आहे. यात आणखी असे सुचविण्यात आले की, भाडेपट्टीची रक्कम रोख स्वरूपात असावी कारण जमीन मालक व कूळ यांच्यातील व्यवहार वस्तू-विनिमयाच्या स्वरूपातील असतो. धान्य व इतर चीज वस्तू जमीनदार कुळाला देतात. परंतु, कुळास कृषी निविष्टांवरील खर्च व इतर व्यवहारासाठी रोख रकमेची गरज असते म्हणून रोखीने व्यवहार असावा असे संमत झाले. यामुळे ग्रामीण भागातील वस्तू-विनिमयाच्या व्यापाराने चलन वापरून व्यापार करण्याची जागा घेतली.

कुळाला जमीन कसावयास दिल्यानंतर त्याला प्राप्त झालेले अधिकार अबाधित रहावेत यासाठी काही तरतुदी करण्यात आल्या; जर कुळास अल्पावधीसाठीच जमीन भाडेपट्टीने दिलेली असेल तर चांगले उत्पादन घेण्यासाठी तो प्रयत्नशील राहणार नाही. जोपर्यंत येणारे उत्पादन आपले आहे असा त्याला विश्वास वाटत नाही तोपर्यंत कुळास स्वारस्य निर्माण होत नाही; म्हणून जमीन मालक व कूळ यांच्या दरम्यानचा व्यवहार, वापराचे अधिकार याबाबत स्पष्टता असणे आवश्यक झाले. या संदर्भात सर आर्थर यंग यांचे मत असे की, जर माणसाला तुम्ही एखादा कठीण कातळ दिलात आणि सांगितले की, ''हा आता तुझा आहे, तू त्याचा हवा तसा वापर कर, तर तो त्याच्यावर कष्टसाध्य बागही फुलवू शकेल; पण जर त्याऐवजी तुम्ही त्याला एखादी तयार बाग काही वर्षांसाठी कराराने दिली तर मात्र तो त्या बागेचे ओसाड वाळवंट करेल.'' आर्थर यंग यांनी मानवी प्रवृत्तीवर हे भाष्य केले आहे; म्हणूनच जमीन धारणेच्या अधिकाराची सुरक्षितता महत्त्वाची आहे; यासाठी पुढील तरतुदी करण्यात आल्या - १) कुळवहिवाटदारास मालकी हक्क देणे, २) जमीन मालकास जर स्वतः शेती करावयाची असली तरी तो सगळ्या जमिनीवर कब्जा करू शकत नाही. कुळाच्या सहमतीने काही भागातच स्वतः शेती करू शकतो. ३) जमीन मालक नवीन कूळवहिवाटदार आणून जुन्या कुळाचे हक्क बाधित करू शकत नाही.

या संदर्भात उत्तर प्रदेश, पश्चिम बंगाल आणि दिल्लीच्या सभोवतालचा प्रदेश या संपूर्ण प्रदेशात कुळास मालकी हक्क दिले गेले. तर गुजरात, महाराष्ट्र, केरळ, मध्य प्रदेश, ओडिशा, राजस्थान, हिमाचल प्रदेश, आसाम, पंजाब, हरियाणा अशी मोठे क्षेत्र व्यापणाऱ्या राज्यांनी कुळांना मालकी हक्क तर दिलेच शिवाय जमीन मालक किती भागावर शेती करू शकेल याचे क्षेत्र निश्चित केले. त्या तुलनेत जम्मू-काश्मीर, मणिपूर, त्रिपुरा आणि उत्तरेकडील पश्चिम बंगाल या भागात मात्र जमीन मालक नवीन कुळास भागीदार म्हणून आणू शकत नाही एवढाच मसुदा मान्य केला. संपूर्ण देशाचा विचार करता ज्या व्यापक प्रदेशातील राज्यांनी जो मसुदा मान्य केला त्यास मान्यता मिळाली व त्यातूनच 'कसेल त्याची जमीन' (१९५६) असा कूळकायदा अस्तित्वात आला.

कुळकायद्यासंदर्भात मिर्डाल यांनी असे मत मांडले की, आर्थिक व राजकीयदृष्ट्या कूळकायदा जमीनमालकाच्या व कुळाच्या हिताचा आहे. परंतु, भाडेपट्टीच्यारूपाने द्यावयाच्या रकमेवर वा उत्पादनातील वाट्यावर जोपर्यंत निर्बंध नाहीत तोपर्यंत जमीन मालक कुळाकडून स्वतःच्या मर्जीप्रमाणे भाडे वा खंड वसूल करू शकतो. जमीन मालक कुळाकडून अवास्तव भाडेपट्टी मागून ती दिली नाही म्हणून कुळाला बेदखल करू शकतो. तंजावर येथील जमीन मालकांनी पन्नास ते साठ टक्के वा त्याहून अधिक उत्पादन कुळाकडून काढून घेतल्याचे निदर्शनास आले आहे यावरून कायदा निष्प्रभ ठरतो असे दिसते. त्याशिवाय जमीन मालक स्वतःला शेती करावयाची आहे, असे सांगून अल्पावधीतच ती जमीन कोणतेही पीक न घेता पडीत ठेवतो. मिर्डाल यांचे हे मत वास्तव परिस्थितीशी निगडित व यथार्थ असे आहे.

३) कमाल जमीन धारणा

जमीन सुधारणा योजनेतील एक महत्त्वाची उपाययोजना म्हणजे कमाल जमीन धारणा कायदा होय (Ceiling on Land holdings). ग्रामीण भागात जमीन हे एक अत्यंत महत्त्वाचे संसाधन आहे. कृषीप्रधान अर्थव्यवस्थेत जमीन हे केवळ उत्पादन घेण्याचे व उत्पन्नाचे साधन नसते तर जमीन मालकी हक्काची असण्याने शेतकऱ्यास स्वतःची ओळख (Identity) प्राप्त करून देऊन पत व प्रतिष्ठा मिळवून देते; म्हणूनच काही व्यक्तींकडेच भरपूर जमीन मालकीची असणे आणि बहुतांशांकडे थोडीफार जमीन असणे वा भूमिहीन असणे सामाजिक व आर्थिक अन्यायाचे ठरते.

डॉ. धनंजयराव गाडगीळ यांनी कमाल जमीन धारणा संकल्पनेचा पुरस्कार करताना असे मत मांडले की, सर्व संसाधनांपैकी उत्पादक जमीन हे अतिशय मर्यादित प्रमाणावर उपलब्ध असलेले संसाधन असल्याने त्यावर हक्क वा अधिकार मागणारे असंख्य आहेत. यामुळे काही मोजक्या व्यक्तींकडे भरपूर जमीन असणे आणि त्यापासून मिळणाऱ्या उत्पादनावर त्यांचाच हक्क असणे हे सामाजिक असंतोष व आर्थिक विषमता निर्माणकारक असते. यासाठी सध्याच्या सामाजिक व राजकीय परिस्थितीत जमिनीचे पुनर्वाटप (Re-distribution) करणे आवश्यक झाले आहे.

कमाल जमीन धारणा कायद्याच्या अंमलबजावणीचा पहिला टप्पा सन १९७२मध्ये सुरू झाला. तोपर्यंत जमीनधारक म्हणून ज्याचे नाव नोंदलेले असेल तोच केवळ कमाल जमीन धारण कायद्याखाली ग्राह्य धरला जात असे; पण सन १९७२ नंतर 'कुटुंब' या शीर्षकाखाली जमीन धारकांचे नामनिर्देश करण्यात आले. शिवाय राष्ट्रीय पातळीवर अपेक्षित कमाल जमीन धारण प्रमाण निश्चित करण्यात आले. पुढील तक्त्यात कमाल जमीन धारणा मर्यादा (१९७२) दर्शविल्या आहेत.

तक्ता क्र. २.४ : जमीन धारणा (क्षेत्र) : कमाल मर्यादा (हेक्टर)

	जलसिंचित जमीन दोन पिके	जलसिंचित जमीन एक पिक	कोरडवाहू जमीन
अ) राष्ट्रीय कमाल जमीन धारणा क्षेत्र	४.०५-७.२८	१०.९३	२१.८५
ब) राज्यवार कमाल जमीन धारणा क्षेत्र			
आंध्रप्रदेश	४.०५-७.२८	६.०७-१०.९३	१४.१६-२१.८५
आसाम	६.७४	६.७४	६.७४
गुजरात	६.०७-७.२८	१०.१२	१२.१४-२८.३३
हरियाणा	७.२५	१०.९	२१.८०
हिमाचलप्रदेश	४.०५	६.०७	१२.१४-१८.२१
कर्नाटक	४.०५-८.१०	१०.१२-१२.१४	२१.८५
केरळ	४.८६-६.०७	४.८६-६.०७	४.८६-६.०७
मध्यप्रदेश	७.२८	१०.९३	२१.८५
महाराष्ट्र	७.२८	१०.९३	२१.८५
मणिपूर	५.००	५.००	६.००
ओडिशा	४.०५	६.०७	१२.१४-१८.२१
पंजाब	७.००	११.००	२०.५०
राजस्थान	७.२८	१०.९३	२१.८५-७०.८२
तमिळनाडू	४.८६	१२.१४	२४.२८
उत्तरप्रदेश	७.३०	१०.९५	१८.२५
पश्चिम बंगाल	५.००	५.००	७.००

(स्रोत : गौरवदत्त, अश्वनी महाजन : इंडियन इकॉनॉमी (२०१३) पा.क्र.५९१.)

वरील तक्ता असे दर्शवितो की, बहुतांश राज्यांनी राष्ट्रीय कमाल जमीन धारणा क्षेत्रापेक्षा स्वतंत्र निकष निश्चित केले. प्रत्येक राज्यातील भौगोलिक परिस्थिती भिन्न असल्याने व लोकसंख्येची घनता वेगळी असल्याने प्रत्येक राज्याने सुयोग्य कमाल जमीन धारणा क्षेत्र निश्चित करण्याचे स्वातंत्र्य घेतले असावे. मध्यप्रदेश व महाराष्ट्र या राज्यांनी राष्ट्रीय निकष स्वीकारले आहेत. आसाम व केरळची तिनही गटातील कमाल धारणा समान असून केरळपेक्षा आसामची धारणक्षेत्राची सांख्यिकी अधिक मूल्यांची आहे. कोरडवाहू जमिनीसाठीची कमाल मर्यादा राजस्थानमध्ये सर्वाधिक आहे तर मणिपूरमध्ये किमान आहे. कमाल जमीन धारण क्षेत्राच्या मर्यादा ठरविणे भारतासारख्या खंडप्राय देशात क्लिष्ट व गुंतागुंतीचे आहे. शिवाय काळानुसार त्यात बदल करणे आवश्यक ठरते. या तरतुदीतील फायदा घेऊन काही पळवाटा काढण्यात येतात. जसे की, कुटुंबातील व्यक्तींच्या नावे विभाजन दाखविणे, जमिनींचे बेनामी हस्तांतरण करणे, जमिनीचा वापर इतर उद्योग व्यवसायासाठी वर्ग करणे अशा काही घटना वाढलेल्या दिसून येतात.

कमाल जमीन धारणा कायद्यामुळे देशात २३ लाख एकर जमीन उपलब्ध झाली आणि त्यापैकी १३ लाख एकर जमिनीचे पुनर्वाटप करण्यात यश आले. आश्चर्याची बाब म्हणजे बिहार, ओडिशा, कर्नाटक व राजस्थान या राज्यांनी या कायद्याखाली अतिरिक्त जमीन उपलब्धच नाही असे जाहीर केले. त्यावर आरोप-प्रत्यारोप झाल्याने सर्व राज्यांच्या मुख्यमंत्र्यांची बैठक घेण्यात आली व काही उपाययोजना सुचविण्यात आल्या. इतके करूनही फक्त दोन टक्के क्षेत्रच कमाल जमीन धारणा कायद्यान्तर्गत प्राप्त झाले; म्हणूनच जमीन सुधार योजनेतील हा एक उपाय कायदा म्हणून अपयशी ठरला असे म्हटले जाते.

नियोजन आयोगाने पी. एस. अप्पू यांच्या नेतृत्वाखाली एक 'टास्क फोर्स' नेमून जमीन सुधारणेतील या तरतुदी उपयुक्त न ठरण्यामागील कारणे शोधून अहवाल सादर करावयास सांगितले. सन १९९६ मध्ये या टास्क फोर्सचा अहवाल जाहीर झाला. राजकीय इच्छाशक्ती, कायद्यातील पळवाटा, कोर्ट-कचेऱ्यांमुळे मिळणारी स्थगिती व लागणारा विलंब, कुळांमधील गरिबी, अज्ञान, पुरेशी साक्षरता नसणे, मोठ्या भूधारकांचे वर्चस्व ही त्यातील महत्त्वाची कारणे नमूद करण्यात आली आहेत. नवव्या पंचवार्षिक योजनेपासून या त्रुटी दूर करण्याच्या दृष्टीने प्रयत्न करण्यात येत आहेत.

४) जमीन विभाजनास प्रतिबंध, जमीन संलग्नीकरण आणि सहकारी शेतीस उत्तेजन

भारतीय शेतीच्या भूधारण क्षेत्राच्या समस्येला अनेक आयाम आहेत. केवळ लहान धारणक्षेत्र ही समस्या नसून त्याचे तुकडे ठिकठिकाणी विखुरलेले असणे, विभक्त कुटुंब पद्धती स्वीकारल्याने निर्माण झालेल्या जमीन व्यवहाराच्या समस्या, स्थलांतर, कर्जबाजारीपणा या बाबी त्यांपैकी काही होत. विविध कारणांमुळे होणारे जमीन विभाजन टाळण्यासाठी आर्थिक भूधारण क्षेत्र (Economic Land holding) संकल्पना स्वीकारणे, जमिनीचे संलग्नीकरण करणे आणि सहकारी शेतीस उत्तेजन देणे असे उपाय सुचविण्यात आले आहेत. आर्थिक भूधारण क्षेत्र म्हणजे चार ते पाच माणसांच्या शेतकरी कुटुंबाचा चरितार्थ व्यवस्थितपणे होईल एवढे उत्पन्न देऊ शकणारे शेतजमिनीचे क्षेत्र होय. यासाठी ज्या शेतकऱ्यांकडे अतिरिक्त जमीन आहे त्यांनी ती जमीन लहान व सीमान्त शेतकऱ्यांना देऊ करणे, यास 'भूदान चळवळ' असेही म्हटले जाते. तसेच वारसाहक्काने होणारे जमिनीचे तुकडीकरण प्रत्यक्षात न करता फक्त कागदोपत्री तशा नोंदी करून जमीन सलग ठेवणे हा प्रत्यक्षात क्वचित मान्य होणारा पर्यायही आहे. भूमिहीन शेतमजूर व सीमान्त शेतकरी यांना प्रशिक्षण देऊन प्रक्रिया कृषी उद्योगात रोजगार मिळवून देणे; जेणेकरून त्यांचे शेतजमिनीवरील अवलंबित्व कमी होईल. आर्थिक भूधारणेची संकल्पना राबविणे शक्य वाटत असले तरी व्यवहारात मात्र अनेक अडचणी येतात व हा उपाय फारसा परिणामकारक ठरलेला नाही असे दिसते.

जमीन संलग्नीकरण या दुसऱ्या उपायात शेतकऱ्याकडील विखुरलेले जमिनीचे तुकडे एखाद्या शक्य असेल त्या गटात वा ब्लॉकमध्ये एकत्रित करणे होय. धारणक्षेत्र सलग झाल्याने शेती किफायतशीर होऊ शकते. सन १९५६ पासून नियोजन आयोगाने हा उपाय अंमलात आणण्याचे प्रयत्न सुरू केले. परिणामी सन १९७२ पर्यंत ३३ दशलक्ष हेक्टर जमिनीचे संलग्नीकरण होऊ शकले; पण ही प्रगती सर्वत्र सारखी झाली नाही. सहाव्या पंचवार्षिक योजनेतील एका अहवालात असे नमूद करण्यात आले की, पंजाब, हरियाणा व उत्तर प्रदेशचा पश्चिम भाग या पट्ट्यात जमीन संलग्नीकरणास चांगला प्रतिसाद लाभला तर राजस्थान व दक्षिणेकडील राज्यात या कामास प्रारंभही झालेला नाही. ओडिशा व बिहारमध्ये काही प्रमाणात जमीन संलग्नीकरण झाले. या पद्धतीने इ.स.२००४ पर्यंत देशात १६३३ दशलक्ष हेक्टर्स जमिनीचे संलग्नीकरण होऊ शकले. त्यात महाराष्ट्र ३३ टक्के व उत्तर प्रदेश २९ टक्के असा वाटा आहे. त्या खालोखाल मध्यप्रदेश, पंजाब

व हरियाणा यांचा क्रमांक आहे. बिहार, जम्मू-काश्मीर, पश्चिम बंगाल व आसाम या राज्यांमध्ये हे काम अत्यंत मंदगतीने चालले आहे. जमीन संलग्नीकरण करताना पुढील अडचणी आल्या. चांगली उपजाऊ जमीन मिळेल याची शाश्वती नसते. शेतकऱ्याची जमिनीत मानसिक व भावनिक गुंतवणूक असते. त्यामुळे तो सहजी सहमती देत नाही. कुळांना विश्वासात न घेता जमीन मालकाने व्यवहार केल्यास कुळांचा तीव्र विरोध होतो. आता ही योजना धिम्यागतीने प्रगती करत आहे.

सहकारी शेती हा जमीन सुधारणा योजनेतील आणखी एक उपाय आहे. यामुळे ग्रामीण सहकारी अर्थव्यवस्था भक्कमपणे विकसित होईल अशी आशा होती. एखाद्या गावात शंभर शेतकऱ्यांनी आपआपल्या इच्छेप्रमाणे शेती करण्यापेक्षा एकत्रित येऊन सहमतीने शेती केल्यास त्यास 'सहकारी शेती' म्हणतात. पिकासाठी आवश्यक असलेल्या निविष्टा, अवजारे-यंत्रे सामूहिक असल्याने त्यात बचत होते. वाहतूक व विपणन करण्यास भरपूर माल उपलब्ध झाल्याने किफायतशीर ठरते. शिवाय सामाजिक एकोपा राहतो. यासाठी चार प्रकारची सहकारी शेती सुचविण्यात आली-

१) कूळवहिवाटी सहकारी शेती (Co-operative Tenant Farming)
२) सामुदायिक सहकारी शेती (Co-operative Collective Farming)
३) अधिक उत्तम सहकारी शेती (Co-operative Better Farming)
४) संयुक्त/एकत्र सहकारी शेती (Co-operative Joint Farming)

वरील चार प्रकारात त्यांच्या नावाप्रमाणे थोडा-फार फरक असला, तरी काही बाबी समान आहेत. शेतकरी स्वेच्छेने या योजनेत सहभागी होतो. जमीन शेतकऱ्याच्या मालकीचीच राहते. शेतकऱ्याचे मालकी हक्क अबाधित राहतात. शेतकऱ्यांकडील जमीन, पशुधन, अवजारे यांचे एकत्रीकरण करून संपूर्ण जमीन हे एकक (Unit) मानले जाते. शेतीच्या व्यवस्थापनासाठी सभासद शेतकऱ्यांमधून व्यवस्थापक निवडले जातात. ज्या प्रमाणात शेतकऱ्यांच्या जमिनीचे क्षेत्र असेल आणि त्याने शेतीकाम करण्यासाठी जितके मनुष्यबळ पुरविले असेल त्या प्रमाणात प्राप्त झालेल्या उत्पादनात त्याचा वाटा ग्राह्य धरला जातो.

केरळमधील त्रिसुर जिल्ह्यातील २४०० लहान शेतकऱ्यांनी एकत्र येऊन 'को-ऑपरेटिव्ह जॉईंट फार्मिंग'ची तत्त्वे स्वीकारली आणि 'अडत (Adat) फार्मर्स को-ऑपरेटिव्ह बँक' स्थापली. हे शेतकरी अल्पभूधारक असल्याने शेती तोट्याची ठरत होती. एकत्रित आल्याने घाऊकदराने निविष्टा खरेदी, काही प्रमाणात उधारीवर इतर आवश्यक बाबी आणून सुधारित पद्धतीने शेती केली गेली. उत्पादनाची विक्री केल्यानंतर खर्च वजा जाता या शेतकऱ्यांना तीन कोटी रुपये नफा झाला. प्रत्येक शेतकऱ्यास जमिनीच्या प्रमाणात नफा म्हणून पैसे मिळाले व त्याचबरोबर तोट्यातील शेती अशा सहकारामुळे फायद्याची होते असा आत्मविश्वास त्यांना मिळाला, असे असले तरी काहींच्या मते हे एक अपवादात्मक उदाहरण आहे.

शेती विकासातील एक महत्त्वाचे धोरण व कृतीयोजना (Strategy) म्हणून सहकारी शेती पुरस्कृत केली जात आहे. देशात सुमारे ९००० सहकारी शेती संघ असून अडीच लाखांपेक्षा अधिक शेतकरी सभासद आहेत. त्या अंतर्गत ४ लाख ७५ हजार हेक्टर्स शेतीक्षेत्र उपलब्ध झाले आहे. हे प्रमाण अल्प असले तरी हळूहळू त्यात प्रगती होत आहे.

२.२.२ भूमीउपयोजन धोरण आणि नियोजन (Land use Policy & Planning)

जमीन हे एक अत्यंत मोलाचे व महत्त्वाचे संसाधन आहे. जमीन, हवा आणि काही प्रमाणात पाणी ही अ-स्थानांतरणीय (Non-Transferable) संसाधने आहेत. जेथे शेतीयोग्य जमीन व अनुकूल हवामान आहे

तेथेच शेती व्यवसाय करावा लागतो आणि तो भरभराटीस येऊ शकतो. जमीन हा अचल व स्थानांकित (Localised) घटक असला तरी त्याचा संसाधन म्हणून होणारा वापर चल स्वरूपाचा आहे. भूगोलात भूमीउपयोजन हा एक महत्त्वाचा अभ्यासविषय आहे. कोणत्याही राष्ट्राचे धोरण निश्चित करताना व नियोजन करण्यासाठी प्रथम भूमीउपयोजन लक्षात घ्यावे लागते.

सामान्यपणे जमिनीची वर्गवारी पुढीलप्रमाणे केली जाते- वने, बिगरशेती, कुरणे व पडीत जमीन, उजाड-ओसाड जमीन आणि शेतीखालील जमीन, अशा पाच गटांत ढोबळमानाने वर्गीकरण करतात. वाढती लोकसंख्या, नागरीकरण, औद्योगिकरण यामुळे भूमीउपयोजनात लक्षणीय बदल होत गेले आहेत. यातील चिंतेची बाब म्हणजे कृषीयोग्य जमिनीचा वापर बिगर शेती कामासाठी केला जाणे ही आहे.

दाट लोकसंख्या, शेतीयोग्य जमिनीचे मर्यादित प्रमाण आणि पर्यावरणऱ्हास या कारणांमुळे अनेक राष्ट्रांमधील भूमीउपयोजन अधिक सजगपणे करणे आवश्यक झाले आहे. कॅनडा, यु.एस.ए. या देशांमध्ये कमी लोकसंख्या व फार मोठे जमिनीचे उपलब्ध क्षेत्र असल्याने तेथील भूमीउपयोजनाचे स्वरूप खूप भिन्न आहे. त्या तुलनेत भारत, चीन, इंडोनेशिया, ब्राझिल, फिलिपिन्स या देशांच्या भूमीउपयोजनेचे स्वरूप व समस्या पूर्णपणे वेगळ्या आहेत.

भूमीउपयोजन धोरणे ठरविण्यासाठीची पहिली पायरी म्हणजे जमिनीचे सर्वेक्षण करणे होय. सर्वेक्षणामुळे प्राप्त झालेल्या माहितीच्या आधारे नकाशे तयार करणे आणि आर्थिक व सामाजिक परिस्थितीचा संदर्भ घेऊन भूमीउपयोजन कशा प्रकारचे असावे व प्रत्यक्षात कसे आहे याचा सर्वंकष वृत्तांत तयार करणे अशा पद्धतीने धोरणे निश्चित करण्याचे काम चालते. तसेच पर्यावरण ऱ्हास, भूमी उपयोजनाचा बदलता आकृतिबंध, जमिनीचे मूल्यांकन करणे आवश्यक असते; अशा प्रकारच्या कामामध्ये भूगोलाचे योगदान महत्त्वाचे असते.

भूमीउपयोजन नकाशे शास्त्रशुद्ध पद्धतीने तयार करण्याचे पहिले प्रयत्न ब्रिटिशांनी सन १९३० मध्ये सुरू केले. प्रथम सर्वेक्षण करून राष्ट्रीय स्तरावर तौलनिक नकाशे तयार केले गेले. त्यानंतर इ.स.१९३६ आणि इ.स. १९४६ या दरम्यानचा ब्रिटनमधील प्रत्येक काऊंटीचा सविस्तर भूमीउपयोजन वृत्तांत नकाशांसह तयार करण्यात आला. या नकाशांमध्ये वने, गवताळ कुरणे, शेतीयोग्य जमीन, पडीत जमीन, वस्त्या, उद्योगधंदे, वाहतूक, जलाशय असे अनेक घटक विशिष्ट रंग, त्यांच्या छटा, चिन्हे व खुणा यांचा वापर करून दर्शविला होता. ब्रिटिशांच्या या पद्धतीचे अनुकरण नंतर पोलंड, आयर्लंड, यु.एस.ए. आणि 'कॉमनवेल्थ कंट्रीज' यांनी केले. पूर्वी असे नकाशे तयार करून अहवाल तयार करण्यास किमान पाच वर्षे लागत असत; पण तरीही त्याआधारे भूमीउपयोजन धोरण व नियोजन केले जात असे. आता हवाई सर्वेक्षण, उपग्रह प्रतिमा, संगणकीय रेखाटन पद्धती, वेगाने होणारे संदेशवहन व माहितीचे आदान-प्रदान यामुळे हे काम कमीवेळात होते व अद्ययावत करता येते. जगातील प्रत्येक राष्ट्र भूमीउपयोजन नकाशे, अहवाल, धोरणे व नियोजन करत असते.

'द नॅशनल पॉलिसी ऑन ॲग्रीकल्चर अँड लँड युज' या भारतातील केंद्र शासनप्रणित संस्थेतर्फे भूमीउपयोजन आणि कृषी धोरण ठरविले जाते. ज्या ठिकाणी पडीत जमीन शेतीकरता वापरता येणे शक्य आहे ती सर्व जमीन लागवडीखाली आणण्याचा सर्वतोपरी प्रयत्न या संस्थेतर्फे केला जातो. इ.स.१९९० पासून 'वेस्ट लँड डेव्हलपमेंट प्रोग्रॅम' या नावाचा ओसाड जमिनीचा विकास करण्याचा उपक्रम केंद्र शासनातर्फे राबविण्यात येतो. या उपक्रमाची अंमलबजावणी पाणलोटक्षेत्र विकासाशी निगडित आहे. गाव पातळीवरील अतिशय लहान लहान अशा पाणलोटाच्या कामातून ओसाड जमीन विकासास हातभार लागतो. भारतात २८ राज्यांमधून ३.४५ दशलक्ष हेक्टर्स क्षेत्र लागवडीयोग्य करण्यात आले आहे.

भूमीउपयोजन धोरणांतर्गत विशेषतः ग्रामीण भागात पुढील बाबींचा समावेश करण्यात आला आहे. शेतीपूरक पायाभूत सुविधा उभारणी, कृषी उद्योगांना उत्तेजन, ग्रामीण रोजगार निर्माणकारी उपक्रम राबविणे, स्थलांतर रोखणे, जागतिकीकरण व मुक्त व्यापार यांना शेतकऱ्यांनी सामोरे जाण्यासाठी सक्षमीकरण करणे, असे उपक्रम राबविण्यात येत आहेत. शाश्वत शेती ही आणखी एक धोरणातील महत्त्वपूर्ण बाब आहे.

भूमीउपयोजन नियोजनांतर्गत जलसिंचन विस्तार आणि पायाभूत सुविधा वाढविणे, ऊर्जा पुरवठा सुधारणे यांचा समावेश होतो. ग्रामीण भागात वीज पुरवठ्याची नियमितता निर्माण करणे हे एक स्वतंत्र उद्दिष्ट आहे. यामुळे जलसिंचन व लघुउद्योगांना साहाय्य होणार आहे. 'प्राईम मिनिस्टर ग्राम सडक योजना' ही रस्ते विकास योजना वाहतूक विकासाचा भाग आहे.

नियोजनात पुढील बाबींचा समावेश करण्याचे सूचित करण्यात आले आहे –

१. जी शेतयोग्य जमीन सपाट, सुपीक व जलसिंचित आहे तिचा वापर बिगर शेती कामासाठी होणार नाही याची दक्षता घेणे; यासाठी आवश्यक तो कायदा करणे. दुय्यम दर्जाच्या वा निम्नस्तरावरील जमिनी सुधारित तंत्रज्ञानाने वरच्या स्तरात आणण्याचे प्रयत्न करणे.

२. 'द नॅशनल रिमोट सेन्सिंग एजन्सी' या संस्थेने भूमीउपयोजन नकाशे अद्ययावत करून देऊन जमीन वापराचे प्रमाणित वर्गीकरण उपलब्ध करून देणे. यामुळे जिल्हा स्तरावरील उजाड व ओसाड जमिनीचे स्थान–क्षेत्र निश्चित समजू शकेल व सुधारणा करण्यासाठी उपाय योजणे शक्य होईल. यामध्ये क्षारपड (Saline) जमिनी आणि विम्ल (Alkaline) जमिनींचे स्थान व क्षेत्र निर्देशित केल्यास क्षेत्र भेट व सर्वेक्षण करून उपाययोजना करणे शक्य होईल.

सरावासाठी प्रश्न

१) कृषीभूमी विनियोग नियमनकारी घटक म्हणजे काय? विविध नियमनकारी घटक सांगून भौतिक घटकांचे उदाहरणासहित वर्णन करा.

२) 'आधुनिक शेती तांत्रिक घटकांशिवाय अशक्य आहे' या विधानाबाबत आपले मत सोदाहरण स्पष्ट करा.

३) भूधारणा आणि कुळवहिवाट पद्धती यांचा शेती व्यवसायावर असलेला प्रभाव व परिणाम विशद करा.

४) जमीन सुधारणांची आवश्यकता प्रतिपादन करून विविध उपाययोजनांची माहिती द्या.

५) अ) धारणक्षेत्र व भांडवल हे आर्थिक नियमनकारी घटक म्हणून महत्त्वाचे कां समजले जातात ते विशद करा.

ब) सामाजिक नियमनकारी घटकांचा शेतीवरील प्रभाव वर्णन करा.

६) टिपा लिहा.

१) मृदा आम्ल–विम्लता व शेती

२) भूमीउपयोजन धोरण आणि नियोजन

३) जैवरासायनिक निविष्टा

४) जैवतंत्रज्ञान

५) जमीनदारी, महलवारी व रयतवारी पद्धती

३ कृषीविषयक निवडक संकल्पना आणि मापनपद्धती

Selected Agricultural Concepts and their Measurements

३.१ पिकांचा आकृतिबंध
३.२ पीक केंद्रीकरण
३.३ पीक सघनता
३.४ व्यापारीकरणाचे मापन
३.५ पीक विविधा आणि विशेषीकरण
३.६ कृषिकार्यक्षमता आणि उत्पादकता
३.७ पीकसमन्वय आणि कृषीविकास
३.८ हरितक्रांती : प्रभाव आणि परिणाम

कृषी भूगोलाच्या दृष्टिकोनातून शेतीचा अभ्यास करण्यासाठी काही निवडक संकल्पना जाणून घेणे आवश्यक आहे. अशा संकल्पनांचे मापन कसे केले जाते हे समजल्यास केवळ गुणात्मक माहितीवरून अनुमान व निष्कर्ष काढण्यापेक्षा सांख्यिकी पद्धतीचा वापर करून अचूक निष्कर्ष काढल्यास कृषीविषयक धोरणे निश्चित करताना व नियोजन करताना ते अधिक उपयुक्त ठरू शकते.

३.१ पिकांचा आकृतिबंध (Cropping Pattern)

एखाद्या प्रदेशातील शेतकरी वर्षभरात विविध पिके घेतो, पशुपालन करतो व इतर काही जोडधंदेही करत असतो. यातूनच त्या प्रदेशातील शेतीचा पर्यायाने पिकांचा एक आकृतिबंध तयार होतो. पिकांच्या आकृतिबंधांचा अभ्यास अनेक बाबी स्पष्ट करणारा असतो. कृषी प्रदेश सीमांकनासाठीसुद्धा पिकांचा आकृतिबंध उपयुक्त ठरतो. पर्जन्यमान, जलसिंचन सुविधा, मृदाप्रकार, घेतली जाणारी पिके, पशुपालन, यांत्रिकीकरण अशा अनेक घटकांवर पिकांचा आकृतिबंध अवलंबून असतो. सामाजिक व आर्थिक घटकांचे प्रतिबिंबही पिकांच्या आकृतिबंधात दिसून येते.

कोपॉक (१९६८) यांच्या मते, कोणते पीक किफायतशीर ठरेल याचा विचार करून शेतकरी पिके निवडतो. जमिनीचा वापर अधिक चांगला होण्याच्या दृष्टीने वर्षभराची पिके तो निश्चित करतो. काही पिके ही त्या प्रदेशाची पिके म्हणून ओळखली जातात. जलसिंचनाचा विस्तार आणि कृषीतंत्रज्ञानाचा वाढता वापर

यामुळे पिकांच्या आकृतिबंधात क्रांतिकारक बदल झालेले दिसतात. उदाहरणार्थ, कोरडवाहू धान्य पिकांच्या शेती प्रदेशात जेव्हा जलसिंचन उपलब्ध होते तेव्हा शेतकरी धान्य पिकाचे क्षेत्र कमी करतो वा धान्यपिकाऐवजी उसासारखे नगदी पीक घेऊ लागतो. अल्पावधीतच त्या प्रदेशातील पिकांचा आकृतिबंध बदलतो.

मॉर्गन व म्यूटॉन (१९७१) असे मत मांडतात की, पिकांच्या निवडीवरच भौतिक घटकांचे नियंत्रण असते. भूरचना, हवामान, मृदाप्रकार व पाण्याची उपलब्धता यानुसार पिकाचे उत्पादन किती फायद्याचे वा तोट्याचे होणार हे ठरत असते. यातूनच पिकांच्या आकृतिबंधाची एक मूलभूत चौकट तयार होते.

जगातील काही प्रदेशात पिकांच्या आकृतिबंधात फारसा बदल झालेला दिसून येत नाही. अनिश्चित, बेभरवशाचा पाऊस, मृदाजलाची कमतरता, वालुकामय भरड मृदा अशी परिस्थिती असलेल्या प्रदेशात एका हंगामात एकच मुख्य पीक घ्यावे लागते; तेही बहुधा धान्य पीकच घ्यावे लागते; कारण धान्याची मागणी त्यामानाने अधिक असते व शेतकऱ्यास बाजारपेठेची निश्चितता मिळत असते. अशा परिस्थितीतील पिकांचा आकृतिबंध कमी गुणवत्तेचा, फारसा चांगला नसलेला समजला जातो; कारण बहुधा पोषणमूल्यांच्या संदर्भात त्यास मर्यादा असाव्यात. आफ्रिका व आशिया खंडातील निमओसाड प्रदेशात अशा प्रकारच्या पिकांच्या आकृतिबंधात कंद पिके व भरडधान्य यांचा समावेश आढळतो. परंतु, यामुळेच असे प्रदेश काही पिकांच्या बाबतीत विशेष स्थान प्राप्त करणारे असतात.

पिकांच्या आकृतिबंधाचे मापन केल्याने एखाद्या प्रदेशातील वा देशातील सर्वांत आघाडीवर असलेले पीक कोणते आहे, हे निश्चितपणे समजते आणि त्या खालोखाल कोणती पिके घेतली जातात यांची क्रमवारी मांडल्यास पिकांच्या आकृतिबंधाचे स्पष्ट चित्र उभे राहते.

३.१.१ मापनपद्धती

ज्या प्रदेशातील पिकाचा आकृतिबंध जाणून घ्यावयाचा असेल तेथील एकूण लागवडीखालील क्षेत्रांपैकी किती टक्के क्षेत्र प्रत्येक पिकाखाली आहे ते प्रथम काढावे लागते. ज्या पिकाचे क्षेत्र सर्वाधिक आहे ते तेथील प्रभावी पीक (Dominent Crop) किंवा प्रथम श्रेणीचे पीक होय. त्यानंतर क्रमाने मुख्य पीक (Major Crop), दुय्यम पिके (Secondary Crops) आणि किरकोळ पिके (Minor Crops) मांडली जातात; अशी वर्गवारी करणारा तक्ता पुढीलप्रमाणे आहे.

तक्ता क्र. ३.१ : पीक आकृतिबंध वर्गवारी

(एकूण लागवडीखालील क्षेत्रापैकी शेकडा प्रमाण)

शेकडा प्रमाण	आकृतिबंधात स्थान
सर्वाधिक क्षेत्र	प्रभावी पीक/प्रथम श्रेणी पीक
१५ टक्क्यांपेक्षा अधिक क्षेत्र	मुख्य पीक
५-१५ टक्के क्षेत्र	दुय्यम पीक/पिके
५ टक्क्यांपेक्षा कमी क्षेत्र	किरकोळ पिके

एकूण लागवडीखालील क्षेत्रासाठी जर सर्व पिकांचे शेकडा वितरण मांडले तर पिकांच्या आकृतिबंधात क्लिष्टता येते व अनेक आकृतिबंध दृग्गोचर होतात. अशी क्लिष्टता टाळण्यासाठी व सुलभता येण्यासाठी पाच टक्क्यांपेक्षा कमी क्षेत्र असलेली पिके आकृतिबंध स्पष्ट करताना वगळण्यात येतात. परंतु, यातील महत्त्वाची बाब म्हणजे बहुतांश प्रदेशात नगदी पिकांचे क्षेत्र पाच टक्क्यांपेक्षा कमी असते पण त्यांचे आर्थिक मूल्य अधिक

असल्याने शेतकऱ्याच्यादृष्टीने त्यास महत्त्व असते; म्हणूनच काही वेळा निव्वळ क्षेत्राऐवजी उत्पादकता, फायदा-तोटा याही बाबी लक्षात घेतल्या जातात.
पिकांचा आकृतिबंध पुढील सूत्राद्वारे मांडला जातो -

$$CP = \left(\frac{Ca}{N} , \frac{Cb}{N} , \frac{Cc}{N} \cdots \frac{Cr}{N} \right) X 100$$

यामध्ये CP = पिकांचा आकृतिबंध
Ca = 'a' पिकांखालील क्षेत्र
Cb= 'b' पिकांखालील क्षेत्र
याप्रमाणेच Cc ... Cr = संबंधित पिकाखालील क्षेत्र
N = एकूण लागवडीखालील क्षेत्र

वरील सूत्राद्वारे प्रत्येक पिकाचे एकूण लागवडीखालील क्षेत्रामध्ये किती योगदान आहे ते समजते. प्रत्येक पिकाच्या टक्केवारीवरून विभाजित वर्तुळ (Divided Circle) पद्धतीने वितरण दाखविता येते. एखाद्या जिल्ह्यातील पिकांचा आकृतिबंध जाणून घ्यावयाचा झाल्यास तालुकानिहाय पिकांचा आकृतिबंध काढून त्याची तुलना संपूर्ण जिल्ह्यासाठीच्या आकृतिबंधाशी करता येऊ शकते वा स्वतंत्रपणे फक्त जिल्ह्याचा आकृतिबंधही समजू शकतो. तौलनिक अभ्यास करण्यासाठी मात्र तालुकानिहाय, जिल्हानिहाय, राज्यनिहाय आकृतिबंध काढावा लागतो.

उदाहरणार्थ पुढील सांख्यिकी महाराष्ट्रातील विविध पिकांखालील क्षेत्र दर्शविते. त्यावरून महाराष्ट्रातील पिकांचा आकृतिबंध कसा आहे ते समजते.

पीक	क्षेत्र (हजार हेक्टर्स)	शेकडा क्षेत्र
१) ज्वारी	४१४८	१८.४०
२) कडधान्ये	४०५७	१८.००
३) तेलबिया	३८२४	१६.९५
४) कापूस	३१९५	१४.१६
५) भात	१५७५	७.००
६) बाजरी	१२८३	५.६८
७) गहू	१२५३	५.५५
८) ऊस	१०९३	४.८४
९) इतर पिके	२१२९	९.४७
महाराष्ट्र : एकूण पिकाखालील क्षेत्र	२२५५७	१००.००

वरील सांख्यिकी असे दर्शविते की, महाराष्ट्रात ज्वारीचे क्षेत्र सर्वाधिक असल्याने ते प्रथम श्रेणीचे पीक जरी असले तरी त्या बरोबरीने प्रथिने पुरविणाऱ्या कडधान्यांना स्थान आहे. तसेच पंधरा टक्क्यांपेक्षा अधिक क्षेत्र असलेल्या गटात तेलबियांचा समावेश होतो. कापूस हे नगदी पीक असून, त्याचे क्षेत्र पंधरा टक्क्यांपेक्षा अगदी थोडेच कमी असल्याने ते दुय्यम पिकांच्या गटात समाविष्ट होत असले तरी त्याचे आर्थिक मूल्य अधिक

असल्याने ते मुख्य पीक श्रेणीतील पीक म्हणून संबोधल्यास वावगे ठरू नये. भात, बाजरी, गहू व ऊस ही पिके ५ ते ७ टक्के (प्रत्येकी) क्षेत्र व्यापतात व म्हणून ती किरकोळ पिकांच्या गटात समाविष्ट होतात. या गटात ऊस हे नगदी पीक असून ते आर्थिकदृष्ट्या महत्त्वाचे असले तरी कापसाच्या तुलनेत त्याचे क्षेत्र बरेच कमी आहे. या सर्व तपशिलातील विवरणावरून महाराष्ट्राचा पीक आकृतिबंध ज्वारी, कडधान्ये, तेलबिया व कापूस या पिकांनी बनलेला असून, त्यांचे प्रादेशिक वितरण अभ्यासल्यास सविस्तर माहिती मिळू शकेल.

आकृती क्र. ३.१ : महाराष्ट्र : पिकांचा आकृतिबंध

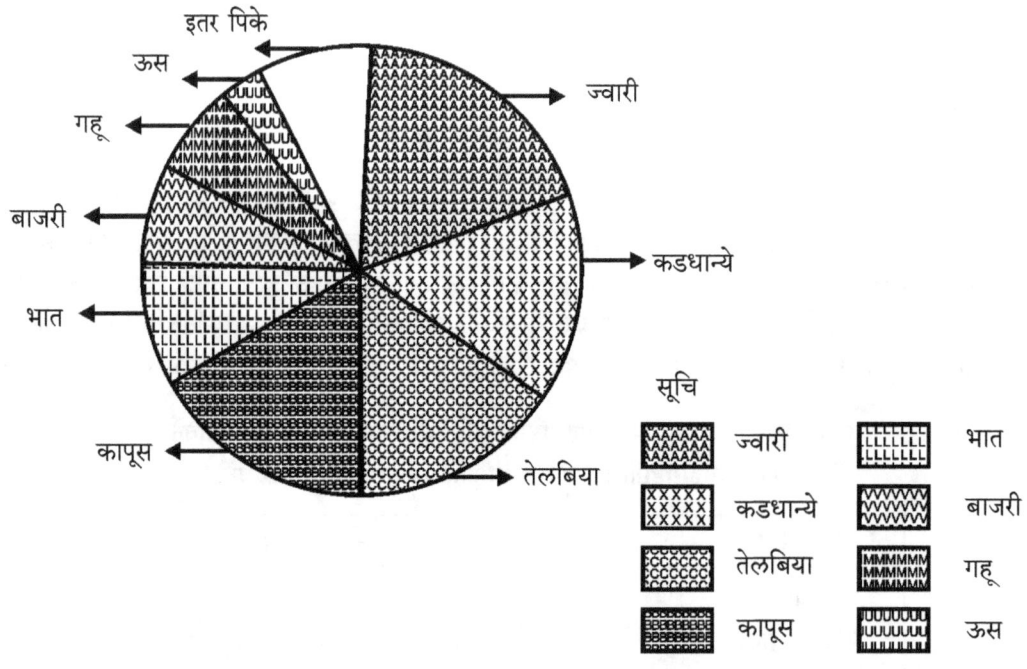

जगात विविध प्रकारचे पिकांचे आकृतिबंध दिसून येतात. कृषीप्रधान विकसनशील राष्ट्रांमध्ये भात, गहू, ज्वारी, बाजरी व मका ही पिके प्रथमश्रेणीत आढळतात. त्यानंतर मुख्य पिकांच्या गटात कडधान्ये व तेलबिया यांना स्थान आहे; एकूण लागवडीखालील क्षेत्रापैकी ७५ टक्के क्षेत्र या दोन गटातील पिकांनीच व्यापलेले असते. उर्वरित २५ टक्के क्षेत्रात नगदी पिके, भाजीपाला, फळे, चारापिके (दुग्धोत्पादन) यांचा समावेश होतो. असा हा आकृतिबंध कमी दर्जाचा वा गुणवत्तेचा समजला जातो. युरोपीय राष्ट्रे व मेडीटरेनियन (भूमध्य) सामुद्रिक प्रदेशात गहू या मुख्य पिकाबरोबर भाजीपाला, फळे, दुग्धजन्य पदार्थ, अंडी, मासे यांना अग्रस्थान असल्याने पोषणमूल्याच्या दृष्टीने असा आकृतिबंध चांगल्या दर्जाचा समजला जातो. परंतु, कोणताच आकृतिबंध सर्वकाळ उत्तम वा चांगला असत नाही. त्यात बदल, चढ-उतार होतात. कृष्णन व सिंग (१९७२) यांचे याबाबतचे मत असे आहे की, पिकाचा आकृतिबंध हा हवामान, मृदा, पाण्याची उपलब्धता या मूलभूत घटकांवर अवलंबून असतो. दाट लोकसंख्येच्या राष्ट्रांमध्ये अन्नसुरक्षेच्या दृष्टीने धान्य पिकांना महत्त्व असते. त्यामुळे अशा राष्ट्रातील आकृतिबंधात धान्योत्पादनास अग्रस्थान असणे सयुक्तिक ठरते. गेल्या काही वर्षांत आरोग्य व पोषणमूल्याचाही विचार पुढे येऊ लागल्याने या प्रदेशातील आकृतिबंधात बदल होत आहे.

बहुतांश राष्ट्रांमधील पिकांचा आकृतिबंध असेही दर्शवितो की, एकूण लागवडीखालील क्षेत्रात नगदी पिकांचे क्षेत्र फारच कमी असते. परंतु, त्यांचे आर्थिक मूल्य खूपच अधिक असते; अशा पिकांचे महत्त्व स्वतंत्रपणे विशद करणे आवश्यक ठरते. अनेक राष्ट्रांमध्ये पिकांचा प्रत्यक्ष आकृतिबंध आणि तज्ज्ञांच्या मार्गदर्शनाखाली सुचविण्यात आलेला आकृतिबंध यात बरीच तफावत असते. परंपरागत स्थिरता प्राप्त झालेल्या आकृतिबंधात जरी काही प्रमाणात बदल झाले तरी ते गौण स्वरूपाचे असल्याने फारसे परिणामकारक नसतात. त्यामुळे पिकांच्या आकृतिबंधात लक्षणीय बदल घडवून आणणे आवश्यक असेल तर धडक मोहिमा आखणे, शेतकऱ्यांना योग्य तो सल्ला देणे, विश्वासार्हता निर्माण करणे व मदत करणे जरुरीचे ठरते.

३.२ पीक संहती अथवा पीक केंद्रीकरण (Crop Concentration)

एखाद्या प्रदेशात विशिष्ट पिकाचे वा पशुधनाचे तसेच कृषी व्यवसायाशी निगडित कार्याचे फार मोठे वर्चस्व व प्रभाव दिसून येतो. काही वेळा या वर्चस्वामुळे त्या प्रदेशातील इतर पिके वा कृषी निगडित कार्ये, उत्पादने गौण ठरतात व दुर्लक्षिली जातात. अशा पिकाच्या एकत्रीकरणास 'पीक संहती' वा 'पीक केंद्रीकरण' म्हणतात. उदाहरणार्थ, महाराष्ट्रात भातशेतीचे केंद्रीकरण असलेले प्रदेश म्हणजे कोकण व विदर्भ होत. भिन्न-भिन्न पिकांचे प्रादेशिक वितरण असे दर्शविते की, त्यांचे केंद्रीकरणाचे भाग वेगवेगळे आहेत. त्यांचे स्थान व क्षेत्र भौगोलिकदृष्ट्या भिन्न भिन्न असते. केंद्रीकरण दर्शविणारी पूर्वीची पद्धती गुणात्मक व वर्णनात्मक होती. त्यामुळे केंद्रीकरण झालेल्या भागाचे नकाशात स्थान कळत असे पण त्याचे संख्यात्मक प्रमाण समजत नसे. परंतु, भूगोलात संख्याशास्त्रीय तंत्राचा अवलंब केला जाऊ लागल्यावर केंद्रीकरणाचे म्हणजे संहतीचे मापन करणे शक्य झाले. संहतीचा आकृतिबंधही स्पष्ट होऊ लागला.

पीक संहती मापन करण्याचे प्राथमिक प्रयत्न फ्लोरेन्स पी. यांनी १९४८ मध्ये केले. **लोकेशन कोशंट** वा **कोईफिशियंट ऑफ लोकलायझेशन** अर्थात **स्थानिकीकरण गुणांक** या संकल्पनेद्वारे पीक संहती काढण्याचा प्रयत्न केला. वास्तविक असा गुणांक उद्योगांच्या स्थानिकीकरणासाठी वापरण्यात येत असे. फ्लोरेन्स यांनी प्रथम एखाद्या उद्योगाचे एखाद्या प्रदेशातील केंद्रीकरणाचे महत्त्व संपूर्ण राष्ट्राच्या संदर्भात तपासले. यासाठी त्यांचे सूत्र पुढीलप्रमाणे आहे -

$$\frac{Ec}{En} + \frac{Tc}{Tn} \text{ or } \frac{Ec}{En} \times \frac{Tn}{Tc}$$

येथे Ec= 'क्ष' उद्योगाचे प्रदेश/जिल्हा/राज्य क्षेत्रफळ
En= 'क्ष' उद्योगाचे राष्ट्रीय क्षेत्रफळ
Tc= जिल्हा/प्रदेश/राज्यातील उद्योगांचे क्षेत्रफळ
Tn= उद्योगांचे एकूण राष्ट्रीय क्षेत्रफळ

वरील पद्धतीने संहती काढणे शक्य होत असले, तरी त्यावरून निश्चित व अचूक निष्कर्ष काढणे, महत्त्वाचा अर्थ लावणे (Interpret) शक्य होत नाही. केवळ क्षेत्र या एका चलावरून संहती तपासणे योग्य नाही. १९६२ मध्ये चिशोल्म यांनी प्रदेश सापेक्ष केंद्रीकरण (Relative Regional Concentration) ही संकल्पना वापरून स्थानिकीकरण गुणांक काढला. यामध्ये त्यांनी राष्ट्रीय व प्रादेशिक स्तरावरील एखाद्या व्यवसायात असलेला फरक तपासला. हा फरक पुढील सूत्रानुसार काढला -

$$\frac{Ec}{En} - \frac{Tc}{Tn}$$

प्रत्येक तालुका, जिल्हा, राज्य व राष्ट्र यासाठी सूत्राचा उपयोग करून गुणांक काढले व त्यातील फरक काढला; असा फरक धनात्मक (+ve) वा ऋणात्मक (-ve) असू शकतो. प्रथम सर्व धनात्मक गुणांकांची बेरीज करणे व त्यास शंभरने भागणे. ही मूल्ये 0 ते १ या दरम्यान असतील. याच पद्धतीने ऋणात्मक मूल्ये काढणे. ही मूल्ये 0 ते उणे १ या दरम्यान असतील. यामुळे केंद्रीकरण असलेले क्षेत्र (+1) वा याउलट अगदी अल्प वा अनुपस्थिती असलेले क्षेत्र (-1) समजू शकेल.

३.२.१ एस. एस. भाटिया पीक स्थानिकीकरण गुणांक

एस. एस. भाटिया यांनी १९६५ मध्ये पिकांचे केंद्रीकरण समजण्यासाठी पुढील स्थानिकीकरण गुणांक (Location Quotient) सूत्र मांडले :

$$\underset{\text{(for crop 'a')}}{\text{Crop Concentration Index}} = \frac{\text{Area of Crop 'a' in the Component Areal Unit}}{\text{Area of all crops in the Component Areal Unit}} \div \frac{\text{Area of Crop 'a' in the Entire Country}}{\text{Area of All Crops in the Entire Country}}$$

$$\text{पीक 'अ' केंद्रीकरण गुणांक/निर्देशांक} = \frac{\text{'अ' पिकाचे संदर्भित घटकातील क्षेत्र}}{\text{संदर्भित घटकातील एकूण पिकांखालील क्षेत्र}} \div \frac{\text{'अ' पिकाचे राष्ट्रीयक्षेत्र}}{\text{एकूण पिकांखालील राष्ट्रीयक्षेत्र}}$$

उदाहरण : पुढील सांख्यिकी सामग्रीच्या साहाय्याने भाटिया पीक स्थानिकीकरण गुणांक काढा.

भारतातील भात पिकाखालील क्षेत्र – ४३.४६ द.ल. हेक्टर्स

भारतातील एकूण लागवडीखालील क्षेत्र – १६६.९७ द.ल. हेक्टर्स

महाराष्ट्रातील भात पिकाखालील क्षेत्र – १५४४ हजार हेक्टर्स

महाराष्ट्रातील एकूण लागवडीखालील क्षेत्र – १३०२० हजार हेक्टर्स

$$\text{भाटिया पीक केंद्रीकरण (स्थानिकीकरण) गुणांक} = \frac{१५४४}{१३०२६} \div \frac{४३.६५}{१६६.९७}$$

$$= 0.११८५ \div 0.२६१४$$

$$\text{भात पीक केंद्रीकरण गुणांक} = 0.४५३३$$

म्हणजे भारतात महाराष्ट्रातील भात पिकाचे केंद्रीकरण कमी स्वरूपाचे आहे. केंद्रीकरण गुणांकावरून स्थानिकीकरण समजू शकते; जर हा गुणांक +१ च्या जवळपास वा अधिक असेल तर पिकाचे केंद्रीकरण चांगले आहे असे समजले जाते.

वरील सूत्राच्या साहाय्याने केंद्रीकरण दर्शविणारा स्थानिकीकरण गुणांक काढल्यानंतर संबंधित मूल्ये

नकाशात संबंधित ठिकाणी लिहून सममूल्य रेषा तयार केल्याने प्रादेशिक फरक दृग्गोचर होतो. पिकांचे केंद्रीकरण समजल्याने विविध पिकांच्या वितरणातील तुलना करणे व सहसंबंध समजणे शक्य होते. या पद्धतीमुळे एखाद्या प्रदेशासाठी वा क्षेत्रासाठी पिकाच्या भौगोलिक वितरणाची माहिती मिळते. यामुळे काही पिके एखाद्या विशिष्ट भागातच सीमित झाली आहेत, हे जसे समजते तसेच एखादे पीक व्यापकक्षेत्रात कसे वितरित झाले आहे ते कळू शकते. यावरून निरनिराळ्या पिकांसाठी अनुकूल परिस्थिती कोठे आहे ते स्पष्ट होते.

नकाशा क्र. ३.१ : भाटीया पीक स्थानिकीकरण गुणांक : नाशिक जिल्ह्यातील द्राक्ष पिकाचे केंद्रीकरण

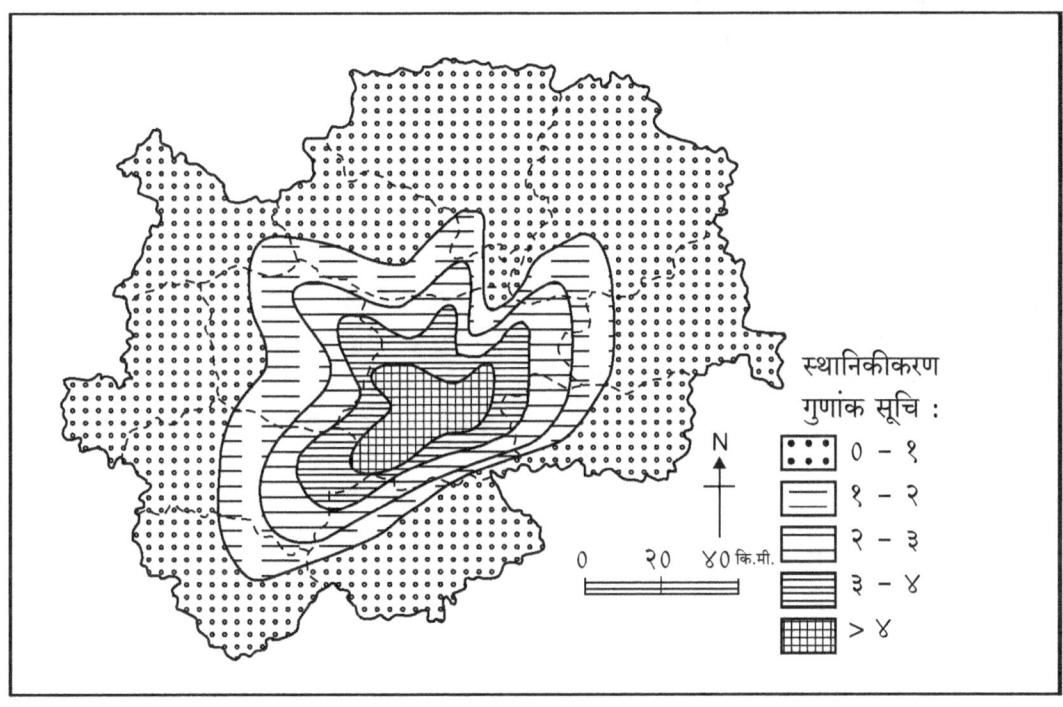

३.२.२ जसबीरसिंग पीक स्थानिकीकरण गुणांक

जसबीरसिंग यांनी पंजाब व हरियाणातील शेतीचा सखोल व व्यापक अभ्यास व संशोधन केले आहे. भारतातील भात उत्पादक प्रदेशाचे केंद्रीकरण कसे झाले आहे याचा अभ्यास करताना त्यांनी १९७६ मध्ये पीक स्थानिकीकरणाचे पुढील सूत्र मांडले :

$$Ci = \frac{Pa_e}{Pa_r} \times 100$$

यामध्ये Ci = पीक केंद्रीकरण निर्देशांक

Pa_e = 'a' पिकाचे संदर्भक्षेत्रातील लागवडीखालील शेकडाक्षेत्र.

Pa_r = 'a' पिकाचे जिल्हा/राज्य/राष्ट्र अशा क्षेत्रांतील एकूण लागवडीखालील क्षेत्रातील शेकडा प्रमाण.

अशा पद्धतीने सर्वाधिक केंद्रीकरण मूल्यापासून किमान मूल्यापर्यंत योग्य ते वर्ग करून सममूल्य रेषा काढल्यावर योग्य त्या पद्धतीने छायांकन केले जाते. अशा नकाशांमुळे पिकाचे केंद्रीकरण झालेले प्रदेश, सीमावर्ती प्रदेश सहज समजू शकतात. कृषीविषयक इतरही काही विश्लेषण करण्यास हे नकाशे उपयुक्त ठरतात. अशा प्रकारचे तंत्र प्रथम पॉवनॉल व वेब यांनी १९५९ मध्ये वापरले. नागरी क्षेत्रातील कार्यानुसार होणारे वितरण अभ्यासण्यासाठी त्यांनी असे सूत्र मांडले. त्या तुलनेत कृषी भूगोलात पिकाचे केंद्रीकरण जाणून घेण्यासाठी या पद्धतीचा अवलंब फार नंतर सुरू झाला. आता मात्र पिकांच्या केंद्रीकरणाच्या संदर्भातील निष्कर्ष दूरगामी परिणाम करणारे असतात असे दिसू लागले आहे. जितका केंद्रीकरणाचा निर्देशांक अधिक तितके ते पीक अधिक उत्तम घेण्याकडे शेतकऱ्यांना स्वारस्य असते व त्यामुळे उत्पादनाचा दर्जा चांगला असतो व विशेषीकरण होते. केंद्रीकरण निर्देशांक एक केंद्री (Single Neuclius) असू शकतो वा लहान विखुरलेल्या केंद्रकाच्या (बहुकेंद्री) स्वरूपात असू शकतो. काळाच्या ओघात केंद्रीकरणात होणारे बदल अभ्यासणे व त्याची कारणमीमांसा करणे कृषी भूगोलाच्या अभ्यासात महत्त्वाचे योगदान ठरते.

३.३ पीक लागवड सघनता (Intensity of Cropping)

भूमी उपयोजन कसे आहे ते समजण्याचा एक निकष म्हणजे एखाद्या प्रदेशातील पीक लागवड सघनता होय. एखाद्या शेतीयोग्य जमिनीतून वर्षभर सातत्याने पिके घेणे म्हणजे चांगली पीक लागवड सघनता होय. एखाद्या प्रदेशातील सर्व शेतीयोग्य जमीन लागवडीखाली आणलेली असेल तर उत्पादनवाढीचा एक मार्ग व उत्तम भूमी उपयोजन करण्याचा मार्ग म्हणजे लागवडीची सघनता वाढविणे होय. एकूण लागवडीखालील क्षेत्र (Total Gross Cropped Area) आणि निव्वळ पेरणी क्षेत्र (Net Sown Area) यांचे शेकडा गुणोत्तर म्हणजे पीक लागवडीची सघनता होय.

$$\text{पीक लागवड सघनता} = \frac{\text{एकूण लागवडीखालील (पेरणी) क्षेत्र}}{\text{निव्वळ पेरणी क्षेत्र}} \times १००$$

उदा. भारताचे एकूण लागवडीखालील (पेरणी) क्षेत्र = १९२ दशलक्ष हेक्टर्स

भारताचे निव्वळ पेरणी क्षेत्र = १४० दशलक्ष हेक्टर्स

$$\text{लागवड सघनता} = \frac{१९२}{१४०} \times १००$$

लागवड सघनता = १३७.१

वरील सूत्रात शेकडा सघनता न काढता नुसतेच गुणोत्तर काढले तर त्यास लागवड सघनता निर्देशांक (Index of Cropping Intencity) म्हणतात. विपुल शेतीयोग्य जमीन व विरळ लोकसंख्या असलेल्या प्रदेशात लागवड सघनता कमी असते. परंतु सघन निर्वाही शेती, मेडीटरेनियन शेती, मिश्र शेती या शेती प्रकारात लागवड सघनता बरीच जास्त असते. जलसिंचन, खते, किटकनाशके, सुधारित बी-बियाणे, व निवडक यंत्रे-उपकरणे यांचा वापर तपासल्यास लागवड सघनता समजते. कारण जमिनीतून सातत्याने उत्पादन घेण्यासाठी या निविष्टा मोठ्या प्रमाणात वापराव्या लागतात.

भारतात पंजाब, हरियाणा, उत्तरप्रदेश या राज्यांची लागवड सघनता १५० ते १७० पर्यंत आहे. कारण या राज्यांमध्ये जलसिंचन, खते, यंत्रे यांचा वापर अधिक आहे व शेतीचे वर्षभरात तीन हंगाम असतात. त्या तुलनेत राजस्थान, गुजराथ व मध्यप्रदेश यांची लागवड सघनता बरीच कमी आहे. लागवड सघनता मापन म्हणजे भूमी उपयोजन मापन होय असे शेतीच्या संदर्भात म्हटले जाते.

३.४ व्यापारीकरणाचे मापन (Degree of Commercialisation)

शेतीमध्ये ज्या पिकांचे उत्पादन पूर्णतः विक्री करण्याच्या उद्देशाने घेतले जाते त्या पिकांना व्यापारी वा नगदी पिके (Cash Crops) म्हणतात. मळ्याच्या शेतीतील उत्पादने या प्रकारची असतात. परंपरागत शेतीमध्ये घेतली जाणारी उत्पादने निर्वाहासाठी असली तरी काही प्रमाणात त्यातील उत्पादने बाजारात विक्रीसाठी पाठविली जात असली, तरी ती जवळपासच्या बाजारातच विकली जातात. आधुनिक शेतीतील अनेक उत्पादने विक्रीसाठीच असल्याने त्याची खास निगा राखली जाते व विपुल पण गुणवत्तापूर्ण उत्पादन घेण्याचे प्रयत्न केले जातात. विविध प्रकारची फळे, फुले, चहा, कॉफी, ऊस, कापूस, दूध, चीज, लोणी, क्रिम इत्यादी अनेक उत्पादने व्यापारी शेतीत घेतली जातात. विस्तृत यांत्रिक शेती व मिश्र शेतीतील उत्पादनेही विक्रीसाठीच असतात. यात गहू, मका, सोयाबीन, पशुधनापासून मिळणारी उत्पादने यांचा समावेश होतो. मळ्याची शेती, मिश्र शेती व विस्तृत शेती प्रकारात व्यापारीकरणाचे प्रमाण अधिक असते तर सघन शेती पद्धतीत जरी काही नगदी पिके घेतली जात असली, तरी त्यांचे एकूण लागवडीखालील क्षेत्रांपैकी व्यापलेले क्षेत्र फारच थोडे व तेही विखुरलेले असते; म्हणजे व्यापारीकरणाचे प्रमाण सघन शेतीत कमी असते. एकंदरीत शेतीमध्ये व्यापारीकरण किती प्रमाणात झाले आहे ते तपासणे महत्त्वाचे होऊ लागले आहे. जागतिकीकरण, मुक्त व्यापार, मुक्तअर्थव्यवस्था यामुळे कृषीमालाचा व्यापार वाढला आहे. कृषीप्रधान अर्थव्यवस्था असलेल्या राष्ट्रांना निर्यातीत कृषीक्षेत्राचा वाटा वाढविणे गरजेचे झाले आहे; म्हणून व्यापारीकरणाचे मापन करण्याचे प्रयत्न झाले.

एखाद्या प्रदेशातील शेतीचे व्यापारीकरण किती प्रमाणात झाले आहे ते **'डिग्री ऑफ कमर्शियलायझेशन'**च्या सूत्राच्या साहाय्याने समजते. व्यापारी पिकांचे उत्पादन घेण्यासाठी मोठी भांडवल गुंतवणूक, यांत्रिकीकरण, प्रशिक्षित-कुशल मनुष्यबळ, प्रक्रिया केंद्र, उत्तम वाहतूक व विपणन व्यवस्था यांची नितांत आवश्यकता असते. निर्वाही अन्नधान्याच्या शेतीपासून व्यापारी शेती करण्यापर्यंत करावे लागणारे व होत जाणारे बदल ही फार मोठी संक्रमण अवस्था असते; म्हणूनच किती प्रमाणात व्यापारीकरण झाले त्याचे मापन केले जाते; त्यासाठी व्यापारी पिकांचे क्षेत्र, श्रमशक्तीचा वापर, भांडवल गुंतवणूक आणि उत्पादन विक्रीतून प्राप्त झालेली एकूण रक्कम यांचा एकत्रित विचार केला जातो. या संदर्भात इ.स.१९७९ मध्ये झुज्जरसिंग यांनी असे मत मांडले की, पैशाच्यारूपाने मिळणारा व्यापारी कृषीमालाचा परतावा ही व्यापारीकरणाचे प्रमाण मापन करण्याची व्यवहार्य पद्धत आहे. यासाठी त्यांनी पंजाबमधील प्रत्येक कृषी उत्पादनाचे बाजारभावानुसार मूल्य काढले आणि पुढील सूत्राच्या साहाय्याने 'डिग्री ऑफ कमर्शियलायझेशन' चे मापन केले.

$$\text{Degree of Commercialization} = \frac{\text{Marketed Agricultural Produce of an Areal Unit in Money}}{\text{Total Agricultural Produce of the same Areal Unit in Money}} \times 100$$

अर्थात, एखाद्या विशिष्ट प्रदेशातील कृषीमालाचे विपणन केल्याने प्राप्त होणारी रोख रक्कम आणि त्याच

प्रदेशातील एकूण कृषीमालाचे रोख रकमेच्या रूपातील मूल्य यांचे शेकडा गुणोत्तर म्हणजे व्यापारीकरणाचे प्रमाण मापन होय. या सूत्राच्या साहाय्याने एखाद्या शेतकऱ्याकडील शेतीचे व्यापारीकरणसुद्धा मापन करता येईल. उदाहरणार्थ, एका शेतकऱ्याला व्यापारी पिकाच्या विक्रीतून ५००० रुपये मिळाले आणि त्याच्याकडील एकूण कृषीमालाची किंमत २५००० रु. आहे तर त्यावरून त्याच्या शेतीच्या व्यापारीकरणाचे प्रमाण पुढील प्रमाणे आहे –

$$\text{व्यापारीकरण प्रमाण} = \frac{५०००}{२५०००} \times १००$$

$$= \frac{५}{२५} \times १००$$

$$\text{व्यापारीकरण प्रमाण} = २०\%$$

म्हणजे फारच कमी प्रमाणात व्यापारीकरण झाले आहे. सघन निर्वाही शेती अशा प्रकारची असू शकते.

वरील पद्धती व्यतिरिक्त व्यापारी पिकाखालील क्षेत्राचे प्रमाण आणि एक हजार चौ.कि.मी. लागवडीखालील क्षेत्रात असलेली नियमित बाजारपेठांची संख्या अशा इतर काही गुणोत्तरावरूनही व्यापारीकरणाचे प्रमाण समजू शकते. काही अभ्यासकांचे असे मत आहे की, व्यापारीकरण समजण्यासाठी पशुधन व त्यापासून मिळणारी उत्पादने यांचाही समावेश केला पाहिजे. विकसित राष्ट्रांसाठी याची आवश्यकता आहे. भूधारणा वा धारणक्षेत्र हा आणखी एक महत्त्वाचा निकष आहे; कारण धारणक्षेत्र लहान असेल तर व्यापारीकरण अत्यल्प असते वा नसतेच; म्हणजेच पर्यायाने मोठे धारणक्षेत्र व व्यापारीकरण यांचा संबंध धनात्मक असतो; म्हणूनच विस्तृत यांत्रिक शेती, मिश्रशेती व मळ्याची शेती या शेती प्रकारांचा आणि व्यापारीकरणाचा घनिष्ठ सहसंबंध आढळतो.

३.५ पीकविविधा आणि विशेषीकरण (Crop Diversification and Specialisation)

जगातील ज्या प्रदेशात कृषी व्यवसायाची परंपरा आहे आणि वर्षानुवर्षे याच व्यवसायात बहुतांश लोक काम करतात अशा प्रदेशात अनेकविध प्रकारची पिके घेतली जातात. शेतीयोग्य जमिनीचे क्षेत्र मर्यादित असल्यास, विविध पिके घेण्याकडे शेतकऱ्यांचा कल असतो. प्रत्येक पिकाची क्षेत्रासाठी स्पर्धा असते. ही स्पर्धा जितकी तीव्र तितकी पिकांची संख्या अधिक असते. याउलट, स्पर्धा नाही म्हणजे एकपिकी शेती (Monoculture) वा विशेषीकरण (Specialisation) करण्याकडे कल आहे असे समजले जाते.

जलसिंचन, खते-संजिवके, कीटकनाशके, सुधारित बी-बियाणे आणि जैवतंत्रज्ञान या निविष्टांचे फार मोठे योगदान पीक विविधता निर्माण होण्यास कारणीभूत आहे असे हरितक्रांतीचे समर्थक मानतात. परंतु, परंपरागत शेतीमध्ये बेभरवशाचा पाऊस, अवर्षण, गारा अशा प्रतिकूल परिस्थितीतही स्वतःच्या गरजा पूर्ण झाल्या पाहिजेत, या स्वयंपूर्णतेच्या मानसिकतेतून शेतकरी पीकविविधता अंगीकारतो असे आढळते. प्राकृतिक व आर्थिक घटकांची जोडही यास साहाय्यभूत ठरते. पीकवैविध्यामुळे शेतीला स्थैर्य येते असे मानले जाते. एखाद्या प्रदेशात एका हंगामात शेतकऱ्याने एका पेक्षा अधिक पिके लावली तर हवामानाच्या प्रतिकूलतेमुळे एखादे पीक फारसे लाभदायक ठरले नाही वा नुकसान झाले तरी इतर पिकांमुळे शेतकऱ्याचे पूर्ण नुकसान होत नाही. शेती व्यवसायातील जोखीम कमी करण्याचा पीकवैविध्य हा एक मार्ग आहे; असे असले तरी अधिक

पिके लावल्यास प्रत्येक पिकाचे क्षेत्र फार कमी होते. पिकाचे व्यवस्थापन व विक्री व्यवस्था यांचा खर्च वाढतो. शेतकरी अनुभवाने वा तज्ज्ञांच्या मार्गदर्शनानुसार उपलब्ध क्षेत्रातून एका हंगामात किती पिके घ्यावयाची ते ठरवितो. सघन निर्वाही शेती, मिश्र शेती, मंडई बागायती अशा शेती प्रकाराचे पीकविविधा हे व्यवच्छेदक लक्षण आहे. मृदेची गुणवत्ता व आहारातील पोषणद्रव्ये यासाठीसुद्धा पीकविविधा आवश्यक आहे.

३.५.१ पीकविविधा मापनपद्धती

अ) गिब्ज व मार्टीन पद्धत : जे. गिब्ज आणि ए. मार्टीन यांनी १९६२ मध्ये पीक विविधा निर्देशांक (Index of Crop Diversification) काढण्याचे पुढील सूत्र दिले.

$$\text{Index of Crop Diversification} = 1 - \frac{\sum x^2}{(\sum x)^2}$$

यामध्ये,

x = प्रत्येक पिकाखालील शेकडा क्षेत्र.

$\sum x$ = प्रत्येक पिकाखालील क्षेत्रांची बेरीज.

उदाहरणार्थ, एका शेतकऱ्याने खरीप हंगामात पुढील प्रमाणात पाच पिके लावली. त्यावरून पीकविविधा निर्देशांक काढू.

पीक	:	भात	मका	ज्वारी	बाजरी	कडधान्ये
शेकडा प्रमाण	:	३०	२०	१०	१०	३०

गिब्ज व मार्टीन सूत्रानुसार x म्हणजे प्रत्येक पिकाखालील शेकडा क्षेत्र होय.

$$I = 1 - \frac{\sum x^2}{(\sum x)^2}$$

$$\therefore I = 1 - \frac{(30)^2 + (20)^2 + (10)^2 + (10)^2 + (30)^2}{(30 + 20 + 10 + 10 + 30)^2}$$

$$\therefore I = 1 - \frac{900 + 400 + 100 + 100 + 900}{(100)^2}$$

$$\therefore I = 1 - \frac{2400}{10,000}$$

$$\therefore I = 1 - 0.24$$

$$\therefore I = 0.76$$

वरील पीकविविधा निर्देशांक उच्च स्वरूपाचा आहे. म्हणजे खरीप हंगामात त्या शेतकऱ्याने चांगली पीक विविधता साधली आहे. परंतु, हे मूल्य जेव्हा ०.५ पेक्षा कमी होत जाते तेव्हा पिकांची विविधता कमी होत जाते आणि अंतिमतः एकपिकी शेती वा विशेषीकरण होते.

ब) एस. एस. भाटिया पद्धत : इ.स.१९६५ मध्ये भारतीय कृषी अर्थशास्त्रज्ञ एस. एस. भाटिया यांनी वेगळ्या पद्धतीने सूत्र मांडून पीकवैविध्य काढले. या सूत्रात विविध पिकांखालील एकूण शेकडाक्षेत्र व एकूण पिकांची संख्या यांचे गुणोत्तर काढले जाते. परंतु, यामध्ये एकूण लागवडीखालील क्षेत्रामध्ये ज्या पिकांचे क्षेत्र दहा टक्क्यांपेक्षा कमी असते ती पिके वगळण्यात येतात. भाटिया यांच्या सूत्रात केवळ गुणोत्तर असल्याने पीकविविधा निर्देशांक कमी असल्यास विविधता अधिक असते. वरील उदाहरण या पद्धतीने सोडविल्यास,

$$\text{Index of diversification} = \frac{\text{\% of Sown Area Under x Crops}}{\text{Number of x Crops}}$$

$$I = \frac{30 + 20 + 10 + 10 + 30}{5}$$

$$\therefore I = \frac{100}{5}$$

$$\therefore I = 20$$

भाटिया यांच्या सूत्रानूसार पीकविविधा निर्देशांक (I) कमी असल्यास विविधता अधिक असते म्हणून वरील उदाहरणात विविधता चांगली आहे; पण जर दहा टक्क्यांपेक्षा क्षेत्र कमी असेल तर ते पीक क्षेत्र वगळण्यात येत असल्याने निष्कर्षात फरक पडू शकतो. विशेषतः नगदी पिकांचे क्षेत्र अनेकवेळा कमी असते पण त्यांचे आर्थिक मूल्य अधिक असते; म्हणून सर्व पिकांचे शेकडा क्षेत्र समाविष्ट करणारी गिब्ज व मार्टीन पद्धत अधिक योग्य समजली जाते.

क) जसबीरसिंग पद्धत : इ.स. १९७६ मध्ये जसबीरसिंग यांनी भाटिया यांच्या सूत्रात थोडा बदल केला. त्यांनी ५ टक्के वा त्यापेक्षा अधिक क्षेत्र असलेली पिके, पीकवैविध्य काढण्यासाठी समाविष्ट केली. जसबीरसिंग यांचे पीकविविधा निर्देशांक सूत्र पुढीलप्रमाणे आहे :

$$\text{Index of Crop Diversification} = \frac{\text{Percentage of Total Harvested Area Under 'n' Crops}}{\text{Number of 'n' Crops}}$$

जसबीरसिंग यांनी लागवडीखालील क्षेत्राऐवजी एकूण तोडणी (Harvested) क्षेत्र विचारात घेतले आहे; काही कारणांमुळे पीक हातचे गेल्यास वा उत्पादनात लक्षणीय घट झाल्यास त्याचा अंतर्भाव लक्षात यावा यासाठी हा बदल केला असावा. अर्थात, यामुळे पीकविविधा मूल्यात लक्षणीय फरक पडणार नाही. तरीही अचूकतेसाठी असा बदल योग्य आहे.

गिब्ज व मार्टीन यांचे पीकविविधा निर्देशांकाचे सूत्र प्रत्यक्ष क्षेत्राची सांख्यिकी घेऊनही काढता येते. त्यामुळे शेकडाक्षेत्र काढावयाची आवश्यकता राहत नाही आणि सर्व पिकांचा अंतर्भाव करता येतो; अशी पद्धत अधिक वस्तुनिष्ठ ठरते.

जर एखाद्या प्रदेशात सर्व शेतीक्षेत्र एकाच पिकाखाली असेल तर पीकविविधा निर्देशांक शून्य असेल म्हणजे विशेषीकरणाचे क्षेत्र असेल. याउलट, जर एखादे क्षेत्र सर्व पिकांमध्ये सम प्रमाणात विभागले गेले असेल

तर तेथे कमाल पीकविविधा अस्तित्वात असेल आणि पीकविविधा ०.९ पर्यंत असेल. याचाच अर्थ हा निर्देशांक ०.० ते ०.९ (दहा पिके) या दरम्यानच बहुतांश वेळा असतो.

पीकविविधा निर्देशांकामुळे पिकांची संख्या व त्यातील सापेक्ष महत्त्व असलेली पिके यांच्यातील संबंध समजण्यास साहाय्य होते. पीकवैविध्य दर्शविणारे आणि विशेष पिके दर्शविणारे कालबद्ध नकाशे नियोजनकर्त्यांना मार्गदर्शक ठरतात.

३.५.२ पीक विशेषीकरण (Specialisation)

काही अभ्यासकांच्या मते एकपिकी शेती (Monoculture) आणि पीक विशेषता या दोन भिन्न स्थिती आहेत; तर काही अभ्यासक असे मानतात की, एकपिकी शेती म्हणजेच 'पीक विशेषीकरण' होय; कारण दोन्ही प्रकारात सर्व लागवडीखालील क्षेत्र एकाच पिकाखाली असते; विशेष पिकांसाठी हवामान, मृदा व कृषी निविष्टा यांचे विशेष समायोजन आवश्यक असते. मळ्याच्या शेतीतील चहा, कॉफी, कोको, मसाल्याचे पदार्थ, नारळ, अननस ही प्रमुख विशेष पिके होत. या पिकांना पर्यायी पिके नसतात. सर्वसामान्य अन्नधान्यं पिकांपेक्षा ही पिके पूर्णपणे वेगळ्या पद्धतीने घेतली जातात.

विस्तृत यांत्रिक शेती ही एकपिकी शेती होय. यामध्ये गहू, मका, यांपैकी एक पीक शेकडो हेक्टर्स क्षेत्रावर एकाच वेळी घेतले जाते. वास्तविक अशा शेतीत सोयाबीन, ओट्स, बार्ली, चारापिके घेणे शक्य असते. परंतु, यांत्रिकीकरण व आर्थिकदृष्ट्या एक पीक लावणे किफायतशीर ठरते.

मळ्याच्या शेतीतील बहुतांश पिके उष्णकटिबंधीय प्रदेशातील सौम्य डोंगरउतारावर वसाहतवादी लोकांनी लावली व प्रक्रिया करून उत्पादने निर्यात केली. यामध्ये ब्रिटिश, फ्रेंच, पोर्तुगीज लोकांचे योगदान मोठे आहे. विस्तृत यांत्रिक शेती मुख्यतः उत्तर अमेरिकेत, ऑस्ट्रेलिया व पूर्वीच्या रशियात केली जाते. औद्योगिक क्रांतीनंतर उदयास आलेली ही धान्यपिकांची शेती होय.

गेल्या काही वर्षांत मंडई बागायतीतील फळे, फुले ही उत्पादने विशेष पिके म्हणून ओळखली जाऊ लागली आहेत. पॉलीहाऊसमध्ये ही पिके विशेष काळजी घेऊन घेतली जातात.

एकपिकी शेती, मळ्याची शेती व मंडई बागायती (Market Gardening) यातील समान गुणधर्म म्हणजे मोठी भांडवल गुंतवणूक आणि सर्व उत्पादन विक्रीसाठी असणे हे आहेत.

३.६ कृषिकार्यक्षमता आणि उत्पादकता (Agricultural Efficiency and Productivity)

कृषी प्रदेश अभ्यासताना कृषिकार्यक्षमता (Agricultural Efficiency) आणि उत्पादकता (Productivity) हे महत्त्वाचे मापदंड विचारात घ्यावे लागतात. भौगोलिक परिस्थितीच्या अनुकूलतेमुळे असो वा मानवी प्रयत्न व श्रमामुळे असो शेत जमिनीच्या एककामधून प्राप्त होणारे उत्पादन म्हणजे उत्पादकता होय. हवामान, मृदा व पाणी या नैसर्गिक घटकांवर जसे उत्पादन अवलंबून असते तद्वतच ते भांडवल, खत पुरवठा, कुशल व तज्ज्ञ मनुष्यबळ यावरही अवलंबून असते. कृषिकार्यक्षमता मापनाचा उत्पादकता हा मापदंड असतो; म्हणून उत्पादकतेवरून कार्यक्षमता समजू शकते. उत्पादकता टिकविण्यासाठी विविध निविष्टांचा वापर वाढवावा लागतो व निविष्टा योग्य पद्धतीने, योग्य मात्रेत व योग्यवेळी द्याव्या लागतात. परंतु, एका मर्यादेनंतर निविष्टा वाढवून उत्पादन वाढ साध्य होतेच असे नाही; म्हणून प्राप्त होणारे उत्पादन (Output) आणि निविष्टा (Inputs) यांचे गुणोत्तर हे कृषी कार्यक्षमतेचे निर्देशक असते. सामान्यपणे जमा व खर्च या स्वरूपात कार्यक्षमतेचे मापन केले

जात असले तरी कृषिकार्यक्षमता मापनासाठी उत्पादकता, गुणानुक्रम गुणांक (Co-Efficient of Ranking), भांडवल गुंतवणूक आणि कर्बोदकाचे प्रमाण (Carbohydrates) यांचे साहाय्य होते.

३.६.१ केंडॉल पद्धती

एम. जी. केंडॉल यांनी इ.स.१९४०च्या सुमारास कृषिकार्यक्षमता मापन करण्यासाठी गुणानुक्रम गुणांक (Ranking Co-Efficient) संकल्पना वापरली. उत्पादन घेण्यासाठी निविष्टांचा वापर किती उत्तमप्रकारे केला आहे ते कृषिकार्यक्षमतेतून प्रतित होते. केंडॉल यांनी इंग्लंडमधील ४८ काऊंटीमधील दहा पिकांची दर एकरी उत्पादनाची सांख्यिकी संकलित केली. निवडक चार वर्षांच्या या सांख्यिकीस उतरत्या अनुक्रमानुसार मांडून त्यांना क्रमांक दिले. अनुक्रमे मांडल्याने दोन सलगच्या उत्पादनातील प्रत्यक्ष फरक कमी-अधिक असला तरी तो त्या प्रमाणात दिसत नाही कारण दोन अनुक्रमांकातील फरक नेहमी एक असतो. पुढील उदाहरणाने हे स्पष्ट होते:

संदर्भित क्षेत्र	गहू उत्पादन (हे.कि.ग्रॅ.)	फरक (कि.ग्रॅ.)	गुणानुक्रमांक	क्रमांकातील फरक
A	२४००	–	१	–
B	१५००	९००	२	१
C	१२००	३००	३	१
D	६००	६००	४	१

केंडॉल यांची अनुक्रम देऊन कार्यक्षमता मापनाची पद्धत सुलभ व सुटसुटीत असली तरी संदर्भित क्षेत्रात एखाद्या पिकाचे दर हेक्टरी उत्पादन भरपूर आहे तरी त्या पिकाचे क्षेत्र किती आहे त्याचा विचार यात केलेला नसल्याने अत्यल्पक्षेत्र असलेले पिकही निव्वळ सर्वाधिक उत्पादकतेमुळे उच्च क्रमांक प्राप्त करू शकते. तसेच दोन सलगच्या क्षेत्रातील उत्पादकतेतील फरक कमी-जास्त असला तरी त्यांच्या अनुक्रमातील फरक एक एवढाच दिसतो; म्हणूनच A आणि B च्या उत्पादकतेतील फरक ९०० कि.ग्रॅ.चा आहे तर B आणि C मधील ३०० कि.ग्रॅ.चा आहे पण A आणि B तसेच B व C मधील अनुक्रमातील फरक एक इतकाच आहे.

यानंतर केंडॉल यांनी कृषिकार्यक्षमता मापन करण्याची 'कोएफिशियंट ऑफ रँकिंग' अर्थात गुणानुक्रम गुणांक पद्धती विशद केली :

१. संदर्भित क्षेत्रातील निवडलेल्या पिकांची दर हेक्टरी उत्पादकतेची सांख्यिकी संकलित करून तक्ता तयार करणे.

२. निवडलेल्या पिकांच्या उत्पादकतेनुसार त्यांना गुणानुक्रम देणे.

३. संदर्भित क्षेत्रातील निवडलेल्या पिकांना प्राप्त झालेल्या गुणानुक्रमांची बेरीज करणे.

४. गुणानुक्रमांकाच्या बेरजेस पिकांच्या संख्येने भागणे. यावरून गुणानुक्रम गुणांक प्राप्त होतो. सर्वांत लहान गुणानुक्रम गुणांक म्हणजे उत्तम कृषिकार्यक्षमता होय.

उदाहरणार्थ : पुढील सांख्यिकी महाराष्ट्राच्या पाच विभागातील ज्वारी व बाजरी या पिकांची उत्पादकता दर्शविते. केंडॉल गुणानुक्रम गुणांकाच्या साहाय्याने कृषिकार्यक्षमता विशद करा.

विभाग	ज्वारी		बाजरी		गुणानुक्रम बेरीज	गुणानुक्रम गुणांक
	द.हे.उत्पादन (कि.ग्रॅ.)	गुणानुक्रम	द.हे.उत्पादन (कि.ग्रॅ.)	गुणानुक्रम		
पुणे	९१५	३	२६०	४	७	३.५
नाशिक	१०४५	२	६८०	१	३	१.५
औरंगाबाद	९००	४	५७०	२	६	३.०
अमरावती	१४५०	१	५६०	३	४	२.०
नागपूर	७१५	५	२००	५	१०	५.०

वरील उदाहरणात नाशिक विभागाची ज्वारी-बाजरी या पिकांची कृषिकार्यक्षमता सर्वोत्तम आहे कारण या विभागाचा गुणानुक्रम गुणांक १.५ एवढा आहे. दुसऱ्या स्थानावर अमरावती आहे. नागपूर विभागाची या पिकांच्या संदर्भातील कार्यक्षमता किमान आहे; यावरून असे समजते की, नाशिक व अमरावती विभागात या पिकांसाठी सर्व परिस्थिती अनुकूल आहे. परंतु, नागपूर, पुणे व औरंगाबाद विभागात या पिकांची उत्पादकता वाढविण्याकडे लक्ष देणे आवश्यक आहे.

दर हेक्टरी उत्पादकतेनुसार क्रमवारी करणे ही केंडॉल गुणानुक्रम गुणांकाच्या सूत्राची अत्यंत सुलभ अशी मध्यवर्ती संकल्पना आहे. परंतु, या पद्धतीत एखाद्या पिकाचे सापेक्ष महत्त्व लक्षात घेतले जात नाही. एखाद्या पिकाने व्यापलेले क्षेत्र या पद्धतीत विचारात घेतले जात नाही. एखाद्या पिकाचे दर हेक्टरी उत्पादन प्रथम क्रमांकाचे असले तरी त्याचे क्षेत्र फारच कमी असू शकते; म्हणजेच एकूण लागवडीखालील पिकांमध्ये त्या पिकाचे स्थान गौण असते पण निव्वळ उत्पादकतेच्या निकषावर ते पीक वरच्या स्थानावर जाते. केंडॉल पद्धतीतील ही एक त्रुटी आहे असे अनेक अभ्यासकांचे मत आहे.

सर डडली स्टॅम्प या प्रसिद्ध ब्रिटिश संशोधनकाने केंडॉल पद्धतीचा वापर केला. त्यांनी वीस निवडक देशांमधील नऊ पिके यासाठी निवडली. निवडलेले देश-यु.एस.ए., कॅनडा, अर्जेंटिना, इजिप्त, इटली, स्पेन, फ्रान्स, बेल्जियम, द नेदरलँड्स, डेन्मार्क, जर्मनी, ऑस्ट्रीया, एरी (Eire), चिली, ऑस्ट्रेलीया, न्यूझिलंड, जपान, चीन, भारत आणि ब्रिटन.
निवडलेली पिके- गहू, राय, बार्ली, ओट्स, मका, बटाटे, शुगरबीट, घेवडा वर्ग, वाटाणे वर्ग यातील प्रकार; निवडलेल्या सर्व देशांमध्ये ही पिके घेतली जातात. आंतरराष्ट्रीय स्तरावरच्या या अभ्यासामुळे पुढील संशोधनास मार्गदर्शन लाभले. सर डडली स्टॅम्प यांचे हे काम इ.स.१९६० मध्ये प्रसिद्ध झालेल्या 'Our Developing World' या ग्रंथात प्रकाशित झाले.

त्याचवेळी भारतात प्रा. डॉ. एम. शफी यांनी उत्तर प्रदेशातील पिकांच्या अभ्यासासाठी केंडॉल पद्धत वापरली. उत्तर प्रदेशातील ४८ जिल्ह्यांसाठी भात, गहू, बार्ली, हरभरा, ज्वारी, बाजरी, मका आणि तूर ही आठ पिके त्यांनी निवडली. इ.स.१९४७ ते १९५७ अशा दहा वर्षांतील गुणानुक्रम गुणांक काढून जिल्हावार मूल्ये नकाशात दर्शविली आणि छायांकित पद्धतीने नकाशे तयार केले. त्यानंतर त्यांनी प्रत्येक पिकाच्या लागवडीखालील क्षेत्राचा व उत्पादनातील स्थान यांची सांगड घालून क्रमवारी निश्चित केली. ही क्रमवारी पाच गटांत विभागून जे नकाशे तयार केले त्यावरून असे अनुमान काढले की, ट्रान्स घागरा व रोहिलखंड या पट्ट्यात खूप परिश्रम करूनही शेतकऱ्यास उत्पादन कमी मिळते; म्हणजेच या प्रदेशात उत्पादन वाढीसाठी शेतकऱ्यास साहाय्य करणे आवश्यक आहे.

केंडॉल गुणानुक्रम गुणांक पद्धतीतील त्रुटी लक्षात घेऊन केंडॉल यांनी 'मनी व्हॅल्यू' (Money Value) हे रोख रकमेच्या स्वरूपातील नवीन सूत्र मांडले. एखाद्या कृषी उत्पादनाची बाजारातील किंमत वा भाव विचारात घेतला गेला. इंग्लंडमध्ये त्या वेळी गव्हाचे व इतर काही मुख्य उत्पादनांचे भाव निश्चित केले जात असत. त्यामुळे ही पद्धती स्वीकारणे योग्य ठरले; अन्यथा बदलते बाजारभाव व स्थानिक बाजारातील किमती व मोठ्या बाजारातील किंमत यातील फरक यामुळे ही पद्धती अडचणीची ठरते. अशा या मतभिन्नतेमुळे केंडॉल यांनी 'मनी व्हॅल्यू' अर्थात चलनमूल्य तत्त्व वापरून कृषिकार्यक्षमता मापन करण्याची पद्धत मांडली. प्रत्येक पिकाच्या उत्पादकतेचे मापन समान एककात करता येत नाही; जसे की गहू व कापूस वेगवेगळ्या वजन मापनाने मोजतात; म्हणून केंडॉल यांनी बाजारपेठेतील उत्पादनाची किंमत वा भाव विचारात घेतला. केंडॉल यांनी इंग्लंडमधील सर्व काऊंटींसाठी 'मनी व्हॅल्यू'च्या रुपात कृषिकार्यक्षमता काढली. त्या वेळी इंग्लंडमध्ये गहू व इतर काही महत्त्वाच्या पिकांचे भाव निश्चित केलेले असावयाचे. त्यामुळे ही पद्धत योग्य ठरली. मनी व्हॅल्यू पद्धतीवर जोरदार टीका झाली. बदलते बाजारभाव, स्थानिक बाजारातील व मोठ्या बाजारातील त्याच मालाच्या भावात असलेला फरक, प्रत्येक देशाच्या चलनातील मूल्यभिन्नता अशा बाबी लक्षात घेतल्यास ही पद्धती सुलभ नाही व क्लिष्ट-गुंतागुंतीची होणारी आहे. या पुढे जाऊन केंडॉल यांनी पोषणमूल्याचा (Nutritional Value) विचार मांडला. यात 'Energy Index' अर्थात ऊर्जा निर्देशांक अंतर्भूत आहे. बहुतांश कृषी उत्पादनांमध्ये पिष्टमय घटक (Carbohydrates→Starch) असतात. या पिष्टमय पदार्थांची (Starch Value) स्टार्चमूल्ये काढून त्यापासून प्राप्त होणारी ऊर्जा विचारात घेतली आहे; परंतु या बद्दलही प्रश्न उपस्थित केले गेले. शरीरात पिष्टमय पदार्थांचे पचन झाल्यावर प्राप्त होणारी ऊर्जा ग्राह्य धरायची का उत्पादनात असणाऱ्या पिष्टमयतेचे रूपांतर ऊर्जेत करावयाचे? अनेक पिकांपासून कडबा, हिरवा चारा (Chaff) भरपूर प्रमाणात मिळतो. गुरांचे खाद्य म्हणून त्याचा वापर केला जातो; म्हणून आपण जे प्राणीजन्य पदार्थ खातो त्यापासूनही ऊर्जा मिळते. त्याला ऊर्जामूल्य असते. त्याचा समावेश या पद्धतीत कसा करावयाचा? यासाठी केंडॉल यांनी एकूण वा समग्र ऊर्जा (Total Energy) हे एकक तयार केले. त्यांच्या मते एक एकर गव्हाच्या पिकातील गव्हाच्या दाण्यांमधून जेवढे पिष्टाचे प्रमाण प्राप्त होते जवळपास तेवढेच त्याच्या चाऱ्यापासूनही मिळते, असे हे प्रमाण मानून केंडॉल यांनी ऊर्जा प्राप्तीचा निरनिराळ्या पिकांसाठी तक्ता तयार केला. यामुळे कृषिकार्यक्षमता मापन करणे शक्य आहे, असे त्यांचे मत होते. या सर्व विवेचनावरून एक बाब मान्य करावी लागते की, केंडॉल यांच्या अथक परिश्रमातून कृषिकार्यक्षमता मापन करण्याचे महत्त्व व आवश्यकता अधोरेखित झाली आणि त्या आधारावर पुढील अभ्यास चालू राहिला.

केंडॉल पद्धतीतील त्रुटी दूर करण्याच्या दृष्टीने सप्रे एस.जी. आणि देशपांडे व्ही. डी. यांनी इ.स.१९६४ मध्ये कृषिकार्यक्षमता मापन करताना संबंधित पिकांचे लागवडीखालील क्षेत्र विचारात घेतले. त्याच्या या सूत्रास 'वेटेड ॲव्हरेज ऑफ रँक्स' (Weighted Average of Ranks) असे म्हणतात; यासाठी त्यांनी एकूण लागवडीखालील क्षेत्रात प्रत्येक पिकाचा शेकडा वाटा किती आहे ते काढले आणि उत्पादकतेनुसार आलेला गुणानुक्रम यांची सांगड घातली. यामुळे जे पीक गुणानुक्रमात वरच्या स्थानावर असेल आणि त्याचे क्षेत्रही जास्त असेल तरच ते क्षेत्र उत्तम कृषीकार्यक्षमतेचे द्योतक आहे असे मानावयास हरकत नाही.

$$\text{Weighted Average of Ranks} = \frac{\Sigma\,(R \times A)}{\Sigma A}$$

$$\text{भारवाही सरासरी गुणानुक्रम} = \frac{\text{(गुणानुक्रम (R) x क्षेत्र (A)) यांची बेरीज}}{\text{क्षेत्र बेरीज}}$$

उदाहरणार्थ, एका जिल्ह्यातील निवडक पाच पिकांचे दर हेक्टरी उत्पादनानुसार गुणानुक्रम आणि शेकडाक्षेत्र दर्शविले आहे; त्यावरून त्या निवडक पिकांचा भारवाही सरासरी गुणानुक्रम काढा.

पीक	गुणानुक्रम (R)	क्षेत्र % (A)	R x A
गहू	१	३०	३०
भात	५	१०	५०
बार्ली	२	२०	४०
कडधान्ये	३	१५	४५
हरभरा	४	२५	१००
		$\Sigma A = 100$	$\Sigma RA = 265$

$\therefore$ भारवाही सरासरी गुणानुक्रम = $\frac{265}{100} = 2.65$ मध्यम स्वरुपाची कृषिकार्यक्षमता आहे.

वरील उदाहरणात आपण गुणानुक्रम व क्षेत्र विचारात घेतल्यास गहू हे पीक आघाडीवर आहे. परंतु, जेव्हा क्षेत्राचा भार गुणानुक्रमाशी जोडला जातो तेव्हा सरासरी गुणानुक्रम २ पेक्षा जास्त पण तीनपेक्षा कमी आहे (२.६५). बार्ली व कडधान्यांची उत्पादकता अधिक चांगली आहे असे दिसते. गहू हे रब्बी पीक असल्याने, जलसिंचनावर आधारित असल्याने त्यासाठीच्या निविष्टाही अधिक असणार हे क्षेत्रभेटीतून स्पष्ट होऊ शकते. निव्वळ गुणानुक्रमावरून कृषिकार्यक्षमता निश्चित करण्यापेक्षा क्षेत्राशी निगडित भारवाही सरासरी गुणानुक्रम लक्षात घेणे उपयुक्त ठरू शकते.

३.६.२ भाटिया कृषिकार्यक्षमता मापनपद्धत

एस.एस. भाटिया यांनी सन १९६७ मध्ये 'A new Method of Agricultural Efficiency in Uttar Pradesh' असे शीर्षक असलेला शोध निबंध 'Economic Geography' या नियतकालिकात प्रसिद्ध केला. कृषिकार्यक्षमता मापन करण्यासाठी भाटिया यांनी जे सूत्र मांडले त्यासाठी त्यांनी दोन गृहीतके मांडली –

१) कृषी उत्पादनाशी निगडित सर्व भौतिक व मानवी घटकांच्या सहभागाचे प्रतिबिंब दर हेक्टरी उत्पादनातून प्रतित होते.

२) प्रत्येक पिकाच्या लागवडीखालील क्षेत्र तेथील भूमीउपयोजन दर्शविणाऱ्या अनेक घटकांच्या सहभागाचे निर्देशन करत असते.

सर्व पिकांच्या दर हेक्टरी उत्पादनातून कृषिकार्यक्षमता समग्रपणे दिसून येत असली तरी या कार्यक्षमतेत प्रत्येक पिकाचे योगदान हे त्या पिकाच्या क्षेत्र विस्ताराशी निगडित असते. याशिवाय संदर्भक्षेत्राच्या वा अभ्यासक्षेत्राच्या कार्यक्षमतेची तुलना संपूर्ण प्रदेशाच्या कार्यक्षमतेशी केल्यास अभ्यास क्षेत्राची कार्यक्षमता अधिक स्पष्टपणे दृग्गोचर होईल.

भाटिया कृषिकार्यक्षमता मापन सूत्र : $Iya = \frac{Yc}{Yr} X 100$

यामध्ये -

Iya = 'a' पिकाचा उत्पादकता निर्देशांक. (Yield Index of Crop 'a')

Yc = 'a' पिकाचे दर हेक्टरी उत्पादन-संदर्भ वा अभ्यास क्षेत्रासाठी.

Yr = 'a' पिकाचे संपूर्ण प्रदेशासाठी (Entire Region) आलेले दर हेक्टरी उत्पादन.

या सूत्रानुसार अभ्यास क्षेत्रातील निवडलेल्या पिकांसाठी उत्पादकता निर्देशांक काढल्यावर कृषिकार्यक्षमता पुढील सूत्रानुसार काढणे.

$$Ei = \frac{Iya \times Ca + Iyb \times Cb + Iyn \times Cn}{Ca + Cb + ... + Cn}$$

यामध्ये,

Ei = कृषिकार्यक्षमता निर्देशांक (Agricultural Efficiency Index)

Iya, Iyb, ... Iyn = निवडलेल्या पिकांचे उत्पादकता निर्देशांक (Yield Indices of Various Selected Crops)

Ca, Cb, ... Cn = निवडलेल्या पिकांखालील क्षेत्र

वरील सूत्रांच्या साहाय्याने नमुना म्हणून पुढील उदाहरण सोडवू.

पुढील सांख्यिकी महाराष्ट्राची व महाराष्ट्रातील पाच विभागांची ज्वारी व बाजरी या पिकांचे दर हेक्टरी उत्पादन व क्षेत्र दर्शविते. त्यावरून भाटिया कृषिकार्यक्षमता पद्धतीच्या साहाय्याने कार्यक्षमता मापन करा.

विभाग	ज्वारी			बाजरी		
	द.हे.उत्पादन (Kg.)	क्षेत्र (०० हेक्टर्स)	शेकडा क्षेत्र	द.हे.उत्पादन (Kg.)	क्षेत्र (००० हेक्टर्स)	शेकडा क्षेत्र
पुणे	९१५	१८०४३	२९.६	२६०	४०७	२२.३
नाशिक	१०४५	१०५२१	१७.४	६८०	९७०	५३.३
औरंगाबाद	९००	१९०६१	३१.३	५७०	४१०	२२.५
अमरावती	१४५०	९०५६	१४.९	५६०	३२	१.७
नागपूर	७१५	३१५२	५.२	२००	०५	०.२
महाराष्ट्र	७६०	६०८३३	-	५००	१८१९	-

भाटिया कृषिकार्यक्षमता मापन सूत्र :

$$Iya = \frac{Yc}{Yr} X १००$$

$$Ei = \frac{Iya \times Ca + Iyb \times cb + ...}{Ca + Cb + ...}$$

पुणे : Yc = ९१५ Yr = ७६० Yc = २६० Yr = ५००

$\therefore Iya = \frac{९१५}{७६०} X १००$ $Iyb = \frac{२६०}{५००} X १००$

Iya = १२०.४ ज्वारी Iyb = ५२ बाजरी

शेकडा क्षेत्र = २९.६ शेकडा क्षेत्र = २२.३

$$\therefore Ei = \frac{(१२०.४ x २९.६) + (५२ x २२.३)}{२९.६ + २२.३}$$

$$Ei = \frac{३५६३.८ + ११५९.६}{५१.९} = \frac{४७२३.४}{५१.९}$$

पुणे : ज्वारी - बाजरी कृषिकार्यक्षमता **Ei = ९१.०**

नाशिक : $Iya = \frac{Yc}{Yr} X १००$ $Iyb = \frac{Yc}{Yr} X १००$

$\therefore Iya = \frac{१०४५}{७६०} X १००$ $Iyb = \frac{६८०}{५००} X १००$

Iya = १३७.५ ज्वारी Iyb = १३६ बाजरी

शेकडा क्षेत्र = १७ ज्वारी शेकडा क्षेत्र = ५३.३१ बाजरी

$$Ei = \frac{(१३७.५ x १७.४) + (१३६ x ५३.३१)}{१७.४ + ५३.३१}$$

$$Ei = \frac{२४०६.२ + ७२४८.८}{१७.४ + ५३.३१}$$

$$Ei = \frac{९६३५.०}{७०.७}$$

Ei = १३६.२ नाशिक : ज्वारी - बाजरी कृषिकार्यक्षमता

वरील पद्धतीने औरंगाबाद, अमरावती आणि नागपूर विभागांची ज्वारी व बाजरी या पिकांसाठीची कृषिकार्यक्षमता काढली. ती पुढीलप्रमाणे आहे-

विभाग	ज्वारी-बाजरी कृषिकार्यक्षमता
पुणे	९१.०
नाशिक	१३६.२
औरंगाबाद	११६.५
अमरावती	१८२.७
नागपूर	९२.०

महाराष्ट्रातील पाच विभागांची कृषिकार्यक्षमता ज्वारी, बाजरी या पिकांच्या संदर्भात असे दर्शविते की, अमरावती व नाशिक विभागातील भौगोलिक परिस्थिती आणि कृषी निविष्टा यांच्यातील योग्य समन्वयामुळे कृषिकार्यक्षमता चांगली आहे तर पुणे व नागपूर विभागात ती फारच कमी आहे. वास्तविक दर हेक्टरी उत्पादन व क्षेत्र यांची प्रत्यक्ष आकडेवारी लक्षात घेतल्यास नाशिक विभाग आघाडीवर आणि अमरावती विभाग ज्वारीच्या द.हे. उत्पादनातच फक्त अग्रेसर आहे व बाजरीचे क्षेत्र फारच कमी असले तरी उत्पादकता मात्र चांगली आहे;

म्हणजेच निव्वळ दर हेक्टरी उत्पादन या एका घटकावरून गुणानुक्रम गुणांक काढून कृषिकार्यक्षमता मापन करण्यापेक्षा क्षेत्राचाही समावेश करणे आवश्यक ठरते हे या पद्धतीमुळे समोर येते.

जसबीरसिंग यांनी कृषिकार्यक्षमता मापन करण्यासंबंधी आणखी एक विचार असा मांडला की, कोरडवाहू पिके व जलसिंचनावर आधारित पिके यांचा कृषिकार्यक्षमतेत एकत्रित विचार करताना काही बाबींची नोंद घेणे आवश्यक आहे. अवर्षण, पावसाची अनिश्चितता यांचा कोरडवाहू पिकांवर होणारा परिणाम लक्षात घ्यावा आणि याउलट, गहू, कापूस यासारखी पिके जलसिंचनावर आधारित असतात व बराचसा माल विक्रीसाठी असतो. कृषी निविष्टा अधिक किमतीच्या असतात. यासाठी प्रत्यक्ष मळणी वा तोडणीक्षेत्र (Harvested Area) विचारात घेतल्यास यथार्थ चित्र प्राप्त होऊ शकते. एखाद्या प्रदेशातील प्रत्येक पिकाचा प्रभाव (Strength) स्पष्ट होतो.

गांगुली बी. एन. यांनी दर हेक्टरी उत्पादन हा एकमेव घटक घेऊन अभ्यास क्षेत्रातील द.हे. उत्पादन व संपूर्ण जिल्हा/राज्य याचे द.हे. उत्पादन याचे शेकडा गुणोत्तर काढून कृषिकार्यक्षमता मापन केली. इ.स.१९६८ मध्ये सिन्हा यांनी प्रमाणित विचलन (Standard Deviation) हे संख्याशास्त्रीय परिमाण वापरून कृषिकार्यक्षमता मापन केली. भारतातील पंचवीस पिके चार गटांत विभागून जिल्हा, राज्य व राष्ट्र अशा स्तरांवर तुलनात्मक कृषिकार्यक्षमता मापन केली.

३.६.३ कृषिकार्यक्षमतेत श्रमशक्ती आणि भांडवल यांची परिणामकारकता

कृषिकार्यक्षमता मापन करताना आणखी एक दृष्टिकोन विचारात घेतला जातो; तो म्हणजे श्रमशक्ती आणि भांडवल यांची परिणामकारकता तपासणे हा होय. कृषिकार्यक्षमतेच्या संदर्भात श्रमशक्तीच्या कार्यक्षमतेचे मापन करण्यासाठी एकूण उत्पादन आणि श्रमिकांची संख्या किंवा मनुष्य तास (Man Hour) यांचे गुणोत्तर काढले जाते. भांडवलाच्या बाबतीत मात्र राष्ट्राचे चलन, विनिमय दराचे गणित, बदलते मूल्य यासारख्या बाबींमुळे ते अधिक गुंतागुंत निर्माण करते. कृषिकार्यक्षमतेत भांडवलाची दखल मात्र घेतली जाते पण मापनासाठी हा घटक क्वचितच विचारात घेतात.

श्रमशक्ती हा घटक विचारात घेताना एक महत्त्वाची बाब लक्षात घ्यावी लागते, ती म्हणजे कार्यक्षम श्रमिक म्हणजे कृषिकार्यक्षमताही चांगली असे साधे सरळ गणित नसते; दर श्रमिकामागे उत्पादकता चांगली असली तरी कृषिकार्यक्षमता चांगली असेलच असे नव्हे. इतर निविष्टा मोठ्या प्रमाणात व चांगल्या पद्धतीने वापरूनही अधिक उत्पादकता प्राप्त करता येऊ शकते. दाट लोकसंख्येच्या प्रदेशात शेती श्रमाधारित असते. तेथे श्रमशक्तीचा मोठा वापर होतो व उत्पादनही चांगले असते पण दर श्रमिकामागे उत्पादकता कमी येते कारण त्यांची संख्या जास्त असते; म्हणूनच विस्तृत यांत्रिक शेती व सघन शेतीमध्ये हा फरक प्रकर्षाने दिसून येतो.

एखाद्या प्रदेशामध्ये श्रमिक व भांडवल दुसऱ्या प्रदेशाइतकेच वापरले असले तरी एका प्रदेशातील कृषिकार्यक्षमतेत ते अधिक यश दर्शविते व दुसरीकडे नाही असेही आढळते. हा अनुकूल परिस्थितीतील फरक असतो. एकंदरीत कृषिकार्यक्षमता चांगली असण्यासाठी संबंधित सर्व घटकांची अनुकूलता असेल तर श्रमशक्ती व भांडवल या घटकांची जोड त्यास आणखी चांगल्या कामगिरीकडे नेणारी ठरते.

३.६.४ प्रमाणित पोषण परिमाण संकल्पना (Concept of Standard Nutrition Unit)

कृषिकार्यक्षमता आणि पोषण (Nutrition) यांचा सहसंबंध लावण्याची संकल्पना इ.स.१९६० नंतरच्या काळात अभ्यासकांनी मांडली. भूगोलातील हा एक आधुनिक विचार आहे. सर्वसामान्यपणे माणशी दररोज २००० उष्मांकांची (Calories) गरज असते असे समजले जाते. दर हेक्टरी घेतलेल्या कृषी उत्पादनातून

किती उष्मांक प्राप्त होतात. ते समजल्यास त्यावर किती माणसांना दैनंदिन आहार प्राप्त होऊ शकतो ते समजते; म्हणजेच त्या जमिनीची पोषणाच्या संदर्भातील धारणक्षमता प्राप्त होते. या संदर्भातील अभ्यासातून असे स्पष्ट झाले की, दर माणशी दर दिवशी २००० कॅलरीज्चा पुरवठा हा दर वर्षी आठ लाख कॅलरीज्चे कृषी उत्पादन पुरविणाऱ्या जमिनीतून निघणाऱ्या उत्पादनाच्या बरोबरीचे असते; म्हणून एक स्टँडर्ड न्युट्रीशन युनिट (SNU) म्हणजे आठ लाख उष्मांक होत. याबाबत डडली स्टॅम्प यांनी युरोपीय राष्ट्रांसाठी हे परिणाम दहा लाख उष्मांक असले पाहिजे असे मत मांडले; कारण त्यांनी इ.स.१९५८ मध्ये 'Carrying Capacity of Land' (लोकसंख्या) या संकल्पनेद्वारे कृषिकार्यक्षमता मापन करण्याची पद्धत विशद केली होती. एका माणसाला आवश्यक असणारा आहार किती जमिनीच्या क्षेत्रातून प्राप्त होऊ शकतो, हे तपासल्यास पोषणाचे एकक प्राप्त होऊ शकते. त्यानुसार आवश्यक असणाऱ्या शेती क्षेत्रातून त्या प्रमाणात धान्योत्पादन करावे असे स्टॅम्प यांचे मत होते. जगातील बहुतांश लोकांच्या आहारात जे अन्नधान्य वापरले जाते त्यातील आघाडीवरील खाद्यपिकांचे ऊष्मांक माहीत झाल्यास वरील दोन्ही संकल्पनांच्या साहाय्याने कृषिकार्यक्षमता समजू शकते, असे त्यांचे म्हणणे होते. या प्रकारच्या नवीन दृष्टिकोनामुळे कृषी उत्पादनाचे रूपांतर ऊष्मांकामध्ये करून त्यावर अवलंबून असणारी एकूण लोकसंख्या याच्या साहाय्याने शेतीची पर्याप्त धारण क्षमता (Optimum Carrying Capacity) समजते.

भारतात डॉ. महम्मद शफी व डॉ. जसबीरसिंग यांनी अनुक्रमे उत्तर प्रदेश आणि हरियाणा राज्यातील शेती क्षेत्रातून प्राप्त होणारे प्रमाणित पोषण परिमाण (SNU) काढले. उत्तर प्रदेशात गंगा-यमुना दुआबच्या प्रदेशातील जिल्ह्यांमध्ये एस. एन. यु. १.० ते २.० इतका चांगला आहे पण हिमालयाच्या पायथ्याच्या भागातील रोहिलखंड व बुंदेलखंडच्या प्रदेशात एस. एन. यु. एक पर्यंतच मूल्य आढळते. जसबीरसिंग यांनी सन १९७४ मध्ये सूत्ररूपाने उष्मांक परिमाणात कृषिकार्यक्षमता कशी काढता येते ते विशद केले.

$$1.\ Cp = \frac{Co}{Sn} \qquad 2.\ Ia_e = \frac{Cp_e}{Cp_r} X\ 100$$

वरील सूत्रातील- Co = उष्मांक उत्पादन (Caloric Output)

Cp = धारणक्षमता (Carrying Capacity)

Sn = भारवाही सरासरी प्रमाणित पोषण परिमाण (Weighted Average Standard Nutrition)

Ia_e = संदर्भ/अभ्यास क्षेत्रातील कृषिकार्यक्षमता निर्देशांक (Index Number of Agricultural Efficiency)

Cp_e = संदर्भ/अभ्यास क्षेत्रातील एककामागील लोकसंख्या (चौ.कि.मी. एकर, हेक्टर इ.) (Carrying Capacity in terms of Population per unit area in the component enumeration unit.)

Cp_r = संपूर्ण (राज्य/राष्ट्र) प्रदेशाची धारणक्षमता

वरील दोन सूत्रांपैकी दुसरे सूत्र अधिक व्यवहार्य मानले जाते. यामध्ये संदर्भ वा अभ्यास क्षेत्रातील लोकसंख्येचे शेकडा गुणोत्तर असते. त्याची तुलना संपूर्ण मोठ्या क्षेत्रासाठी म्हणजे राज्य/राष्ट्र वा संपूर्ण प्रदेश यांच्याशी केली जाते.

प्रमाणित पोषण एकक या संकल्पनेमुळे धान्योत्पादनाचे रूपांतर पोषणमूल्यात करण्याचा एक महत्त्वाचा

फायदा असा की, एक किलो गहू व एक किलो भरडधान्य (Millet) हे वजनाने समान असले तरी पोषणाच्या दृष्टीने भिन्न आहेत कारण त्यांचे ऊष्मांक भिन्न आहेत; यावरून आहारविषयक निर्णय घेणे शक्य झाले.

३.६.५ उत्पादकता निर्देशांक (Productivity Index)

कृषिकार्यक्षमता मापनाचे आणखी एक परिमाण म्हणजे उत्पादकता निर्देशांक होय. हंगेरीच्या एनैडी (Eneyed G. Y.) यांनी इ.स.१९६४ मध्ये उत्पादकता निर्देशांक काढण्याचे नवीन सूत्र मांडले. या सूत्रात निवडलेल्या धान्यपिकांचे अभ्यास क्षेत्रातील उत्पादन व त्याच पिकाचे राष्ट्रीय स्तरावरील उत्पादन यांचे गुणोत्तर काढले जाते. या गुणोत्तरास शंभरने गुणल्यास किती प्रमाणात वाढ वा घट झाली ते समजते.

अ) एनैडी उत्पादकता निर्देशांक सूत्र :

$$\left[\frac{a}{b} : \frac{c}{d}\right] X\ 100$$

अर्थात $\frac{ad}{cb} - 100$

a = निवडलेल्या पिकाचे अभ्यास क्षेत्रातील उत्पादन.
b = निवडलेल्या पिकाचे राष्ट्रीय उत्पादन.
c = निवडलेल्या पिकाचे अभ्यास क्षेत्रातील क्षेत्र.
d = निवडलेल्या पिकाचे राष्ट्रीय क्षेत्र.

उदाहरणार्थ :		
	जिल्ह्यातील गव्हाचे द. हे. उत्पादन	– १५ क्विंटल a
	गव्हाचे दर हेक्टरी राष्ट्रीय उत्पादन	– १५ क्विंटल b
	गव्हाचे जिल्हा क्षेत्र	– १५,००० हे. c
	गव्हाचे राष्ट्रीय क्षेत्र	– १०,०००,०० d
	जिल्ह्यातील सर्व पिकांचे क्षेत्र	– ५०,००० हे.
	सर्व पिकांचे राष्ट्रीय क्षेत्र	– ५७,०००,०० हे.

$$\therefore \left[\frac{१५००० \times १५}{१०,०००,०० \times १५} : \frac{५०,०००}{५७,०००,००}\right] X\ १००$$

$\therefore$ १.७१ x १००

$\therefore$ १७१

$\therefore$ १७१ – १०० = ७१ टक्के अधिक कार्यक्षमता/उत्पादकता निर्देशांक

या उदाहरणात जिल्हा व राष्ट्र पातळीवरील द.हे.उत्पादकता समान (१५ क्विं.) असूनही राष्ट्रीय उत्पादकता निर्देशांकापेक्षा (१००) जिल्हा स्तरावरील उत्पादकता निर्देशांक ७१ टक्क्यांनी अधिक आहे. डॉ.शफी यांनी या सूत्रातील महत्त्वाची त्रुटी निर्देशित केली. त्यांच्या मते, द.हे.उत्पादकता १२ क्विंटल (जिल्हा) झाली तरी उत्पादकता निर्देशांक क्षेत्र वाढले असल्यास राष्ट्रीय उत्पादकता निर्देशांकापेक्षा अधिकच येतो, हा विरोधाभास

आहे; म्हणून डॉ.शफी यांनी या सूत्रात बदल सुचविले. त्यांनी निवडलेल्या प्रत्येक पिकाचे दर हे. उत्पादन आणि जिल्ह्यातील त्या पिकांचे क्षेत्र यांचे गुणोत्तर काढून बेरीज केली आणि हेच तत्त्व राष्ट्रीय स्तरावरील उत्पादन व क्षेत्र यासाठी वापरले; त्यावरून उत्पादकता निर्देशांक काढला.

ब) शफी उत्पादकता निर्देशांक सूत्र : $\dfrac{\sum Y^n}{t} = \dfrac{\sum Y^n}{T}$

$\quad$ Y = पिकांचे द. हे. उत्पादन (जिल्हा व/वा राष्ट्र)

$\quad$ t = पिकाचे जिल्हा क्षेत्र

$\quad$ T = पिकाचे राष्ट्रीय क्षेत्र

$\quad$ n = निवडलेल्या पिकांसाठी

डॉ. शफी यांनी गंगेच्या मैदानातील जिल्ह्यांसाठी उत्पादकता निर्देशांक या सूत्राच्या साहाय्याने काढून कृषिकार्यक्षमता मापन केली.

गेल्या काही वर्षांत अन्नसुरक्षा साध्य करण्यासाठी आहारातील पोषण द्रव्यांचा विचार समोर मांडला जात आहे; कारण कडधान्ये, डाळी व तेलबियांचे क्षेत्र व उत्पादन कमी झाल्याने त्यांचे भाव वाढले आहेत. सार्वजनिक वितरण व्यवस्थेमध्ये (PDS) गहू, तांदूळ, ज्वारी–बाजरी, मका अशा पिष्टमय (Carbohydrates) धान्यांचाच वितरणासाठी विचार केला जातो. त्यात आता प्रथिने पुरविणाऱ्या कडधान्ये–डाळी व स्निग्धांश देणाऱ्या खाद्यतेलांचा विचार केला जात आहे; म्हणूनच नजीकच्या काळात कृषिकार्यक्षमता व पोषण देणारी पिके यांच्यातील सहसंबंधास महत्त्व प्राप्त होऊन कृषी भूगोलाचे योगदान मोलाचे ठरेल.

३.७ पीकसमन्वय आणि कृषी विकास (Crop Combination Regions and Agricultural Development)

कृषी विकास साध्य करण्यासाठीच्या विविध टप्प्यांपैकी एक प्राथमिक महत्त्वाचा टप्पा म्हणजे कृषी प्रदेश सीमा निश्चित करणे. असे कृषी प्रदेश निश्चित केल्याने प्रादेशिक असमतोल व विषमता दृग्गोचर होते. मोठ्या क्षेत्रफळांच्या देशांमध्ये कृषी प्रदेश सीमा निश्चित करणे हे एक आवाहनात्मक काम असते. कृषी भूगोलाच्या अभ्यासकांनी व संशोधकांनी अनेक वर्षे या विषयावर विचारमंथन करून प्रकाश टाकला आहे. पिकांचा समन्वय अभ्यासून कृषी प्रदेश निश्चित करणे ही एक प्रादेशिकीकरणाची महत्त्वपूर्ण पद्धत आहे. जे. सी. वीव्हर (J. C. Weaver) या अमेरिकी कृषी संशोधकाने इ.स.१९५४ मध्ये कृषी प्रदेश सीमा निश्चित करण्याची ही पद्धत विकसित केली असली तरी त्यापूर्वी अनेक अभ्यासकांनी या विषयावर ऊहापोह केलेला आहे.

'प्रदेश' (Region) ही एक व्यापक व महत्त्वाची भौगोलिक संकल्पना आहे. एखाद्या भूभागावर एक किंवा काही घटकांमध्ये साधर्म्य असेल तर त्या संबंधित घटकांच्या संदर्भात तो भूभाग म्हणजे 'प्रदेश' होय. प्रदेश अनेक प्रकारचे असू शकतात. पर्वतीय प्रदेश, मोसमी हवामान प्रदेश हे जसे अनुक्रमे भूरचनेनुसार व हवामानानुसार केले जाणारे प्रदेश आहेत तसे कृषी भूगोलात कृषी प्रदेश केले जातात. इ.स. १९४० नंतर कृषी प्रदेश सीमा निश्चित करण्याच्या दृष्टीने महत्त्वाचे प्रयत्न केले जाऊ लागले.

ओ. ई. बेकर व व्ही. सी. फिंच या अमेरिकी कृषी भूगोल तज्ज्ञांनी इ.स.१९१७ मध्ये 'ॲटलास ऑफ ॲग्रिकल्चरल जिऑग्राफी' या नावाचा नकाशा संग्रह प्रकाशित केला. यामध्ये त्यांनी जगातील विविध कृषी

उत्पादनांचे वितरण दाखवून भौतिक घटकांचा आणि पिकाच्या उत्पादकतेचा संबंध दर्शविला होता. कृषी प्रदेश करण्याच्या दिशेने ते एक पहिले व प्राथमिक पाऊल होते; कारण त्यानंतर इ.स.१९२१ मध्ये बेकर यांनीच एका शोध निबंधात भौतिक घटकांचा कृषी उत्पादकतेवर व वनांवर होणारा परिणाम सविस्तर विशद केला होता. उत्तर अमेरिकेचे कृषी प्रदेश करण्याच्या दृष्टीने इ.स.१९२६ ते १९३३ या काळात बरेच प्रयत्न करण्यात आले. त्याचप्रमाणे जगाच्या इतर सर्व खंडांमधील कृषी प्रदेश आरेखित करण्याची नितांत आवश्यकता प्रतिपादित केली गेली. यासाठी ओलॅफ जोनॅस्सेन, सी.एफ.जोन्स, ग्रिफ्रीथ टेलर, सॅम्युअल व्हॅन व्हॉल्कनबर्ग आणि होमर शॅन्झ यांनी अनुक्रमे युरोप, दक्षिण अमेरिका, ऑस्ट्रेलीया, आशिया आणि आफ्रिका या खंडांचे कृषी प्रदेश निश्चित करणारे शोध निबंध प्रसिद्ध केले.

हे सर्व कृषी प्रदेश आरेखित करण्याचे प्रयत्न झाले असले, तरी त्यात एक महत्त्वाची त्रुटी होती. ती म्हणजे प्रत्येक अभ्यासकाने निरनिराळे निकष वापरून कृषी प्रदेश सीमा निश्चित केल्या होत्या. त्यामुळे त्यांची तुलना योग्य प्रकारे करता येत नव्हती. यासाठी इ.स.१९३० मध्ये डब्ल्यू. डी. जोन्स यांनी कृषी प्रदेश सीमांकित करण्याचे काही निकष स्पष्ट केले. ते पुढीलप्रमाणे –

१) विविध पिकांचे शेकडा क्षेत्र.
२) प्रत्येक पिकानुसार दर हेक्टरी असणारी पशुधनाची संख्या.
३) दुग्धोत्पादन (गॅलन) आणि पिकांचे क्षेत्र यांचा संबंध.
४) शेतीकामासाठी असलेल्या पशुधनाचे एकूण पशुधनातील शेकडा प्रमाण.

वरील चार निकषांनुसार जोन्स यांनी सममूल्य नकाशा तयार केला आणि त्यात पुढील तीन कृषी प्रदेश सुचविले आहेत –

१) व्यापारी खाद्यपिकांचा प्रदेश.
२) दूध, लोणी आणि चीज उत्पादक कृषी प्रदेश.
३) व्यापारी पशुपालन प्रदेश.

हार्टशोर्न व सॅम्युएल डिकन्स यांनी उत्तर अमेरिका आणि पश्चिम युरोपचे कृषी प्रदेश करण्यासाठी पुढील निकष वापरले –

१) लागवडीखालील क्षेत्राचे शेकडा प्रमाण.
२) प्रत्येक पिकाचे शेकडा क्षेत्र.
३) सहयोगी पिके (Crop Association).
४) दर चौरस मैलातील गुरांची संख्या.
५) प्रत्येक पिकाचे दर हेक्टरी उत्पादन.

बेकर यांनी निरनिराळ्या पिकांखालील शेकडाक्षेत्र आणि दर चौरस मैलातील मक्याचे उत्पादन अशा निकषांवर अनुक्रमे 'ग्रेट प्लेन्स' कृषी प्रदेश आणि जगप्रसिद्ध 'कॉर्न बेल्ट' यांच्या सीमा निश्चित केल्या. त्याचप्रमाणे 'मिड अॅटलांटिक ट्रक फार्मिंग रिजन' हा अमेरिकेतील वैशिष्ट्यपूर्ण कृषी प्रदेश अधोरेखित केला. यासाठी त्यांनी फळे व भाजीपाला यांचे आर्थिक मूल्य आणि इतर कृषी उत्पादनांचे आर्थिक मूल्य यांच्यातील फरक स्पष्ट करून मंडई बागायती (ट्रक फार्मिंग) ही संकल्पना मांडली. तसेच ज्या प्रदेशात लागवडीखालील एकूण क्षेत्रापैकी सर्वाधिक क्षेत्र चारा पिकांखाली होते त्या प्रदेशास 'हे बेल्ट' (Hay Belt) असे संबोधले आणि

त्याच बरोबर दुग्धोत्पादन करणारा प्रसिद्ध 'डेअरी बेल्ट' आरेखित केला. बेकर यांनी प्रत्येक प्रदेशातील वैशिष्ट्यपूर्ण उत्पादने लक्षात घेऊन त्या एकाच निकषावर कृषीप्रदेश सीमा निश्चित केल्या तर जोन्स यांनी अनेक निकष लक्षात घेतले.

हार्टशोर्न यांनी १९३९ मध्ये शेती व्यवसायातील लोकसंख्या, लागवडीखालील क्षेत्र आणि कृषी उत्पादन अशा तीन निकषांवर पूर्व यु.एस.ए.चे कृषी प्रदेश सीमांकित केले. त्याचवेळी काही अभ्यासकांनी असे मत मांडले की, कृषी प्रदेश सीमांकित करण्यासाठी कृषी उत्पादनाचे बाजारभाव हा सुद्धा निकष विचारात घ्यावा. यामुळे शेतकऱ्याची खरेदी-विक्री क्षमता समजेल आणि कृषी प्रदेश आर्थिक निकषांशी निगडित होतील. परंतु, असा निकष उद्योगप्रधान प्रगत राष्ट्रांसाठीच योग्य ठरेल असेही काहींचे मत होते. निर्वाही शेती असणाऱ्या देशांमधील कृषी उत्पादनांचा व्यापार स्थानिक व देशांतर्गत स्वरूपाचा असल्याने हा निकष कृषीप्रधान विकसनशील राष्ट्रांना लावणे योग्य ठरणार नाही.

कृषी प्रदेश करण्यासाठीच्या निकषांवरील चर्चेतून असे स्पष्ट झाले की, कृषी प्रदेश करण्यासाठीचे हेतू महत्त्वाचे असतात. उदाहरणार्थ, जमिनीच्या वापरासंबंधी नियोजन करणे असा हेतू असल्यास जमिनीचे क्षेत्रफळ एकक महत्त्वपूर्ण ठरते; पण उत्पादन वाढ हा निकष असेल तर दर हेक्टरी उत्पादन व त्यातील वाढ या निकषावर आधारित कृषी प्रदेश सीमा निश्चित होतील.

इ.स.१९३६ मध्ये डी. व्हिटलसी यांनी जागतिक कृषी प्रदेश करण्यासाठी पुढील पाच निकष निश्चित केले -

१) पीक-पशुधन सहयोग. (Association).
२) जमीन वापराचे स्वरूप व रूप.
३) कृषी उत्पादन घेण्यातील निविष्टांचा संच आणि विक्री व्यवस्था.
४) शेतीतील यांत्रिकीकरणाचे प्रमाण.
५) शेतीशी निगडित आवश्यक इमारती व इतर बांधकाम सुविधा.

अशा निकषांवर आधारलेले कृषी प्रदेश हा एक महत्त्वाचा प्रयत्न होता. परंतु, त्यात काही त्रुटी व मर्यादा आहेत असे टीकाकारांचे मत होते. यामुळे व्हिटलसी यांच्या या प्रादेशिकीकरणावर टीका झाली पण यातूनच पुढील प्रगत पद्धती विकसित झाल्या.

३.७.१ जे. सी. वीव्हर-पीक समन्वय पद्धत (J. C. Weaver's Crop Combination Method)

जे. सी. वीव्हर या अमेरिकी कृषी संशोधकाने इ.स.१९५४ मध्ये सांख्यिकी पद्धतीच्या साहाय्याने कृषी प्रदेश करण्याचे तंत्र विशद केले. यासाठी त्यांनी दोन निकष वापरले. प्रत्येक पिकाचे शेकडा क्षेत्र आणि पीक समन्वय वा पीक सहयोग (Crop Combination or Association) हे ते निकष होत. वीव्हर यांच्या मते, शेतीमध्ये घेतली जाणारी पिके एकमेकांमध्ये असलेल्या सहयोगाने घेतली जातात. त्यांच्यात एक प्रकारचा समन्वय असतो. एखाद्या प्रदेशात कोणकोणती पिके घेणे शक्य आहे ते समजल्यावर शेतकरी त्यातून कोणकोणती पिके वर्षभरात घ्यावयाची याचा निर्णय घेतो व कालांतराने पीक समन्वयाचे भूचित्र निर्माण होते; म्हणूनच 'कॉर्न बेल्ट' असे जेव्हा कृषी प्रदेशाचे नामांकन होते तेव्हा मका हे तेथील अग्रेसर पीक असले, तरी प्रत्यक्षात मक्याची सहयोगी पिके म्हणून ओट्स, सोयाबीन, चारा पिके व गहू ही पिकेही घेतली जातात; म्हणूनच वीव्हर यांनी पीक समन्वय पद्धत विशद केली.

वीव्हर यांनी पिकांच्या शेकडा क्षेत्राची तुलना सैद्धान्तिक मूल्यांशी केली आहे. संख्याशास्त्रातील अपस्करण या परिमाणाचा उपयोग करून सूत्र मांडले आहे. वीव्हर यांच्या सैद्धान्तिक (अपेक्षित) शेकडा क्षेत्राचा तक्ता पुढीलप्रमाणे आहे –

तक्ता क्र. ३.२ : वीव्हर सैद्धान्तिक शेकडा क्षेत्र

पीक समन्वय	शेकडा क्षेत्र
एक पीक (Monoculture)	१००
दोन पीक समन्वय	५० – ५०
तीन पीक समन्वय	३३.३३ – ३३.३३ – ३३.३३
चार पीक समन्वय	प्रत्येकी २५
↓ पाच पीक समन्वय	↓ प्रत्येकी २०
दहा पीक समन्वय	प्रत्येकी १०

वीव्हर पीक समन्वय सूत्र :

$$\sigma^2 = \frac{\sum d^2}{n} \quad आणि \quad \sigma = \sqrt{\frac{\sum d^2}{n}}$$

यामध्ये,

$\sigma^2 =$ प्रचरण (Variance)

$\sigma =$ प्रमाणित विचलन (Standard Deviation)

$d =$ सैद्धान्तिक व निरीक्षित मूल्यातील फरक

$n =$ पीक संख्या

वीव्हर यांनी 'मिड वेस्ट' (यु.एस.ए.) या नावाने संबोधल्या जाणाऱ्या प्रदेशातील १०८१ काऊंटींमधील निरनिराळ्या पिकांचे क्षेत्र संकलित करून शेकडा प्रमाण काढले. या निरीक्षित मूल्यांची तुलना सैद्धान्तिक मूल्याशी करून दोहोतील फरक काढला व वरील सूत्राच्या साहाय्याने किमान मूल्य असलेला पिकांचा गट म्हणजे त्या प्रदेशातील पीक समन्वय होय असे सिद्ध केले. नमुन्यादाखल वीव्हर यांनी आयोवा राज्यातील किओकूक काऊंटीमधील शेतीसाठी पीक समन्वय पद्धत वापरली. किओकूक काऊंटीतील पिके व त्यांचे शेकडा क्षेत्र पुढील तक्त्यात दिले आहे व त्यावरून नंतर पीक समन्वय काढला आहे.

तक्ता क्र. ३.३ : किओकूक काऊंटीतील पिके व क्षेत्र

पीक	मका (C)	ओट्स (O)	गवत (H)	सोयाबीन (S)	गहू (W)
शेकडा क्षेत्र	५४	२४	१३	०५	०२

तक्ता क्र. ३.४ : किओकूक काऊंटी (आयोवा) साठी विश्लेषण

	१ पीक		२ पिके		३ पिके			४ पिके				५ पिके				
	C		C	O	C	O	H	C	O	H	S	C	O	H	S	W
निरीक्षित क्षेत्र %	५४	–	५४	२४	५४	२४	१३	५४	२४	१३	५	५४	२४	१३	५	२
अपेक्षित क्षेत्र %	१००	–	५०	५०	३३.३	३३.३	३३.३	२५	२५	२५	२५	२०	२०	२०	२०	२०
फरक (d)	४६	–	४	२६	२०.७	९.३	२०.३	२९	१	१२	२०	३४	४	७	१५	१८
फरक वर्ग (d^2)	२११६	–	१६	६७६	४२७	८७	४१३	८४१	१	१४४	४००	११५६	१६	४९	२२५	३२४
एकूण फरक वर्ग $\sum d^2$	२११६	–	६९२		९२७			१३८६				१७७०				
$\sum d^2/n$	२११६	–	३४६		३०९			३४७				३५४				

तक्ता क्र.३.४ नुसार सैद्धान्तिक व निरीक्षित मूल्यातील किमान प्रचरण ३०९ इतके आहे म्हणजेच तीन पिकांची सांगड येथे घातली जाते. मका, ओट्स व गवत म्हणजे चारा पिके ही तीन पिके प्रामुख्याने लावली जातात. वीव्हर यांनी याबाबत पुढे असे मत मांडले की, या तीन पिकांचा अनुक्रम COH असाच असेल असे नाही. काही ठिकाणी ओट्स वा चारा पिकांनाही प्राधान्य असू शकते. यामुळेच 'कॉर्न बेल्ट' असे नामानिधान केलेले असले तरी ते प्रातिनिधिक आहे आणि इतरही पिके या प्रदेशात मोठ्या प्रमाणावर घेतली जातात. वीव्हर यांनी मिडवेस्ट प्रदेशातील १०८१ काऊंटीसाठी असे पीक समन्वय अंक काढले व त्याच्या साहाय्याने सममूल्य नकाशे तयार करून कृषी प्रदेश सीमा निश्चित केल्या. याशिवाय काही ठिकाणी कमी महत्त्वाची वा गौण पिकेही घेतली जातात, ती दर्शविण्यासाठी पिकांची अद्याक्षरे योग्य त्या ठिकाणी लिहिण्यात आली. त्यामुळे पीक समन्वय व इतर पिके हे दोन्ही निर्देशित झाले. वीव्हर यांनी नमुन्यादाखल घेतलेल्या किओकूक काऊंटीच्या पीक समन्वयाच्या उदाहरणाव्यतिरिक्त पुढील उदाहरण पाहू.

उदाहरणार्थ : पुढील सांख्यिकी महाराष्ट्रातील विविध पिकांखालील शेकडा क्षेत्र दर्शविते त्यावरून महाराष्ट्रातील पीक समन्वय काढला आहे.

महाराष्ट्रातील विविध पिकांखालील शेकडा क्षेत्र

पिके	ज्वारी (J)	कडधान्ये (P)	तेलबिया (O)	कापूस (C)	भात (R)
क्षेत्र %	१८.४०	१८.००	१७.००	१४.१६	७.००

पीक समन्वय दर्शक तक्ता

	१ पीक	२ पिके		३ पिके			४ पिके				५ पिके				
	J	J	P	J	P	O	J	P	O	C	J	P	O	C	R
निरीक्षित %	१८.४	१८.४	१८.०	१८.४	१८.०	१७.०	१८.४	१८.०	१७.०	१४.१६	१८.४	१८.०	१७.०	१४.१६	७.०
सैद्धान्तिक %	१००	५०	५०	३३.३	३३.३	३३.३	२५	२५	२५	२५	२०	२०	२०	२०	२०
d	८१.६	३१.६	३२	१४.९	१५.३	१६.३	६.६	७.०	८.०	१०.८४	१.६	२.०	३.०	५.८४	१३.०
d^2	६६५८.५	९९८.५	१०२४	२२२	२३४	२६५.७	४३.५	४९.०	६४.०	११७.५	२.५६	४.०	९.०	३४.१	१६९
Σd^2	६६५८.५	२०२२.५		७२१.७			२७४.०६				२१८.६६				
$\frac{\Sigma d^2}{n}$	६६५८.५	१०११.२		२४०.६			६८.५१				४३.७३				

वीव्हर पद्धतीनुसार किमान प्रचरण मूल्य ४३.७३ असून, ते पाच पिकांचा समन्वय दर्शविते. त्यानुसार ज्वारी, कडधान्ये/डाळी, तेलबिया, कापूस आणि भात ही ती पाच पिके होत. पिकांचे शेकडा क्षेत्र असे दर्शविते की, ज्वारी व कडधान्ये यांचे क्षेत्र जवळपास सारखेच असून त्याखालोखाल तेलबिया पिके आहेत. कापूस हे नगदी पीक असूनही त्याचे क्षेत्रही लक्षणीय आहे; म्हणजे महाराष्ट्रात पाच पिकांचा समन्वय आहे असे म्हणता येईल.

वीव्हर यांच्या पीक समन्वय सूत्रात के. डोई (K. Doi, 1957), पीटरस्कॉट (PeterScot), डी. टॉमस (D. Thomas, 1963), कोपॉक (1964) आणि जसबीरसिंग (1974) यांनी काही बदल सुचविले. त्यामुळे अचूक निष्कर्ष प्राप्त होण्यासाठी त्यांचे मोठे साहाय्य झाले.

३.७.२ डी. टॉमस पद्धत

ब्रिटिश कृषीशास्त्रज्ञ डी. टॉमस यांनी १९६३ मध्ये वेल्स मधील कृषी प्रदेश सीमा निश्चिती करण्यासाठी वीव्हर पद्धतीत बदल करून विस्तारित पीक समन्वय पद्धत मांडली. प्रत्येक पीक समन्वय काढताना एकूण पीक संख्या (n) भागाकारासाठी विचारात घ्यावयाची असा बदल टॉमस यांनी केला. उदाहरणार्थ, समन्वय काढण्यासाठी एकूण पाच पिके विचाराधीन असतील तर प्रत्येक पीक समन्वयासाठी पाचने भागावयाचे असते. वीव्हर पद्धतीत आपण तीन पीक समन्वयासाठी तीनने भागतो. सोयीसाठी वरील उदाहरणातील पीकाचे शेकडा क्षेत्र पूर्णांकात घेतले आहे.

एक पीक समन्वय : $(१००-१८)^२ + (०-१८)^२ + (०-१७)^२ + (०-१४)^२ + (०-७)^२$

$= (८२)^२ + (-१८)^२ + (-१७)^२ + (-१४)^२ + (-७)^२$

$d^2 = ६७२४ + ३२४ + २८९ + १९६ + ४९$

$\sum d^2 = ७५८२ \qquad n = ५$

$$\therefore \frac{\sum d^2}{n} = \frac{७५८२}{५}$$

$$\sigma^२ = \boxed{१५१६.४}$$

दोन पीक समन्वय : $(५०-१८)^२ + (५०-१८)^२ + (०-१७)^२ + (०-१४)^२ + (०-७)^२$

$= (३२)^२ + (३२)^२ + (-१७)^२ + (-१४)^२ + (-७)^२$

$d^2 = १०२४ + १०२४ + २८९ + १९६ + ४९$

$\sum d^2 = २५८२ \qquad n = ५$

$$\frac{\sum d^2}{n} = \frac{२५८२}{५}$$

$$\therefore \sigma^२ = \boxed{५१६.४}$$

तीन पीक समन्वय : $(३३.३-१८)^२ + (३३.३-१८)^२ + (३३.३-१७)^२ + (०-१४)^२ + (०-७)^२$

$= (१५.३)^२ + (१५.३)^२ + (१६.३)^२ + (-१४)^२ + (-७)^२$

$d^2 = २३४ + २३४ + २६५.७ + १९६ + ४९$

$$\Sigma d^2 = ९७८.७ \qquad n = ५$$

$$\frac{\Sigma d^2}{n} = \frac{९७८.७}{५}$$

$$\therefore \sigma^2 = \boxed{१९५.७}$$

चार पीक समन्वय :
$$(२५-१८)^२ + (२५-१८)^२ + (२५-१७)^२ + (२५-१४)^२ + (0-७)^२$$
$$= (७)^२ + (७)^२ + (८)^२ + (११)^२ + (-७)^२$$
$$d^2 = ४९ + ४९ + ६४ + १२१ + ४९$$
$$\Sigma d^2 = ३३२ \qquad n = ५$$
$$\frac{\Sigma d^2}{n} = \frac{३३२}{५}$$
$$\therefore \sigma^2 = \boxed{६६.४}$$

पाच पीक समन्वय :
$$(२०-१८)^२ + (२०-१८)^२ + (२०-१७)^२ + (२०-१४)^२ + (२०-७)^२$$
$$= (२)^२ + (२)^२ + (३)^२ + (६)^२ + (१३)^२$$
$$d^2 = ४ + ४ + ९ + ३६ + १६९$$
$$\Sigma d^2 = २२२ \qquad n = ५$$
$$\frac{\Sigma d^2}{n} = \frac{२२२}{५}$$
$$\therefore \sigma^2 = \boxed{४४.४}$$

वरील उदाहरणावरून हे स्पष्ट होते की, टॉमस पद्धतीनेसुद्धा महाराष्ट्रात पाच पीके समन्वयाने घेतली जातात असे दिसते. सूत्रातील बदलामुळे प्रत्येक पीक समन्वयात पीक संख्येने भागण्यातील जो फरक आहे त्यामुळे प्रचरणाची अंतिम मूल्ये वीव्हर पद्धतीपेक्षा वेगळी येत असली तरी किमान प्रचरण पाच पीक समन्वय दर्शवितो.

३.७.३ के. डोई पद्धत

जपानी संशोधक किकूकाझू डोई (Kikukazu Doi) यांनी 'The Industrial Structure of Japanese Prefectures' या शोधनिबंधात Deviation Analysis Table (One sheet Table) अशा शीर्षकाचा तक्ता दिला आहे. उच्च गुणानुक्रम असलेली मूल्ये गृहीत धरून डोई यांनी कसोटी मूल्ये (Critical values) दिलेली आहेत. डोई यांच्या पद्धतीमध्ये प्रचरण वा विचलन (Daviation 'd') काढले जात नाही. तसेच पिकांचे संकलित शेकडा क्षेत्र (Cumulative Percentage) काढावयाचे असते.

An Abridged Part of the Deviation Analysis Table (One-Sheet Table)

तक्ता क्र. ३.५ : के. डोई वन शीट टेबल

	Rank of Element												
Cumulative Percentage of Higher Ranking Elements	1	2	3	4	5	6	7	8	9	10	11	12	13
						Critical Values							
95											6.98	6.27	5.68
90								8.84	7.60	6.67	5.94	5.35	4.49
85					12.93	10.00	8.17	6.91	5.99	5.29	4.73	4.29	3.91
80				13.83	10.00	7.85	6.46	5.49	4.78	4.23	3.79	3.33	3.14
75			16.67	10.57	7.75	6.13	5.06	4.32	3.76	3.33	2.99	2.71	2.49
70		27.64	12.25	7.93	5.96	4.65	3.85	3.29	2.87	2.55	2.29	2.08	1.90
65		18.38	8.66	5.63	4.19	3.34	2.77	2.37	2.07	1.84	1.65	1.50	1.37
60		11.27	5.46	3.59	2.68	2.14	1.78	1.52	1.33	1.18	1.06	0.97	0.88
55		5.38	2.68	1.73	1.29	1.04	0.86	0.74	0.64	0.57	0.52	0.47	0.43
50		0.00	0.00	0.00	0.00	0.00	0.00	0.00	0.00	0.00	0.00	0.00	0.00

(Source : Dio, Kikukazu, The Industrial Structure of Japanese Perfectures, Tokyo, Proceedings of the International Geographical Union, Section on Human Geography, Regional Conference in Japan, 1957, pp. 310-316.)

नमुना म्हणून पुढील उदाहरण डोई पद्धत विशद करते.

Cropping Pattern in Kurushetra District (Haryana-India), 1976-77

Ranking	Crop	Actual percentage of total cropped area	Cumulative percentage
1)	Wheat	40.31	-
2)	Rice	23.76	64.07
3)	Fodder	10.49	74.56
4)	Gram	6.72	81.28
5)	Maize	5.53	86.81
6)	Bulrush millet	3.64	90.45
7)	Sugar cane	2.78	93.23
8)	Barley	1.78	95.01
9)	Sorghum	1.00	96.01
10)	Oilseeds	0.99	97.00
11)	Cotton	0.96	97.96
12)	Potato	0.77	98.73
13)	Others	1.27	100.00

(स्रोत : ॲग्रिकल्चरल जिऑग्राफी : जसबीरसिंग, धिल्लाँ एस. एस.)

डोई यांच्या 'वन शीट टेबल' हा तक्ता डाव्या बाजूस ५० टक्क्यांपेक्षा अधिक संकलित टक्केवारी असलेल्या अंकापासून सुरू होतो कारण या पिकांचा अनुक्रम, क्षेत्र जास्त असल्याने वरचा असतो. आडव्या अक्षावर कसोटी मूल्ये (Critical Values) दिलेली आहेत. तक्त्याचा वापर पुढील प्रमाणे :

१) कुरुक्षेत्र जिल्ह्याच्या उदाहरणात प्रथम क्रमांकाचे पीक गहू (४०.३१) व दुसऱ्या क्रमांकाचे भात (२३.७६) आहे. त्यांची संकलित टक्केवारी ६४.०७ म्हणजे ५० पेक्षा अधिक आहे पण ६५ च्या जवळ असल्याने ६५ हा अंक कसोटी मूल्य बघण्यास संदर्भ म्हणून घ्यावा.

२) ६५ च्या संदर्भातील कसोटी मूल्य (Critical Value) तीन अनुक्रमांकाच्या कॉलममध्ये ८.६६ इतके आहे. परंतु, तिसऱ्या क्रमांकाच्या चारा पिकाचे शेकडा क्षेत्र १०.४९ आहे; म्हणजे कसोटी मूल्यापेक्षा (८.६६) ते अधिक आहे. तीन पिकांची संकलित टक्केवारी ७४.५६ आहे.

३) ७४.५६ ही टक्केवारी ७५ च्या जवळची आहे. त्या संदर्भातील चौथ्या अनुक्रमांकाच्या कॉलममधील कसोटी मूल्य १०.५७ आहे. चौथ्या अनुक्रमांकाचे हरभरा हे पीक असून त्याचे शेकडा क्षेत्र ६.७२ म्हणजे कसोटी मूल्यापेक्षा लहान आहे म्हणजेच ते पीक समन्वयासाठी घेता येत नाही.

वरील प्रकारे डोई यांच्या 'वन शीट टेबल' चा वापर करून पीक समन्वय समजू शकतो. कुरुक्षेत्र जिल्ह्यासाठी गहू, भात व चारा पिक असा तीन पीक समन्वय आहे. डोई पद्धतीमध्ये दहा टक्क्यांपेक्षा कमी क्षेत्र असलेली पिके समन्वयासाठी विचारात घेत नाहीत; कारण डोई यांचे असे मत होते की, इतक्या कमी क्षेत्राच्या पिकांचा पीक समन्वय काढण्यावर फारसा प्रभाव असत नाही; त्यामुळे ती वगळली तरी चालू शकते.

उदाहरणार्थ : पुढील सांख्यिकी महाराष्ट्रातील विविध पिकांचे शेकडा क्षेत्र व गुणानुक्रम दर्शविते. त्यावरून डोई पद्धतीच्या साहाय्याने पीक समन्वय काढता येतो.

गुणानुक्रम	पीक	शेकडा क्षेत्र	संकलित शेकडा क्षेत्र
१	ज्वारी	१८.४	–
२	कडधान्ये	१८.०	३६.४
३	तेलबिया	१७.०	५३.४
४	कापूस	१४.०	६७.४
५	भात	०७.०	७४.४
६	बाजरी	०६.०	८०.४
७	गहू	५.५	८५.९
८	ऊस	४.८४	९०.७४
९	इतर पिके	९.२६	१००.००

१) वरील उदाहरणात संकलित शेकडा क्षेत्र ५३.४ (ज्वारी, कडधान्ये, तेलबिया) हे ५० व ५५ च्या दरम्यान आहे. ५३.४ ही संख्या ५५ च्या अधिक जवळ आहे. 'वन शीट टेबल' मध्ये ५५ या डावीकडील स्तंभाच्यासमोर चार गुणानुक्रमाखालील मूल्य १.७३ आहे. चौथ्या क्रमांकाचे पीक कापूस असून त्याचे शेकडा क्षेत्र १४ आहे म्हणजे कसोटी मूल्य १.७३ हे कमी असल्याने त्याचा समावेश पुढील पीक समन्वयासाठी ग्राह्य धरण्यात येईल. त्यासाठी पुढील संकलित शेकडा क्षेत्र ६७.४ चा विचार करू.

२) ६७.४ हे संकलित शेकडा क्षेत्र ६५ व ७० च्या दरम्यान असून ते ७० च्या जवळ असल्याने त्या स्तंभातील पाच गुणानुक्रमाच्या खाली कसोटी मूल्य ५.९६ आहे. परंतु, पाचव्या गुणानुक्रमाचे पीक भात याचे शेकडा क्षेत्र ७ असल्याने ते कसोटीमूल्यापेक्षा अधिक आहे; म्हणून भात या पिकाचा पीक समन्वयासाठी समावेश करावा लागेल.

३) पाचव्या गुणानुक्रमाच्या पिकाचे संकलित शेकडा क्षेत्र ७४.४ असून ते ७० व ७५ च्या दरम्यान परंतु ७५च्या जवळचे आहे. ७५ च्या स्तंभातील सहाव्या गुणानुक्रमाखालील कसोटी मूल्य ६.१३ आहे. परंतु, सहाव्या गुणानुक्रमांकाचे पीक बाजरीचे संकलित शेकडा क्षेत्र ६ असल्याने ते कसोटी मूल्यापेक्षा कमी आहे; म्हणून सहाव्या गुणानुक्रमाचे पीक समन्वयासाठी समाविष्ट करता येत नाही; म्हणजेच डोई पद्धतीनुसार महाराष्ट्रात पाच पीक समन्वय दिसून येतो. ज्वारी, कडधान्ये, तेलबिया, कापूस व भात ही ती पिके होत.

३.७.४ कोपॉक पद्धत

कोपॉक यांच्या मते, अपेक्षित वा सैद्धान्तिक मूल्य आणि निरीक्षित मूल्य यांच्यातील फरकाचा (d) वर्ग करून बेरीज केल्यावर Σd^2 च्या संख्येस पिकांच्या संख्येने भागण्याची आवश्यकता नाही; कारण त्या भागाकाराने उत्तरात फरक पडत असला तरी निष्कर्ष बदलत नाही; म्हणजे 'लिस्ट स्केअर' (d^2) मधील किमान मूल्यच पीक समन्वय दर्शविते व पिकाच्या संख्येने भागूनही येणारे उत्तर किमान मूल्याचेच असते; म्हणून तुलनात्मकदृष्ट्या वीव्हर पद्धतीपेक्षा कोपॉक यांनी सुचविलेला बदल अधिक सोईचा वाटतो. डोई पद्धतीत 'वन शीट टेबल' मुळे पीक समन्वय काढणे सुलभ ठरते.

३.७.५ पीटर स्कॉट रूपांतरण पद्धत

पीटर स्कॉट यांनी टास्मानिया बेटाचे कृषी प्रदेश करण्यासाठी केलेल्या अभ्यासातून असे मत मांडले की, शेतीचा पशुधन हा एक अविभाज्य भाग आहे. त्यामुळे पिकांना जसे महत्त्व असते तसेच महत्त्व पशुधनास दिले पाहिजे. कृषी प्रदेश करताना पिके व पशुधन यांचा एकत्रित विचार करावयास हवा. यासाठी आवश्यक ते बदल कसे करावेत याबाबत कोपॉक यांनी साहाय्य केले. कोपॉक यांनी असे सुचविले की, शेतकऱ्याकडे असणाऱ्या पशु-पक्ष्यांना जे खाद्य द्यावे लागते त्या खाद्याचे पशुधन प्रकारानुसार शेकडा प्रमाणात रूपांतर करावे व पिकाच्या क्षेत्रीय टक्केवारीत याचा समावेश करावा. यासाठी कोपॉक यांनी पशुधनाचा प्रकार आणि त्यासाठीचे समान एकक (Common Unit) यांचा तक्ता तयार केला. खाद्याच्या प्रमाणानुसार एकक प्राणी असे रूपांतर केले. पुढील तक्त्यात त्यातील काही नमुने दर्शविले आहेत.

तक्ता क्र. ३.६ : पशुधन प्रकार आणि खाद्यान्न एककनुसार पशुधन संख्या

पशुधन प्रकार	खाद्यान्नाच्या प्रमाणात पशुधन संख्या
घोडे	१
गाई, म्हशी, बैल, रेडे	१
इतर पशू (१ वर्षापेक्षा मोठे पण २ वर्षांपेक्षा लहान वय)	२/३
इतर प्राणी (१ वर्षापेक्षा लहान)	१/३
मेंढ्या	१/१५
कोंबड्या (६ महिन्यांपेक्षा मोठ्या)	१/५०
कोंबड्या (पिल्ले)	१/२००

कोपॉक यांच्या या रूपांतर करण्याच्या पद्धतीवर बरीच टीका झाली; कारण सर्व पशुधनाचे खाद्य एकाच प्रकारचे नसते. गायी-म्हशींचे खाद्यान्न एकक एक आहे तर कोंबड्यांचे १/५० व १/२०० इतके दर्शविले आहे; पण मुळात त्यांचे खाद्यच खूप वेगवेगळे असल्याने जणूकाही एकाच प्रकारचे खाद्य दिले जाते असे गृहीत धरून समान एकक काढणे योग्य नाही. गाई-म्हशींना चारा दिला जातो तर कोंबड्यांचे खाद्य विशेष प्रकारे बनवावे लागते. त्यामुळे प्रत्येक खाद्यातून किती पोषण ऊष्मांकाच्या रूपात प्राप्त होतात त्याचे गणित करून वर्गीकरण करावे असे मत मांडले गेले. कृषी व्यवसायात पीक समन्वय विचारात घेताना पशुधनाचा समावेश करायला हवा हा विचार मात्र अतिशय रास्त आहे हे मान्य करण्यात आले.

कृषी प्रदेश आणि कृषी विकास यांचा अन्योन्य संबंध असतो. कृषी प्रदेश केल्याने शेतीतील प्रादेशिक विषमता अधिक स्पष्ट दृग्गोचर होते. प्रादेशिक विषमता दूर करण्यासाठी दिशा प्राप्त होऊ शकते. नियोजनात व वित्तीयसाहाय्य करण्यासाठी कृषी प्रदेश करणे गरजेचे ठरते. काळानुरूप अशा प्रदेशात होणारे बदल, आपत्ती, लोकांच्या गरजांमधील बदल या सर्वांची दखल घेऊन शेतीत बदल करणे शक्य होते.

३.८ हरितक्रांती : प्रभाव आणि परिणाम (Green Revolution : Its Impact and Consequences)

स्वातंत्र्योत्तर काळात भारतात पंचवार्षिक योजनांना प्रारंभ झाला. देशातील साधनसंपदेचा अधिक कार्यक्षम वापर करून शेती, उद्योग, व्यापार इत्यादी क्षेत्रांत उत्पादन वाढ करणे हा मुख्य उद्देश होता. परंतु, लोकसंख्या वेगाने वाढत होती त्यामुळे कृषी उत्पादनातवाढ साध्य करणे अत्यावश्यक झाले. इ.स. १९६०-६१ मध्ये केंद्र शासनाने 'फोर्ड फाऊंडेशन' या संस्थेच्या तज्ज्ञांना सल्ला देण्यासाठी आमंत्रित केले. त्यांनी काही पिके व क्षेत्रे निवडून त्यांची उत्पादनवाढ साध्य करण्यासाठीचे उपाय सुचविले. यातून 'इंटेंसिव्ह ॲग्रिकल्चरल डिस्ट्रीक्ट प्रोग्रॅम' (IADP) या योजनेचा प्रारंभ झाला. या योजनेंतर्गत निवडक पिकांची उत्पादन वाढ साध्य करण्यासाठी निवडक जिल्ह्यांमधील शेतीस साहाय्य करण्यात आले. नंतर १९६५ मध्ये IADP हे नाव बदलून त्यास 'इंटेंसिव्ह एरीया ॲग्रिकल्चरल प्रोग्रॅम' (IAAP) असे संबोधण्यात येऊ लागले. देशातील लागवडीखालील क्षेत्रापैकी पंचवीस टक्के क्षेत्र या योजनेच्या अंमलबजावणीसाठी निवडण्यात आले. इ.स.१९६६-६७ मध्ये उद्भवलेल्या दुष्काळी परिस्थितीमुळे कृषी उत्पादनात लक्षणीय घट झाली. परिणामी IAAP च्या योजनेमुळे साध्य झालेली कृषी उत्पादनवाढ निष्प्रभ ठरली. भारताला मोठ्या प्रमाणावर धान्य आयात करावे लागले. त्याच सुमारास मेक्सिकोत तयार केल्या गेलेल्या गव्हाच्या अधिक उत्पादन (HYV) देणाऱ्या वाणाची आयात केली गेल्याने भारतात उपलब्धता झाली होती. मेक्सिकोमध्ये 'इंटरनॅशनल व्हीट रिसर्च' या आंतरराष्ट्रीय संस्थेत अमेरिकी संशोधक डॉ. नॉर्मन बोरलॉग यांनी गव्हाची टिकाऊ व अधिक उत्पादन देणारी जात निर्माण करण्यात यश मिळविले होते. त्याची चाचणी पाकिस्तान व भारतासारख्या दक्षिण आशियाई राष्ट्रांमध्ये व्हावयास हवी यासाठी प्रयत्न चालू होते. सन १९६६ मध्ये भारतात प्रथमच गव्हाच्या या नवीन वाणाची आयात करण्यात आली. भारतीय शेतकऱ्यांना या नवीन गव्हाच्या वाणामुळे नव्या किडीचा वा रोगाचा प्रादुर्भाव होण्याची शक्यता वाटत होती म्हणून त्यांचा काही प्रमाणात विरोध होता; परंतु, जेव्हा प्रथमच उत्पादन झाले तेव्हा ते इतके भरघोस होते की, शेतकऱ्यांचा विरोध मावळला. सुधारित संकरित वाणाच्या लागवडीमुळे साध्य झालेल्या उत्पादन वाढीस 'हरितक्रांती' (Green Revolution) असे संबोधन प्राप्त झाले. अमेरिकी कृषीतज्ज्ञ विल्यम गार्ड यांनी प्रथम 'ग्रीन रेव्होल्यूशन' असे या प्रकारच्या उत्पादन वाढीस संबोधले.

गव्हाच्या उत्पादन वाढीचे यश मिळाले त्याच सुमारास भाताचेही सुधारित वाण फिलिपाईन्समध्ये विकसित करण्यात यश मिळाले होते. भारताने ते आयात करून त्याची लागवड केली. त्यानंतर मका, ज्वारी व बाजरी अशा भरड धान्यांवरही प्रयोग करण्यात आले. या सर्व उत्पादन वाढीचा परिणाम असा झाला की, सन १९६४ मधील ८९ दशलक्ष टन अन्नधान्याच्या उत्पादनावरून १९७० मध्ये ते १०८ दशलक्ष टनांपर्यंत वाढले.

हरितक्रांतीच्या संदर्भातील महत्त्वाची बाब म्हणजे सुधारित गहू व भाताच्या लागवडीसाठी जी राज्ये निवडण्यात आली होती तेथे जलसिंचन उपलब्ध असल्याने पाण्याची शाश्वती होती. पंजाब, हरियाणा, पश्चिम उत्तर प्रदेश आणि आंध्रप्रदेश या राज्यांमध्ये तज्ज्ञांच्या मार्गदर्शनाखाली सुधारित अधिक उत्पादन देणारे बियाणे (HYV), नियंत्रित पाणी व खत पुरवठा या त्रिसुत्रीतून भरघोस उत्पादन प्राप्त झाले. मात्र, गहू व भाताचे उत्पादन ज्या प्रमाणात वाढले त्या तुलनेत मका, ज्वारी, बाजरीचे प्रमाण वाढले नाही; म्हणूनच काही अभ्यासक यास 'ग्रेन रेव्होल्यूशन' (Grain Revolution) म्हणतात.

३.८.१ हरितक्रांती प्रभाव (Impact of Green Revolution)

१) मेक्सिको व फिलिपिन्स मधील आंतरराष्ट्रीय कृषी संशोधन संस्थेने जसे गहू व भाताचे सुधारित वाण निर्माण करण्यात यश मिळविले तसे भारताला साध्य करता यावे म्हणून प्रेरणा घेऊन भारतातील 'इंडियन

ॲग्रिकल्चरल रिसर्च इन्स्टिट्यूट' या संस्थेने गहू, भात, मका, ज्वारी व बाजरीचे सुधारित वाण तयार करण्यात यश मिळविले. तसेच इ.स. १९७२ मध्ये 'इंटरनॅशनल क्रॉप रिसर्च फॉर सेमी-ॲरिड ट्रॉपिक्स' ही संशोधन संस्था स्थापण्यात आली. या संस्थेत भरड धान्ये, कडधान्ये व तेलबिया या विषयी संशोधन सुरू झाले.

२) गहू व भात यांच्या दर हेक्टरी उत्पादनात भरघोस वाढ झाली. पंजाबमधील गव्हाचे प्रति हेक्टरी उत्पादन १३०७ कि.ग्रॅ. वरून २२३८ कि.ग्रॅ. झाले. विशेष म्हणजे १९७०-७१ मध्ये लुधियाना जिल्ह्यात अधिक उत्पादन देणाऱ्या गव्हाच्या वाणाची लागवड, नियंत्रित व योग्य प्रमाणात जलसिंचन व खत पुरवठा यामुळे दर हेक्टरी ३३१० कि.ग्रॅ. उत्पादन झाले. भाताचे दर हेक्टरी उत्पादन १००० कि.ग्रॅ. होते ते २३७२ कि.ग्रॅ. झाले; एकूण अन्नधान्य पिकांची वाढ लक्षात घेता ती जवळपास तिपटीने झाली.

३) गहू व भाताच्या उत्पादन वाढीचा प्रभाव क्षेत्र वाढण्यावर झाला. बिहार व पश्चिम बंगाल या सारखी गव्हाचे उत्पादन न करणारी राज्ये गव्हाची लागवड करू लागली तर पंजाब-हरियाणा राज्यांमध्ये भाताचे क्षेत्र वाढले.

४) सुधारित वाण अधिक कणखर असल्याने बेभरवशाच्या मोसमी पावसाचा त्यावर फारसा विपरीत परिणाम झाला नाही.

५) ग्रामीण अर्थव्यवस्था थोड्याफार प्रमाणात सुधारली.

६) अन्नधान्य उत्पादनात भारत स्वयंपूर्ण झाला; त्यामुळे अवर्षण व पूर परिस्थितीसाठी राखीव साठा ठेवणे शक्य झाले.

७) हरितक्रांतीमुळे भारतातील पिकांच्या आकृतिबंधात बदल झाले. धान्य पिकांखालील क्षेत्र व उत्पादन वाढल्याने कडधान्ये-डाळी यांचे क्षेत्र व उत्पादन घटले.

८) शेती व उद्योग सहसंबंध वाढीस लागले. कृषी उद्योगांना चालना मिळाली व पर्यायाने औद्योगिक उत्पादनांची मागणी वाढली.

३.८.२ हरितक्रांती : परिणाम (Consequences of Green Revolution)

सुधारित वाण, खत पुरवठा आणि जलसिंचन (Seed-Fertilizers-Irrigation Package) या त्रिसुत्रीचा शेतीत वापर म्हणजे 'हरितक्रांती' असे म्हटले जाते. यामुळे प्रारंभीच्या काळात धान्योत्पादनात लक्षणीय वाढ दिसून आली. परंतु, इ.स. १९७७ मध्ये अन्नधान्य उत्पादनात घट आली आणि त्यानंतर हरितक्रांतीचा प्रभाव कमी झाला असे लक्षात आल्याने भारतीय शेतीचा संपूर्ण आढावा घेण्यात आला. इ.स. १९८० मध्ये हरितक्रांतीचे महत्त्वाचे परिणाम अधोरेखित करण्यात आले.

१) धान्योत्पादनात लक्षणीयरीत्या वाढ झाली. परंतु, गहू व भात उत्पादनात झालेल्या वाढीच्या तुलनेत इतर पिकांच्या उत्पादनातील वाढ अपेक्षेइतकी झाली नाही.

२) हरितक्रांतीच्या तत्त्वांना बळ देण्याचे काम केंद्र शासनाने केले. अन्नधान्य खरेदी करणे, आधारभूत किमती ठरविणे, अन्नधान्य साठा करून अन्नसुरक्षा धोरण अंगीकारणे, सार्वजनिक वितरण व्यवस्था बळकट करणे या बाबी यामुळे साध्य होऊ शकल्या.

३) भल्ला व चड्ढा यांच्या मते, हरितक्रांतीचा सर्वाधिक फायदा पंजाब-हरियाणा यांना झाला. शेती व शेतकरी दोघांची भरभराट झाली. लहान शेतकरी व मोठे शेतकरी अशा दोन्ही गटातील शेतकऱ्यांनी दर हेक्टरी उत्पादनवाढ सारख्याच प्रमाणात साध्य केली.

४) हरितक्रांतीमुळे शेतीतील भांडवल गुंतवणूक वाढली. खते, कीटकनाशके यांचा वापर वाढला.
५) कडधान्यांखालील क्षेत्र कमी झाले व उत्पादकताही कमी झाली. गरिबांना प्रथिनांचा पुरवठा करणाऱ्या कडधान्यांचे व डाळींचे भाव वाढल्याने त्यांच्या आहारातील प्रथिनांचे प्रमाण घटले व त्याचा आरोग्यावर परिणाम झाला.
६) पिकांचा आकृतिबंध बदलला. गहू, भाताचे क्षेत्र वाढले, व्यापारी पिकांचे विशेषतः उसाचे क्षेत्र वाढले पण भरडधान्ये व कडधान्यांखालील क्षेत्र घटल्याने पीक आकृतिबंध बदलला.
७) अल्पभूधारक व लहान शेतकरी आणि कोरडवाहू शेती हरितक्रांतीपासून दूरच राहिले.
८) जलसिंचनाची सुविधा नसलेले प्रदेश दुर्लक्षित राहिले.
९) शेती रोजगारनिर्माणकारी क्षेत्र आहे. परंतु, हरितक्रांतीमुळे श्रमाधारित शेतीचे प्रमाण कमी झाले. लहान शेतकरी व अल्पभूधारकांची शेती तोट्यात गेल्याने स्थलांतराचे प्रमाण वाढले; बेरोजगारी वाढली. अनेकांनी जमिनी विकून टाकल्या व शहरांकडे स्थलांतर केले वा शेतमजूर म्हणून काम करू लागले.
१०) हरितक्रांतीच्या तत्त्वानुसार घेण्यात येणाऱ्या पिकांना मोठ्या प्रमाणावर खत पुरवठा व जलसिंचन करावे लागते. कीटकनाशके वापरावी लागतात. यामुळे काही वर्षांत शेतीयोग्य मृदांवर त्याचा विपरीत परिणाम झाला. जमिनीत व पिकांमध्ये खते व कीटकनाशकांचे अंश शिल्लक राहू लागले. जमीन, उत्पादन व मानवी आरोग्य धोक्यात येऊ लागले आहे. हा हरितक्रांतीचा फार मोठा दुष्परिणाम समजला जातो.

हरितक्रांतीचे वर उल्लेखलेले विपरीत परिणाम दूर करण्यासाठी दुसऱ्या हरितक्रांतीच्या दिशेने पावले टाकण्यात येत आहेत. त्यात जैवतंत्रज्ञान, सूक्ष्मजलसिंचन, सेंद्रिय शेती, शाश्वत शेती, प्रक्रिया उद्योग, शेतीपूरक जोडधंदे इत्यादींचा अवलंब करण्याचा समावेश होतो.

सरावासाठी प्रश्न

१) 'पिकांच्या आकृतिबंधाचा अभ्यास अनेक बाबी स्पष्ट करणारा असतो' कृषी भूगोलाच्या अभ्यासकाच्या दृष्टिकोनातून या विधानाचे स्पष्टीकरण करा.
२) कृषिकार्यक्षमता आणि उत्पादकता यांच्यातील सहसंबंध स्पष्ट करून कोणत्याही एका कृषिकार्यक्षमता मापन पद्धतीचे वर्णन करा.
३) जे. सी. वीव्हर पीकसमन्वय पद्धतीच्या साहाय्याने कृषी प्रदेश सीमा कशा निश्चित करतात, ते स्पष्ट करून डी. टॉमस पद्धतीस विस्तारित वीव्हर पद्धती का म्हणतात ते सांगा.
४) 'हरितक्रांती' म्हणजे काय? हरितक्रांतीचा प्रभाव विशद करून, दुसऱ्या हरितक्रांतीची आवश्यकता आहे का? आपले मत मांडा.
५) पीक विविधा म्हणजे काय ते सांगून, त्याचे मापन करण्याच्या पद्धतींपैकी एका पद्धतीचे वर्णन करा.
६) थोडक्यात उत्तरे लिहा.
   १) पीटरस्कॉट कृषी प्रदेश सीमा निश्चिती पद्धत
   २) पिकांच्या व्यापारीकरणाचे मापन
   ३) पीक केंद्रीकरण
   ४) कृषी उत्पादकता निर्देशांक

४ कृषीक्षेत्राचे स्थान : बहुमितीय घटक आधारित सिद्धान्त

Theories of Agricultural Location Based on Several Multidimensioned Factors

४.१ व्हॉन थ्युनेन प्रतिमान
४.२ व्हिटलसी कृषी प्रदेश
४.३ भूमीउपयोजन व भूमीक्षमता

मानवाच्या निरनिराळ्या आर्थिक क्रिया-प्रक्रियांचे स्थान व क्षेत्र कसे निश्चित होते, हे समजण्यासाठी स्थानिकीकरणाचे सिद्धान्त मांडले जातात. काही वेळा गृहीतकांच्या साहाय्याने प्रतिमान मांडूनही सिद्धान्त विशद केले जातात. प्रतिमानामुळे (Model) प्रत्यक्षात खूप गुंतागुंतीच्या व क्लिष्ट असणाऱ्या बाबींचे सुलभीकरण केले जाते; परंतु, त्यामुळे संकल्पना व त्यामागील हेतू यांचे चांगले आकलन होते. प्रतिमाने अनेक प्रकारची असतात. कृषी भूगोलात महत्त्वाचे स्थान असणारे असेच एक प्रतिमान म्हणजे जर्मन अर्थशास्त्रज्ञ जोहानन हेनरिच व्हॉन थ्यूनेन (१७८३-१८५०) यांचे पिकांच्या क्षेत्रीय वितरणासंदर्भातील प्रतिमान होय. कृषीमालाचे उत्पादनक्षेत्र आणि बाजारपेठ यांच्यातील अंतर हा एक अत्यंत महत्त्वाचा व संवेदनशील घटक असतो असे त्यांचे मत त्यांनी या प्रतिमानाद्वारे सिद्ध करण्याचा प्रयत्न केला. शेतकरी व ग्राहक या दोघांच्यादृष्टीने हा मुद्दा महत्त्वाचा ठरतो. सर्वसामान्यपणे उत्पादनाची बाजारातील विक्रीकिंमत ही उत्पादन खर्च व वाहतूक खर्च यावरून निश्चित होत असते; म्हणून बाजारपेठेपासूनचे अंतर हा शेतीतील उत्पादनाच्यादृष्टीने सर्वांत महत्त्वपूर्ण घटक होय. कृषी भूमी वापर बाजारपेठेपासूनच्या अंतरावर अवलंबून असतो असे व्हॉन थ्युनेन यांचे मत होते.

४.१ व्हॉन थ्युनेन प्रतिमान अथवा सिद्धान्त (Von Thunen's Theory)

व्हॉन थ्युनेन यांनी पूर्व जर्मनीतील बाल्टीक समुद्र किनाऱ्याजवळील मॅक्लेनबर्ग प्रांतातील रोस्टोक शहराजवळील टेली या गावात शेतजमीन खरेदी केली. तेथे त्यांनी चाळीस वर्षे शेती केली. शेती करत असताना आवश्यक व महत्त्वाच्या अशा सर्व नोंदी त्यांनी वर्षानुवर्षे लिहिल्या व जपल्या. त्या अनुभवातून त्यांनी 'कृषीक्षेत्राचे स्थान' (Location of Agriculture) या संदर्भातील सिद्धान्त मांडण्यासाठी जे प्रतिमान मांडले त्यास व्हॉन थ्युनेन प्रतिमान अथवा सिद्धान्त म्हणतात. हे प्रतिमान सन १८२६ मध्ये म्हणजे एकोणिसाव्या शतकाच्या प्रारंभी मांडले गेले असल्याने त्या वेळची परिस्थिती थोडीफार लक्षात घेणे गरजेचे आहे. त्या वेळी वाहतुकीची साधने मर्यादित होती. वाहतुकीचा वेग कमी होता. शेतमाल वाहून नेणाऱ्या साधनांची क्षमता कमी

होती. बहुतांश माल पाठविण्यासाठी रस्त्यांचा वापर केला जात असे; अशा पार्श्वभूमीवर हे प्रतिमान विचारात घ्यावे लागते. व्हॉन थ्युनेन यांनी प्रतिमान मांडण्यासाठी पुढील गृहीतके स्वीकारली आहेत.

४.१.१ व्हॉन थ्युनेन प्रतिमानातील गृहीतके

१) प्रतिमानातील भूभाग सपाट, मैदानी असून त्याच्या मध्यवर्ती भागात एक नागरीवस्ती म्हणजे शहर आहे. या भूभागास थ्युनेन यांनी 'आयसोलेटेड स्टेट' (Isolated State) असे संबोधले.

२) या मैदानी भागात जमीन व हवामान हे पिके घेण्यासाठीचे नैसर्गिक घटक समान आहेत आणि उंचवटा–डोंगर असा भूरचनात्मक कोणताही अडसर या भागात नाही.

३) या मैदानी प्रदेशात उत्पादित होणाऱ्या कृषी मालाची विक्री करण्यासाठीची बाजारपेठ म्हणजे मध्यवर्ती भागातील शहर होय. त्याचबरोबर शहराला कृषी मालाचा पुरवठा करणारा हा एकमेव प्रदेश आहे, असे हे परस्परावलंबी क्षेत्र आहे.

४) विक्रीसाठी आणलेल्या कृषी मालाची किंमत सर्वत्र समान असून, शेतकऱ्यांना प्रचलित बाजारभावाची पूर्वकल्पना आहे. शेतकऱ्यांमध्ये माल विक्रीसाठी स्पर्धा आहे आणि अधिकाधिक नफा मिळविणे हे त्यांचे उद्दिष्ट आहे.

५) कृषीमाल बाजारात आणण्यासाठी एकाच प्रकारची वाहतूक (घोडा व मालवाहू गाडा) उपलब्ध आहे.

६) वाहतूक खर्च अंतर (कृषीमाल उत्पादनाचे स्थान व बाजारपेठ) या घटकांवर अवलंबून आहे.

वर उल्लेखलेली गृहीतके प्राथमिक चल स्वरूपाची असून, ती अवलंबित चल (Dependent Variables) आहेत. या व्यतिरिक्त व्हॉन थ्युनेन यांनी गृहीतकांचा दुसरा संच दिला आहे तो पुढीलप्रमाणे :

गृहीतकांचा दुसरा संच

१) उपरोक्त प्रदेशात समान वंशाचे लोक वास्तव्य करतात आणि त्यांचे वितरण सम प्रमाणात आहे.

२) शहरातील लोकांच्या गरजांची पूर्तता होण्याच्या दृष्टीने काही लोक तृतीयश्रेणीचे व्यवसाय करतात. हे व्यवसाय म्हणजे उत्पादक व ग्राहक यांच्या दरम्यानच्या जोडण्या (Links) असून, या सर्वांची एक प्रणाली तयार होते.

३) बाजारपेठेतील मागणी बदलली तर शेतकरी उत्पादनात बदल करतात.

'बाजारपेठ नियंत्रित' अशी ही वरील प्रणाली कार्य करते. व्हॉन थ्युनेन यांचे प्रतिमान सार्वत्रिक (Ubiquitous) स्वरूपाचे आहे आणि ते बंदिस्त प्रणाली (Closed System) तत्त्वानुसार कार्यरत असते. वरील गृहीतकांच्या आधारे शहराभोवती असणाऱ्या मैदानी प्रदेशातील शेतजमिनीचा वापर कसा असेल ते व्हॉन थ्युनेन यांनी विशद केले आहे. शहर केंद्रस्थानी मानून त्याभोवती एकात एक असलेले कंकणाकृती पट्टे असे जमिनीच्या वापराचे स्वरूप थ्युनेन यांनी पुढीलप्रमाणे विशद केले आहे : (आकृती क्र. ४.१)

• पट्टा क्रमांक एक : मंडई बागायती व दुग्धोत्पादन

शहराच्या सीमेजवळील शेतजमिनीचा वापर सघन पद्धतीने केला जातो. भाजीपाला, फळभाज्या, फुले, दूध, अंडी यासारखी नाशवंत, नाजूक परंतु अधिक उत्पन्न मिळवून देणारी उत्पादने या पहिल्या पट्ट्यात घेतली जातात. बाजारपेठेच्या समीपतेमुळे हा नाशवंत माल लवकरात लवकर ग्राहकांपर्यंत पोहोचू शकतो. उत्तम दर्जा, नागरी ग्राहकांची दैनंदिन गरज आणि पुरवठ्यातील नियमितता यामुळे या उत्पादनांना चांगली किंमत मिळते.

• पट्टा क्रमांक दोन : जळाऊ लाकूड व इमारती लाकूड उत्पादक वने

व्हॉन थ्युनेन प्रतिमान ज्या काळात मांडले गेले तेव्हा इंधन म्हणून लाकूड वापरले जाई. तसेच इमारती बांधण्यासाठी लाकडाचा वापर मोठ्या प्रमाणावर केला जात असे. लाकूड अवजड व मोठ्या आकारमानाचे असल्याने त्याचा वाहतूक खर्च अधिक असे; त्यामुळे पहिल्या पट्ट्याच्या सीमेपासून हा दुसरा वनांचा पट्टा सुरू होतो. लाकडाच्या मागणीनुसार या पट्ट्यांची रुंदी निश्चित होते.

आकृती क्र. ४.१ : व्हॉन थ्युनेन प्रतिमान : कृषीक्षेत्राचे स्थान

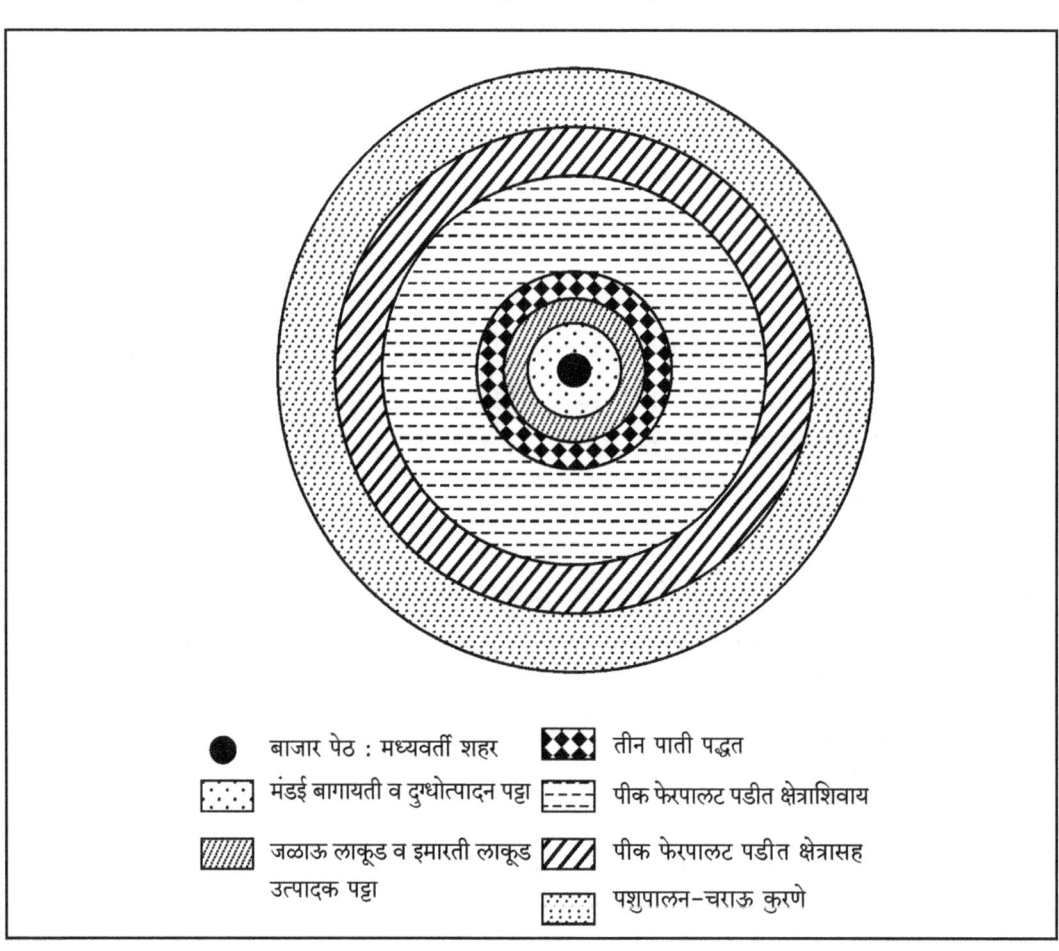

● बाजार पेठ : मध्यवर्ती शहर	◆ तीन पाती पद्धत
मंडई बागायती व दुग्धोत्पादन पट्टा	पीक फेरपालट पडीत क्षेत्राशिवाय
जळाऊ लाकूड व इमारती लाकूड उत्पादक पट्टा	पीक फेरपालट पडीत क्षेत्रासह
	पशुपालन-चराऊ कुरणे

• पट्टा क्रमांक तीन, चार व पाच : धान्यपिके, कुरणांची शेती व पडीत क्षेत्र

व्हॉन थ्युनेन यांच्या मते, तिसऱ्या, चवथ्या व पाचव्या कंकणाकृती पट्ट्यात धान्यपिकांचे उत्पादन घेतले जाते. या पट्ट्यांमध्ये बाजारपेठेपासूनचे जसजसे अंतर वाढत जाते तसतसे पिकांची सघनता (Cropping intensity) कमी होते. तिसऱ्या पट्ट्यातील शेतकरी अधिक व चांगल्या निविष्ठा वापरून अधिक उत्पादन घेण्यासाठी प्रयत्नशील असतो; तसेच तो उच्चश्रेणीच्या धान्यपिकांचे उत्पादन घेतो. या तुलनेत चौथ्या व

पाचव्या पट्ट्यातील शेतकरी कमी निविष्टा व हलक्या दर्जाची धान्यपिके घेतो. चौथ्या पट्ट्यातील शेतकरी एकूण लागवडीखालील क्षेत्रापैकी $^{१}/_{६}$ क्षेत्र पडीत ठेवतो तर पाचव्या पट्ट्यातील शेतकरी धान्यपिके, कुरणे व पडीत क्षेत्र यांचे प्रत्येकी क्षेत्र $^{१}/_{३}$ इतके ठेवतो; म्हणून या पट्ट्यास 'थ्री फिल्ड सिस्टिम' अर्थात तीन पाती पद्धत असे म्हटले जाते. या पट्ट्यातील शेतकरी सेंद्रिय खते वापरतात. बटाटे, रताळी यासारखी उत्पादने फेरपालट पद्धतीने घेतात व काही भाग कुरणांसाठी राखलेला असतो. पाचव्या पट्ट्यात दर हेक्टरी उत्पादन चांगले यावे यासाठी शेतकरी फारसा प्रयत्नशील नसतो कारण जमीन स्वस्त व मुबलक प्रमाणात उपलब्ध असली, तरी बाजारपेठेपासूनच्या दूरत्वामुळे वाहतूक खर्च वाढता असतो.

• पट्टा क्रमांक सहा : पशुपालन

शहरी बाजारपेठेपासून सर्वांत दूर असलेला सहावा पट्टा हा प्रामुख्याने पशुपालन व्यवसायाचा असतो. गवताळ कुरणे वाढवून त्यावर गुरे, मेंढ्या, घोडे या प्राण्यांना जोपासले जाते. मेंढ्या व गुरांना शहरातील कत्तलखान्यात चालत आणले जाते. मांसासाठी ही जनावरे जोपासली जात असली तरी थोड्याफार प्रमाणात मिळणाऱ्या दूधापासून चीज सारखी टिकावू उत्पादने तयार केली जातात व शहरात त्याची विक्री केली जाते. भरपूर जमीन उपलब्ध असल्याने पडीत क्षेत्र मोठे असते. वाहतूक खर्च कमी होईल अशी उत्पादने या पट्ट्यात घेतली जातात हे या पट्ट्याचे वैशिष्ट्य असते.

व्हॉन थ्युनेन प्रतिमानातील मैदानी भूभागावर आकृती क्र.४.१मध्ये दर्शविल्याप्रमाणे कंकणाकृती पट्टे निर्माण होतात आणि मध्यवर्ती ठिकाणी असणाऱ्या शहरी बाजारपेठेपासून विस्तारत जातात. या पट्ट्यांची बाह्य सीमा पूर्णतः आर्थिक निकषांवर ठरते. उत्पादन खर्च व वाहतूक खर्च असा शेतकऱ्याचा एकूण खर्च आणि उत्पादनाची बाजारात विक्री झाल्यानंतर प्राप्त झालेली रक्कम हे जेव्हा समान होतील त्या वेळी उत्पादन क्षेत्रापासून पुढे ते उत्पादन घेणे तोट्याचे ठरते. त्यामुळे शेतकरी अशा सीमेपलीकडे ते उत्पादन घेणार नाहीत. व्हॉन थ्युनेन यांनी यास 'शून्य भाडे स्थान' (Zero Locational Rent) वा 'आर्थिक भाडे' (Economic Rent) असे संबोधले. अशा पद्धतीने प्रत्येक कंकणाकृती पट्ट्याचा विस्तार सीमित होतो. व्हॉन थ्युनेन यांच्या भूमीउपयोजन दर्शक प्रतिमानात अंतर हा एकमेव स्वतंत्र चल असून इतर सर्व अवलंबित चल आहेत.

व्हॉन थ्युनेन यांनी 'शून्य भाडे स्थान' निश्चित करण्यासाठीचे सूत्र पुढीलप्रमाणे मांडले आहे :

सूत्र : Lij = Yi (Pi - Ci) - Yi Ti Di

या सूत्रातील

Lij = शून्य भाडे स्थान/आर्थिक भाडे (Economic Rent).

Yi = पिकाचे दर हेक्टरी उत्पादन.

Pi = शेतकऱ्यास प्राप्त झालेली प्रति एकक विक्री किंमत.

Ci = प्रति एकक उत्पादन खर्च.

Ti = प्रति एकक उत्पादनासाठी प्रति एकक वाहतूक खर्च.

Di = उत्पादित कृषीमालाच्या स्थानापासून बाजारपेठ अंतर.

नमुना उदाहरण :

भाजीपाला 'अ' चे 'शून्य भाडे स्थान' निश्चित करावयाचे आहे. त्यासाठीची सांख्यिकी पुढीलप्रमाणे :

भाजीपाला 'अ' : दर हेक्टरी उत्पादन २० क्विंटल = Yi

प्रति क्विंटल विक्री किंमत : रुपये ४० = Pi

प्रति क्विंटल उत्पादन खर्च : रुपये २५ = Ci

प्रति क्विंटल प्रति कि.मी. वाहतूक खर्च : पैसे ३० = Ti

भाजीपाला 'अ' उत्पादन क्षेत्र व बाजारपेठ अंतर : ५० कि.मी. = Di

Lij = Yi (Pi - Ci) - Yi Ti Di

वरील सूत्रात उपरोक्त सांख्यिकी घातल्यास -

Lij = २० (४० - २५) - (२० x ३० x ५०)

Lij = २० (१५) - (३०,००० पैसे)

Lij = (३००) - (३००) रुपये

म्हणजे भाजीपाला 'अ' उत्पादन खर्च व वाहतूक खर्च समसमान झाल्याने ५० कि.मी. 'शून्य भाडे स्थान' ठरते. 'अ' भाजीपाला बाजारपेठेपासून ५० कि.मी.पेक्षा अधिक अंतरावर लावल्यास वाहतूक खर्च वाढेल व सर्व व्यवहार तोट्याचा होऊ लागेल; पण 'अ' भाजीपाला ५० कि.मी. पेक्षा कमी अंतरावर लावल्यास वाहतूक खर्च कमी असल्याने शेतकऱ्यास अधिक नफा मिळेल. कृषीभूमीउपयोजनात 'अ' भाजीपाला बाजारपेठेपासून ५० कि.मी. पेक्षा कमी अंतराच्या पट्ट्यातच घेतला जाईल. याचे आलेखात्मक चित्रण केल्यास अंतर व आर्थिक भाडे अंतर याविषयी अधिक माहिती होते.

आकृती क्र. ४.२ : अंतर व आर्थिक भाडे

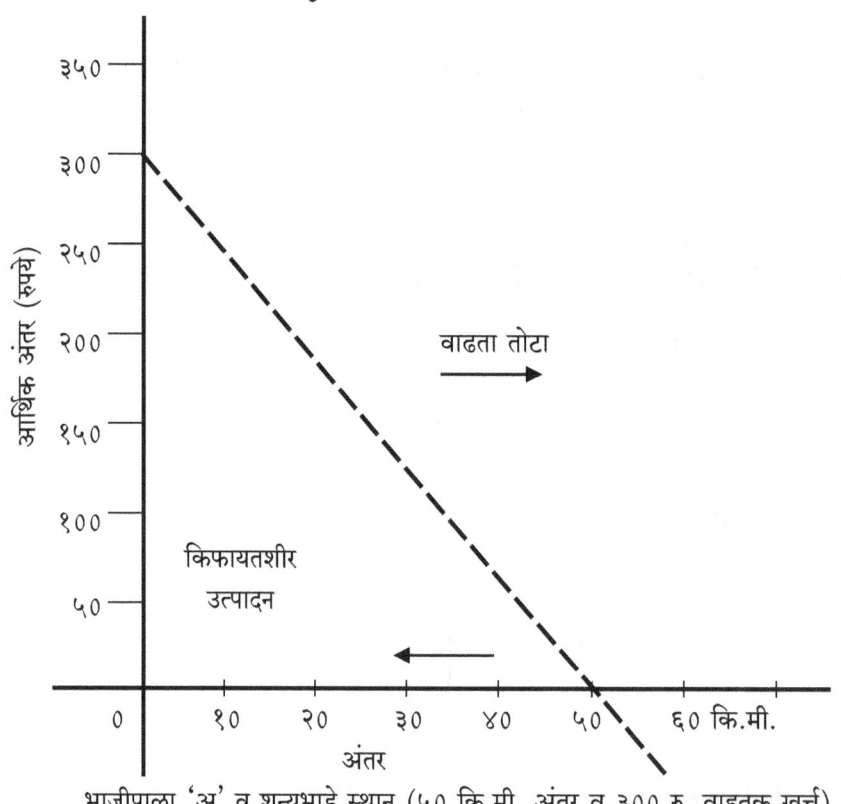

भाजीपाला 'अ' व शून्यभाडे स्थान (५० कि.मी. अंतर व ३०० रु. वाहतूक खर्च)

'अ' व 'ब' ही दोन समान उत्पादन खर्च असणारी कृषी उत्पादने आहेत. परंतु, 'अ' उत्पादनाचा वाहतूक खर्च अधिक आहे, तर 'अ' उत्पादन बाजारपेठेपासून 'ब' पेक्षा कमी अंतरावर लावले तरच नफा मिळू शकेल असे व्हॉन थ्युनेन यांचे मत होते.

व्हॉन थ्युनेन यांच्या प्रतिमानामुळे बाजारपेठेपासून एखाद्या पिकाचे स्थान व पर्यायाने क्षेत्र कसे निश्चित होते ते समजण्यास साहाय्य होत असले, तरी कृषी उत्पादन, त्याची विक्री, वाहतुकीचा प्रकार-सुविधा-वारंवारता इत्यादी सर्व बाबी गुंतागुंतीच्या व क्लिष्ट असतात. शिवाय स्थल-कालानुसार त्यात बदल होतात. सध्याच्याकाळात तर सर्व संदर्भ इतके बदलले आहेत की, हे प्रतिमान कालबाह्य झाले आहे असे समजले जाते. पण व्हॉन थ्युनेन प्रतिमानामुळे अशा संदर्भातील अभ्यासास चालना मिळाली. त्या काळातील परिस्थितीच्या पार्श्वभूमीवर हे प्रतिमान अभ्यासल्यास अजूनही त्याचे महत्त्व मान्य करावे लागते.

४.१.२ व्हॉन थ्युनेन प्रतिमानातील काही अर्वाचीन बदल (Recent Modification)

व्हॉन थ्युनेन यांनी प्रतिमान स्वरूपात मांडलेल्या आपल्या सिद्धान्तात काही वर्षांनी बदल केले आणि या बदलाचा मूळ निष्कर्षावर काय परिणाम होतो ते तपासले. त्याशिवाय काही अभ्यासकांनी मूळच्या प्रतिमानातील मध्यवर्ती कल्पना घेऊन नवीन प्रतिमाने-सिद्धान्तही मांडले.

आकृती क्र. ४.३ : व्हॉन थ्युनेन प्रतिमानातील बदल

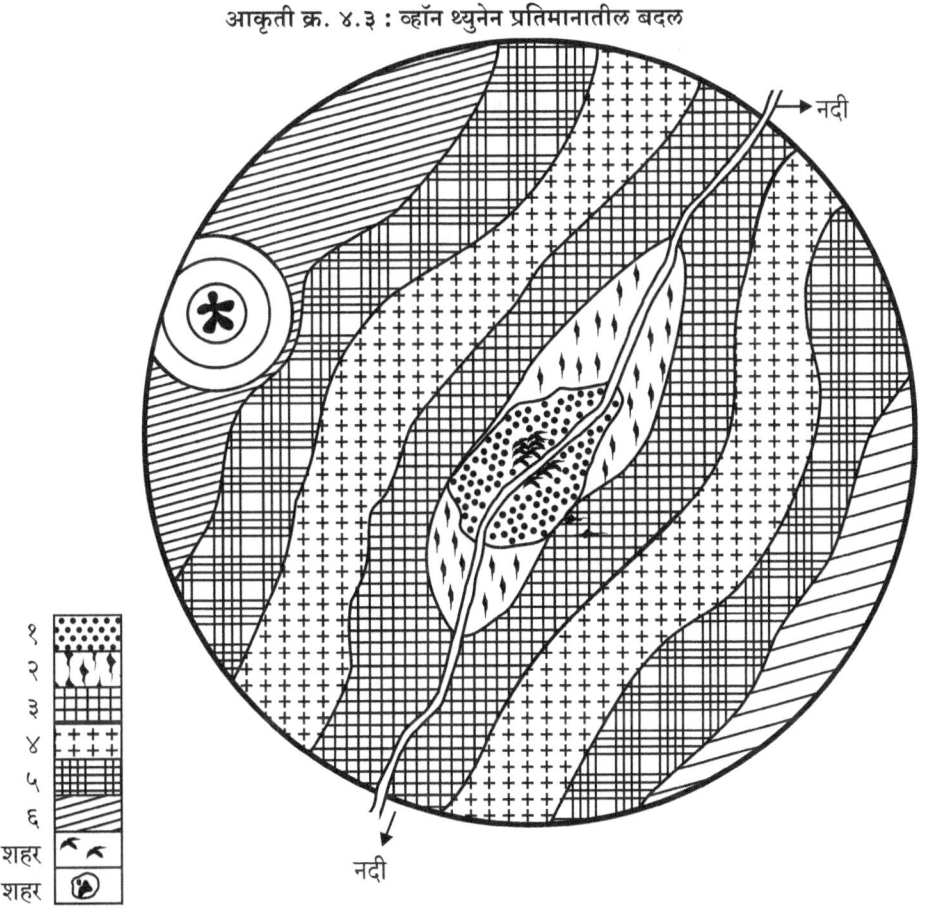

व्हॉन थ्युनेन यांच्या प्रतिमानात घोडा व मालवाहू गाडा हीच केवळ वाहतुकीची साधने होती. थ्युनेन यांनी गृहीतकातील मैदानी प्रदेशातून एक नदी वाहते असा बदल केला. यामुळे स्वस्त असणारी जलवाहतूक उपलब्ध झाली. घोडा व मालवाहू गाडा या भूमार्गावरील वाहतुकीपेक्षा जलवाहतुकीस प्राधान्य दिले जाईल आणि अधिक दूरवरून माल आणला जाईल असे मत मांडले. या बदलामुळे मूळच्या प्रतिमानातील कंकणाकृती पट्ट्यांच्याऐवजी लांबट पट्टे तयार होतील आणि हे पट्टे नदीपात्रास समांतर असतील असे स्पष्ट केले.

मंडई बागायती नंतरचा लाकूड प्राप्त करून देणारा वनांचा पट्टा नदीच्या वरच्या व खालच्या प्रवाहाच्या अंगाने अधिक लांबीचा निर्माण होईल, कारण लाकडाच्या ओंडक्यांची वाहतूक नदीतून करणे अधिक स्वस्त होईल; याच कारणास्तव धान्यपिकांचे पट्टेही लांबट होतील. परिणामी प्रतिमानातील कंकणाकृती शहर बाजारपेठकेंद्री पट्टे जवळपास नाहीसे होतील.

या नव्या प्रतिमानातील प्रदेशात कृषी उत्पादन घेण्याची सघनता आणि भूमी वापर याबाबत बाजारपेठेपासूनच्या निरनिराळ्या अंतरांविषयी व्हॉन थ्युनेन यांनी स्पष्टीकरण केले. या स्पष्टीकरणानंतर थ्युनेन यांनी अल्पावधीतच आणखी एक बदल सुचविला. एकाच मध्यवर्ती शहराऐवजी सभोवताली इतर लहान शहरे असल्यास प्रतिमानात लक्षणीय बदल संभवतात. या लहान शहरांच्या परिसरातील कृषी उत्पादनांची खरेदी–विक्री काही प्रमाणात तरी तेथे होईलच. या सर्व लहान बाजारपेठा मुख्य शहरी बाजारपेठेशी रस्त्याने जोडलेल्या असल्याने प्रतिमानाची आकृती चांदणीसदृश्य (Star Pattern) अशी दिसेल. मध्यवर्ती मुख्य बाजारपेठेचे स्थान अबाधित राहीले तरी त्यास इतर लहान बाजारपेठा स्पर्धक असतील. यामुळे संपूर्ण प्रतिमानातील भूमी वापर बदलेल.

आकृती क्र. ४.४ : चांदणीसदृश्य आकृतिबंध (व्हॉन थ्युनेन प्रतिमानातील बदल)

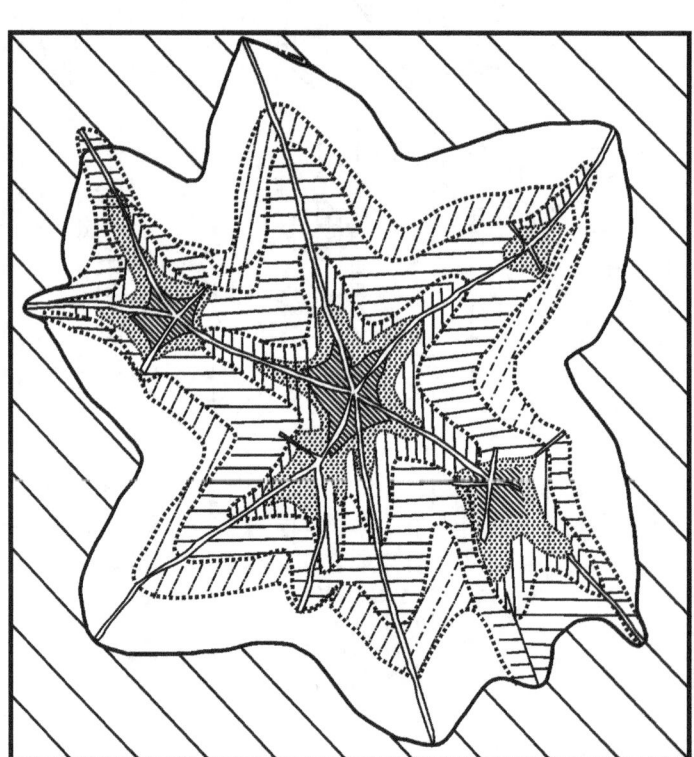

व्हॉन थ्युनेन यांच्या बदलेल्या गृहीतकांच्या आधारावर इ.स.१९७७ मध्ये ब्रॅड फोर्ड आणि केंट यांनी त्यांच्या 'Human Geography' या पुस्तकात असे मत मांडले की, सैद्धान्तिकदृष्ट्या आकृतीत दर्शविल्याप्रमाणे आकृतिबंध निर्माण होऊ शकतो. (आकृती ४.३) शहरालगतच्या पहिल्या पट्ट्यात अत्यंत नाशवंत व नाजूक अशा भाजीपाल्याचे व ताज्या दुधाचे उत्पादन करणारी शेती होऊ शकते. या पट्ट्यात दुभती गुरे वर्षभर बंदिस्त गोठ्यांमध्ये खुराक देऊन जोपासली जातील आणि खतपुरवठा करून जमिनीची उत्पादकता टिकवून सघन पद्धतीने भाजीपाल्याचे उत्पादन घेतले जाईल.

दुसऱ्या पट्ट्यात शहरातून इंधनासाठी मोठी मागणी असलेले वाहतुकीस अवजड असणारे लाकूड देणारी वृक्षराजी जोपासली जाईल. या वृक्षराजी असलेल्या अरण्याच्या पलीकडील तीन पट्ट्यांमध्ये राय (Rye) हे मोठी मागणी असणारे धान्य पीक घेतले जाईल. परंतु, प्रत्येक पट्ट्यात उत्पादन घेण्यातील सघनता भिन्न भिन्न असेल. बाजारपेठेपासून या पिकाच्या उत्पादक पट्ट्याचे अंतर जसजसे वाढत जाईल तसतशी त्याची उत्पादकता कमी होत जाईल व निविष्टांचा वापरही कमी होईल. अरण्याला लागून असलेल्या पट्ट्यात सहावर्षीय पीक फेरपालट पद्धत प्रचलित असेल आणि त्यात एक तृतीयांश क्षेत्र राय धान्य पिकासाठी तर उर्वरित क्षेत्र बटाटे, बार्ली (जव) आणि क्लोव्हर या चारा पिकांसाठी वापरले जाईल.

चौथ्या पट्ट्यात सघन शेती पद्धतीचे प्रमाण कमी असेल आणि पीक फेरपालट सातवर्षीय असेल. यात एकसप्तमांश क्षेत्र राय धान्यपिकासाठी असेल. त्यानंतरच्या पाचव्या पट्ट्यात शेतजमिनीची विभागणी तीन भागात करून एक तृतीयांश भागात धान्य पीक, दुसऱ्या एक तृतीयांश क्षेत्रात चारा पीक आणि उर्वरित एक तृतीयांश क्षेत्र पडीत ठेवले जाईल. शहरापासून सर्वांत दूरवर असणाऱ्या सहाव्या पट्ट्यात पशुपालन केले जाईल.

या बदल केलेल्या नवीन गृहीतकातील मानलेल्या मैदानी प्रदेशात जलवाहतूकयोग्य नदी वाहत असेल आणि बाहेरील पट्ट्यांच्या प्रदेशात मुख्य शहरातील बाजारपेठेशी स्पर्धा करू शकणारे एक लहान शहर व त्याची बाजारपेठ असेल.

४.१.३ व्हॉन थ्युनेन प्रतिमानाच्या मर्यादा (Limitations of Thunen's Model)

मायकेल चिशोल्म यांनी त्यांच्या 'रुरल सेटलमेंट अँड लँड युज' या पुस्तकात व्हॉन थ्युनेन यांच्या प्रतिमानावर टीकाटिप्पणी केली आहे. चिशोल्म यांच्या मते, थ्युनेन यांचे प्रतिमान म्हणजे शेतीक्षेत्राच्या स्थान निश्चितीचा सिद्धान्त नव्हे, तर एक विश्लेषण पद्धती आहे. यामुळे व्हॉन थ्युनेन यांच्या प्रतिमानातील मूलभूत तत्त्वांचा वापर कोणत्याही शेतीक्षेत्राच्या स्थानासंदर्भात केव्हाही करता येऊ शकतो. थ्युनेन यांनी स्वतःच्याच मालकीच्या शेतीची सर्वंकष माहिती तपशीलात संकलित करून ठेवली होती व त्या माहितीच्या विश्लेषणातून त्यांनी हे प्रतिमान मांडले; इतर सर्व बाबी-घटक समान असल्यास बाजारपेठेपासूनचे शेतीचे अंतर हा एकमेव घटक शेतीशी निगडित निर्णय, क्रिया-प्रक्रिया यावर नियंत्रण ठेवणारा असतो हे थ्युनेन यांना सिद्ध करावयाचे होते.

चिशोल्म यांचे असेही मत होते की, कृषी मालाच्या किमती वा भाव बदलल्यास शेत जमिनीचा वापर बदलतो वा नाही, हे तपासणे आवश्यक आहे; पण थ्युनेन यांची कृषी मालाच्या किमती निश्चित करणारी मूलतत्त्वेच अशी आहेत की, त्याबाबत चर्चा होणे आवश्यक ठरते. थ्युनेन यांच्या प्रतिमानातील सर्व गृहीतके मान्य होणे शक्य नाही.

अंतर, माल वाहतूक व नफा या तीन संकल्पनांवर आधारित थ्युनेन यांचे प्रतिमान मांडले गेले आहे. परंतु, थ्युनेन यांनी जेव्हा प्रतिमान मांडले तेव्हा लोहमार्गाने मालवाहतूक सुरू झाली होती. त्यामुळे वाहतुकीच्या या पर्यायाचा समावेश त्यांनी केला असता तर निष्कर्षात बराच बदल झाला असता असे वाटते. याशिवाय त्यांच्या गृहीतकातील मैदानी भूभाग, ज्यास त्यांनी 'आयसोलेटेड स्टेट' संबोधले, प्रत्यक्षातील स्वरूपापेक्षा फारच भिन्न व अशक्यप्राय वाटणारा आहे. सर्व शेतकरी ठराविक पीक घेणारेच असतील हे स्वीकारणे कठीण आहे.

जमिनीची सुपिकता, भूरचना, हवामान व पाण्याची उपलब्धता या भौतिक घटकांचे महत्त्व अजूनही अनन्यसाधारण असेच आहे. या प्रतिमानात या घटकांना स्थान देण्यात आलेले नाही कारण थ्युनेन यांच्या मते, उपरोक्त घटक सर्वत्र समान आहेत. परंतु, त्यांचे हे मत मान्य करणे कठीण आहे.

शेतकऱ्याला त्याच्या कृषीमालाच्या विक्रीतून अधिकाधिक नफा मिळण्याचा एकमेव निकष म्हणजे बाजारपेठेपासूनचे अंतर होय असा एकांगी विचार या प्रतिमानातून प्रतित होतो; पण प्रत्यक्षात अनेक शेतकरी उत्पादन खर्च किमान होण्यासाठीचे वेगवेगळे उपाय शोधून परिश्रमपूर्वक ते साध्य करतात आणि बाजारात गुणवत्ता वा दर्जा, विक्री कौशल्य यांच्या साहाय्याने अधिक चांगल्या किमतीला माल विकू शकतात. यामुळे समान उत्पादन खर्च हे गृहीतक मान्य करणे शक्य होत नाही.

कोणतेही शहर व्यापार वृद्धीसाठी प्रयत्न करणारे असते त्यामुळे केवळ परिसरातील मैदानी प्रदेशातूनच कृषीमाल बाजारात येईल असे गृहीतक योग्य वाटत नाही. तांत्रिक प्रगतीमुळे कृषीमाल दूरवरून आणणेही व रास्त किमतीला विकणेही शक्य होणार आहे याचा या प्रतिमानात अंतर्भाव केलेला नाही.

'आर्थिक भाडे' ही संकल्पना मांडणारे प्रसिद्ध अर्थशास्त्रज्ञ डेव्हीड रिकार्डो यांना जमिनीची सुपिकता व उत्पादकता समान असण्याचे थ्युनेन यांचे गृहीतक मान्य नव्हते. त्यांच्या मते, शहरापासून जमीन किती जवळ वा दूर आहे यावरून जमिनीची किंमत ठरते. जमिनीचे भाव वा जमीन भाडे अधिक असल्यास उत्पादन खर्च वेगळा असणार; यामुळे गृहीतकातील मैदानी प्रदेशात समान सुपिकता व समान उत्पादन खर्च हे रिकार्डो यांना मान्य नव्हते.

भारतात डॉ. महम्मद शफी यांनी व्हॉन थ्युनेन प्रतिमानाचे चिकित्सात्मक परीक्षण केले. उत्तर प्रदेशातील अलीगढ जिल्ह्यातील कोली उपविभागातील ३५ खेडेगावांमधील शेतीक्षेत्रासाठी व्हॉन थ्युनेन प्रतिमानाचा वापर डॉ. शफी यांनी केला. भूमीउपयोजन या घटकावर अलीगढ शहरापासूनचे अंतर आणि जलसिंचन सुविधा या दोन बाबींचा कसा प्रभाव आहे ते डॉ. शफी यांनी तपासले. या सखोल व व्यापक अभ्यासात त्यांना असे आढळले की, अलीगढ बाजारपेठेपासूनचे अंतर व शेतीतील पिके यांचा थ्युनेन प्रतिमानाप्रमाणे संबंध आढळत नाही; तसेच शहरापासून दूर जावे तसे कृषी सघनता कमी होतानाही आढळली नाही. परंतु, जलसिंचन सुविधेपासून अंतर वाढत जाते तसे सघनता व एकूणच जमीन वापर कमी होत जातो असे आढळले. भारतासारख्या कृषीप्रधान देशात अतिशय भिन्न भिन्न भौगोलिक व आर्थिक परिस्थितीत व्हॉन थ्युनेन प्रतिमान लागू करता येत नाही आणि बाजारपेठ नियंत्रित प्रतिमानाऐवजी जलसिंचन या घटकास अनन्यसाधारण महत्त्व व स्थान असल्याचे दिसून आले.

व्हॉन थ्युनेन प्रतिमानावर सखोल टीकाटिपण्णी झाली असली आणि त्याचे प्रतिमान वास्तवात प्रत्यक्ष लागू करणे शक्य नसले तरी ते एक उत्तम संकल्पनात्मक प्रतिमान (Conceptual Model) आहे असे मानले जाते. शेती क्षेत्रातील पिकाचे स्थान, क्षेत्र, बाजारपेठा इत्यादींविषयी विश्लेषणात्मक दृष्टिकोन विकसित होण्यात या प्रतिमानाचे योगदान महत्त्वाचे असल्याने ते अजूनही अभ्यासले जाते.

४.२ व्हिटलसी कृषी प्रदेश (Whittlesey's Agricultural Regions)

अमेरिकी कृषी भूगोल संशोधक डी. एस. व्हिटलसी यांचा इ.स. १९३६ मध्ये 'ॲनल्स' या नियतकालिकात 'मेजर ॲग्रिकल्चरल रिजन्स ऑफ द अर्थ' असे शीर्षक असलेला शोधनिबंध प्रकाशित झाला. या शोधनिबंधात त्यांनी शेतीविषयक काही निकष लावून जगातील कृषी प्रदेशाचे वर्गीकरण विशद केले आहे.

जगाच्या कोणत्याही भूभागावर केली जाणारी शेती अनेक चलांच्या समन्वयातून निर्माण झालेली एक मानवनिर्मित प्रणाली आहे. शेतीत अंतर्भूत असलेले अनेकविध चल ढोबळमानाने दोन गटांत विभागता येतात. 'भौतिक चल' (Physical sets of Variables) आणि 'अभौतिक चल' (Non-Physical sets of Variables) हे ते दोन गट होत. शेतीची भौगोलिक वैशिष्ट्ये विचारात घेण्यासाठी या गटांतील पुढील संच महत्त्वाचे आहेत.

१) भौतिक चल : भूरचना, हवामान, मृदा व जलसंपदा. या भौतिक चलांच्या विशिष्ट प्रकारे एकत्र येण्यातून विविध पिकांचे उत्पादन व पशुपालन यांच्या सीमा निश्चित होतात. यांना नैसर्गिक पर्यावरणीय घटक असेही म्हटले जाते.

२) अभौतिक चल : संस्थात्मक घटक (Institutional Factors), जैवरासायनिक घटक (Biochemical Factors), तांत्रिक घटक, लोकसंख्या, पायाभूत सुविधा आणि सांस्कृतिक घटक. अशा या अभौतिक चलांच्या संयुक्त विद्यमाने भौतिक चलांच्या वापरातून मानवी गरजांची पूर्तता होते.

उपरोक्त दोन्ही गटांतील विविध चलांमधील अन्योन्य क्रियेतून वा आदान-प्रदानातून शेतीचे विविध प्रदेश निर्माण होतात. यामुळे शेतीतील कार्यात्मक रूपे (Functional Forms) दृग्गोचर होतात. या कार्यात्मक रूपानुसार व्हिटलसी यांनी पंचसुत्री वा पाच मानके (Five-fold Criteria) मांडली. त्यांच्या मते, जगातील कृषीप्रदेश या पंचसूत्रीचेच वर्चस्व दर्शवितात. त्या पंचसूत्रीचा सारांश पुढीलप्रमाणे आहे :

- पशुधन व पिके : कृषी प्रणालीची मूलभूत अंगे.
- पिकांचे उत्पादन व पशुपालन करण्याच्या पद्धती.
- मनुष्यबळ, भांडवल आणि इतर निविष्टांच्या वापराची सघनता (Intensiveness) वा तीव्रता आणि त्या तुलनेत प्राप्त होणारे उत्पादन.
- कृषी मालाचे, पशुधनापासून मिळणाऱ्या उत्पादनाच्या विक्रीचे स्वरूप - निर्वाही (Subsistence) की व्यापारी (Commercial).
- शेती करण्यासाठी, पशुपालन करण्यासाठी आवश्यक असणाऱ्या इमारती, गोठे, तबेले इत्यादींचे स्वरूप व दर्जा.

वरील पंचसूत्रीनुसार आवश्यक त्या चलांचे मापन-गणना करून आणि क्षेत्रभेटीच्या निरीक्षणातून भूगोल अभ्यासक कृषी प्रदेश निश्चित करू शकतो. यासाठी सांख्यिकी पद्धतीचे साहाय्य घेऊन कृषी प्रदेश सीमांकन करता येते. जागतिक कृषी प्रदेश करणे हे अतिशय आव्हानात्मक काम आहे. तरीही व्हिटलसी यांनी परिश्रमपूर्वक जगाचे १२ कृषी प्रदेश करण्याचे मोठे कार्य केले आहे. व्हिटलसी यांनी ठामपणे असे मत मांडले की, मुख्यतः हवामान व इतर पर्यावरणीय घटकांमुळे कृषी प्रदेशाचे अंतिमतः सीमांकन होते.

४.२.१ व्हिटलसी यांनी बारा कृषी प्रदेश करण्यापूर्वी जगातील शेतीचे पाच प्राथमिक विभाग केले :

१) पशुपालन हा प्रमुख व्यवसाय असलेला प्रदेश : जो प्रदेश कमी पावसाचा, शुष्क असून पर्वतीय वा डोंगराळ, दुर्गम स्वरूपाचा आहे तेथे कोणतेही पीक घेणे शक्य नसते, अशा प्रदेशात पशुपालन हा प्राथमिक व्यवसाय असतो. पशुपालनाचा हेतू व पद्धत यानुसार त्याचे निर्वाही भटक्या स्वरूपाचे पशुपालन आणि कुरणांची शेती (Ranching) करून व्यापारी पशुपालन असे दोन प्रकार आढळतात.

२) मर्यादित पशुपालन व धान्यपिके घेणारा प्रदेश : मर्यादित पशुपालन आणि विविध धान्यपिकांचे उत्पादन होऊ शकणारा व्यापक कृषी प्रदेश जगात आढळतो. यामध्ये शेती कामासाठी लागणारी जनावरे प्रत्येक शेतकऱ्याकडे असतात पण त्याच बरोबर मर्यादित संख्येने दुभती जनावरेही असतात. वर्षभर पीक वाढीचा काळ उपलब्ध असल्याने अनेकविध प्रकारची पिके घेतली जातात. उष्णकटिबंध आणि उपोष्ण (Subtropical) कटिबंधातील मोठी तापमान कक्षा असलेल्या आणि वर्षातील ठराविक काळात पाऊस असणाऱ्या प्रदेशात धान्यपिकांची, मर्यादित पशुपालनाची शेती केली जाते. पावसाच्या प्रमाणानुसार याचे दोन उपविभाग होतात. उष्ण, दमट हवामान, भरपूर पाऊस असलेल्या प्रदेशात निर्वाही सघन भातशेती हा एक त्यातील कृषी प्रदेश आहे आणि उष्ण, विषम, मध्यम पावसाच्या कोरड्या हवामानातील निर्वाही सघन इतर पिकांची शेती हा दुसरा कोरडवाहू कृषी प्रदेश आहे. उष्ण व उपोष्ण कटिबंधातील कृषीप्रधान देशांचे स्थान या दोन कृषी प्रदेशात आहे.

कोरडवाहू शेतीच्या ज्या प्रदेशात जलसिंचन सुविधा निर्माण केल्या गेल्या आहेत तेथे नगदी पिके, जसे की ऊस आणि अधिक उत्पादन देणाऱ्या सुधारित धान्यपिकांची (HYV) शेती निर्माण झाली आहे.

३) धान्यपिकांची व्यापारी शेती आणि मळ्याची शेती प्रदेश : विषम कोरडे हवामान, कमी पाऊस यामुळे ठराविक धान्यपिकांचे उत्पादन (विशेषतः गहू) व्यापारी स्वरूपावर घेतला जाणारा पहिला कृषी प्रदेश असून दुसऱ्या प्रकारात उष्णकटिबंधातील मळ्याच्या शेतीचा समावेश होतो. दोन्ही प्रकारची शेती व्यापारी उद्देशानेच केली जाते व उत्पादने विक्रीसाठीच असतात. मोठी भांडवल गुंतवणूक व एक पिकी शेती ही यांची आणखी दोन वैशिष्ट्ये होत.

४) मिश्र शेती प्रदेश : धान्य पिके व पशुपालन या दोन्हीस सारखेच महत्त्व असल्याने यास 'मिश्र शेती' म्हणतात. या शेतीत सघन पद्धतीने पिकांचे उत्पादन व पशुपालन केले जाते. दुग्धोत्पादनासाठी हे प्रदेश जगप्रसिद्ध झाले आहेत.

५) चारा पिकांची शेती : समशीतोष्ण कटिबंधातील आर्द्र हवामानाच्या प्रदेशात दुभती जनावरे जोपासण्यासाठी आवश्यक त्या चारा पिकांची लागवड करून ही कुरणे जोपासली जातात म्हणून यास चारा पिकांची वा कुरणांची शेती म्हणतात. दूध हे प्रमुख उत्पादन असल्याने यास 'डेअरी फार्मिंग' असेही म्हटले जाते.

व्हिटलसी यांनी क्षेत्र भेटीतील निरीक्षणासही प्राधान्य दिले आहे. त्यांनी पुढील कृषी प्रदेश केले असून त्यास 'व्हिटलसी कृषी प्रदेश वर्गीकरण' (Whittlesey's Classification of Agricultural Regions) म्हणतात.

डी. व्हिटलसी यांनी केलेल्या वर्गीकरणाच्या मूलभूत चौकटीत राहून पुढील गट व समाविष्ट कृषी प्रदेश दर्शक तक्ता :

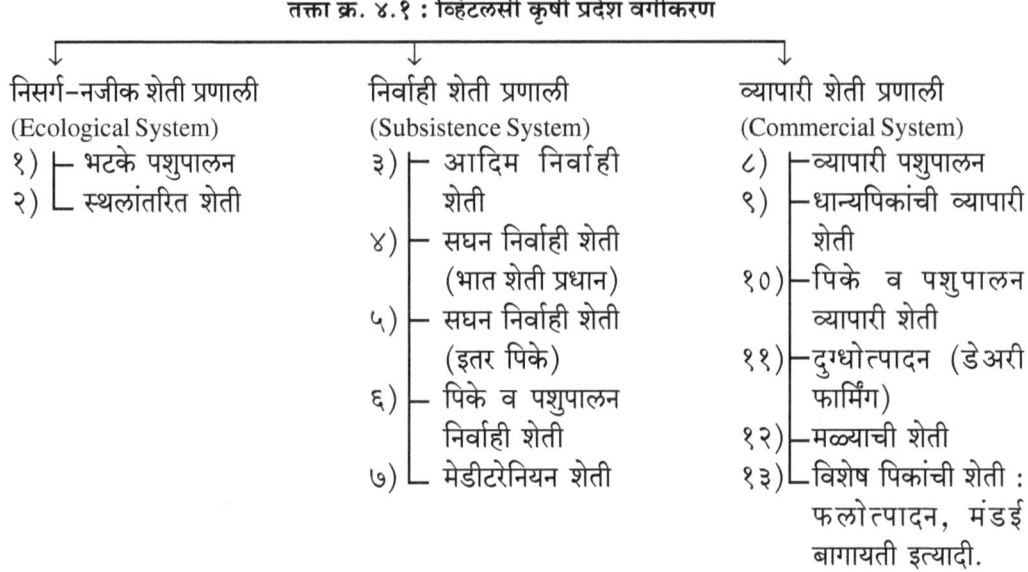

तक्ता क्र. ४.१ : व्हिटलसी कृषी प्रदेश वर्गीकरण

निसर्ग–नजीक शेती प्रणाली (Ecological System)
- १) भटके पशुपालन
- २) स्थलांतरित शेती

निर्वाही शेती प्रणाली (Subsistence System)
- ३) आदिम निर्वाही शेती
- ४) सघन निर्वाही शेती (भात शेती प्रधान)
- ५) सघन निर्वाही शेती (इतर पिके)
- ६) पिके व पशुपालन निर्वाही शेती
- ७) मेडीटरेनियन शेती

व्यापारी शेती प्रणाली (Commercial System)
- ८) व्यापारी पशुपालन
- ९) धान्यपिकांची व्यापारी शेती
- १०) पिके व पशुपालन व्यापारी शेती
- ११) दुग्धोत्पादन (डेअरी फार्मिंग)
- १२) मळ्याची शेती
- १३) विशेष पिकांची शेती : फलोत्पादन, मंडई बागायती इत्यादी.

१) भटके पशुपालन (Nomadic Herding)

भटके पशुपालन या कृषीपूर्व अवस्थेतील प्रणालीमध्ये शेळ्या व मेंढ्या यांचे कळप घेऊन हिरवळीच्या शोधात भटकणाऱ्या मेंढपाळांच्या व्यवसायाचा समावेश होतो. हे मेंढपाळ वा पशुपालक कुठेही स्थायिक होऊन वास्तव्य करत नाहीत म्हणून यास 'भटके पशुपालन' म्हणतात. मेंढ्या, शेळ्या व तत्सम प्राण्यांपासून मांस, लोकर, केस, कातडी व दूध ही उत्पादने प्राप्त होतात.

भटके पशुपालन प्रदेश (नकाशा क्र. ४.१)

आशिया – मध्य व मध्य पूर्व आशिया, नैर्ऋत्य आशिया

आफ्रिका – उत्तर व पूर्व आफ्रिका

टुंड्राप्रदेश – कॅनडा, लॅपलँड (उ. स्कॅंडेनेव्हिया), प. सैबेरिया, कामचाटका द्वीपकल्प, पश्चिम अलास्का, मेकॅन्झी खोरे आणि ग्रीनलंडचा काही भाग.

दीर्घ कडक हिवाळे, कमी पर्जन्य, सौम्य कमी कालावधीचे उन्हाळे आणि विरळ लोकसंख्या ही या प्रदेशातील सर्वसामान्य परिस्थिती असते.

आशिया

आशिया खंडात बरेच मोठे क्षेत्र भटके पशुपालन व्यवसायाने व्यापले आहे. खंडांतर्गत स्थान, पर्वतीय उंचसखल दुर्गम प्रदेश, अत्यंत कमी पाऊस, कडक हिवाळे अशा परिस्थितीत शेती होऊ शकत नाही. परंतु, गवताळ कुरणे, खुरट्या वनस्पतींची वाढ होते; म्हणून येथील मेंढपाळ शेळ्या-मेंढ्याचे कळप घेऊन फिरतात. नैसर्गिक परिस्थितीत कोणताही फारसा बदल न करता निसर्गाधीन राहून भटके पशुपालन केले जाते.

नकाशा क्र. ४.१ : शेती प्रकार : भटके पशुपालन व स्थलांतरित शेती

भटके पशुपालन
स्थलांतरित शेती
0 KM 3000
30°
0°
30°

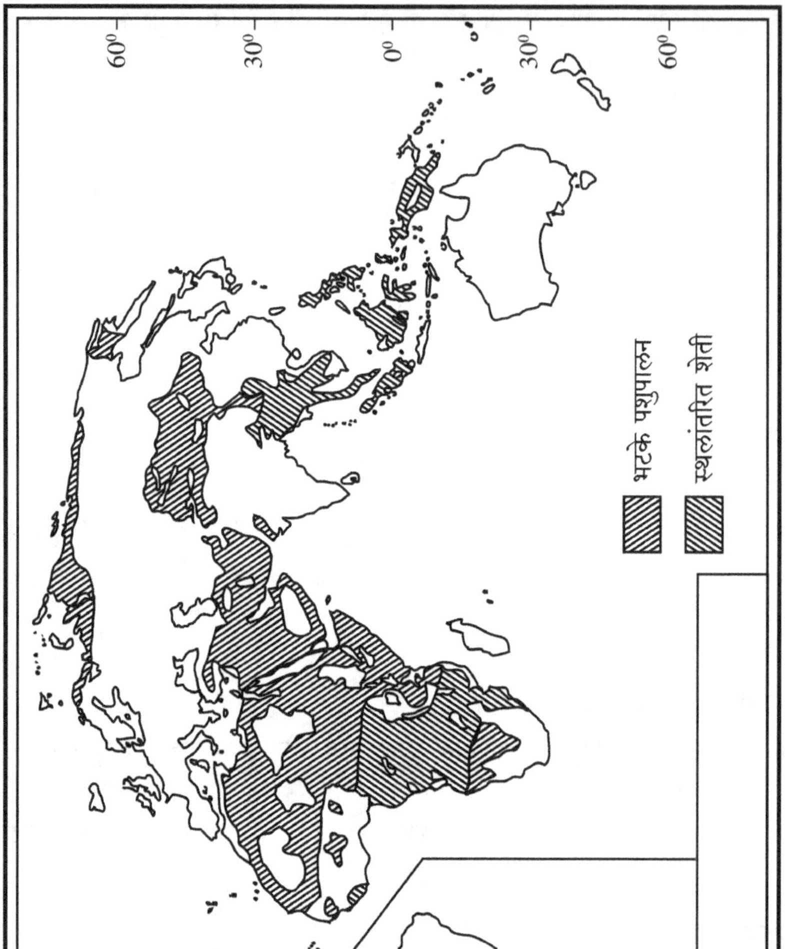

• **मध्य आशिया व मध्य पूर्व आशिया :** कझाखस्तान, तुर्कमेनिस्तान, उझबेकीस्तान व किरगिझीस्तान या देशांमधून जाणारा भटक्या पशुपालनाचा हा एक सलग पट्टा आहे. त्याशिवाय तिबेट, मंगोलिया आणि शिनजँग हा त्या लगतचा परंतु पूर्वेकडे असलेला दुसरा प्रदेश आहे.

मध्य आशियातील अतिशय दुर्गम, उंचसखल अशा पर्वतीय प्रदेशात भटके पशुपालन आढळते. पावसाचे प्रमाण २५ सें.मी. इतके कमी असले तरी हिमाच्छादित पर्वत शिखरांवरून वितळलेल्या बर्फाचे पाणी उतारावरील खडकात झिरपून चराऊ गवताळ कुरणे वाढतात. वसंत ऋतूत व उन्हाळ्याच्या प्रारंभी भरपूर, कोवळे, मऊ गवत उगवलेले असते. या काळात शेळ्या, मेंढ्या, दुभती जनावरे, याक, उंट अशा प्राण्यांचे कळप घेऊन येथील जमाती भटकत असतात. यातील काही जमाती पर्वत उतारावर चढत कळप घेऊन जातात व परत खाली उतरून येतात तर इतर काही जमाती एकाच पातळीवर पुढे पुढे जात पशुपालन करतात. या प्राण्यांपासून दूध, मांस, लोकर, केस, हाडे ही उत्पादने मिळत असली तरी सर्वाधिक मागणी मांस, लोकर व दुधास असते. तिबेटमध्ये याक हा बहुपयोगी प्राणी यासाठी महत्त्वाचा असतो. उंट व याक या प्राण्यांचा वापर ओझेकरी प्राणी म्हणूनही करतात.

काही प्रदेशात पशुपालक वर्षभर भटकत फिरत नाहीत. नोव्हेंबर ते एप्रिल या सहा महिन्यांत ते नदीखोऱ्यात वा पर्वत पायथ्याच्या प्रदेशात तंबू बांधून वास्तव्य करतात. मे महिन्यात पर्वत उतारावर हिरवे कोवळे गवताचे आवरण दिसू लागले की, हे पशुपालक कळप घेऊन उंचीवरील कुरणांकडे जाण्यासाठी निघतात. जुलैच्या शेवटी पाऊस जवळपास थांबलेला असतो, उन्हाळा तीव्र होतो. जमीन कोरडी व उजाड होते. पाण्याचे दुर्भिक्ष सुरू होते. या काळात पशुपालक कळप घेऊन चाऱ्याच्या शोधात भटकत राहतात. सप्टेंबर-ऑक्टोबरमध्ये काही भागात थोडाफार पाऊस पडतो. त्यामुळे चाऱ्याची उपलब्धता थोडी वाढते. त्यानंतर मात्र हे लोक कळप घेऊन परत मूळ ठिकाणी परत येतात. हिवाळ्यातील वास्तव्य अशा सखल भागात सुरू होते. पर्वतीय प्रदेशात ऋतुनुसार केल्या जाणाऱ्या अशा स्थलांतरास 'ट्रान्स ह्युमान्स' (Trans-Humance) अर्थात मोसमी स्थानांतरण म्हणतात. हिवाळ्यात मांस मोठ्या प्रमाणावर उपलब्ध होते; कारण अनेक अशक्त व म्हातारी गुरे मरतात वा मारली जातात. यामुळे चांगल्या जनावरांना चारा उपलब्ध करून देता येतो. किरगिझीस्तान, कझाखस्तान या भागात घोड्यांचा वापर ओझे वाहून नेण्यासाठी केला जातो.

गेल्या काही वर्षांत वरील पारंपरिक जीवनशैलीत बदल झाले आहेत. तुर्कमेनिस्तान व किरगिझीस्तानमध्ये सहकारी पशुपालक संस्था स्थापण्यात आल्या आहेत. पशुपालकांना उत्पन्नाची शाश्वती मिळू लागली आहे. इतर काही पशुपालक जमाती खाणकामात रोजगार मिळवितात वा जलसिंचन उपलब्ध झाल्यास थोडीफार शेती करतात. अशा या बदलामुळे मध्य व मध्य-पूर्व आशियामधील अर्थव्यवस्था लक्षणीयरीत्या बदलली आहे.

नैर्ऋत्य आशिया आणि उत्तर व पूर्व आफ्रिका

आशिया व आफ्रिका खंडातील हा पट्टा भौगोलिकदृष्ट्या सलग असल्याने त्याचा विचार एकत्रितपणे करणे संयुक्तिक ठरते. आशिया खंडातील सौदी अरेबिया, इराक, टर्की, इराण, अफगाणिस्तान हे देश असलेला भाग आणि आफ्रिकेतील इजिप्त, लिबिया, अल्जेरिया, ट्युनिशिया, मोरक्को आणि सहारा वाळवंटी प्रदेशातील काही देशांचे भाग असा व्यापक प्रदेश भटके पशुपालन या व्यवसायासाठी प्रसिद्ध आहे. यातील बहुतांश प्रदेश उष्ण-कोरड्या हवामानाचा आहे परंतु आफ्रिकेतील या प्रदेशात हिवाळी पाऊस पडतो पण एकूण पाऊसमान कमी आहे.

भूरचना, हवामान व मृदा हे शेतीसाठी आवश्यक असणारे तिनही घटक अनुकूल नसल्याने पशुपालनास प्राधान्य दिले गेले आहे. सौदी अरेबियाच्या वाळवंटी प्रदेशाच्या सीमेवरील भागात बेदुईन (Bedouin) लोक हिवाळ्यात व उन्हाळ्याच्या पूर्वार्धात अंतर्गत भागातील पठाराच्या अधिक उंचीवरील प्रदेशात शेळ्या-मेंढ्यांचे कळप घेऊन चाऱ्याच्या, खुरट्या वनस्पतींच्या शोधात फिरत असतात. सौदी अरेबियाचा मध्यवर्ती भागातील नेज्द (Nejd) हा वाळवंटी प्रदेश 'वाडीज्' (Wadis) या कोरड्या दऱ्यांनी व उंचवट्यांनी व्यापलेला असून, हा भाग भटक्या पशुपालनासाठी प्रसिद्ध आहे. 'हम्माद' (Hammad) हा सिरिया-इराक सीमेवरील मैदानी प्रदेश असून, त्या भागात गवताळ कुरणे आहेत. इराण व अफगाणिस्तानचा प्रदेश उंचसखल, पर्वतमय व दुर्गम आहे. येथील पशुपालक उन्हाळ्यात अधिक उंचीवर वास्तव्य करतात आणि हिवाळ्यात खाली दऱ्या-खोऱ्यांच्या प्रदेशात येतात. सहाराच्या प्रदेशातील भटके पशुपालक हिवाळा वाळवंटाच्या सीमेवर भटकत घालवतात आणि वसंतऋतूपासून उन्हाळ्यात उत्तरेकडील ॲटलास पर्वतात फिरतात.

पूर्व-मध्य आफ्रिकेतील मसाई हे भटके पशुपालक दुभती गुरे, मेंढ्या यांचे कळप घेऊन थंड आर्द्र हवामानाच्या दऱ्या-खोऱ्यांमधून हिरव्या चाऱ्याच्या शोधात भटकतात आणि दीर्घ, कोरड्या ऋतूत व दुष्काळात पर्वतीय प्रदेशात जातात.

सौदी अरेबिया, इराण व इराकमध्ये खनिज तेलाच्या उत्पादनामुळे संपूर्ण अर्थव्यवस्था बदलली आहे. भटके पशुपालन करण्यापासून पशुपालकांना परावृत्त केले जात आहे आणि स्थिर जीवन जगण्यासाठी पर्याय उपलब्ध करून दिले जात आहेत. त्यासाठी जलसिंचनावर आधारित शेतीस उत्तेजन दिले जात आहे. अल्जेरिया, ट्युनिशिया, इजिप्त व टर्की या देशांमध्येही शेती करण्यासाठी प्रोत्साहन दिले जात आहे.

टुंड्रा

आशिया व आफ्रिका खंडातील पशुपालन व्यापक, विस्तृत क्षेत्रात पसरले आहे तर त्या तुलनेत टुंड्रा या ध्रुवीय प्रदेशात भटके पशुपालन काही क्षेत्रापुरते सीमित झाले आहे. कॅनडा, उत्तर स्कँडेनेव्हिया (लॅपलँड), पश्चिम सैबेरिया, कामचाटका द्वीपकल्प, पश्चिम अलास्का, मेकॅन्झी खोरे आणि ग्रीनलंडचा लहानसा भाग असा पूर्व-पश्चिम आडवा व्यापक पट्टा अशा प्रकारच्या पशुपालनासाठी प्रसिद्ध असला तरी विशिष्ट भागातच भटके पशुपालन केले जाते.

रेनडियर हा येथील प्रमुख प्राणी असून त्यांच्या पशुपालकास लॅप्स (Lapps) म्हणतात; म्हणून उत्तर स्कँडेनेव्हियास 'लॅपलॅण्ड' असे संबोधले जाते. उन्हाळ्याचा काळ कमी असला, तरी त्या काळात मुबलक प्रमाणात हिरवे कोवळे गवत, लायकेन्स आणि मूर्स अशा वनस्पती वाढत असल्याने रेनडियर त्यावर चांगले पोसले जातात. सप्टेंबर-ऑक्टोबरमध्ये ते सूचीपर्ण अरण्याच्या प्रदेशात जातात. लॅप्स पशुपालकांना येथे मुक्त संचाराची परवानगी आहे. त्यामुळे नॉर्वे, स्वीडन व फिनलंड या राष्ट्रांच्या सीमा ओलांडल्या, तरी त्यांच्यावर कारवाई न करण्याचा करार झालेला आहे. भटके पशुपालन हा व्यवसाय फार प्राचीन असल्याने त्यांना मुक्तपणे संचार करू देण्यात येतो.

सैबेरियातील पशुपालक उन्हाळ्यात उत्तरेकडे स्थलांतरित होतात आणि दीर्घ, कडक हिवाळ्यात दक्षिणेकडे येतात. सैबेरियातील भटके पशुपालक मत्स्यपकडही करतात आणि उन्हाळ्यात बटाटे, बार्ली व राय ही पिकेही घेतात. रेनडियरपासून त्यांना मांस, दूध, कातडी व चरबी मिळते. स्वीडन व रशियातील शासनाने लॅप्स पशुपालकांना रेनडियर पालनासाठी सहकारी संस्था सुरू करण्यास साहाय्य केले आहे.

अलास्का या यु.एस.ए.च्या राज्यामधील रेनडियर पशुपालनाचा एक वेगळाच इतिहास आहे. १९व्या

शतकाच्या प्रारंभी येथील एस्किमो जमात अत्यंत हलाखीचे जीवन जगत होती; यावर उपाय म्हणून सैबेरियातून रेनडियर आयात करण्यात आले. लॅप्स लोकांनी रेनडियर पालनाचे प्रशिक्षण एस्किमोंना दिले. सुरुवातीच्या काळात रेनडियरांची संख्या चांगली वाढत गेली पण काही वर्षातच त्यांची संख्या बरीच कमी झाली; कारण लायकेन्स हे त्यांचे खाद्य अतिरिक्त चराईमुळे कमी झाले होते. अशक्त, क्षीण झालेल्या रेनडियरांची विशेष काळजी घेण्यात आली नाही आणि त्यांची शिकारही अधिक होत गेली. कॅनडातील मॅकेन्झी नदीखोऱ्यातही अलास्कातील रेनडियर आणून पशुपालन केले जाऊ लागले. जवळपास ८००० रेनडियर आणले गेले होते कारण यातून मांस, कातडी, चरबी व दूध यांचे व्यापारी उत्पादन करण्याचे कॅनडाचे नियोजन होते. परंतु, हा उद्देश सफल झाला नाही.

भटके पशुपालन हा व्यवसाय पूर्णपणे नैसर्गिक पर्यावरणाच्या आधीन राहून, त्याप्रमाणे समायोजन करून केला जातो म्हणून यास व्हिटलसी यांनी 'इकॉलॉजिकल सिस्टिम' अर्थात 'नैसर्गिक प्रणाली' म्हटले आहे. या व्यवसायात तंत्रज्ञानाचा वापर जवळपास होत नाहीच. प्रगत देशांच्या सान्निध्यात असूनही भटके पशुपालन वेगळेपणा दर्शविते.

२) स्थलांतरित शेती (Shifting Cultivation)

उष्णकटिबंधातील दाट अरण्यांच्या प्रदेशात डोंगराळ भागात केल्या जाणाऱ्या प्राथमिक स्थितीतील शेतीस स्थलांतरित शेती म्हणतात. ही शेती करणारा लोकसमूह ठराविक काळानंतर नवीन शेत जमिनीच्या शोधात फिरत असतो म्हणून या शेतीस **स्थलांतरित** वा **भटकी** वा **अस्थायी शेती** म्हणतात. व्हिटलसी यांच्या मते, भटक्या जीवनशैलीच्या अंतिम टप्प्यातील आणि शेतीच्या प्रारंभिक अवस्थेतील ही शेती असून, त्यांनी यास 'नियर इकॉलॉजिकल सिस्टिम' म्हणजे निसर्गसमीप शेतीप्रणाली म्हटले आहे. भटके पशुपालन पूर्णतः निसर्गाधीन असते परंतु स्थलांतरित शेती निसर्गाच्या सान्निध्यात राहून मनुष्यबळावर आधारित असते. लांब काठ्या, अणकुचीदार दगड अशा अगदी प्राथमिक वस्तूंनी जमीन टोकरतात व बी फेकून पेरतात. ही शेती यंत्र-तंत्र विरहित शेती होय. ब्रिटिशांनी या शेतीस **'स्विडेन'** (Swidden) म्हटले आहे. जुन्या इंग्रजी बोली भाषेतील हा शब्द असून त्याचा अर्थ **जाळून स्वच्छ केलेली जागा** (Burnt Clearing) असा आहे.

स्थलांतरित शेती प्रदेश

उष्णकटिबंधातील उष्ण, दमट हवामानाच्या, भरपूर पावसाच्या प्रदेशात या प्रकारची शेती काही लोकसमूह करतात. दाट अरण्ये, डोंगर उताराची जमीन असलेल्या प्रदेशात ही प्राथमिक स्वरूपाची शेती केली जाते. आशिया, आफ्रिका, मध्य अमेरिका व दक्षिण अमेरिकेत या प्रकारची शेती आढळते. उत्तर अमेरिका, युरोप व ऑस्ट्रेलियात ही शेती आढळत नाही. (नकाशा क्र. ४.१)

आशिया	: आग्नेय आशियातील इंडोनेशिया, मलेशिया, फिलिपिन्स, व्हिएतनाम या देशांमध्ये सदाहरित दाट अरण्यांमध्ये स्थलांतरित शेती केली जाते.
	दक्षिण आशियात श्रीलंका, भारत, बांगला देश, म्यानमार, थायलंड या देशांमधील सदाहरित अरण्ये व मोसमी पानझडी अरण्ये असलेल्या प्रदेशात या प्रकारची शेती केली जाते.
आफ्रिका	: मध्य आफ्रिकेच्या विस्तृत प्रदेशात या प्रकारची शेती विखुरलेली आहे. विषुववृत्तीय सदाहरित घनदाट अरण्यांमध्ये या शेतीचे क्षेत्र आहे. कांगो, झैरे, झिम्बाब्वे, कॅमेरून,

गॅम्बिया, केनिया, युगांडा, अंगोला, नायजेरिया, घाना, बेनिन, टोगा, सिएरा लिओन, गिनी, बुरुंडी, रवांडा, टांझानिया आणि मादागास्कर बेट यांचा यात समावेश होतो.

दक्षिण अमेरिका : इक्वेडोर, व्हेनेझुएला, कोलंबिया, गयाना, सुरीनाम आणि ब्राझिलमधील ॲमेझॉन खोरे यांचा या प्रकारच्या शेतीत समावेश होतो.

मध्य अमेरिका : संयोगभूमीसारखे स्थान असलेल्या या प्रदेशातील मेक्सिको, होंडुरास, ग्वाटेमाला, कोस्टारिका व निकाराग्वे या देशांमध्ये या प्रकारची शेती होते.

स्थलांतरित शेतीचे स्वरूप

स्थलांतरित शेती करणारा लोकसमूह तीन ते सात वर्षांनी नवीन शेत जमिनीच्या शोधात स्थलांतरित होतो म्हणून ही अस्थायी शेती होय. उष्णकटिबंधातील दाट अरण्याचा डोंगरउतार ही शेती करणाऱ्या लोकसमूहाचा म्होरक्या निवडतो. शेती करणारा लोकसमूह किती लहान वा मोठा आहे त्यानुसार शेतीचेक्षेत्र ठरविले जात असले, तरी ते अर्ध्या हेक्टरपासून दोन-अडीच हेक्टरपर्यंत असते. प्रत्यक्ष लागवड केली जाणाऱ्या क्षेत्रापेक्षा बरेच जास्त क्षेत्र स्वच्छ केले जाते. झाम्बियामधील बेम्बा (Bemba) आणि लाला (Lala) या जमाती लागवडक्षेत्राच्या सहा ते आठपट इतके मोठे क्षेत्र मोकळे करून स्वच्छ करतात असे एका पाहणीत आढळले आहे; त्याचे कारण असे सांगितले गेले की, एवढ्या मोठ्या क्षेत्रातील झाडे-झुडुपे, वेली तोडून जमीन जाळल्यावर जी राख मिळते तिचा वापर खत म्हणून केला जातो; यामुळे काही वर्षे उत्पादन चांगले येते.

झाडे-झुडुपे कापणे व जमिनीसकट सर्व जाळणे हे या शेतीचे मुख्य वैशिष्ट्य असल्याने त्यास 'स्लॅश ॲन्ड बर्न' (Slash and Burn) म्हणजे 'सपासप कापा व जाळा' शेती पद्धती म्हणतात. शेती करण्यासाठी जी जागा निवडली जाते तेथे छोटी झाडे-झुडुपे, वेली, उंच गवत अशाच वनस्पतींचे प्रमाण जास्त असते; कारण अशा वनस्पतींची तोड करणे सामान्य प्राथमिक हत्यारांनी शक्य असते. मोठे वृक्ष असल्यास त्यांचे पाच-सहा फूट उंचीचे बुंधे शिल्लक ठेवून फांद्या कापतात. अशा वृक्षांच्या खोडांमुळे व मुळांमुळे वारा-पाणी यापासून होणारी जमिनीची धूप रोखली जाते, असे वृक्ष असणे म्हणजे तेथील जमीन चांगले उत्पादन देणारी असल्याचे निदर्शक मानले जाते. ब्राझिलमध्ये अशा फांद्या छाटून शिल्लक राहिलेल्या खोडांना 'पॅड्रीस' (Padraes) म्हणजे 'ट्रीगाईड'-मार्गदर्शक वृक्ष म्हणतात. आफ्रिकेतील बेनिन देशातील ही शेती करणारे लोक पेरणी करण्यासाठी जमीन तयार केली की, मातीची चव बघून ती योग्य आहे वा नाही ते ठरवितात.

या शेतीचा सखोल अभ्यास केलेल्या काही अभ्यासकांच्या मते, या शेतीचे दोन प्रकार पद्धतीनुसार होऊ शकतात. अस्सल स्थलांतरित शेती (True Shifting Cultivation) आणि फेरा पद्धतीची पडीत रानक्षेत्राची शेती (Rotational Bush Fallowing Shifting Cultivation) अशा दोन पद्धती आहेत. अस्सल स्थलांतरित शेतीत गरजेनुसार आवश्यक तितकीच जंगलातील जमीन स्वच्छ करून जाळली जाते. अशा जमिनीची उत्पादकता कमी झाली की, पुढे पुढे जात याच पद्धतीने शेती केली जाते. पहिल्या मूळ ठिकाणी येणे-जाणे कष्टदायक, वेळ घेणारे होऊ लागल्यावर सर्व लोकसमूह वस्ती उठवून संपूर्ण नव्या जमिनीच्या शोधात बाहेर पडतो.

फेरा पद्धतीच्या स्थलांतरित शेतीत काही जमाती वस्ती व त्यांच्या भोवतालची जमीन यांच्या सीमा निश्चित करतात. पहिल्या वर्षी वस्तीजवळच्या परिसरातील जंगल स्वच्छ करून, जाळून अशा तयार केलेल्या जमिनीवर पिके घेतात. दुसऱ्या वर्षी ती जमीन सोडून त्याच्या लगतचा दुसरा पट्टा वा भाग पिकाच्या लागवडीखाली वापरतात; अशा क्रमाने सीमेपर्यंत आल्यावर परत पहिल्या वर्षीच्या जमिनीकडे येतात. या जमिनीवर झुडुपे, गवत असा दुय्यम झाडोरा उगवलेला असतो. ते सर्व तोडून टाकून जमीन जाळून पुन्हा तेथे लागवड करतात.

अशा पद्धतीस फेरा पद्धतीची रानपडीत क्षेत्राची शेती म्हणतात. या पद्धतीने शेती करणाऱ्या जमातींच्या वस्त्या या जवळपास कायमस्वरूपी वस्त्या असतात. लोकसंख्या वाढली की, फेरा लहान कालावधीचा होतो व प्रत्येक भूखंड कमी काळात लागवडीसाठी वापरावा लागतो. उत्पादन पुरेनासे झाले की, संबंध वस्ती उठून दुसरीकडे जाते. आफ्रिका खंडात स्थलांतरित शेतीच्या या दोन पद्धती प्रचलित आहेत. आफ्रिकेतील गॅम्बिया, घाना व सिएरा लिओन या देशांमधील स्थलांतरित शेतीत वस्तीतील झोपड्यांभोवती लहान जमिनीच्या तुकड्यांवर मोसमी भाजीपाला वा तत्सम पिके घेतली जातात. यास 'इनफार्म (Infarm)' शेती म्हणतात. भारतात ईशान्येकडील राज्यांमधून चक्रीय पद्धतीने जी स्थलांतरित शेती केली जाते त्यास 'झुमिंग' (Jhuming) वा 'झूमसायकल' म्हणतात. झुमिंगचे चक्र पाच ते सात वर्षांचे असते पण क्वचित ते वीस वर्षे इतकेही दीर्घ असू शकते.

स्थलांतरित शेतीस इतर कोणत्याही शेती प्रकारापेक्षा अधिक स्थानिक नावे आहेत. हे ही या शेतीचे वैशिष्ट्य म्हणावे लागेल.

तक्ता क्र. ४.२ : स्थलांतरित शेती : स्थानिक नावे

देश	स्थानिक नाव	देश	स्थानिक नाव
श्रीलंका	चेन्ना	व्हिएतनाम	रे
मलेशिया	लडांग	बांगलादेश	झुम
इंडोनेशिया	ह्युमा	कांगो	मसोले
म्यॅनमार	तुंग्या	**भारत–राज्ये**	**नाव**
थायलंड	तामराई	केरळ	कुमरी
फिलिपिन्स	कान्गिन्	मध्यप्रदेश	बेवार, पेंडा
मेक्सिको	मिल्पा	ओडिशा	पोडू, डुंगर
ब्राझिल	रोका	आंध्रप्रदेश	पेडा
व्हेनेझुएला	कॉनूको	ईशान्य राज्ये	झूम

स्थलांतरित शेतीतील पिके

स्थलांतरित शेती उष्ण, दमट हवामानाच्या भरपूर पावसाच्या प्रदेशात केली जात असल्याने भात, कंदपिके, भरड धान्ये व काही तेलबिया ही प्रमुख पिके होत. टॅपियोका, याम, कॅसाव्हा व सुरणवर्गातील कंद यांची लागवड प्रामुख्याने केली जाते. आफ्रिकेतील स्थलांतरित शेतीत ८० टक्के क्षेत्र कंद पिकाखाली असून, उर्वरित क्षेत्रात भात, मका, मिरची, भुईमूग यापैकी एखादे वा दोन पिके घेतली जातात.

दक्षिण अमेरिका, मेक्सिको, इंडोनेशिया व फिलिपिन्स अशा प्रदेशात पर्वत उतारावर भातशेती केली जाते आणि दुय्यम पिके म्हणून भोपळे व काकडी गटातील वा सुरणवर्गातील कंद अशी पिके घेतली जातात.

दक्षिण आशिया व आग्नेय आशियात भाताचे एक पीक घेतल्यावर ज्वारी, बाजरी, मका, नाचणी, केळी, तीळ यांपैकी काही पिके घेतली जातात.

ही शेती निसर्गाशी सुसंगत व जवळपास नैसर्गिक (नियर इकॉलॉजिकल) असते. काठ्या, अणकुचीदार दगड अशा साधनांनी जमीन उकरतात. त्यावर बी फेकून वा टोचून पेरले जाते. त्यानंतर ही शेती करणारे लोक

जंगलात शिकार व अन्न संकलनासाठी निघून जातात. पिकाची कोणतीही निगा राखली जात नाही वा रक्षणही केले जात नाही. उष्ण-दमट हवामानामुळे पिकावर बुरशीजन्य रोग पसरतात, कीड पडते. पीक तयार होत आल्यावर पक्षी व इतर प्राण्यांचा उपद्रव वाढतो आणि पिकाची नासधूस होते. जंगलात गेलेले लोक परत आल्यावर जे काही शिल्लक पीक असेल त्याची कापणी करून मळणी करतात. जे काही उत्पादन प्राप्त झालेले असते ते वाटून घेतले जाते. दोन ते तीन वर्षांतच उत्पादनात घट येऊ लागते आणि चरितार्थ होणे कठीण झाल्याने हे लोक नवीन जमिनीच्या शोधात स्थलांतर करतात.

वर्तमानस्थिती : स्थलांतरित शेतीच्या प्रदेशात काही ठिकाणी वसाहतवादी लोकांनी मळ्याची शेती सुरू केली आहे. त्यामुळे भटकी शेती करणारे काही लोक स्थिर जीवनशैली व मजुरी म्हणून मिळणारा रोख पैसा या आशेने मजूर म्हणून कामे करू लागले आहेत.

काही अभ्यासकांचे असे मत आहे की, स्थलांतरित शेतीत जमीन पडीत ठेवली जाते व काही वर्षांनी पुन्हा लागवडीखाली आणली जाते. कोणतेही खत वापरले जात नाही. हे सर्व नैसर्गिक आहे आणि वर्षानुवर्षे खत पुरवठा करून एकाच जमिनीतून पिके घेणे अनैसर्गिक आहे. दुसरे असे की, या शेतीत जमिनीची मालकी वा हक्क असा काही प्रकार नसतो. शेती सामूहिक पद्धतीने केली जाते. शेतीतील सर्व कामे हे लोक स्वतःच करतात. उत्पादनही वाटून घेतले जाते. सामंजस्य असल्याने हे शक्य होते. सामाजिकदृष्टीने हे अत्यंत हितावह व उपयुक्त ठरते.

याउलट, काही अभ्यासकांच्या मते ही शेती समस्यानिर्माणकारी आहे. जंगलतोड, मृदाधूप याबरोबर कुपोषण, अज्ञान निर्माण करणारी आहे. भटक्या जीवनशैलीच्या अंतिम अवस्थेतील आणि कृषी जीवनशैलीच्या प्रारंभिक स्थितीतील ही शेती असून, सर्वांत प्राचीन आहे. तरीही अजून ती केली जाते म्हणून टिकवून ठेवली पाहिजे.

अनेक देशांमध्ये या शेतीवर निर्बंध घालण्यात आले आहेत. ही शेती करणाऱ्या लोकसमूहास एकाच ठिकाणी राहण्यास प्रवृत्त केले जात आहे. पशुपालन, पिकांचा क्रम ठरवून देणे, मळ्याच्या शेतीसाठी प्रशिक्षण देणे, आरोग्य, शिक्षण अशा सुविधा पुरविणे असे उपाय योजले जात आहेत.

३) आदिम निर्वाही शेती (Primitive Subsistence Farming)

कृषीप्रधान समाजव्यवस्था असलेले मानवी समूह निर्वाही शेती करतात. निर्वाही शेतीतील उत्पादने शेतकऱ्यांच्या चरितार्थापुरतीच होत असल्याने उत्पादनाचा वाढावा नसतो वा अत्यल्प असतो. पशुपालन हा सुद्धा या शेतीचा एक भाग असतो. प्रगत व व्यापारी जगापासून असलेल्या दूरत्वामुळे अतिशय प्रथमावस्थेतील आदिम निर्वाही शेती अजूनही जगाच्या निरनिराळ्या भागात विखुरलेली आहे. पर्वतीय दुर्गम भूप्रदेश व घनदाट अरण्ये असलेल्या प्रदेशात अशी शेती आढळते. उष्णकटिबंधीय वर्षा-वने व उपोष्ण कटिबंधातील पर्वतीय प्रदेशात या प्रकारची शेती केली जाते.

आदिम निर्वाही शेती प्रदेश : दक्षिण अमेरिकेतील अँडिज पर्वतात, आफ्रिकेतील घनदाट अरण्यात आणि आग्नेय आशियातील दुर्गम, पर्वतीय घनदाट अरण्यातील उतारावर स्थायी परंतु आदिम स्वरूपाची निर्वाही शेती केली जाते. (नकाशा क्र. ४.२) स्थलांतरित शेती असलेल्या प्रदेशातच या शेतीचे स्थान आहे. परंतु, लोकसंख्या वाढल्याने खाणकाम, मत्स्यपकड वा इतर प्राथमिक व्यवसाय उपलब्ध झाल्याने हे लोक एकाच ठिकाणी शेती करून वास्तव्य करू लागले. शेत जमिनीच्या शोधात स्थलांतर न करणे एवढाच फरक या दोन प्रकारच्या शेतीत आहे.

नकाशा क्र. ४.२

शेती प्रकार – आदिम निर्वाही शेती, भूमध्य सामुद्रिक शेती व पिके व पशुपालनाची शेती

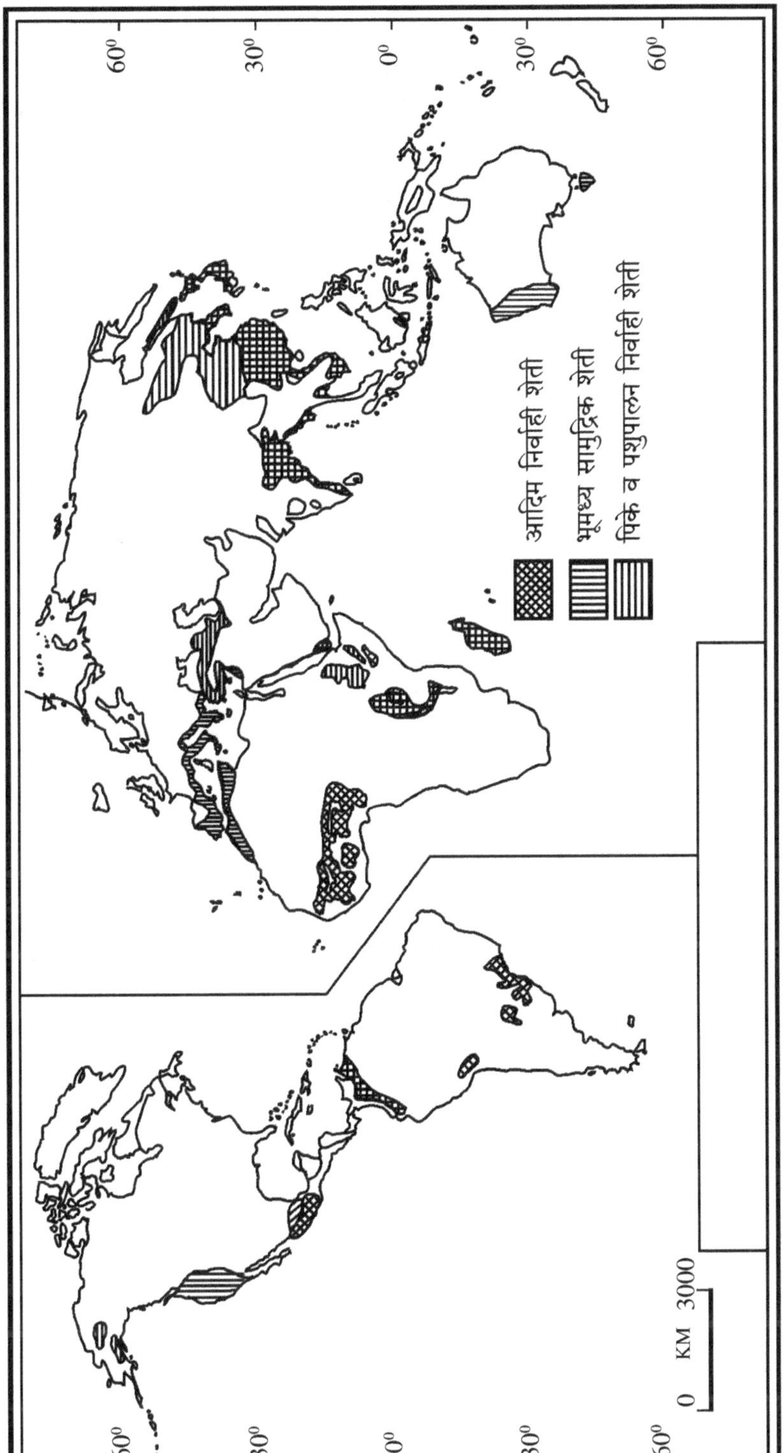

आदिम निर्वाही शेती

भूमध्य सामुद्रिक शेती

पिके व पशुपालन निर्वाही शेती

KM 3000

0

आदिम निर्वाही शेतीचे स्वरूप : स्थलांतरित शेतीपेक्षा आदिम निर्वाही शेती करण्यासाठी जमिनीची निवड अधिक काळजीपूर्वक व अनुभवाने केली जाते. जमिनीची निवड केल्यानंतर त्यावरील झाडे-झुडुपे मुळासकट उपटून टाकली जातात. कुदळ, फाळ, लाकडीनांगर अशा प्राथमिक अवजारांनी जमीन भुसभुशीत केली जाते. अशा जमिनीत वरंबा व सरी हातानेच केल्या जातात. नंतर जमीन ओलसर असताना सरींमधून बी टोचून पेरले जाते. लागवड केल्यावर उगवण होईपर्यंत पक्षी व जमीन उकरणाऱ्या प्राण्यांपासून रक्षण करण्यासाठी लक्ष ठेवले जाते आणि या कामी अगदी लहान मुले, तरुणांनाही जबाबदारी दिली जाते. शेतकरी शेताजवळच राहत असल्याने पिकाची थोडीफार निगा राखली जाते. परंतु, खते, कीटकनाशके वापरली जात नाहीत. शेतीतील कामासाठी पशुधन वापरले जाते. शेतकरी समूहातील काही लोक खाणकाम, शिकार, मत्स्यपकड करतात. स्थलांतरित शेती करणारे लोक समूह-जमातीत स्वयंपूर्ण जीवन जगत असतात. त्यांचा बाहेरच्या जगाशी संबंध येत नाही. इतर शेती प्रकारांमध्ये जगातील इतर व्यवस्थांशी, लोकांशी संपर्क असतो, देवाणघेवाण असते म्हणजे यात परस्परावलंबी जीवनशैली असते. अशा जीवनशैलीची सुरुवात या प्रकारच्या निर्वाही शेतीतून झाली असे काही अभ्यासकांना वाटते.

लाउट पी. (Laut P.) यांनी इ.स.१९७० मध्ये ऑस्ट्रेलियातून प्रकाशित होणाऱ्या 'ॲग्रिकल्चरल जिऑग्रॉफी' या नियतकालिकात लिहिलेल्या लेखात असे मत व्यक्त केले आहे की, स्थलांतरित शेती वा स्थायी निर्वाही शेती यांच्यावर काही घटकांचा फार मोठा प्रभाव असतो. त्यापैकी महत्त्वाचे घटक म्हणजे लोकसंख्येच्या तुलनेत उपलब्ध असणारी शेत जमीन, तिची सुपिकता, नवीन जमीन स्वच्छ मोकळी करून लागवडीयोग्य करूनघेण्यासाठीचे श्रम, जमिनीची उत्पादकता टिकवून ठेवण्यातील समस्या, प्रत्यक्ष शेती कसण्याची पद्धत आणि सामाजिक रूढी हे असून यांच्या कमी-अधिक प्राबल्यानुसार शेती स्थलांतरित वा स्थायी निर्वाही असेल याचा निवाडा होतो. हे घटक परंपरेने चालत आलेल्या शेती पद्धतीचे अविभाज्य भाग आहेत. अर्थात, यात स्थायी निर्वाही शेती अधिक चांगली असून आता ती भर समुद्रातील छोट्या बेटांवर, पर्वतीय प्रदेशातील दुर्गम दऱ्या-खोऱ्यांमध्ये, डोंगराळ प्रदेशातील दूर, अंतर्गत भागात असलेल्या उतारावर अशा सारख्या पोहोचण्यास अत्यंत कठीण असलेल्या भागापुरती मर्यादित राहीली आहे.

व्हिटलसी यांनी या शेती प्रकारच्या संदर्भात एक विचार असा मांडला आहे की, जे लोक स्थलांतरास राजी नसतात आणि उपलब्ध उपजाऊ जमीन सोडून जाण्याची ज्यांची इच्छा नसते अशा लोकांना ही शेती करण्याशिवाय पर्याय नसतो. हे लोक त्या एकाच जमिनीच्या तुकड्यावर परंपरागत पद्धतीने शेती करत राहतात वा पूर्वी सोडून दिलेली 'स्वीडेन' पडीत जमीन लागवडीखाली आणतात. जोन्स व डार्कनवॉल्ड यांच्या मते, अधिक बलवान, आक्रमक लोकांचा समूह अशी शेती करण्यास भाग पाडत असेल. निर्वाही शेती करणारे लोक गरीब व मवाळ असल्याने त्यांना पर्यायही राहत नाही.

पिके : स्थलांतरित शेतीत घेतली जाणारी पिके आदिम निर्वाही शेतीतही घेतली जातात. धान्य पिके व कंद पिके यांचे प्राबल्य असते. बटाटे, रताळी, कॅसाव्हा, मका, ज्वारी, केळी, तीळ ही या शेतीतील मुख्य पिके होत. जलाशयांमध्ये कमळवर्गीय कंदमुळे, वॉटर लिली, डक्विड अशा खाद्य वनस्पतींची जोपासना करून त्यांचा समावेश आहारात करतात. काही भागात कॉफी, कोको, तेल्याताड, नारळ व रबर ही वृक्ष पिकेही लावतात; शिवाय काही प्रमाणात पशुपालन करतात; पण गुरे चरण्यासाठी खुल्या गवताळ रानात नेतात.

बोंडी हर्मन व इतर (१९७०) यांनी त्यांच्या शोध निबंधात निरीक्षणाअंती असे नमूद केले आहे की, उष्ण, दमट हवामान व भरपूर पाऊस यामुळे उष्णकटिबंधातील प्रदेशात शेती करणे सोपे व सहज शक्य असणारी

बाब वाटू शकते पण सत्य यापेक्षा वेगळे आहे. उष्ण, दमट हवेमुळे शेतात अनावश्यक तण जोमाने वाढते, बुरशीजन्य रोग वेगाने पसरतात, कीटक पिकांची पाने व फुलोरा नष्ट करतात. जोरदार पावसाने जमिनीतील पोषणद्रव्ये वाहून जातात. महत्त्वाचे म्हणजे ही शेती पूर्णतः श्रमाधारित असल्याने अशा हवेत सलग काही तास काम करणे अत्यंत कठीण असते. शिवाय उत्पादनही कमी असते. यासाठी काही वेळा जमीन पडीत ठेवून दोन-तीन लोकसमूह एकत्र येऊन चांगल्या जमिनीवर पिके लावतात. यातून त्या समूहांमध्ये सामाजिक व काही वेळा राजकीय संवाद सुरू होतात.

अशी शेती असणाऱ्या प्रदेशात बाहेरील प्रगत जगातून व्यक्ती, राजकीय हितसंबंधी, धर्मप्रसारक यांचे येणे-जाणे सुरू झाल्याने उत्पादनांचा व्यापार सुरू झाला आहे व शेतीचे स्वरूप बदलत आहे. तरीही त्यास नैसर्गिक व आर्थिक मर्यादा आहेत.

सघन निर्वाही शेती (Intensive Subsistence Farming)

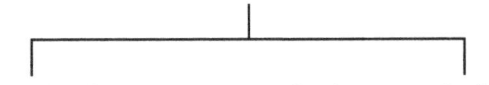

४. भातशेतीप्रधान सघन निर्वाही शेती

५. इतर पिकांची सघन निर्वाही शेती

उष्णकटिबंधातील मर्यादित शेतजमीन आणि दाट लोकसंख्या असलेल्या मोसमी आशियाई देशांमध्ये सघन निर्वाही शेती केली जाते. (नकाशा क्र. ४.३) उपलब्ध लागवडीयोग्य क्षेत्रातून अधिकाधिक उत्पादन घेण्याच्या पद्धतीस सघन शेती म्हणतात. या शेतीत दर हेक्टरी उत्पादन अधिक असते परंतु दरडोई उत्पादन मात्र कमी असते. या शेतीत शेताचे आकार लहान असतात. जपानमध्ये सघन शेतीच्या भूखंडाचे क्षेत्र सरासरी ०.६ हेक्टर एवढेच आहे. भारतात ते याहून कमी आहे. वारसा हक्क कायद्यामुळे पुढील पिढीत शेतीचा वारसा संक्रमित होतो. त्यामुळे शेतजमिनीचे विभाजन होत राहते व म्हणून शेताचे आकार लहान होतात. शिवाय हे क्षेत्र सलग असेलच असे नाही; ते विखुरलेले असते. अल्पभूधारकता व अल्पभूधारणा हे सघन निर्वाही शेतीचे वैशिष्ट्य आहे.

सघन निर्वाही शेती श्रम आधारित असते. स्वस्त, कुशल मनुष्यबळ व शेताचे लहान आकार यामुळे यंत्र वापरावर मर्यादा येतात. या शेतीत अनेकविध प्रकारची पिके घेतली जातात. धान्यपिके, तेलबिया, नगदी पिके व अखाद्य पिके घेतली जातात. सघन निर्वाही शेतीत पशुधनास महत्त्व असते. गायी, म्हशी, बैल, रेडे, शेळ्या, मेंढ्या, कोंबड्या, बदके, डुकरे असे अनेक प्राणी पाळले जातात. परंतु, त्यापासून व्यापारी स्वरूपावर उत्पादन घेण्याचे प्रमाण फारच कमी आहे. सघन निर्वाही शेतीत लोकसंख्येचा भार अधिक असल्याने अन्नधान्याची मागणी मोठी असते म्हणून दर हेक्टरी जास्त उत्पादन मिळविण्यासाठी आणि सातत्याने पिके घेता यावीत म्हणून खतांचा वापर मोठ्या प्रमाणावर केला जातो. रासायनिक खते, सेंद्रिय खते व आता जैव खतेही वापरली जात आहेत.

सघन निर्वाही शेतीतील बहुतांश उत्पादने देशांतर्गतच विकली जातात. अलीकडे काही प्रमाणात निर्यात वाढली असली तरी या शेतीचे मूळस्वरूप निर्वाही प्रकारचेच आहे. ही शेती मोसमी हवामानाच्या प्रदेशात केली जात असल्याने हवामानानुसार या शेतीचे दोन उपप्रकार केले जातात. उष्ण, दमट हवामान व भरपूर पावसाच्या प्रदेशात भातशेतीला प्राधान्य असते तर किनारपट्टीपासून दूर अंतर्गत भागात उष्ण, कोरडी हवा व मध्यम वा कमी पाऊस असल्याने इतर पिकांना महत्त्व असते. त्यानुसार या शेतीचे भातशेतीप्रधान सघन निर्वाही शेती आणि इतर पिकांची सघन निर्वाही शेती असे दोन प्रकार केले जातात.

नकाशा क्र. ४.३ : सघन निर्वाही शेती

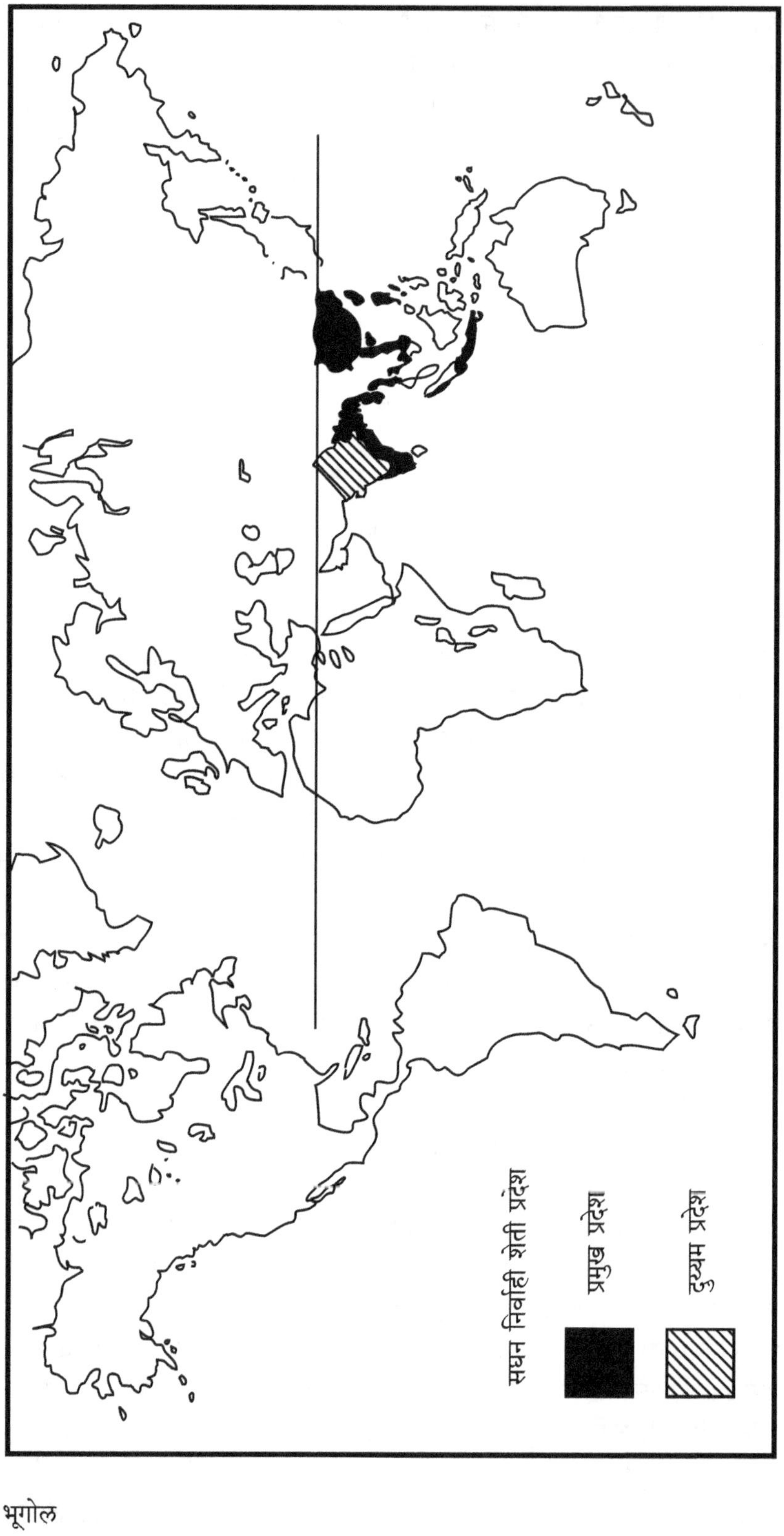

सघन निर्वाही शेती प्रदेश

प्रमुख प्रदेश

इतर प्रदेश

४) भातशेती प्रधान सघन निर्वाही शेती

आशिया खंडातील मोसमी हवामान प्रदेशातील देशांच्या किनारपट्ट्यांचे प्रदेश, त्रिभुज प्रदेश व पूर मैदाने भातशेती प्रधान सघन निर्वाही शेतीसाठी प्रसिद्ध आहेत.

समाविष्ट प्रदेश : पूर्व आशिया : चीन, जपान, कोरिया
आग्नेय आशिया : फिलिपिन्स, इंडोनेशिया, व्हिएतनाम, लाओस, कंबोडिया, मलाया
दक्षिण आशिया : भारत, श्रीलंका, म्यानमार, बांग्लादेश, थायलंड.

सघन निर्वाही भातशेतीची वैशिष्ट्ये

अ) शेताचे लहान आकार : दाट लोकसंख्या व मर्यादित शेतजमीन आणि वारसा हक्क कायदा यामुळे होणारे जमिनीचे विभाजन यासारख्या कारणांमुळे शेताचे आकार लहान असतात. अल्पभूधारकता व अल्पभूधारणा हे भातशेतीचे वैशिष्ट्य आहे. मोसमी आशियात साठ टक्के शेतकऱ्यांकडे ०.४ हे. ते १.० हे. शेतीक्षेत्र आहे. भात खाचरे लहान व बंदिस्त असल्याने, त्यात पाणी साठवून मजुरांना काम करण्यास योग्य ठरतात.

ब) श्रमाधारित शेती : भातशेतीतील बहुतांश कामे मनुष्यबळावर आधारित असतात. दाट लोकसंख्येमुळे कुशल, अर्धकुशल व अकुशल मनुष्यबळ स्वस्तात उपलब्ध असते. भातरोपांची लावणी हे कौश्यलाचे काम स्त्री-मजूर करतात. शेताचे आकार लहान असल्याने यंत्र वापरावर खूप मर्यादा येतात. तरीही जपान, कोरिया या देशांनी वापरण्यास सुलभ व आकाराने लहान अवजारे व यंत्रे बनविली आहेत. त्यामुळे उष्ण, दमट हवामानात भर पावसात चिखलपाण्यात काम करणाऱ्या मजुराचे कष्ट थोडे कमी झाले आहेत. ग्रामीण भागात रोजगार पुरविणारे क्षेत्र म्हणून भातशेतीकडे पाहिले जाते.

क) राईस इज लाईफ : मोसमी आशियातील ज्या प्रदेशामध्ये भातशेती केली जाते तेथील लोकांचे जीवन तांदूळ (भात) या पिकावरच पूर्णतः अवलंबून असते. भाताची दोन ते तीन पिके होणाऱ्या प्रदेशात वर्षभर रोजगार मिळवून देणारे हे पीक आहे व लोकांच्या आहारात भात हेच प्रमुख अन्न आहे, म्हणून येथील लोकांना तांदूळ म्हणजे जीवन (Rice is Life) असे वाटते.

'युनो'ने इ.स.२००४ हे वर्ष 'आंतरराष्ट्रीय तांदूळ वर्ष' म्हणून घोषित केले होते. त्यासाठी 'Rice is Life' हे घोषवाक्य दिले होते. तांदूळ हे ज्यांचे मुख्य अन्न आहे त्यांचे जीवनमान सुधारण्याचा प्रयत्न करणे हा त्याचा उद्देश होता. दारिद्र्य निर्मूलन, अन्नसुरक्षा आणि उपजीविकेतील सुधारणा साध्य करण्याकरिता दक्षिण आशियातील देशांचा आर्थिक विकास होण्यासाठी भात पिकाकडे विशेष लक्ष दिले जावे म्हणून 'युनो'ने हा उपक्रम कार्यान्वित केला.

मोसमी आशियात भाताचे दर हेक्टरी उत्पादन भरपूर असते. सुधारित बियाणे, पुनर्रोपणपद्धती, खतांचा वापर, सुयोग्य हवामान यामुळे दर हेक्टरी ६००० किलो उत्पादन होते. थायलंड, म्यानमार व व्हिएतनाम या देशांमधून तांदुळाची निर्यात होते. इरावदी, मेनाम व मेकाँग या नद्यांची पूरमैदाने व त्रिभुज प्रदेश यास 'राईस बाऊल' म्हणतात. भारत, पाकिस्तान हे देश बासमती या खास वाणाची निर्यात करतात.

मोसमी आशियातील डोंगरउतारांवर पायऱ्या-पायऱ्यांची भात शेती केली जाते; ही शेते लांबट परंतु अरुंद असतात. अशा भागात भाताचे एकच पीक घेतले जाते. सखल भागातील भातशेतीतील उत्पादनापेक्षा उतारावरील भातशेतीतील दर हेक्टरी उत्पादन कमी असते.

इंडोनेशिया, जपान व फिलिपिन्समध्ये भात खाचरात साठलेल्या पाण्यात मत्स्यपकड केली जाते. चीनमध्ये डुकरे पाळली जातात. सघन निर्वाही भातशेती आशिया खंडाच्या पूर्व भागातच केंद्रित झालेली असल्याने या शेतीस पौर्वात्य शेती (Oriental Farming) असेही म्हणतात. जगातील चाळीस टक्के लोकसंख्या मोसमी आशियात आहे व भात हे त्यांचे प्रमुख अन्न आहे म्हणून भातशेतीप्रधान सघन निर्वाही शेतीस अनन्यसाधारण महत्त्व आहे.

५) इतर पिकांची सघन निर्वाही शेती

मोसमी आशियातील ज्या प्रदेशात पावसाचे प्रमाण कमी होत जाते व चलनशीलता वाढते त्या प्रदेशात भाताच्या ऐवजी इतर पिके घेतली जातात म्हणून यास 'इतर पिकांची सघन निर्वाही शेती' (Intensive Farming other than Paddy) म्हणतात.

समाविष्ट प्रदेश : उत्तर चीन, मांचुरिया, उत्तर कोरिया, उत्तर जपान, पाकिस्तान, भारतातील दख्खनचे पठार, पंजाब, हरियाणा, राजस्थान असा किनारपट्टीपासून दूरत्व असलेला प्रदेश, म्यानमारमधील शुष्कपट्टा, थायलंडमधील कोरात पठार, व्हिएतनामचा अंतर्गत प्रदेश अशा व्यापक, उष्ण, विषम कोरड्या हवामानाच्या प्रदेशाचा समावेश होतो.

शेताचे लहान आकार, श्रमाधारित शेती, पशुधन, अवर्षणप्रवणता, कोरडवाहू शेतीचे प्राबल्य, आंतरपीक व बहुपीक पद्धती, परंपरागत व आधुनिक शेती यांचे मिश्रण, अनेकविध पिके ही या शेतीची व्यवच्छेदक लक्षणे आहेत. दाट लोकसंख्येमुळे खाद्य पिकांच्या उत्पादनांना भरपूर मागणी असते. गेल्या काही वर्षांत जलसिंचनाचे प्रमाण वाढले आहे. जमीन सुधार योजना, शेतीतंत्रातील सुधारणा, शेतीपूरक जोडधंदे, कृषी उद्योगांचा विकास, जैवतंत्रज्ञानाचा वापर, फलोत्पादन, कुक्कुटपालन, मत्स्यशेती, यामुळे या शेतीत लक्षणीय बदल होत आहेत.

चीन, भारत व पाकिस्तान या देशात गहू हे प्रमुख पीक असून त्याशिवाय मका, ज्वारी, बाजरी, बार्ली, सोयाबीन, कडधान्ये-डाळी (Pulses), तेलबिया, ऊस, कापूस, फळे व भाजीपाला अशी अनेक पिके घेतली जातात.

सघन निर्वाही शेतीचे वरील दोन प्रकार हे मूलभूत फरक दर्शविणारे आहेत. हा फरक मोसमी हवामानातील विशेषतः आर्द्रता व पर्जन्य प्रमाणातील फरकामुळे निर्माण झालेला असल्याने सघन निर्वाही शेतीतील हे द्विभाजन कायमस्वरूपी असणारे आहे.

६) पिके व पशुपालनाची निर्वाही शेती (Subsistence Crop and Livestock Farming)

पिके व पशुपालनाची निर्वाही शेती प्रकारात शेतकरी आपल्या गरजेपुरती उत्पादने घेतो आणि जरी थोड्याफार प्रमाणात उत्पादनाचा वाढावा असला तरी ते उत्पादन स्थानिक वा जवळपासच्या बाजारात विकतो. या प्रकारच्या शेतीत व्यापार, आर्थिक व्यवहार त्यामानाने कमी असतो. शेतकरी गरीब असतात. यंत्रसामग्री खरेदी करणे, सुधारित बी-बियाणे खरेदी करणे, पशुधन खरेदी इत्यादी बाबींसाठी त्यांच्याकडे आर्थिक तरतूद नसते. व्यापारी कृषी उत्पादनांच्या तुलनेत या प्रकारच्या शेतीतील उत्पादने बाजारात स्पर्धा करू शकत नाहीत. या शेतीचे प्रदेश फारच मर्यादित झाले असले तरी जगाच्या काही भागात हा एक परंपरागत निर्वाही मिश्र शेती प्रकार म्हणून अजूनही प्रचलित आहे. दुसऱ्या महायुद्धापर्यंतच्या काळात या शेतीचे बरेच मोठे क्षेत्र होते पण त्यानंतर आधुनिक पद्धतीने शेती करण्याच्या तंत्राचे वर्चस्व वाढल्याने मिश्र निर्वाही शेतीक्षेत्र लक्षणीयरीत्या कमी झाले.

समाविष्ट प्रदेश : आता या प्रकारची शेती पूर्वयुरोप, रशिया, मध्य व पूर्वआशिया आणि मेक्सिको या भागापुरतीच राहिली आहे. यातही पूर्वयुरोप व रशियात सामूहिक शेतीच्या प्रसारामुळे बरेचसे शेतकरी आधुनिक शेती करू लागले आहेत. अशाच प्रकारचे काही प्रमाणातील बदल दक्षिण मेक्सिको, इराक, इराणमध्येही झाले आहेत. (नकाशा क्र.४.२)

पिके व पशुपालन : या प्रकारच्या शेतीत गहू व बार्ली या दोन पिकांना सर्वाधिक प्राधान्य दिले जाते. त्याशिवाय मका व राय ही भरडधान्ये घेतली जातात. प्रत्येक शेतकरी गरजेपुरता भाजीपाला, कंदपिके, बटाटे व तेलबिया यांचे उत्पादन घेतो. मेंढी व शेळीपालन केले जाते परंतु त्यांची उत्पादकता व गुणवत्ता फार कमी असते. दूध, मांस व लोकर ही उत्पादने मिळत असली तरी ती गरजेपुरतीच असतात.

शेती करण्याची एकंदर पद्धत, मनुष्यबळाचा व प्राण्यांचा अनेक कामांसाठी केला जाणारा उपयोग, माल वाहतुकीसाठी वापरण्यात येणारी घोडागाडी, बैलगाडीसारखी साधने, कृषीमालाची उत्पादकता व गुणवत्ता या सर्वांवरून ही शेती चरितार्थासाठीच केली जाते असे दिसून येते; भांडवल कमी असते. वाहतूक महामार्गाच्या आसपास असणाऱ्या या प्रकारच्या शेतीत मंडई बागायती व दुग्ध व्यवसाय सुरू करण्याचे प्रयत्न होत आहेत.

विविध पिकांच्या लागवडीखाली असणाऱ्या जमिनीची जशी निगा राखली जाते तशी निगा पशुपालनासाठीच्या गवताळ कुरणांची राखली जात नाही; ही शेती करणारा संपूर्ण शेतकरी वर्गच गरीब असल्याने भांडवलाचा तुटवडा असतो. सर्व उत्पादन शेतकरी कुटुंबासाठीच वापरले जाते. एखादे नगदी पीक घेतले असल्यास ते जवळपासच्या शहरातील बाजारात विकले जाते.

या प्रकारच्या निर्वाही शेतीच्या संदर्भात अधिकृत सांख्यिकी व इतर माहिती फारशी उपलब्ध नाही. एकंदरीत व्यापारी शेती व पशुपालन यांच्या तुलनेत सर्वच प्रकारची निर्वाही शेती मागासलेली राहीली आहे.

७) भूमध्य सामुद्रिक शेती (Mediterranean Agriculture)

आफ्रिका खंडाची उत्तर किनारपट्टी, युरोपची दक्षिण किनारपट्टी आणि पश्चिम आशियाची किनारपट्टी यांच्या दरम्यान पसरलेल्या आणि पश्चिमेकडे जिब्राल्टरच्या सामुद्रधुनीने ॲटलांटिक महासागराशी जोडल्या गेलेल्या अर्धभूवेष्टित समुद्रास भूमध्य समुद्र (मेडीटरेनियन सी) म्हणतात. या सागारी प्रदेशाच्या सभोवताली असणाऱ्या प्रदेशात जी वैशिष्ट्यपूर्ण शेती केली जाते त्या शेतीस 'भूमध्य सामुद्रिक शेती' म्हणतात. हा शेती प्रकार प्राचीन असून स्थानवैशिष्ट्य व समाधानकारी वा संतुष्टता देणारी शेती (Satisfactory) असल्याने जगप्रसिद्ध झाली आहे.

जगातील इतर शेती प्रकारात अर्थकारणीय परस्परावलंबन निर्माण झाले आणि बरेच बदल होत गेले. परंतु, भूमध्य सामुद्रिक शेतीने आपली मूळ वैशिष्ट्ये अजूनही राखली आहेत. युरोपातील लोकांनी नवीन जगात जाऊन आपले बस्तान बसविले आणि या शेतीस नवीन जगात स्थान मिळवून दिले. आता ही शेती काही प्रमाणात निर्वाही स्वरूपाची तर काही प्रमाणात व्यापारी स्वरूपाची अशी संमिश्ररूप धारण केलेली आहे.

भूमध्य सामुद्रिक शेती प्रदेश (नकाशा क्र. ४.२)

या प्रकारची शेती साधारणपणे ३०° ते ४५° अक्षवृत्तीय प्रदेशात म्हणजे मध्य अक्षवृत्तीय प्रदेशात केली जाते. उपोष्ण कटिबंधातील या प्रदेशात उष्ण, कोरडे उन्हाळे आणि सौम्य-आर्द्र हिवाळे अशी हवामानाची स्थिती असते. हिवाळ्यात पडणाऱ्या या पावसाचे प्रमाण पश्चिमेकडून पूर्वेकडे म्हणजे जिब्राल्टरच्या सामुद्रधुनीकडून पूर्वेकडील आशिया खंडातील इस्राईल, लेबेनॉनच्या किनारपट्टीकडे कमी होत जाते.

युरोप : भूमध्य सामुद्रिक शेतीचा हा मूळ प्रदेश आहे. स्पेन, पोर्तुगाल, फ्रान्स, इटली, क्रोएशिया, सर्बिया, स्लोव्हेनिया, युगोस्लाव्हिया, बॉस्निया, अल्बानिया, ग्रीस, बल्गेरिया आणि सिसिली बेटे अशा विस्तृत प्रदेशाचा यात समावेश होतो.

आफ्रिका : उत्तर आफ्रिकेच्या किनारपट्टीच्या प्रदेशातील मोरक्को, ट्युनिशिया, अल्जेरिया, लिबिया, इजिप्त या प्रदेशांशिवाय दक्षिण आफ्रिकेतील साऊथ आफ्रिकेचा केप प्रांत यांचाही यात समावेश होतो.

पश्चिम आशिया : इस्राईल, जॉर्डन, टर्की, सिरिया व लॅबेनॉन.

उत्तर अमेरिका : यु.एस.ए. मधील पश्चिम किनारपट्टीच्या प्रदेशातील कॅलिफोर्निया या एकमेव राज्यातील मध्यवर्ती व दक्षिण भागात या प्रकारची शेती केंद्रित झाली आहे.

दक्षिण अमेरिका : मध्य चिले हा एकमेव भाग.

ऑस्ट्रेलिया : दक्षिण ऑस्ट्रेलियातील मरे-डार्लींग खोरे, नैर्ऋत्य ऑस्ट्रेलिया व तास्मानिया बेट.

हिवाळी पाऊस व उष्ण-कोरडे उन्हाळे या हवामानाच्या वैशिष्ट्याशिवाय भूरचना विविध प्रकारची असल्याने स्थानसीमित हवामान ठिकठिकाणी निर्माण झाले आहे. पर्वतीय प्रदेश, पर्वत पायथ्याची मैदाने (Piedmont Plains), किनारपट्टीची मैदाने आणि नदी-खोऱ्यांचे प्रदेश यामुळे असे लहान लहान स्थानसीमित हवामानक्षेत्र (Micro Climates) निर्माण होते; यातून चार परस्परसंबंधीय शेती प्रकार ठळकपणे निर्माण झालेले आढळतात-

१) हिवाळी पावसावर आधारित धान्यपिके व भाजीपाला यांची शेती.
२) ऑलीव्ह, अंजिरे, खजूर व द्राक्षे या बहुवर्षीय पिकांची शेती.
३) जलसिंचन आधारित उन्हाळ्यात कोरड्या हवेत पक्वता प्राप्त होणारी फळे, भाजीपाला आणि चारा पिकांची शेती.
४) मेंढ्या व शेळ्या अशा लहान प्राण्यांचे पशुपालन.

जोन्स आणि डार्कनवॉल्ड यांच्या मते, नैसर्गिक पर्यावरण आणि या शेतीमध्ये घेतली जाणारी पिके व पशुपालन यांचे उत्तम समायोजन व सांगड हे भूमध्य सामुद्रिक शेतीमध्ये दिसून येते. व्हिटलसी यांना कॅलिफोर्निया (यु.एस.ए.) आणि ऑस्ट्रेलियातील या प्रकारच्या शेतीचे आधुनिकीकरण व व्यापारीकरण झाले आहे आणि पिकांमध्ये असलेली समानता हे वैशिष्ट्यपूर्ण हवामानाचे प्रतिबिंब आहे असे वाटते.

भूमध्य सामुद्रिक शेतीतील पिके व पशुपालन

या प्रकारच्या शेतीत हिवाळी पावसाच्या कालावधीत अनेक प्रकारची खाद्यपिके घेतली जातात. त्यात 'लुपिन्स' वर्गीय पिके, घेवडावर्गीय पिके त्यात ब्रॉड बीन्स, किडनी बीन्स ही पिके, वाटाणे, चिक्पीज्, बटाटे, कांदे, बीट अशा अनेक पिकांच्या समावेश होतो. ही पिके उन्हाळ्यात तयार होतात. वृक्षपिके व वेलवर्गीयपिके डोंगराळ प्रदेशातील सूर्याभिमुख उतारावर व पर्वत पायथ्याच्या सौम्य उतारावर घेतली जातात. विविध प्रकारच्या लिंबूवर्गीय फळांसाठी (Citrus Fruits) हा कृषीप्रदेश जगप्रसिद्ध आहे. संत्री, मोसंबी, लिंबे यांच्या बागा येथे सर्वत्र दिसून येतात. ऑलीव्ह या बहुपयोगी वृक्षाचे हे मूलस्थान आहे. त्याशिवाय अंजिरे, खजूर, द्राक्षे, सफरचंदे, जरदाळू, पीच, प्लम, चेरी अशा फळांच्या बागा हे ही एक वैशिष्ट्य आहे. काही विशिष्ट प्रदेश विशेष फळांसाठी प्रसिद्ध आहेत. चेस्टनट, अक्रोड (Walnuts), बदाम व हेझलनट्स अशी कठीण कवचाची पण उत्तम पोषणमूल्य असलेली फळे यांचा यात समावेश होतो.

भूमध्य सामुद्रिक शेतीत वर्षभर कोणते ना कोणते पीक तयार होऊन कापणी-तोडणीचा हंगाम सुरूच असतो. यामुळे शेत मजुरांचा वापर अधिक कार्यक्षमतेने व उत्तम प्रकारे करून घेता येतो आणि रोजगार उपलब्ध असल्याने शेतीकामात बरीच मोठी लोकसंख्या कार्यरत आहे. कॅलिफोर्निया व ऑस्ट्रेलियातील या प्रकारच्या शेतीत मनुष्यबळ महाग असल्याने यांत्रिकीकरण अधिक झालेले आहे.

पर्जन्याच्या प्रमाणात व कालावधीत असलेल्या फरकानुसार येथे निरनिराळ्या प्रदेशात कोरडवाहू शेती प्रचलित झाली. याचा प्रारंभ अर्थातच भूमध्य समुद्राच्या सभोवतालच्या प्रदेशात झाला. परंतु, आता अनेक भागात विहिरी व बारमाही झरे यांच्या साहाय्याने जलसिंचन केले जात असल्याने सघन शेती केली जाते. फलोत्पादनासाठी जलसिंचन फार आवश्यक व महत्त्वाचे आहे. सघन पद्धतीची शेती असूनही दर हेक्टरी उत्पादन कमी असते; कारण येथील मृदांची सुपिकता व उत्पादकता कमी आहे. पर्वतीय व डोंगराळ प्रदेशातील उतारावरील मृदा, पावसाचे प्रमाण, भूजलाची उपलब्धता या घटकांचा कृषी उत्पादनावर फार मोठा परिणाम होतो. हे घटक अनुकूल असल्यास उत्पादन चांगले येते. परंतु, बहुतांश भागात अशी अनुकूलता नाही, परिणामी उत्पादन कमी असते.

मेंढी व शेळी पालनाचा व्यवसाय दुर्गम डोंगराळ व पर्वतीय प्रदेशात आणि पूर्वमेडीटरेनियन किनारपट्टीच्या निमओसाड प्रदेशात प्रचलित आहे. नागरी वस्त्यांपासून दूर, डोंगर-पर्वत उतारांवर खुरटे गवत, झुडुपे अशा वनस्पतींवर मोसमी स्थानांतरण (Trans-Humance) पद्धतीने शेळी-मेंढी पालन केले जाते. शेळ्या-मेंढ्यांपासून कातडी, केस, लोकर, मांस, हाडे, लेंडीखत अशी विविध उत्पादने मिळतात. चांगल्या लोकर प्राप्तीसाठी मरीनो, शेव्हिऑट, रॉम्नी मॉर्श, ब्लॅक वेल्श या जातीच्या मेंढ्या पाळतात तर शेळ्यांमध्ये अल्पाईन, सानेन, अंगोरा, अँग्लो न्युबियन, टोगेनबर्ग या जातीच्या शेळ्या पाळतात. मोरक्कोमधील शेळीपासून सर्वोतम कातडे मिळते. शेळ्या-मेंढ्या डोंगर, कपारी व तीव्र उतार सहज चढून १४००० फुटांपर्यंत जाऊ शकतात आणि त्यांचा वापर काही प्रमाणात ओझेवाहक म्हणूनही करतात. इटलीतील पो नदी खोरे, कॅलिफोर्नियातील सॅन जोॲक्विन खोरे (सेंट्रल व्हॅली) या प्रदेशात दूध व मांस यासाठी गायींचे कळप पाळतात. गोपालक घोड्यावरून कळपावर देखरेख करत फिरतात म्हणून त्यांच्याकडे घोडेही (स्टडफार्म) पाळतात त्याशिवाय कुक्कटपालनही काही शेतकरी करतात.

भूमध्य सामुद्रिक शेतीचे वैशिष्ट्य म्हणजे बहुतांश प्रदेशांमध्ये निर्वाही शेती बरोबरच काही व्यापारी पिकेही घेतली जातात. सहकारी संस्था आणि शासनाच्या साहाय्याने उत्तम दर्जाच्या मालाची निर्यातही केली जाते. मोरक्को, अल्जिरिया, ट्युनिशिया या उत्तर आफ्रिकी देशांमधून बार्ली व कातडे यांची निर्यात होते तर युरोपीय प्रदेशांमधून गहू, लोकर व मेंढीचे कातडे यांची निर्यात केली जाते. ग्रीस हा देश बेदाणे व वाईनसाठी जगप्रसिद्ध आहे. स्पेनमधील संत्री, ऑलीव्ह तेल आणि वाईन तर इटलीचा गहू जगात विशेष स्थान मिळवून आहेत. साऊथ आफ्रिका युरोपीय बाजारपेठेसाठी लिंबूवर्गीय फळांचे जॅम्स, जेली व रस यांची निर्यात करतो. टर्कीचा कापूस, कॅलिफोर्नियातील अनेकविध फळांची टिकाऊ उत्पादने, द्राक्षे, वाईन आणि ऑस्ट्रेलियातील गहू, बार्ली, बेदाणे, क्रिम, दूध जागतिक बाजारपेठेत येतात.

ऑलीव्ह वृक्षास भूमध्य सामुद्रिक शेतीचे प्रतीक समजले जाते. या कृषी व्यवस्थेचा तो अविभाज्य भाग आहे. एकूण लागवडीखालील क्षेत्रात फळबागांचा वाटा खूप अधिक असण्यामध्ये ऑलीव्हचे क्षेत्र महत्त्वपूर्ण असते. ऑस्ट्रेलिया, दक्षिण अमेरिका, साऊथ आफ्रिका या भागात ऑलीव्हला युरोपीय मेडीटरेनियन शेतीत जे स्थान आहे तसे स्थान नसले तरी फलोत्पादन म्हणजे भूमध्य सामुद्रिक शेती हे समीकरण मात्र सर्वत्र आढळते.

काही अभ्यासकांना भूमध्य सामुद्रिक शेती आणि मोसमी आशियातील सघन शेती यात लक्षणीय साम्य आहे, असे वाटते. विशिष्ट ऋतूतील पाऊस आणि त्यामुळे आर्द्र व कोरड्या ऋतूचा काळ अशी विभागणी दोन्ही हवामान प्रदेशात आहे. दोन्ही प्रकारच्या प्रदेशात लोकसंख्या दाट आहे. सघन पद्धतीची श्रमाधारित शेती हे आणखी एक साम्य आहे. खंडांतर्गत भागातील कोरडवाहू शेती दोन्हीकडे आहे. दोन्ही शेती प्रकारांना मोठी परंपरा आहे. अशी काही साम्य स्थळे असली तरी काही महत्त्वाचे फरकही आहेत. मोसमी हवामान प्रदेशातील शेतीत अनिश्चितता व असमाधान अधिक आहे. तसेच ही शेती सघन निर्वाही असून धान्यपिकांना सर्वाधिक प्राधान्य असते तर भूमध्य सामुद्रिक शेतीत धान्य पिकांच्या बरोबरीने फलोत्पादन व शेळी-मेंढी पालनासही तितकेच महत्त्व आहे. मोसमी हवामान प्रदेशातील शेती पूरमैदाने, त्रिभुजप्रदेश, किनारपट्टीची मैदाने अशा सखल, सुपीक प्रदेशात केंद्रित झाली आहे तर मेडीटरेनियन शेती डोंगराळ-पर्वतीय प्रदेशातील उतारावर, दऱ्याखोऱ्यांमध्ये विखुरलेली आहे. जमिनीची उत्पादकता कमी आहे. एकंदरीत भूमध्य सामुद्रिक शेती सघन, निर्वाही व व्यापारी अशी संमिश्र स्वरूपाची आणि मुख्यत्वे यशस्वी शेती आहे असे म्हणता येईल.

८) व्यापारी पशुपालन (Livestock Ranching)

चराऊ कुरणे जोपासून व्यापारी स्वरूपावर पशुपालन करणे म्हणजे 'व्यापारी पशुपालन' होय. या प्रकारच्या व्यवसायात विस्तृत चराऊ कुरणे विशेष काळजी घेऊन जोपासली जातात आणि त्यांची मालकी खासगी वा व्यक्तिगत असते. अशा कुरणांना अमेरिका व ऑस्ट्रेलियात रँच (Ranch) म्हणतात म्हणून यास 'लाईव्हस्टॉक रँचिग' म्हणतात. ही एक प्रकारे कुरणांची शेती होय. भौगोलिकस्थानानुसार याचे दोन प्रकार होतात. समशीतोष्ण कटिबंधातील गवताळ कुरणांवर केले जाणारे व्यापारी पशुपालन आणि उष्णकटिबंधातील 'सॅव्हाना' गवताळ कुरणांवर केले जाणारे पशुपालन हे ते दोन प्रकार होत. उष्णकटिबंधातील व समशीतोष्ण कटिबंधातील गवताळ प्रदेशात अनेकविध प्रकारचे पशु पाळले जाण्याचा परंपरागत व्यवसाय आहेच परंतु आता व्यापारी स्वरूपावर विपुल उत्पादने घेऊन विक्रीसाठी मोठ्या बाजारपेठांकडे पाठविण्याच्या व्यवसायामुळे ही व्यापारी शेती झाली आहे. मांस, लोणी, चीज व दूध ही यातील प्रमुख उत्पादने होत.

समशीतोष्ण कटिबंधीय व्यापारी पशुपालन : समशीतोष्ण कटिबंधातील गवताळ कुरणे व्यापक क्षेत्रात सलग पसरलेली आढळतात. उन्हाळ्याच्या पूर्वार्धात पडणारा २५ ते ७५ सें.मी. पाऊस, खंडांतर्गत स्थानामुळे विषम-कोरडे हवामान अशी येथील हवामानाची सर्वसामान्यस्थिती असते. अनेक भागात या नैसर्गिक कुरणांवर दुभती जनावरे व मेंढ्या पाळल्या जातात. परंतु, आता उत्तर अमेरिका व ऑस्ट्रेलियात पशुपालकाचा स्वतःच्या मालकीचा गवताळ कुरणाचा मोठा सलग पट्टा कुंपण घालून बंदिस्त केलेला असतो. यास रँच (Ranch) म्हणतात. सर्व जनावरे बंदिस्त गोठ्यात ठेवली जातात. चरावयास नेण्यासाठी घोड्यावर फिरणारे गुराखी नेमलेले असतात. ते कळपास ठराविक भागात विशिष्ट वेळासाठी चरावयास नेतात व सायंकाळी पुन्हा गोठ्यात आणतात. यामुळे अतिरिक्त चराई होत नाही. सर्व जनावरांची चांगली निगा राखली जाते. गवताळ कुरणांबरोबरच काही ठिकाणी चारा पिकेही लावतात. अशा या शास्त्रशुद्ध व्यापारी पशुसंगोपनात गवताळ कुरणे, चारा पिके व जनावरांचे कळप हे महत्त्वाचे व केंद्रस्थानी असतात म्हणून यास 'लाईव्हस्टॉक रँचिंग' असे संबोधले जाते.

समाविष्ट प्रदेश : १) उत्तर अमेरिकेत पश्चिमेकडील भागात असलेल्या पर्वतमय व पठारी प्रदेशातील सौम्य उतार, उंचवट्याचे प्रदेश व सपाट प्रदेश, कॅनडातील ब्रिटिश कोलंबिया, व्हँकूव्हर आणि यु.एस.ए.मधील वॉशिंग्टन, ओरेगॉन व कॅलिफोर्निया राज्यांचा यात समावेश होतो.

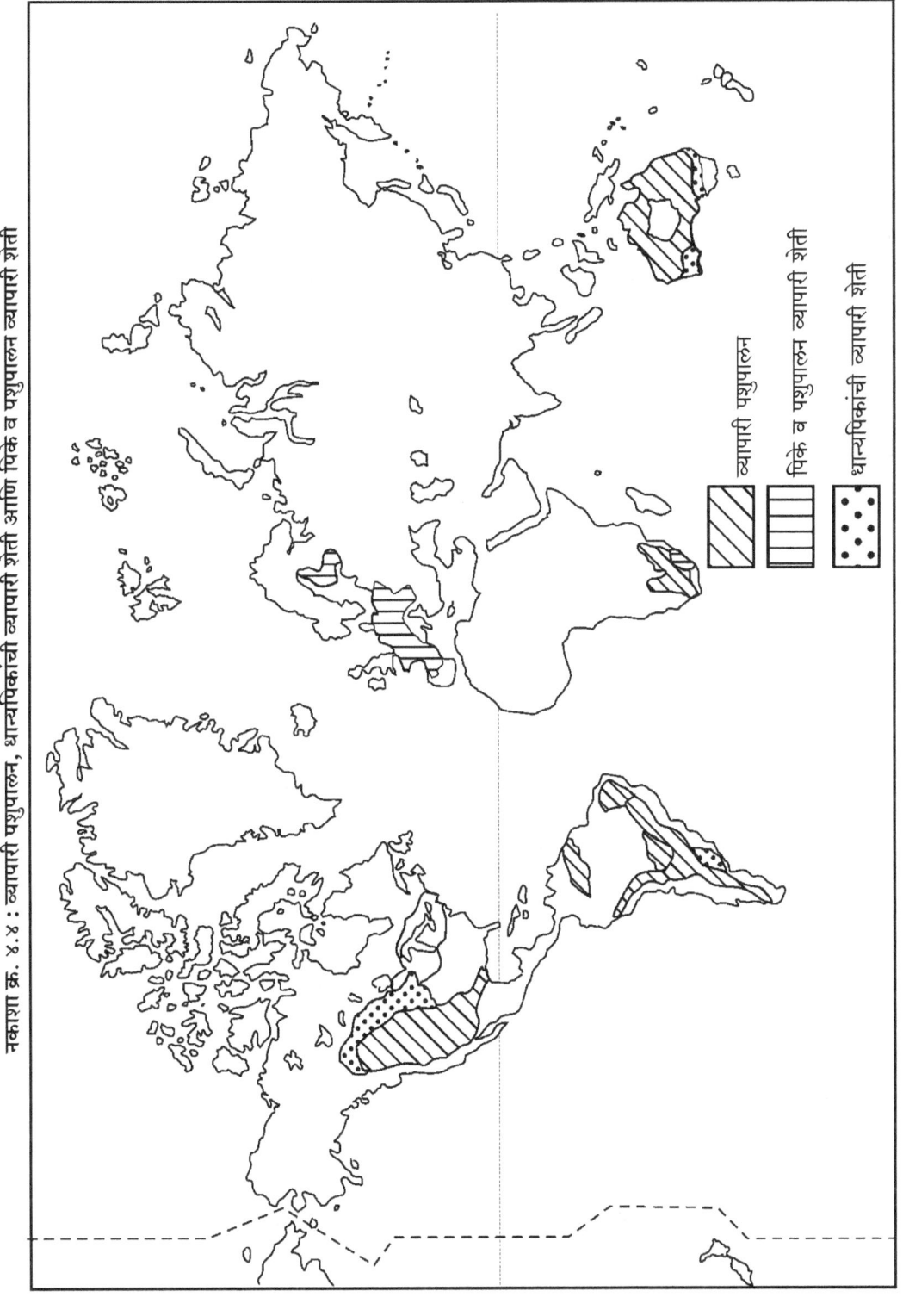

नकाशा क्र. ४.४ : व्यापारी पशुपालन, धान्यपिकांची व्यापारी शेती आणि पिके व पशुपालन व्यापारी शेती

व्यापारी पशुपालन

पिके व पशुपालन व्यापारी शेती

धान्यपिकांची व्यापारी शेती

२) दक्षिण अमेरिकेतील आग्नेय भागातील अर्जेंटिना, उरुग्वे आणि ब्राझिलचा काही भाग.

३) दक्षिण मध्यवर्ती ऑस्ट्रेलिया.

४) न्यूझिलंडचा आग्नेय भाग.

५) साऊथ आफ्रिका पठार.

१) उत्तर अमेरिका : या खंडाच्या पश्चिम भागात 'वेस्टर्न कॉर्डीलेराज्' या पर्वतरांगांनी व पठारांनी बरेच मोठे क्षेत्र व्यापले आहे. अशा या उंचसखल प्रदेशात बराच मोठा प्रदेश गवताळ कुरणांनी व्यापला आहे. यातील खासगी मालकीचे रँच हजारो हेक्टर्स क्षेत्रफळाचा बंदिस्त पट्टा असतो. या रँचवर गायी व मेंढ्या पाळल्या जातात. गोमांस (Beef) व लोकर उत्पादन हा या पशुपालनाचा उद्देश असतो. एका रँचमधील ७५ टक्के भाग कुरणांनी, ५ टक्के भाग चारा पिके वा धान्य पिके यांनी व्यापलेला असतो आणि उर्वरित भागात रँच मालकाचे मोठे ऐसपैस आधुनिक सोयींनीयुक्त घर, बंदिस्त गोठे, घोड्यांसाठी तबेला, यंत्रसामग्री-अवजारे ठेवण्याची इमारत व कार्यशाळा यासाठी वापरतात. यु.एस.ए. व कॅनडातील गोमांस देणाऱ्या गायी या प्रदेशात आहेत. हा एक आधुनिक, भांडवली व्यवसाय असून यात जोखीम जास्त असते. कॅनडातील ब्रिटिश कोलंबिया, अल्बर्टा, व्हँकूव्हर ही राज्ये आणि यु.एस.ए.मधील ओरेगॉन, वॉशिंग्टन, इडाहो, नेवाडा, कॅलिफोर्निया, युटाह, वायोमिंग, कोलोराडो, न्यूमेक्सिको या राज्यांमधून पुढे सलग मेक्सिकोचा उत्तर भाग येथपर्यंत हा व्यापारी पशुपालनाचा व्यवसाय पसरला आहे.

२) दक्षिण अमेरिकेतील अर्जेंटिना, उरुग्वे व दक्षिण ब्राझिल या भागास जोडणाऱ्या सलग भौगोलिक प्रदेशात व्यापारी पशुपालन केले जाते. अर्जेंटिनामधील गवताळ कुरणे उरुग्वे व पॅराना या नद्यांच्या दरम्यानच्या भागात आहेत आणि त्याशिवाय दक्षिण पॅटागोनिया व टिएराडेल फ्युगो या अगदी दक्षिण टोकाकडील भागात व्यापारी पशुपालन केले जाते. पंपास गवताळ प्रदेशातील ज्या भागात पावसाचे प्रमाण ५० ते १०० सें.मी. आहे व हवामान सौम्य व आर्द्र आहे अशा भागात वर्षभर खुल्या पद्धतीने गायी व मेंढ्यांचे कळप पाळतात. या प्रदेशात अल्फाअल्फा गवताची लागवड करून, त्यावर चरण्यासाठी गुरे सोडली जातात. एक गाय एक वर्ष एक एकर क्षेत्रावर मांसासाठी पोसता येते. एका पशुपालकाकडे शेकडो गायी असतात. अर्जेंटिनातून गोमांस व लोकर यांची निर्यात होते.

वरील प्रदेशाच्या तुलनेत दक्षिण पॅटागोनिया व टिएराडेल फ्युगो या भागातील व्यापारी पशुपालनाची अर्थव्यवस्था भिन्न आहे. येथे पर्जन्याचे प्रमाण कमी व अनिश्चित आहे. गवत खुरटे व मोसमी असते. पुरेसे गवत उपलब्ध होण्यासाठी खूप मोठे क्षेत्र चराईसाठी वापरावे लागते. गायींपेक्षा मेंढ्यांची संख्या जास्त आहे. दक्षिण पॅटागोनिया, दक्षिण चिले, टिएराडेल फ्युगो व फॉकलंड बेटे या प्रदेशात मरीनो जातीच्या संकरित मेंढ्या मोठ्या प्रमाणावर पाळतात; यापासून मिळणारे मांस व लोकर यांची निर्यात होते.

उरुग्वे या छोट्या देशातील ७० टक्के भूभाग व्यापारी पशुपालनाने व्यापला आहे आणि निर्यातीत ६० टक्के वाटा यातील उत्पादनांचा असतो परंतु त्यातही निम्मा वाटा लोकरीचा असतो. येथे रँचमध्ये गायी व मेंढ्यांचे कळप एकत्रच चरायला सोडले जातात. येथे १०० सें.मी. पर्जन्य व उपोष्ण आर्द्र हवामान यामुळे वर्षभर हिरवा चारा पशुपालनासाठी उपलब्ध असतो. दक्षिण ब्राझिलमध्ये अशीच परिस्थिती असल्याने देशातील ६० टक्के मेंढ्या व १५ टक्के गायी या प्रदेशातच पाळल्या जातात.

३) ऑस्ट्रेलियातील देशांतर्गत उत्पादनात पशुपालनापासून मिळणाऱ्या उत्पादनांचा वाटा बराच अधिक असून, निर्यातीतही साठ टक्के मूल्य गोमांस, लोकर व इतर मांस यांचे आहे.

पूर्व आणि आग्नेय ऑस्ट्रेलियात पर्वत उतारावर मोठ्या क्षेत्रफळाची 'रँचेस' असून ७५ टक्के मेंढ्या या भागात पाळल्या जातात. उर्वरित मेषपालन दक्षिण ऑस्ट्रेलिया व किनारी पश्चिम ऑस्ट्रेलियात आहे.

मध्य ऑस्ट्रेलियात जे पशुपालन केले जाते तेथे काही समस्या आहेत. पावसाचे प्रमाण २५ सें.मी. पेक्षा कमी झाल्यास पाण्याचे दुर्भिक्ष व चाऱ्याची कमतरता निर्माण होते. 'डिंगो' या जंगली कुत्र्यांचा उपद्रव विशेषतः 'ब्रोकन हिल' भागात खूपच अधिक असल्याने काही वेळा वर्षभरात १५००० मेंढ्याही मृत्यूमुखी पडतात. यासाठी आता उंच, भक्कम कुंपणे बांधली जात आहेत. येथे बाभळीच्या जातीचे 'ब्रिगॅलो' नावाचे झुडूप बेसुमार वाढून पसरत जाते; त्यावर सतत नियंत्रण मिळवावे लागते. काही वर्षांपूर्वी सशांची संख्या खूप वाढल्याने बऱ्याच गवताळ क्षेत्राचे नुकसान झाले होते. त्यासाठी उंच कुंपण हाच पर्याय वापरावा लागला. आग्नेय भागातील क्विन्सलँडमध्ये 'प्रिकली पेअर' ही कॅक्टसवर्गातील वनस्पती २४ दशलक्ष हेक्टरवर झपाट्याने पसरली व त्यामुळे गवताळ कुरणांचा नाश झाला. त्यासाठी 'मॉथ' म्हणजे पतंग वर्गातील कीटकांची पैदास करून सोडण्यात आली व 'प्रिकली पेअर' वर नियंत्रण मिळविण्यात आले. विशेष म्हणजे असे असूनही ऑस्ट्रेलियातील पशुपालन आघाडीवर राहीले आहे.

४) न्यूझिलंड हा लोकर निर्यातीत जगात दुसऱ्या क्रमांकाचा देश आहे. मांस निर्यातीतही तो आघाडीवरील देशांमध्ये आहे. त्याशिवाय लोणी, चीज व कातडी यांचीही निर्यात होते. द्वीपसमूह स्थानामुळे सौम्य व आर्द्र हवामान, वर्षभर पडणारा पाऊस यामुळे हिरव्या, कोवळ्या गवताळ कुरणांनी व्यापलेले खूप मोठे क्षेत्र उपलब्ध आहे. सर्व जनावरे खुल्या जागेत चरायला सोडली जातात. बंदिस्त गोठ्यांचा खर्च किमान असतो. सखल भागात दुभती जनावरे आणि उतारावर मेंढ्या व मांसासाठीच्या गायी चरतात. न्यूझिलंडमध्ये मेंढीचे मांस व लोकर दोन्हीला सारखेच महत्त्व दिले जाते. किमान उत्पादन खर्च व उत्तम व्यवस्थापन यामुळे व्यापारी पशुपालन यशस्वी झाले आहे.

उष्णकटिबंधीय व्यापारी पशुपालन : उष्णकटिबंधीय गवताळ प्रदेशांना आफ्रिका व दक्षिण अमेरिकेत 'सॅव्हाना' (Savanna) असे सर्वसामान्य नाव आहे. या दोन्ही खंडातील विषुववृत्तीय सदाहरित अरण्याच्या उत्तर व दक्षिण सीमावर्ती भागात पावसाचे प्रमाण कमी झाल्याने व कोरड्या हवामानाचा काळ वाढत गेल्याने कमी-अधिक उंचीचे गवत वाढून 'सॅव्हाना' गवताळ प्रदेश निर्माण झाला आहे. या गवताळ प्रदेशात अधूनमधून वृक्ष वाढतात. हे वृक्ष बुटके, मेणचट पानांचे व काटेरी असतात. समशीतोष्ण कटिबंधातील गवताळ प्रदेशाइतके सॅव्हाना प्रदेश व्यापारी पशुपालनासाठी समृद्ध व उत्तम नाहीत. अनेक भागात शेतीचा विस्तार झाल्याने मूळ गवताळ प्रदेशाचे रूपांतर कृषी व्यवस्थेत झाले आहे.

समाविष्ट प्रदेश : अ) आफ्रिका : सुदान व व्हेल्ड गवताळ प्रदेश
ब) दक्षिण अमेरिका : लॅनोज, कॅम्पोज
क) ऑस्ट्रेलिया सॅव्हाना : नॉर्दन टेरीटोरी आणि क्विन्सलँड

अ) आफ्रिका : आफ्रिका खंडातील 'सॅव्हाना' व्यापक क्षेत्राचा असून, पश्चिमेकडील अॅटलांटिक महासागर किनारपट्टीपासून पूर्वेकडील 'हायलँड्स' या पहाडी प्रदेशापर्यंत पसरला आहे. दक्षिणेकडे विषुववृत्तीय सदाहरित अरण्ये व उत्तरेकडे सहारा वाळवंट या दरम्यान सॅव्हाना प्रदेश आहे. यामध्ये माली, मॉरिटानिया, नायजर, चाड, सुदान, सेनेगल व गॅम्बिया यांचा समावेश होतो. दक्षिण गोलार्धात झाम्बिया, झिम्बाब्वे, मोझांबिक व साऊथ आफ्रिका 'व्हेल्ड' यांचा समावेश होतो.

दुभत्या जनावरांचे कळप घेऊन चराऊ कुरणांच्या शोधात येथील भटके पशुपालक फिरताना आढळतात. दूध व मांस यांचे उत्पादन होते परंतु ते स्थानिक बाजारपेठेसाठीच असते. निर्यातीच्यादृष्टीने आवश्यक असलेली जनावरांची शास्त्रशुद्ध काळजी व जोपासना केली जात नाही. तसेच संकरित पशुंची पैदासही नसते. नियंत्रित चराई व उत्तम वाहतूक व्यवस्था नसल्याने व्यापारी पशुपालन फारसे नाही.

ब) दक्षिण अमेरिका : दक्षिण अमेरिकेतील सॅव्हाना क्षेत्र आफ्रिकेतील सॅव्हानापेक्षा कमी असले तरी ते अधिक विकसित आहे. उत्तर अर्जेंटिना, वायव्य पेरुग्वे व आग्नेय बोलिव्हिया यांच्या सीमा प्रदेशातील एल ग्रॅन चाको, कोलंबिया व व्हेनेझुएलातील 'लॅनोज' आणि आग्नेय ब्राझिलमधील 'कॅम्पोज' अशा तीन क्षेत्रात उष्णकटिबंधीय गवताळ प्रदेश पसरला आहे.

एल ग्रॅन चाको प्रदेशात पेरुग्वे व पॅराना नद्या, उत्पादनांच्या वाहतुकीसाठी महत्त्वाच्या आहेत. गुरे खुल्या पद्धतीने चरावयास सोडली जातात. त्यांचा ओझेकरी पशू (बीस्ट ऑफ बर्डन) म्हणूनही वापर केला जातो. येथील पशुंना रोगराई होण्याचे प्रमाणही अधिक आहे. त्यामुळे मांस फार चांगल्या प्रतीचे नसते. उत्पादकताही कमी आहे.

'लॅनोज' कुरणांच्या प्रदेशात ओरिनोको नदी खोऱ्यातील कुरणांवर प्रामुख्याने गुरांचे कळप चरायला सोडले जातात. परंतु, नदीकाठी असलेल्या दलदलीत अनेक उपद्रवी कीटक, माशा, डास पोसले जातात आणि चरणाऱ्या गुरांना फार उपद्रवी ठरतात. गुरे अशक्त व आजारी होऊन चांगले मांस मिळत नाहीत.

ब्राझिलमधील 'कॅम्पोज' गवताळ प्रदेश तीन क्षेत्रांत विभागला आहे. पश्चिमेकडील पेरुग्वे नदी खोऱ्याचा सखल भाग, कॅम्पो दा व्हिकारिया हा पठारी प्रदेश आणि माटो ग्रासो पठारावरील कॅम्पो सेरल्स (Campo Cerrals) असे हे तीन भाग असले तरी भौगोलिक सलगता असलेले आहेत. गुरांचा चारा म्हणून हे गवत पोषक आहे पण कोरड्या ऋतूत पाणी व चारा दोन्हींचे दुर्भिक्ष असते. मांस हे प्रमुख उत्पादन असून देशांतर्गत मागणी चांगली असते.

क) ऑस्ट्रेलिया सॅव्हाना : 'सॅव्हाना' गवताळ प्रदेश ऑस्ट्रेलियाच्या पश्चिम भागात नॉर्दर्न टेरीटोरी आणि क्विन्सलँड प्रांतात पसरला आहे. या प्रदेशात उन्हाळ्याच्या उत्तरार्धात पाऊस पडतो व तो १०० सें.मी.पर्यंत असतो. त्यानंतर हे गवत चांगले वाढते व ते सकसही असते पण त्यात प्रथिने कमी असतात. येथील'रँच'ला 'रँच स्टेशन' वा नुसतेच 'स्टेशन' म्हणतात. स्टेशन हजारो हेक्टर्सचे असते. त्यावर शेकडो गुरे चरायला सोडली जातात. कोरड्याऋतूत चारा व पाण्याच्या कमतरतेमुळे गुरांना खूप दूरवरपर्यंत कित्येक दिवस चालत नेले जाते. या प्रवासात ही गुरे अशक्त, दुबळी होतात. त्यामुळे उत्पादकताही कमी असते. अशा सॅव्हाना'रँचेस'वरील जीवन खडतर असते. त्या तुलनेत उत्तरेकडील भागात परिस्थिती अधिक चांगली असल्याने मांस अधिक व चांगल्या दर्जाचे मिळते.

व्हिटलसी यांच्या मते, भटके पशुपालन व व्यापारी पशुपालन या दोन्हींमध्ये पर्यावरणाशी समायोजन साधले जात असले तरी व्यापारी पशुपालनात तंत्रज्ञानाच्या साहाय्याने चांगले उत्पादन घेण्यात यश आलेले आहे.

९) धान्यपिकांची व्यापारी शेती (Commercial Grain Farming)

एकोणिसाव्या शतकातील औद्योगिक क्रांतीमुळे घडून आलेल्या तांत्रिक व आर्थिक बदलाचे शेतीतील अपत्य म्हणजे धान्यपिकांची यंत्राधारित विस्तृत व्यापारी शेती होय. मध्यकटिबंधातील निम-ओसाड (Semi-Arid) प्रदेशातील हा आधुनिक शेती प्रकार आहे.

धान्यपिकांच्या व्यापारी शेतीचे प्रदेश : मध्यकटिबंधात खंडांतर्गत स्थान असलेली, निम-ओसाड प्रदेशात स्थान असलेली ही अर्वाचीन शेती आहे. विषम कोरडे हवामान, ३० ते ५० सें.मी. वार्षिक सरासरी पर्जन्य, व्यापक मैदानी वा सौम्य उताराचा प्रदेश, सुपिक अशा प्रेअरी, चर्नेझोम व चेस्टनट मृदा अशी सर्वसाधारण परिस्थिती असलेल्या दोन्ही गोलार्धातील प्रदेशात या प्रकारची शेती केली जाते. (नकाशा क्र. ४.४)

१) युरेशिया : युरोप व आशिया खंडातील 'स्टेपीज्' प्रदेश.
२) उत्तर अमेरिका : कॅनडा व यु.एस.ए. मधील 'प्रेअरी' प्रदेश.
३) दक्षिण अमेरिका : अर्जेंटिनातील 'पंपास' प्रदेश.
४) आफ्रिका : साऊथ आफ्रिका 'व्हेल्ड' प्रदेश.
५) ऑस्ट्रेलिया : 'डाऊन्स' आणि न्यूझिलंडचे 'कँटरबरी प्लेन्स'.

धान्यपिकांच्या व्यापारी शेतीची वैशिष्ट्ये

अ) शेताचा आकार : शेताचे मोठे आकारमान हे धान्यपिकांच्या व्यापारी शेतीचे प्रमुख व्यवच्छेदक लक्षण आहे. शेताचे क्षेत्र २०० हेक्टर्सपासून १६०० हेक्टर्सपर्यंत असू शकते. जमीन स्वस्त व मुबलक प्रमाणात उपलब्ध असल्याने प्रत्येक शेतकऱ्याकडे मैलोन्मैल पसरलेली शेतजमीन असते. सर्व जमीन सपाट वा सौम्य उताराची असते वा तसे सपाटीकरण करून घेतलेले असते. औद्योगिक क्रांतीनंतर इतर क्षेत्रांत काम करण्याची संधी उपलब्ध झाल्याने आणि हा प्रदेश अवर्षणप्रवण असल्याने अनेक लोक शेती विकून शहरात स्थलांतरित झाले म्हणून खरेदीदार शेतकऱ्यांकडील शेतीचे क्षेत्र वाढत गेले. लोकसंख्या विरळ असल्याने वस्त्या दूर दूर असतात. परंतु, रशियातील स्टेपीज्मध्ये सामूहिक शेती केली जात असल्याने शेतकरी गटागटाने समूह करून वस्ती करतात.

ब) यांत्रिकीकरण : मोठे शेती क्षेत्र, विरळ लोकसंख्या व मनुष्यबळाची कमतरता यामुळे यांत्रिकीकरणाशिवाय पर्याय नसतो. अनेक प्रकारची अवजारे व यंत्रे वापरली जातात. ट्रॅक्टर्स, हार्वेस्टर्स, कंबाईन्स अशी मोठी व महागडी यंत्रे शेतकऱ्यांकडे असतात. शेतजमीन सपाट, मंद उताराची व सलग असल्याने यंत्राचा वापर सहज व सोयीचा असतो. यंत्राची देखभाल, दुरुस्ती व यंत्र ठेवणे यासाठी बंदिस्त, प्रशस्त इमारत बांधलेली असते. नांगरणी, पेरणी, खत देणे, फवारणी करणे अशा कामांपासून ते मळणी करून धान्य पोत्यात वा साठवणूक टाक्यांमध्ये भरेपर्यंत सर्व कार्ये एक यंत्र आणि ते चालविणारी एक वा दोन माणसे करू शकतात. धान्य साठविण्यासाठी यंत्र-तंत्र नियंत्रित कोठारे व गोदामे असतात. रस्ते व लोहमार्गाचे उत्तम जाळे व जोडण्या असल्याने कृषीमालाची वाहतूक थेट व जलद होते. यंत्राच्या वापराने संपूर्ण कामास शिस्तबद्धता व व्यावसायिकता येते. कित्येक तास चालू शकणारे काम काही तासांत पूर्ण होते; म्हणून या शेतीस विस्तृत यांत्रिक शेती (Extensive Mechanized Farming) असेही म्हणतात.

क) भांडवल : या प्रकारच्या शेतीसाठी भरपूर भांडवल आवश्यक असते. जमीन खरेदी, यंत्रखरेदी, देखभाल-दुरुस्ती, साठवणुकीसाठी गोदामे-कोठारे बांधणे, धान्य वाहतुकीची साधने, खते-कीटकनाशके यांची खरेदी या मूलभूत बाबींसाठी मोठ्या प्रमाणात स्थिर भांडवल (Fixed Cost) आवश्यक असते. शिवाय दरवर्षी पीक घेण्यासाठी बी-बियाणे खरेदी, मनुष्यबळाचे वेतन इत्यादींसाठी खेळते भांडवल (Operational Cost) आवश्यक असते. काही कारणाने उत्पादनात घट आली वा योग्य बाजारभाव मिळाला नाही तर शेतकरी आर्थिक संकटात सापडतो.

ड) पिके : धान्य पिकांची व्यापारी शेती या नावावरूनच या शेती प्रकारात धान्य पिकांचे उत्पादन हेच मुख्य उद्दिष्ट असते हे स्पष्ट होते. सर्वाधिक क्षेत्र व उत्पादन गहू या पिकाचे असल्याने व निर्यातीतही या पिकाचाच अधिक वाटा असल्याने धान्यपिकांची विस्तृत शेती म्हणजे गव्हाची शेती असे समीकरण झाले आहे; असे असले तरी या शेतीत मका, बार्ली, ओट्स, राय, सोयाबीन, जवस व तेलबिया या पिकांनाही महत्त्वाचे स्थान आहे. काही शेतकरी गुरे, शेळ्या, मेंढ्या व घोडे असे प्राणी पाळतात. जलसिंचनाचे प्रमाण कमी असले तरी ज्या भागात जलसिंचन उपलब्ध असते तेथे भाजीपाला व फळझाडे लावली जातात.

प्रेअरीचा प्रदेश क्षेत्रफळाने बराच मोठा असल्याने दक्षिणेकडील भागात हिवाळी गहू व उत्तरेकडील 'कनेडीयन प्रेअरी'च्या भागात वसंतऋतूतील गहू होतो. युरेशियात स्टेपीज्च्या प्रदेशात गव्हाबरोबर इतर पिकांनाही महत्त्वाचे स्थान आहे. अर्जेंटिना व ऑस्ट्रेलीयात गव्हास प्राधान्य दिले जाते. दोन्ही गोलार्धातील ऋतूभिन्नतेमुळे गव्हाचे उत्पादन वर्षभर होत असते व जागतिक बाजारपेठेत गव्हाची आवक सातत्याने होत राहते; म्हणून योग्य बाजारभाव मिळेपर्यंत गहू साठवून ठेवावा लागतो. गव्हाचा दर्जा उत्तम राखावा लागतो. या शेतीच्या अर्थकारणात गव्हाला असलेले स्थान आणि या शेतीतील गव्हाचे विपुल उत्पादन यामुळे या शेती प्रदेशास 'जागतिक गहू कोठार' (Wheat Grainary of the world) म्हणतात. निर्यातीसाठी गहू व खाण्यासाठी मांस अशी येथील संस्कृती असल्याने या भागातील शेतकरी 'Export wheat and eat meat' असे म्हणतात.

धान्यपिकांच्या व्यापारी शेतीचे आणखी एक वैशिष्ट्य म्हणजे विपुल उत्पादन असले तरी दर हेक्टरी उत्पादन कमी असते. लोकसंख्या विरळ असल्याने दरडोई उत्पादनही जास्त असते. त्यामुळे उत्पादनाचा वाढावा असतो, म्हणूनच गव्हाची निर्यातही मोठी असते. सघन शेतीमध्ये दरहेक्टरी उत्पादन अधिकाधिक घेण्याचे सातत्याने प्रयत्न केले जातात तसे विस्तृत शेतीत केले जात नाहीत. जागतिक बाजारपेठेतील मागणी लक्षात घेऊन आवश्यक तेवढ्या क्षेत्रात लागवड करून उर्वरित क्षेत्र पडीत ठेवले जाते. धान्यपिकांच्या व्यापारी शेतीत गव्हाचे दर हेक्टरी उत्पादन १७ क्विंटलपेक्षा क्वचितच जास्त असते तर सघन शेतीमध्ये ते याच्या तिप्पट म्हणजे हेक्टरी ५० क्विंटल असते. यांत्रिकीकरणामुळे उत्पादन खर्च कमी होतो व हेक्टरी १० क्विंटल उत्पादन झाले तरी शेतकऱ्यास नफा मिळतो, म्हणूनच अधिक उत्पादनासाठी प्रयत्न करण्यास चालना नसते.

समस्या : धान्यपिकांची व्यापारी शेती काही समस्यांनी ग्रस्त असते. विषम कोरडे हवामान, खंडांतर्गत स्थान, वार्षिक सरासरी ३५-४० सें.मी. पाऊस, अनिश्चित पर्जन्य यामुळे वास्तविक या प्रदेशात जलसिंचनाची नितांत आवश्यकता आहे. परंतु, अनेक भागात जलसिंचनाचा अभाव आहे. हा प्रदेश निम-ओसाड असल्याने अवर्षण प्रवण आहे. उन्हाळ्यात उष्णतेच्या लाटा व हिवाळ्यात दहीवर यामुळे प्रेअरी व स्टेपीज्च्या प्रदेशात वारंवार नुकसान होते. त्या तुलनेत दक्षिण गोलार्धातील अशी शेती असणाऱ्या प्रदेशाचा विस्तार कमी आहे व अवर्षणाची तीव्रता कमी असते.

या शेती प्रकारातील दुसरी समस्या म्हणजे जागतिक बाजारपेठेतील भाव व मागणी यांची सातत्याने होणारी चढ-उतार होय. धान्यपिकांच्या व्यापारी शेतीतील गव्हाचे उत्पादन निर्यातीसाठीच असते. उत्तर व दक्षिण या दोन्ही गोलार्धात गव्हाचे उत्पादन होते आणि त्यांचे हंगाम वेगवेगळे असतात. यामुळे जागतिक बाजारात वर्षभर गव्हाची आवक चालूच असते. गव्हाच्या उत्पादनात आता अनेक देश स्वयंपूर्ण झाले आहेत. गव्हाची मागणी व भाव सतत कमी-अधिक होत असतात. शेतकऱ्यास अपेक्षित भाव मिळेलच याची हमी नसते. ही शेती भांडवली असल्याने अवर्षणाने वा भाव कोसळल्याने शेतकऱ्याचे आर्थिक नुकसान झाल्यास तो कर्जबाजारी होतो. कॅनडा व यु.एस.ए.मध्ये अनेक शेतकरी जमीन विकून शहरातील रोजगारासाठी स्थलांतरित

झाले. याचा परिणाम असाही झाला की, ज्यांनी जमिनी खरेदी केल्या त्यांच्याकडील शेतीक्षेत्र वाढत गेले. त्याचे व्यवस्थापन कठीण होत गेले. वस्त्यांमधील अंतर वाढत गेले. अशा आर्थिक व सामाजिक समस्याही निर्माण झाल्या आहेत.

यातील समस्या दूर करण्यासाठी काही उपाययोजना सुरू करण्यात आल्या आहेत. गव्हाबरोबरच सोयाबीन, ओट्स, राय, बार्ली यांचे क्षेत्र व उत्पादन वाढविणे. बाजारपेठेचा अंदाज आधुनिक तंत्रज्ञानाचा वापर करून घेणे व त्यानुसार लागवडीचे क्षेत्र ठरविणे. पीक विमा व इतर संरक्षण देणे हे त्यांपैकी महत्त्वाचे उपाय होत. कॅनडा, अर्जेंटिना व ऑस्ट्रेलिया हे तीन देश गहू निर्यातीत आघाडीवर आहेत. बाजारभावातील चढउताराचा विपरीत परिणाम टाळण्यासाठी हे तीन देश एकत्र आले आहेत आणि त्यांनी एक आंतरराष्ट्रीय सामंजस्य करार केला आहे. यामुळे त्यांच्या शेतकऱ्यांचे संरक्षण होत आहे. ऑस्ट्रेलियाने अशी शेती करणाऱ्या शेतकऱ्यांना मेषपालनास प्रवृत्त केले असून पशुपालनाची जोड दिली आहे. 'गव्हाचे कोठार' म्हणून मान्यताप्राप्त झालेला हा शेतीचा प्रदेश शेताचे मोठे आकार व यांत्रिकीकरण हे वैशिष्ट्य टिकवून ठेवूनही इतर नगदी पिके व पशुपालन यांची जोड देऊन एक नवी आर्थिक स्थैर्य देऊ शकणारी कृषी अर्थव्यवस्था निर्माण करत आहे, याची विशेष नोंद घेणे आवश्यक आहे.

जगातील भातशेती प्रधान सघन निर्वाही शेती आणि उपरोक्त विस्तृत यांत्रिक धान्यपिकांची व्यापारी शेती या दोन कृषी अर्थशास्त्र व एकूण कृषी व्यवस्थेच्यादृष्टीने दोन टोकांना असणाऱ्या व्यवस्था आहेत. सघन निर्वाही भातशेती दाट लोकसंख्येच्या राष्ट्रांसाठी मूलभूत अन्नघटक व रोजगार निर्माणकारी कृषीव्यवस्था आहे तर व्यापारी धान्योत्पादनाची शेती विरळ लोकसंख्येच्या यंत्राधिष्ठित संस्कृतीची प्रातिनिधिक शेती असून, निर्यातीवर ही अर्थव्यवस्था टिकून आहे. काही अभ्यासकांच्या मते, ही शेती अजूनही उत्क्रांत होत असून तिच्यात सुयोग्य असे बदल होतील आणि आधुनिक जगात अशा शेतीशिवाय पर्यायही नसतील.

१०) पिके व पशुपालन व्यापारी शेती (Commercial Crop and Livestock Farming)

निमओसाड प्रदेशातील धान्यपिकांच्या व्यापारी शेतीशी साधर्म्य दर्शविणारा शेतीप्रकार म्हणजे पिके व पशुपालनाची व्यापारी शेती होय. मका हे सर्वांत प्रमुख पीक असून पशुपालनातील पशुंचे खाद्य म्हणून मक्याची शेती केली जाते, हे या शेती प्रकाराचे प्रमुख वैशिष्ट्य आहे. या शेतीचे आधुनिक रूप म्हणजे मिश्र शेती होय. पशुखाद्य, शेतकऱ्याच्या निर्वाहासाठी घेतली जाणारी पिके आणि बाजारातील मागणी यांचा समन्वय असणारी ही शेती आहे. समशीतोष्ण कटिबंधातील विकसित देशांमध्येच ही शेती आढळते.

समाविष्ट प्रदेश (नकाशा क्र. ४.४)

अ) उत्तर अमेरिका : कॅनडातील क्विबेक व ओंटारियो ही राज्ये आणि यु.एस.ए.च्या पूर्व भागातील ओहायो, इंडियाना, इलिनॉय, केंटुकी, वेस्ट व्हर्जिनिया व पेनसिल्व्हानिया या राज्यांशिवाय वायव्येकडील वॉशिंग्टन व ओरेगॉनच्या किनारपट्टीजवळील भागात या प्रकारची शेती केली जाते.

ब) युरोप : पश्चिम युरोपमधील अॅटलांटिक किनारपट्टीपासून मध्य रशियापर्यंतचा एक पट्टा आणि युक्रेन (उक्राईना) ते फिनलंड असा दुसरा पट्टा आहे.

क) दक्षिण अमेरिका : पूर्व किनारपट्टीचा व नैर्ऋत्य किनारपट्टीचा काही भाग. यात अर्जेंटिना व चिले यांचा काही भाग येतो.

ड) आफ्रिका : साऊथ आफ्रिका पठारी प्रदेश.

पिके व पशुपालन व्यापारी शेतीची (मिश्र शेतीची) वैशिष्ट्ये

या प्रकारची शेती प्रगत, विकसित देशात केली जात असल्याने पिकांची निवड, पशुपालनातील पशुंची संख्या व प्रकार, व्यापारीकरण आणि विशेषीकरण (Specialisation) याबाबत प्रादेशिक भिन्नता आढळते आणि त्यानुसार पुढील उपप्रकार होतात.

अ) अस्सल मिश्र शेती : उत्तर अमेरिकेतील कॅनडा व यु.एस.ए. आणि युरोपमधील वर उल्लेखलेले प्रदेश या भागात धान्य पिके व पशुखाद्य म्हणून लावण्यात येणाऱ्या पिकांचा उत्तम समन्वय व मिश्रण आढळते म्हणून यास अस्सल (True) मिश्र शेती (Mixed Farming) म्हणतात. यु.एस.ए.मधील अशी पिके घेणाऱ्या प्रदेशास 'कॉर्नबेल्ट' म्हणतात कारण कित्येक हेक्टर्स क्षेत्रात मक्याचे पीक घेतले जाते. यावर गुरे मांसासाठी पोसली जातात. त्याशिवाय बार्ली, ओट्स, गहू, सोयाबीन ही सुद्धा पिके घेतली जातात. युरोपमध्ये मक्याचे क्षेत्र कमी असते पण त्यासोबत बटाटे, टर्निप, वाटाणे, गहू, चारा पिके, घेवडा, क्लोव्हर अशी विविध पिके घेतली जातात. यात मका, क्लोव्हर व चारा पिके पशुखाद्य म्हणून, गहू बाजारपेठेसाठी आणि इतर पिके चरितार्थासाठी लावली जातात. उत्तर अमेरिका व युरोपमध्ये या प्रकारच्या शेतीत मृदेचा सुपिकपणा टिकून राहण्यासाठी पिकांचा क्रम व पिकांची निवड केली जाते. कॅनडा व यु.एस.ए.मध्ये अशा शेतीचे क्षेत्र ५० हेक्टर्स ते १०० हेक्टर्स पर्यंत असते, तर युरोपमध्ये याच्या निम्मे असते. मांसासाठी पोसल्या जाणाऱ्या गुरांचे व मेंढ्यांचे खाद्य वेगळे असते आणि दूध व लोकर यासाठी निराळे खाद्य असते. मोठी भांडवल गुंतवणूक, उत्कृष्ट दर्जाचे उत्पादन, कार्यक्षम व विशेष सोयी असलेली वाहतूक साधने, संशोधनात्मक दृष्टिकोन ही या प्रकारच्या मिश्र शेतीची खास वैशिष्ट्ये आहेत.

ब) दुग्धोत्पादन : पश्चिम युरोप, आग्नेय ऑस्ट्रेलीया, न्यूझिलंडमधील ऑकलंड द्वीपकल्प, वँगनुई-तारानाकी मैदान, दक्षिण स्कँडेनेव्हिया, स्वित्झर्लंड या प्रदेशात दूध उत्पादनासाठी पशुपालन केले जाते. दुभती जनावरे विशिष्ट चारापिके घेऊन त्यावर जोपासली जातात. सर्वत्र दूध हेच मुख्य उत्पादन असते. पूर्वी हे ताजे दूध महानगरांमध्ये पाठविले जात असे. परंतु, प्रक्रिया उद्योगांमुळे लोणी, चीज, दही, क्रिम, दूध पावडर, आटीव दूध (कंडेंस्ड मिल्क) व चॉकलेट्स, असे टिकाऊ पदार्थ जगभर पाठवले जाऊ लागले आहेत. उत्तम दर्जा, नियमित पुरवठा, रास्त किंमत, उत्कृष्ट व्यवस्थापन व मोठी भांडवल गुंतवणूक हे या व्यवसायाचे वैशिष्ट्य आहे. पिके व पशुपालनाच्या व्यापारी शेतीतील या उपप्रकारास भरपूर मागणीमुळे व वैशिष्ट्यांमुळे स्वतंत्र शेती प्रकाराइतके महत्त्व प्राप्त झाले आहे.

क) मंडई बागायती : पिके व पशुपालनाच्या व्यापारी शेतीचा एक भाग असलेला मंडई बागायती हा उपप्रकार आता विशेष शेतीप्रकार (Specialisation) म्हणून स्वतंत्र स्थान मिळवून आहे. महानगरे, मेगॅलोपोलीस, कॉनरबेशन यांची निर्मिती जसजशी होत गेली तसतशी मंडई बागायती विकसित झाली. वायव्य युरोप, ईशान्य व पश्चिम यु.एस.ए., दक्षिण कॅनडा, ऑस्ट्रेलियातील महानगरांचे परिसर येथे उच्च दर्जाची मंडई बागायती आढळते. या प्रकारच्या शेतीत भाजीपाला, फळभाज्या, फुले, फळे यांचे सघन पद्धतीने उत्पादन घेतले जाते. ही उत्पादने अत्यंत नाजूक व नाशवंत असल्याने दररोज पहाटे व सकाळी ती महानगरात पोहोचविण्यासाठी वाहतूक व्यवस्था केलेली असते. ताजा, टवटवीत माल उत्तम भाव मिळवून देतो. नेदरलँडमधून ट्यूलीप, डेलीया यासारखी नाजूक, सुंदर फुले युरोपीय बाजारात विमानाने पाठविली जातात. काही प्रदेशांत कुक्कटपालन व वराहपालनही केले जाते.

दक्षिण अमेरिकेतील अर्जेंटिना व मध्य चिले या भागात पिके व पशुपालनाची व्यापारी शेती केली जाते. परंतु, त्याचे स्वरूप भिन्न आहे. या भागात अल्फाअल्फा-क्लोव्हर या गवताची लागवड करून गुरे जोपासली जातात. मक्याचे उत्पादन निर्यातीसाठी घेतले जाते.

धान्यपिकांचे उत्पादन आणि त्यास पशुपालनाची जोड यामुळे या प्रकारच्या शेतीस अधिक आर्थिक स्थिरता प्राप्त होते.

११) दुग्धोत्पादन (Dairy Farming)

कृषी व्यवसायाचा अविभाज्य व महत्त्वपूर्ण भाग म्हणजे दुग्धोत्पादन (Dairy Farming) होय. शेती व पशुधनपालन हे एकमेकांशी निगडित व्यवसाय आहेत. निर्वाही व व्यापारी अशा दोन्ही पद्धतींनी दुग्धोत्पादन केले जाते. परंतु, व्यापारी स्वरूपावर एक स्वतंत्र व्यवसाय म्हणून आधुनिक दुग्धोत्पादनास अनन्यसाधारण महत्त्व प्राप्त झाले आहे. व्यापारी दुग्धोत्पादन ही समशीतोष्ण कटिबंधातील प्रगत देशांची मक्तेदारी आहे. साधारणपणे १९५० पर्यंत दुग्धोत्पादनाचा व्यवसाय निर्वाही स्वरूपाचाच होता. परंतु, विज्ञान-तंत्रज्ञानातील प्रगतीमुळे शीतकरण प्रक्रिया, विशेष वाहतुकीच्या सोयी, यांत्रिकीकरण यामुळे व्यापारी दुग्धोत्पादनास महत्त्व प्राप्त झाले.

व्यापारी दुग्धोत्पादनाचे प्रदेश

अ) उत्तर अमेरिका : या खंडाचा पूर्व-मध्य भाग म्हणजे कॅनडातील सेंट लॉरेन्स नदी खोऱ्याचा सखल प्रदेश आणि यु.एस.ए.चा ईशान्य-पूर्व भाग येथे दुग्धोत्पादन व्यवसायाचे केंद्रीकरण झाले आहे. या प्रदेशात उन्हाळ्याचे सरासरी तापमान १४^0 से. च्या आसपास असते; तर हिवाळे अत्यंत कडक असतात. पावसाचे प्रमाण ६० ते १२५ सें.मी. असते. दुभत्या गुरांसाठी पोषक असलेला हिरवा चारा व अल्फाअल्फा-क्लोव्हर, ल्यूसर्न ही चारापिके यांच्यासाठी हे हवामान पोषक असते. त्यामुळे उन्हाळ्यात गाईंना खुल्या कुरणांवर चरायला सोडले जाते व हिवाळ्यात बंदिस्त उबदार गोठ्यात खाद्य पुरविले जाते. ताजे दूध, क्रिम, लोणी व चीज यांना या खंडातील पूर्व किनारपट्टीवर असलेल्या महानगरांमधून मोठी मागणी असते. दूध वाहतुकीसाठी खास बनविलेल्या ट्रक्समधून आणि 'मिल्क ट्रेन' या दूधवाहक रेल्वेने दूध दररोज पाठविले जाते. या प्रदेशातील दुग्धोत्पादन यंत्राधारित असून अतिशय शास्त्रशुद्ध व आरोग्यदायी पद्धतीने घेतले जाते. त्यासाठीचे कायदेही अतिशय काटेकोर, कडक आहेत. संकरित गुरे प्रामुख्याने जोपासली जातात. यात फ्रएशियन, गुर्नसी, जर्सी व आयरशायर अशी संकरित दुभती जनावरे दिवसाला वीस लिटर दूध देतात. जनावरांची खरेदी, बंदिस्त उत्तम गोठे बांधणे, दूध काढणी व साठवण यंत्रे, पशुवैद्यकीय उपचार केंद्र उभारणे, विशेष गवताची लागवड, दूधवाहक वाहन खरेदी यामुळे या शेतीत मोठी भांडवल गुंतवणूक करावी लागते. या प्रदेशात कुरणांचा आकार मोठा म्हणजे ३०० हेक्टर्स पर्यंतही असतो. त्यावर साधारणपणे शंभर दूध देणारी गुरे व तितकीच वासरे पोसली जातात. 'ग्रेट लेक्स' या सरोवरांच्या दक्षिणेकडील परिसरात 'हे अँड डेअरी बेल्ट' (Hay and Dairy Belt) या नावाचा कुरणांचा पट्टा आहे.

या खंडातील दुसरा दूध उत्पादक प्रदेश पॅसिफिक महासागराच्या किनारपट्टीच्या प्रदेशात आहे. ब्रिटिश कोलंबिया (कॅनडा), वॉशिंग्टन, ओरेगॉन व कॅलिफोर्निया या राज्यांच्या प्रदेशात असे दुग्धोत्पादन होते. पश्चिम किनाऱ्यावरील व्हॅन्कूव्हरपासून लॉसएंजिलीसपर्यंत पसरलेल्या महानगरांना ताज्या दुधाचा आणि लोणी, क्रिम, चीज यांचा पुरवठा केला जातो.

ब) युरोप : पश्चिम युरोपमधील डेन्मार्क, दक्षिण स्वीडन-फिनलंड-नॉर्वे (द.स्कँडेनेव्हिया) नेदरलँडचा काही भाग, ग्रेट ब्रिटन, पश्चिम फ्रान्स, बेल्जियम व स्वित्झर्लंड या प्रदेशातील हवामान दुग्धोत्पादनास अत्यंत अनुकूल आहे. थंड, आर्द्र हवामान, विस्तृत गवताळ कुरणांची उपलब्धता आणि ग्रामीण व शहरी दाट लोकसंख्या यामुळे दुधाच्या उत्पादनास फार पूर्वीपासून चालना मिळाली. दूध, लोणी व चीज ही प्रमुख उत्पादने असून मागणीही भरपूर असते. त्याशिवाय दूध पावडर, कडेंस्ड मिल्क ही इतर उत्पादने होतात. स्वित्झर्लंडची चॉकलेट्स व चीज यांनी जागतिक बाजारपेठ काबीज केली आहे. जगातील चाळीस टक्के गायीचे दूध व जवळपास २३ टक्के चीज या युरोपीय प्रदेशात उत्पादित होते.

क) दक्षिण गोलार्धातील दुग्धोत्पादन (पूर्व-आग्नेय ऑस्ट्रेलीया व न्यूझिलंड) : पूर्व व आग्नेय ऑस्ट्रेलीया आणि न्यूझिलंड यांचे दुग्धोत्पादनातील स्थान केवळ दक्षिण गोलार्धातच अग्रेसर आहे असे नाही तर संपूर्ण जगात या देशांमधील उत्पादनांना चांगली मागणी आहे. यातही न्यूझिलंडसारख्या छोट्या द्वीपसमूहीय देशाचे स्थान या व्यवसायात विशेष उल्लेखनीय आहे. न्यूझिलंडमधील नॉर्थ आयर्लंड भाग दुग्धोत्पादनात आघाडीवर आहे.

नैसर्गिक कुरणांचा योग्य तितका वापर, उबदार आर्द्र हवेमुळे खुले-गोठे व गुरे चरण्याची सोय, दूध काढण्यापासून ते उत्पादने वेष्टनबद्ध होईपर्यंत झालेले यांत्रिकीकरण, मनुष्यबळावरील किमान खर्च, कौटुंबिक मनुष्यबळावरचे अवलंबित्व, उत्पादन खर्च सतत कमी राखण्यासाठीचे केले जाणारे प्रयत्न आणि कार्यक्षम व्यवस्थापन या सर्व कारणांमुळे उत्तर गोलार्धातील बाजारपेठेत माल पाठविण्यासाठीचा वाहतूक खर्च अधिक असला तरी १८००० कि.मी. अंतरावरील युरोपीय बाजारात रास्त किमतीला माल विकणे शक्य होते. या देशाच्या शासनाचेही या उद्योगास मोठे सहकार्य व पाठबळ आहे. दुग्धोत्पादनाच्या गुणवत्तेबाबत उत्पादक व शासन दोघेही सतत दक्ष असतात.

साऊथ आफ्रिका व अर्जेंटिना या दक्षिण गोलार्धातील देशांमध्येही हा व्यवसाय व्यापारी स्वरूपावर केला जातो. परंतु, त्याचे क्षेत्र व उत्पादन कमी आहे कारण या दोन्ही देशांमध्ये जेथे युरोपीय लोकांच्या वसाहती होत्या त्या भागापुरताच हा उद्योग सीमित राहीला आहे.

१२) मळ्याची शेती (Plantation Agriculture)

उष्ण कटिबंधातील निरनिराळ्या देशांमध्ये वसाहती स्थापलेल्या परकीय लोकांनी व्यापारी नगदी पिकांच्या शेतीस प्रारंभ केला. व्यापारी नगदी पिकांच्या शेत जमिनीच्या तुकड्यास 'इस्टेट' म्हणजे मळा म्हणतात; म्हणून व्यापारी नगदी पिकाच्या शेतीस मळ्याची शेती असे म्हणतात. अठराव्या शतकाच्या पूर्वार्धात ब्रिटिश, फ्रेंच, डच, स्पॅनिश व पोर्तुगीज लोकांनी दक्षिण व आग्नेय आशिया, आफ्रिका, मध्य व दक्षिण अमेरिका, कॅरिबियन समुद्रातील द्वीपसमूहांवर वसाहती स्थापल्या. मळ्याच्या शेतीतील उत्पादनांना समशीतोष्ण कटिबंधात विशेषतः युरोपीय राष्ट्रांमध्ये पर्यायी उत्पादने उपलब्ध नसल्याने या उत्पादनांच्या व्यापारास मोठी संधी होती, असा व्यापार करण्याच्या उद्देशाने या प्रकारच्या शेतीची सुरुवात झाली. चहा, कॉफी, रबर, कोको, तंबाखू, केळी, कापूस, नारळ, अननस, तेल्याताड आणि मसाल्याचे पदार्थ ही मळ्याच्या शेतीतील उत्पादने होत. या उत्पादनावर प्रक्रिया केल्याशिवाय ती निर्यात करणे शक्य नसते, म्हणून मळ्याच्या जवळच प्रक्रिया उद्योग उभारले गेले. एका इस्टेट वा मळ्यामध्ये एकाच प्रकारचे पीक घेतले जाते म्हणून ही एक पिकी (Monoculture) शेती होय.

मळ्याची शेती प्रदेश

अ) आशिया : दक्षिण आशिया – भारत, बांगला देश, श्रीलंका, म्यानमार.
आग्नेय आशिया – मलाया, थायलंड, इंडोनेशिया, फिलिपिन्स, तैवान.

ब) आफ्रिका : पूर्व आफ्रिका – केनिया, युगांडा, टांझानिया.
पश्चिम आफ्रिका – अंगोला, कांगो, कॅमेरून, नायजेरिया, घाना, टोगो, आयव्हरी कोस्ट, गिनी.
दक्षिण आफ्रिका – साऊथ आफ्रिका.

क) दक्षिण अमेरिका : ब्राझिल, व्हेनेझुएला, फ्रेंचगयाना, कोलंबिया.

ड) मध्य अमेरिका : पनामा, ग्वाटेमाला, कोस्टारिका, होंडूरास.

इ) कॅरिबियन बेटे : क्युबा, जमाईका, त्रिनिदाद, पोर्टोरिको.

मळ्याच्या शेतीची वैशिष्ट्ये

अ) शेतीचे एकक मळा (इस्टेट) : मळ्याच्या शेतीचे एकक म्हणजे 'इस्टेट' म्हणजे मळा होय. या मळ्याची मालकी परकीय व्यक्ती वा त्याच्या कुटुंबाकडे असे म्हणूनच त्यास 'इस्टेट' असे संबोधले गेले असावे. डोंगरउतारावर तज्ज्ञांच्या सल्ल्याने निवडलेले व निश्चित आरेखित केलेले क्षेत्र म्हणजे मळा (इस्टेट) होय. हे मळे मोठ्या क्षेत्रफळाचे म्हणजे सुमारे ४० हेक्टर्स किंवा त्यापेक्षा अधिक क्षेत्राचे असतात. भारत, श्रीलंका व मलायामधील मळे यापेक्षा लहान असतात. ब्राझिलमध्ये मळ्यांना फझेंदा (Fazenda) व मळ्याच्या मालकास फझेंदेईरो (Fazendeiro) म्हणतात.

मळ्याचे स्थान व क्षेत्र निश्चित झाले की, तो भाग स्वच्छ केला जातो. काही ठराविक अंतरावरील वृक्ष राखण्यात येतात पण बाकी सर्व भाग वनस्पती आच्छादन काढून टाकून स्वच्छ केला जातो. जमिनीची हलकी नांगरणी करून झाल्यावर ठराविक अंतरावर एका ओळीत खड्डे केले जातात. त्यात खत व चांगली माती टाकून रोपवाटिकेतून तयार करून आणलेली सशक्त रोपे लावली जातात; यास मळा तयार करणे म्हणतात. मळ्यातील पीक बहुवर्षीय असल्याने अत्यंत काळजीपूर्वक व तज्ज्ञांच्या मार्गदर्शनाखाली मळे तयार करतात.

ब) मळ्याची मालकी व स्थानिक मनुष्यबळ : मळ्याच्या शेतीची संकल्पना व प्रारंभ वसाहतवादी लोकांनी केल्यामुळे मळ्याची मालकी व भांडवल गुंतवणूक त्यांचीच होती. स्थानिक लोक मजूर म्हणून कामे करत. भारतातील चहाचे मळे, श्रीलंकेतील कॉफीचे मळे व मलायातील रबराचे मळे ब्रिटिशांच्या मालकीचे होते. आफ्रिकेतील मळे फ्रेंच लोकांचे तर ब्राझिलमधील मळे स्पॅनिश व पोर्तुगीज लोकांचे होते. आता ही सर्व राष्ट्रे स्वतंत्र झाल्याने विदेशी लोकांची मालकी क्वचित काही भागातच आहे.

मळ्याची शेती व्यापारी व आधुनिक असूनही श्रमाधारित आहे. उष्ण, दमट हवामान, मुसळधार पाऊस अशा परिस्थितीत काम करू शकणाऱ्या स्थानिक मनुष्यबळास महत्त्व अधिक असते. मळे डोंगरउतारावर असल्याने व त्यातही अधूनमधून वृक्ष असल्याने यंत्रांचा वापर फारसा करता येत नाही. मळ्याच्या शेतीत वर्षभर काम असल्याने आणि बहुवर्षीय पिके असल्याने कायमस्वरूपी कामाला असणारी मजूर कुटुंबे मळ्याजवळच वस्ती करून राहतात. चहाची पाने खुडणे, कॉफी-कोकोची पक्व फळे तोडणे, रबराचा चिक काढणे, ही कामे कुशल अनुभवी मजूरच करू शकतात. याबरोबरच मळ्याची देखभाल, राखण, औषध फवारणी, खत देणे,

अतिरिक्त वाढ रोखणे, अशी अनेक कामे मजुरांकरवी करून घ्यावी लागतात. मळ्यात पिकाची लागवड केल्यानंतर तीन ते पाच वा सात वर्षांनी उत्पादनास सुरुवात होते; म्हणून या शेतीत आर्थिक स्थैर्य असावे लागते. उष्णकटिबंधीय देशांमध्ये गरिबी, शिक्षणाचा अभाव, भांडवलाची कमतरता अशी स्थिती असल्याने परकीय भांडवल व स्थानिक मनुष्यबळ या आधारावर ही शेती विकसित झाली.

१९५०पासून यातील अनेक राष्ट्रे स्वतंत्र झाल्याने हे चित्र बदलले आहे. सुरुवातीची काही वर्षे या शेतीची पिछेहाट झाली परंतु अनेक राष्ट्रांमध्ये स्थानिक भांडवलदार, उद्योगपती यांनी यात गुंतवणूक करून ही शेती एक कृषी उद्योग म्हणून प्रस्थापित केली आहे. ब्राझिलमध्ये कॉफीचे मळे कॉर्पोरेट क्षेत्राने घेऊन स्थिरस्थावर केले तर भारतात टाटा उद्योग समूहाने चहाचे मळे जोपासले.

क) भांडवल गुंतवणूक : मळ्याची शेती व्यापारी स्वरूपाची असल्याने भांडवल हा आर्थिक घटक महत्त्वाचा ठरतो. बहुवर्षीय पिके, निर्यातक्षम उत्पादने, प्रक्रियाउद्योगाची गरज, शास्त्रशुद्ध पद्धतीचा अवलंब, तज्ज्ञांचे सल्ले-मार्गदर्शन यामुळे या शेतीत मोठी भांडवल गुंतवणूक करावी लागते. मळ्यापासून थेट बंदरापर्यंत वाहतूक सुविधा, मजुरांसाठी घरे, आरोग्यकेंद्रे, शिक्षण व इतर सुविधा, प्रक्रिया केंद्रांची उभारणी अशा प्रत्यक्ष शेती व्यतिरिक्त पण त्याच्याशी निगडित बाबींसाठी सुद्धा भांडवल आवश्यक ठरते.

मळ्याच्या शेतीतील पिके बहुवर्षीय असल्याने त्यांची निगा राखण्याचा खर्च बराच मोठा असतो. उष्ण-दमट हवामानामुळे किडी, बुरशीजन्य रोगांचा प्रादुर्भाव व प्रसार वेगाने होतो. शिवाय एकपिकी शेती असल्याने संपूर्ण पिकांवर रोगाचा प्रसार अल्पावधीत होतो; त्यावर सतत लक्ष ठेवणे, नियंत्रण मिळविण्यासाठी शास्त्रज्ञ, संशोधक, सल्लागार यांची मदत घ्यावी लागते. उत्पादनावर प्रक्रिया करण्यासाठीसुद्धा शास्त्रज्ञ, तंत्रज्ञ, यंत्रखरेदी यांची आवश्यकता असते. पूर्वी अशा लोकांना युरोपीय राष्ट्रांमधून पाचारण करावे लागे व त्याचा खर्चही बराच असे. या शेतीस प्रारंभ झाला तेव्हा बऱ्याच भागात लोकसंख्या विरळ होती. त्यामुळे मजुरांनाही इतर दूरवरच्या भागातून आणावे लागत असे. आता या सर्व परिस्थितीत फरक पडला असला तरी मळ्याच्या शेतीतील आर्थिक व्यवहार मोठेच असतात व त्यामुळे भांडवल हा अत्यंत महत्त्वाचा मुद्दा असतो.

ड) पिके : मळ्याची शेती ही एकपिकी (Monoculture) शेती आहे; म्हणूनच मळ्यांना 'टी इस्टेट', 'कॉफी इस्टेट' असे संबोधले जाते. प्रत्येक पिकाचे सलग असे कित्येक हेक्टर्स क्षेत्र असते. यामुळे विशेषीकरण होऊन विशिष्ट पिकाची मक्तेदारी होते. जसे की, भारताचा चहा, ब्राझिलची कॉफी वा मलायाचे रबर इत्यादी. उत्तम दर्जा, स्वाद, चव, रंग यामुळे विशिष्ट देशातील अशी उत्पादने जगप्रसिद्ध होतात. तसेच या उत्पादनांमुळे चांगले परकीय चलन मिळते म्हणून प्रत्येक देश मक्तेदारी टिकविण्याचा प्रयत्न करतात. पुढील तक्त्यात महत्त्वाची उत्पादने व मक्तेदारी असलेली राष्ट्रे दर्शविली आहेत.

तक्ता क्र. ४.३ : मळ्याची शेती : देश व उत्पादन

देश	प्रमुख उत्पादन	देश	प्रमुख उत्पादन
ब्राझील	कॉफी, कोको	नायजेरिया	तेल्याताड
व्हेनेझुएला	कोको	इंडोनेशिया	रबर, नारळ, केळी
कॅरिबियन बेटे	ऊस, केळी	मलाया	रबर, अननस
टोगो	कॉफी	तैवान	ऊस
बांगलादेश	चहा, ताग	श्रीलंका	चहा
घाना	कॉफी, कोको	भारत	चहा, मसाल्याचे पदार्थ, कॉफी
युगांडा	कापूस	फिलिपिन्स	नारळ

इ) सुयोग्य व्यवस्थापन : निर्यातक्षम, गुणवत्तापूर्ण उत्पादन प्राप्त होण्यासाठी प्रारंभापासूनच शास्त्रशुद्ध व्यवस्थापन करावे लागते. मळ्याचे स्थान निवडणे, योग्य वाण-प्रजाती निवडणे, खताची मात्रा ठरविणे, किडी व रोगांपासून रक्षण, मालाची खुडणी, संकलन, प्रतवारी, प्रक्रिया व वेष्टनबद्धता अशा सर्व स्तरांवर योग्य व्यवस्थापन करून व शास्त्रीय ज्ञानाचा अवलंब करून अनेक वर्षे ही शेती करावी लागते. या शेतीतील उत्पादनांना जागतिक बाजारात स्पर्धा असते. त्यासाठी उत्तम गुणवत्ता राखण्याबरोबरच पुरवठ्यातील सातत्य व रास्त किंमत यांची सांगड घालावी लागते. संशोधन, विकास व तंत्रज्ञान यांना प्राधान्य द्यावे लागते. सुयोग्य व्यवस्थापन हा या शेतीच्या यशस्वितेकडे नेणारा मार्ग असतो; म्हणूनच अशी शेती असणारी राष्ट्रे स्वतंत्र झाल्यावर या बाबीकडे प्राधान्याने लक्ष द्यावे लागले. त्या त्या राष्ट्रातील शास्त्रज्ञ, संशोधक, तंत्रज्ञ व व्यवस्थापक उपलब्ध होईपर्यंतच्या कालावधीत या शेतीवर विपरीत परिणाम झाला होता. परंतु, आता या अडचणीतून मार्ग काढत मळ्याची शेती पुन्हा स्थिरावली आहे. भारत, ब्राझिल, श्रीलंका व मलाया या देशांनी हे साध्य करून दाखविले आहे.

फ) मळ्याची शेती समस्या

मानवी कार्यक्षमता : मळ्याची शेती उष्णकटिबंधात केली जाते. या शेतीतील पिकांना उष्ण-दमट हवामान व भरपूर पाऊस आवश्यक असतो. परंतु, अशा हवामानात मानवी कार्यक्षमता कमी असते. सलग काही तास काम करणे शक्य होत नाही. दमा, हिवताप, रक्तक्षय अशा विकारांनी मजुरांचे आरोग्य बिघडते. डोंगराळ, दुर्गम भागात वैद्यकीय सुविधा मळ्याजवळ उपलब्ध करून देणे हे आव्हान असते. पूर्वी या शेतीत गुलामांना राबविले जाई तेव्हा त्यांच्या आरोग्याकडे लक्ष दिले जात नसे. परंतु, आता दळणवळण-संदेश वहन यात क्रांतिकारक बदल झाल्याने परिस्थिती सुधारली आहे.

पर्यावरण ऱ्हास : मळ्याची शेती डोंगरउतारावर, एकपिकी, बहुवर्षीय असल्याने पर्यावरणाच्या समस्या निर्माणकारी समजल्या जातात. जंगलतोड, मृदाधूप, मृदेतील विशिष्ट पोषण मूल्यांचा ऱ्हास, एकपिकी शेतीमुळे एखाद्या झाडावर-रोपावर कीड पडल्यास वेगाने बऱ्याच मोठ्या क्षेत्रावर पसरते व कीडनाशकांचा मोठ्या प्रमाणावर वापर करावा लागतो; त्यामुळे मित्रकिडींचाही नाश होतो. उत्पादन वाढीसाठी खतांचे प्रमाण वाढवावे लागते. या सगळ्याचा पर्यावरणावर विपरीत परिणाम होतो.

आर्थिक व व्यवस्थापन समस्या : मळ्याची शेती 'परकीय' शेती आहे. विसाव्या शतकात अनेक राष्ट्रे स्वतंत्र झाल्यावर स्थानिकांना भांडवल उभे करणे व व्यवस्थापन करणे कठीण झाले; उत्पादनात घट येऊ लागली. लहान मळे धारकांचे अधिक नुकसान झाले. मलायात लहान मळेधारक एकत्र येऊन त्यांनी सामूहिक पद्धतीने शेती सुरू ठेवली. परंतु, अनेक भागात या प्रकारची शेती काढून टाकून इतर शेती प्रकार वा व्यवसाय सुरू केले गेले.

१३) विशेष शेती (Specialised Farming)

औद्योगिक क्रांतीनंतर शहरे, महानगरे व औद्योगिक नगरे यांचा विकास व विस्तार झपाट्याने होऊ लागला. या नागरी वस्त्यांमधील लोकांच्या दैनंदिन गरजा पूर्ण होण्यासाठी शहरांच्या परिसरातील लहान लहान भूखंडावर विशेष पिकांचे उत्पादन घेण्यात येऊ लागले. त्यातून विशेष शेती प्रकार निर्माण झाला. सघन पद्धतीने, मोठी भांडवल गुंतवणूक करून मागणीनुसार या शेतीत उत्पादन घेतले जाते. विविध प्रकारची फळे, फुले, भाजीपाला, फळभाज्या, काही प्रमाणात अंडी, दूध यांचे उत्पादन घेतले जाते. व्हिटलसी यांच्या मते, मेडीटरेनियन शेती प्रकारातच फक्त फलोत्पादनास प्राधान्य दिले जाते. इतर ठिकाणांचे फलोत्पादन हे अगदी स्थानिक स्वरूपाचे असते; तर लाऊट यांनी असे मत मांडले की, दुग्धोत्पादन हा जसा आधुनिक तंत्रज्ञानामुळे (शीतकरण, खास वाहतूक साधने) व शहरीकरणामुळे निर्माण झालेला कृषी व्यवसाय आहे तसाच फलोत्पादन, फुलोत्पादन करणारा विशेष शेती प्रकार निर्माण झाला आहे. शहरे व महानगरांमध्ये खूप मोठी लोकसंख्या एकवटलेली असते. हे लोक द्वितीय व तृतीय श्रेणीच्या व्यवसायात काम करत असतात. ताजा भाजीपाला, फळे, फुले, अंडी, दूध अशा मालाची त्यांची दैनंदिन गरज या विशेष शेतीमुळे पूर्ण केली जाते.

या प्रकारच्या शेतीची सुरुवात पश्चिम युरोपातील द्राक्ष बागांपासून झाली. समशीतोष्ण कटिबंधातील थंड आर्द्र हवामान प्रदेशात विशेष शेतीतील पिकांच्या उत्पादनास सुरुवात झाली. शहरातील लोकांचे उच्च दर्जाचे राहणीमान, अधिक किंमत देण्याची तयारी, आहाराविषयी सजगता यामुळे फळे, दूध, अंडी यांना भरपूर मागणी येऊ लागली. सौंदर्यदृष्टीमुळे नाजूक, सुंदर, ताजी फुले, कॅक्टस व इतर शोभिवंत फुले, फळे यांनाही मागणी असते; म्हणूनच या शेतीमध्ये पॉली हाऊस, ठिबक सिंचन, सुयोग्य खतांचा वापर, अत्यंत कुशल उच्चशिक्षित मनुष्यबळ, सुयोग्य वाहतूक व्यवस्था यासाठी मोठी भांडवल गुंतवणूक करून सघन पद्धतीचा वापर केला जातो. यास मंडई बागायती, फलोत्पादन, ट्रक फार्मिंग, मत्स्यशेती अशा विविध नावांनी संबोधले जाते.

पश्चिम व वायव्य युरोप, ईशान्य व पश्चिम यु.एस.ए., दक्षिण कॅनडा, लंडन-पॅरिस महानगरांचा परिसर, ऑस्ट्रेलियातील कॅनबेरा, मेलबर्न, पर्थ, ॲडलेड, सिडनी या महानगरांचा परिसर येथे उच्चदर्जाची मंडई बागायती विकसित झाली आहे. ग्रेट ब्रिटन, बेल्जियम, नेदरलँड्स, कॅलिफोर्निया येथून रसाळ, आंबट-गोड चवीची, छोटी मऊसर फळे, डेलीया, ट्युलीप, कार्नेशन, गुलाब यासारखी फुले महानगरांमध्ये दररोज पाठविली जातात. फळांमध्ये स्ट्रॉबेरी, गुसबेरी, ब्लूबेरी, चेरी, प्लम, द्राक्षे यांचा समावेश होतो.

मंडई बागायतीस यु.एस.ए.मध्ये ट्रकफार्मिंग म्हणतात; कारण दररोज महानगरांमध्ये पोहोचवला जाणारा हा नाजूक नाशवंत माल विशेष सोयी असलेल्या ट्रकमधून पाठवला जातो. यु.एस.ए.मधील विशेष शेती पूर्णतः ट्रकवर अवलंबून असल्याने यास 'ट्रक फार्मिंग' असे समर्पक नाव दिले गेले आहे. न्यूयॉर्क, बोस्टन, वॉशिंग्टन डी सी, फिलाडेल्फिया, सॅनफ्रॉन्सिको, लॉस एंजिलीस, सिॲटल, अशा महानगरांना होणारा पुरवठा ट्रक्सवरच अवलंबून असतो.

भारतातील विशेष शेतीची सुरुवात बरीच उशिरा म्हणजे १९६०नंतर झाली. नागरीकरण झपाट्याने होऊ लागले. त्यामुळे बंगळुरू, दिल्ली, मुंबई, चेन्नई, चंदीगढ या महानगरांसाठी भाजीपाला, विविध फळे यांचे उत्पादन आसपासच्या परिसरात घेतले जाऊ लागले. परंतु, पाश्चिमात्य देशांमधील विशेष शेती ज्या दर्जाची, शिस्तबद्ध व व्यावसायिक पद्धतीने केली जाते त्या तुलनेत भारतातील वा आशिया खंडातील (सिंगापूर व जपान अपवाद) या प्रकारची शेती खूप भिन्नता दर्शविते. काही अभ्यासक मंडई बागायती वा विशेष शेती हा मिश्र शेतीचाच एक भाग आहे असे मानतात.

४.३ भूमीउपयोजन आणि भूमीक्षमता (Land use and Land Capability)

भूमीउपयोजन आणि भूमीक्षमता हे कृषी भूगोलातील महत्त्वाचे अभ्यास विषय आहेत. एखाद्या भागातील जमिनीचा वापर हा अनेक घटकांच्या अनेक वर्षांच्या समन्वयातून निर्माण झालेला असतो. जमिनीच्या वापरावर नैसर्गिक पर्यावरणाचे वर्चस्व असले तरी मानवाने केलेल्या एखाद्या जमिनीचा प्रत्यक्षातील वापर आणि त्या जमिनीची क्षमता कशी आहे हे समजणे शेतीसाठी अत्यंत आवश्यक व महत्त्वाचे असते. वाढती लोकसंख्या, नागरीकरण आणि औद्योगिकरण यामुळे भूमीउपयोजन लक्षणीयरीत्या बदलत आहे. शेतीसाठी चांगली असलेली जमीनही आता बिगरशेती कामासाठी वापरली जाते. अशाच रीतीने वन जमीनही इतर कामासाठी अधिग्रहीत केली जाते. नागरीकरण, उद्योग, धरणे-कालवे बांधणे, वाहतूक मार्ग यांचा विस्तार व घनता वाढविणे म्हणजे त्या त्या परिसरातील जमीन अधिग्रहीत करणे असे चित्र सर्वत्र दिसते.

जमीन हे एक महत्त्वाचे नैसर्गिक संसाधन आहे. जमिनीचा वापर तिच्या गुणधर्मावर वा वैशिष्ट्यांवर निश्चित होत असतो. जमीनीची सर्वसामान्य वैशिष्ट्ये लक्षात घेता वापरानुसार तिची विभागणी वने, बिगरशेती, कुरणे व पडीत जमीन, ओसाड-उजाड जमीन आणि लागवडीखालील जमीन अशा पाच ढोबळ गटांत केली जाते. कृषी भूगोलात लागवडीखालील जमिनीचा वापर आणि अशा जमिनीची क्षमता या विषयास महत्त्व असल्याने त्या संदर्भात येथे विचार व ऊहापोह करावयाचा आहे.

भूमीउपयोजनाच्या संदर्भातील महत्त्वाचे योगदान ब्रिटिश अभ्यासकांनी केले आहे. ग्रेट ब्रिटनमधील भूमीउपयोजन समजण्यासाठी **'लँड युटीलायझेशन सर्व्हे ऑफ ग्रेट ब्रिटन'** या संस्थेकडे भूमी सर्वेक्षण करून नकाशे व अहवाल तयार करण्याचे काम सोपविण्यात आले. संस्थेचे संचालक सर डडली स्टॅम्प यांच्या नेतृत्वाखाली हे काम १९३० मध्ये पूर्ण करण्यात आले. त्या वेळी भूमीउपयोजन या विषयाबरोबरच मृदा गुणवत्ता व प्रत, जलसिंचन आणि जमिनीसंदर्भातील इतर काही बाबी यांचीही माहिती संकलित करण्यात आली होती; पण तेव्हासुद्धा भूमी (मृदा) क्षमता या घटकाकडे लक्ष दिले गेले नव्हते. या कामाचा एक भाग म्हणून स्टॅम्प यांनी 'लँड ऑफ ब्रिटन : इट्स युज अँड मिसयुज' हा ग्रंथ पूर्ण केला. त्यात इंग्लंड, वेल्स व स्कॉटलंडमधील भूमीउपयोजन याबद्दलची माहिती ९२ भागांमध्ये सविस्तरपणे मांडली आहे. या माहितीच्या आधारे पिकांची उत्पादकता वाढविण्याचे पद्धतशीर प्रयत्न ब्रिटनमध्ये करण्यात आले. स्टॅम्प यांनी ब्रिटनमधील जमिनींचे वर्गीकरण ३ प्रमुख भागात केले व त्यात एकूण दहा मृदा गट केले. डडली स्टॅम्प यांनी ब्रिटनमधील जमिनी पुढील गटात विभागल्या आहेत :

१) उत्तम प्रतीची जमीन (मृदा) (Best Quality Land) : या गटातील मृदा सौम्य उताराच्या वा सपाट असतात. त्या पूर्ण विकसित (Mature) व जाड थराच्या असतात. सामान्यपणे या मृदा पोयट्याच्या (Loam) म्हणजे बारीक वाळू, गाळ व चिकणमाती यापासून बनलेल्या असतात. शेतीसाठी त्या उत्तम असून चांगल्या उत्पादक असतात. भरपूर सूर्यप्रकाश उपलब्ध असलेल्या भागात त्या निर्माण होतात. त्यांची जलधारकता

चांगली असते. अशा जमिनी चार गटांत विभागल्या जातात-प्रथम दर्जाची जमीन (First Class Land), चांगल्या दर्जाची सामान्य उपयुक्ततेची जमीन (Good Quality General Use Land), चांगल्या दर्जाची जमीन (Good Quality Land) आणि विशेष प्रतिची जमीन (Special Quality Land) असे ते चार गट होत.

२) मध्यम प्रतीची जमीन (Medium Quality Land) : अधिक उंचवटयावरील, तीव्र उतारावरील, कमी जलधारकतेच्या उथळ जमिनीचा यात समावेश होतो. पीक व्यवस्थापन तंत्र चांगले वापरूनही या जमिनीची उत्पादकता मध्यम प्रतीची राहते. अशा जमिनीचे दोन गट होतात. उथळ मध्यम प्रतीची जमीन (Medium Type Shallow Soil) आणि तीव्र उताराची असमाधानकारक पाणी पुरवठ्याची जमीन (Medium Type Soil With Steep Slope and Unsatisfactory Water Supply).

३) हलक्या प्रतीची जमीन (मृदा) (Poor Quality Land) : या प्रकारची जमीन दलदलीची वा अती जास्त उंचीवरची, अत्यंत कमी जाडीची व हलक्या दर्जाची असते. त्यांची विभागणी पुढील चार गटात केली जाते-दलदल व पाणथळ जमीन, डोंगर वा पर्वत माथ्यावरील वनस्पती अच्छादनाखालील जमीन, वालूकामय जाड्याभरड्या कणांची जमीन आणि अत्यंत कमी उत्पादक शेतीस फारशा उपयुक्त नसलेल्या जमिनींचा यात समावेश होतो. परंतु, अनेक ठिकाणी असे दिसून आले की, भरपूर कृषी निविष्टा व मनुष्यबळ वापरून त्या उत्पादक योग्य करता येतात.

जमिनीची अशी वर्गवारी केल्यानंतर स्टॅम्प यांनी मृदागट आणि कृषी उत्पादकता यांचा सहसंबंध तपासण्याचा प्रयत्न केला. त्यातून त्यांनी 'Potential Production Unit' (PPU) अर्थात **सुप्त उत्पादन (पैदास) एकक** ही संकल्पना मांडली. जमीन वापराचे नियोजन करण्यासाठी सुप्त पैदास एकक ही एक महत्त्वपूर्ण बाब ठरते. **मध्यम प्रतीच्या एक हेक्टर जमिनीतून चांगल्या कृषी निविष्टा व व्यवस्थापन केल्याने प्राप्त होणारे उत्पादन म्हणजे सुप्त पैदास एकक होय.** अशा प्रतीच्या जमिनींसाठी चांगले तंत्रज्ञान वापरल्यास त्या उत्पादनवाढ दर्शवितात म्हणून सुप्त (Potential) हा शब्द संयुक्तिक ठरतो आणि इतरही मृदांसाठी तेच सत्य असते. यामुळे प्रथम दर्जाच्या जमिनींचा दर्जा राखण्याचाच प्रयत्न होतो. पुढील नमुना उदाहरणावरून सुप्त उत्पादन एकक आणि कृषी योग्य जमिनीचे रक्षण हे मुद्दे स्पष्ट होतील.

'क्ष' हे मोठे जमिनीचे क्षेत्र आहे. त्यात २००० हे. प्रथम दर्जाची जमीन, १००० हे. मध्यम दर्जाची आणि ५०० हे. हलक्या दर्जाची जमीन आहे. मध्यम दर्जाच्या जमिनीची दर हेक्टरी उत्पादकता एक आहे असे मानले तर प्रथम दर्जाच्या जमिनीची उत्पादकता २ आणि हलक्या दर्जाच्या जमिनीची उत्पादकता ०.५ आहे असे गृहीतक आहे. आता 'क्ष' या क्षेत्रातील ५०० हे. जमीन बिगर शेती करावयाची आहे तर कोणत्या दर्जाची जमीन अधिग्रहीत करणे योग्य ठरेल ते पाहू. प्रथम दर्जाची ५०० हे. जमीन अधिग्रहीत केली तर सुप्त उत्पादन एकक संकल्पनेनुसार १००० हे. जमीन अधिग्रहीत केल्यासारखे होईल कारण अशा जमिनीची उत्पादकता दोन आहे. मध्यम दर्जाची ५०० हे. ही सुप्त उत्पादन एकक तत्त्वानुसार ५०० हे. च असेल कारण उत्पादकता एक आहे; पण जर हलक्या दर्जाची ५०० हे. जमीन बिगर शेतीसाठी अधिग्रहीत केली तर सुप्त उत्पादन एकक तत्त्वानुसार २५० हे. जमीन ताब्यात घेतल्यासारखे आहे कारण तिची उत्पादकता ०.५ आहे. म्हणजे बिगरशेती वापरासाठी हलक्या दर्जाची ५०० हे. जमीन अधिग्रहीत करणे हा निर्णय सर्वांत योग्य ठरेल; जरी सामान्यपणे विचार केला तरी प्रथम दर्जाची जमीन बिगर शेती करणे योग्य नाही असे असले तरी सुप्त उत्पादन एकक तत्त्वामुळे त्यास शास्त्रीय आधार प्राप्त होतो.

डडली स्टॅम्प यांनी १९३६ ते १९४६ या दरम्यान ब्रिटनमधील प्रत्येक काऊंटीचे भूमीउपयोजन अहवाल तयार केले. यातील नकाशांचे प्रमाण १ : १०५६० अर्थात ६ इंचास १ मैल असे होते. त्यामुळे या नकाशांमध्ये

वने, गवताळ कुरणे, शेतीयोग्य जमीन, पडीत जमीन, वस्त्या, उद्योगधंदे, वाहतूक, जलाशय असे महत्त्वाचे सर्व घटक विशिष्ट रंग, खुणा, चिन्हे वापरून दर्शविले होते. भूमीउपयोजन नकाशाचे महत्त्व, त्यासाठीचे सर्वेक्षण आणि ते तयार करण्याचे तंत्र डडली स्टॅम्प यांनी जगाला अवगत करून दिले. त्यांच्या या कामाचे अनुकरण पोलंड, आयर्लंड, कॉमनवेल्थ कंट्रीज आणि यु.एस.ए. या देशांनी केले.

पोलंडमधील भूमीउपयोजन नकाशात चार महत्त्वपूर्ण बाबींचा समावेश होता. सर्वेक्षणाच्यावेळी असलेले प्रत्यक्ष भूमीउपयोजन, भूधारणा, पीक घेण्याची पद्धत (पिकांचा क्रम, खतांचा वापर आणि अवजारे-यंत्रे वापर) आणि कृषी उत्पादनाबरोबर इतर पूरक व्यवसाय या चार बाबींची माहिती संकलित करून, मूलभूत नकाशे, साहाय्यक नकाशे, पारदर्शिका (ट्रान्सपरन्सिज्) यांची क्रमवार मालिका प्रसिद्ध केली जाई. यु.एस.ए.मधील भूमीउपयोजन नकाशे तयार करण्याच्या कामी सॉअर, जोन्स, फिंच व व्हिटलसी यांचे योगदान महत्त्वाचे ठरले. विशेष बाब म्हणजे ब्रिटनमधील कामाला लागलेल्या वेळेपेक्षा यु.एस.ए.च्या कामास कमी वेळ लागला असा उल्लेख खुद्द डडली स्टॅम्प यांनी केला आहे. यु.एस.ए.मधील सर्वेक्षणात यादृच्छिक पद्धतीचा (Random Method) वापर केला गेला आणि भूमीउपयोजन या घटकापेक्षा भूमीक्षमता (Land Capability) याचे मापन केले गेले. आकाराने प्रचंड मोठ्या असलेल्या या देशाचे स्थल निर्देशक नकाशे (Topographic Maps) सर्वच्या सर्व क्षेत्रासाठी तेव्हा उपलब्ध नव्हते; म्हणून सांख्यिकीतंत्राचा वापर करून, कमी कालावधीत नकाशे तयार करण्याचे तंत्र या देशाने अवलंबिले व शिवाय भूमीक्षमता संकल्पनेचे महत्त्व पटवून दिले. ए. जे. हंट (१९५३) यांचे असे मत होते की, आर्थिक भूगोल प्रत्यक्षात शिकण्याचे प्रात्यक्षिक म्हणजे भूमीउपयोजन सर्वेक्षण होय. एल. जे. सायमन्स यांनी पोलंडच्या भूमीउपयोजन सर्वेक्षण पद्धतीचा विशेष उल्लेख केला आहे आणि असे मत व्यक्त केले की, सतत बदलत असणाऱ्या भूमीउपयोजन या घटकाचे स्थिर-न बदलणारे चित्र दाखविणारे नकाशे म्हणजे भूमीउपयोजन नकाशे होत; त्यामुळे असे नकाशे सातत्याने अद्ययावत करावे लागतात. पूर्वी सर्वेक्षण करण्यापासून नकाशे प्रकाशित होण्यासाठी पाच वर्षांचा काळ लागत असे; विज्ञान-तंत्रज्ञानातील प्रगतीमुळे आता हे काम दोन वर्षांत होऊ शकते. हवाई छायाचित्रण, उपग्रह प्रतिमा, संगणक रेखाटने यामुळे हे काम जलद होऊ शकते परंतु प्रत्यक्ष भू-सर्वेक्षण वा क्षेत्र भेटीस पर्याय नाही असे स्टॅम्प यांना वाटत असे.

४.३.१ भूमीक्षमता (Land Capability)

सर डडली स्टॅम्प व त्यांच्या सहकाऱ्यांनी भूमीउपयोजन व सर्वेक्षण या संदर्भात केलेले काम महत्त्वाचे व मोलाचे असले तरी त्यांनी जमिनीचा त्या वेळी असणारा प्रत्यक्षातील वापर हा घटकच विचारात घेतला होता. परंतु, नियोजनासाठी जमिनीची म्हणजे पर्यायाने मृदेचीक्षमता ज्ञात झाल्यास त्या जमिनीचा वापर अधिक चांगला करता येण्यासाठी सूचना करणे शक्य होऊ शकते; म्हणून जमिनीचे वर्गीकरण (Land Classification) आणि भूमीक्षमता मापन करण्याची पद्धत यु.एस.ए.मधील तज्ज्ञांनी विकसित केली. यामध्ये जमिनीचे सुप्त उत्पादन (पैदास) एकक (PPU) सुद्धा लक्षात घेतले गेले आहे.

भूमीक्षमता या विषयी हिल (Hill) आणि पोर्टेलान्स (Portelance) यांनी १९६० मध्ये कॅनडातील ओंटारिओ येथील सभेत एक योजना (Scheme) मांडली. भूमीउपयोजन नियोजन (Land use Planning) अचूक व्हावे हा त्यामागील मुख्य उद्देश होता. यासाठी त्यांनी भूमीक्षमता पुढील सात गटांत विभागली :

१) क्लास ए : शेत जमिनीची भूक्षमता - या वर्गातील मृदा शेतीसाठी उत्तम असतात. थोड्याअधिक प्रयत्नांनी त्यांच्यात खूप चांगली सुधारणा दिसते. उत्पादकता वाढते; नंतर त्यांच्यावर फारसा खर्च करावा लागत नाही.

२) क्लास बी : शेत जमिनीची भूक्षमता – ज्या मृदांमध्ये पाण्याचा निचरा होण्यासाठी व्यवस्था करावी लागते अशा मृदांचा या गटात समावेश होतो. अशा मृदांमधील दगड, कंकर असे जाडसर तुकडे काढून टाकावे लागतात. या जमिनींची क्षमता सुधारण्यासाठी बऱ्यापैकी खर्च करावा लागतो.

३) क्लास सी : शेत जमिनीची भूक्षमता – ज्या मृदांमध्ये खननाचे प्रमाण (Erosion) अधिक असेल अशा मृदा या गटात येतात. खननक्रिया रोखण्याचे तंत्र वापरून मृदा दुरुस्त करणे, मोठ्या आकाराचे घनकण वेचून काढून टाकणे आणि पाण्याचा निचरा योग्य पद्धतीने होण्याचे उपाय योजून मृदा लागवडीयोग्य बनविणे असे उपाय करण्यासाठी बराच अधिक खर्च करावा लागतो व वेळोवेळी तो चालूच ठेवावा लागतो.

४) क्लास डी : या गटातील मृदा समस्याप्रधान असतात. त्यांचे जलनिस्सारण गुंतागुंतीचे व कष्टदायक असते. सुपिकता वाढविण्यासाठी भरपूर प्रयत्न व खर्च दोन्ही करावे लागते.

५) क्लास इ : या गटातील मृदा शेतीसाठी योग्य करण्याकरिता दीर्घ काळ प्रयत्न व खर्च करावा लागतो. ते साध्य झाल्यावर क्लास 'डी' इतकेच सतत लक्ष देणे व खर्च करणे चालू ठेवावे लागते.

६) क्लास एफ : या गटातील मृदा अतिशय पातळ थराच्या, जाडसर कणांनीयुक्त, तीव्र उताराच्या व अधिक खननक्रिया झालेल्या असतात.

७) क्लास जी : या गटातील जमीनी दगड-धोंड्यांनीयुक्त, विच्छेदित, सैलसर व कोरड्या असतात. लागवडीखाली आणणे शक्य नसते.

भूमीक्षमता मोजण्याच्या दृष्टीने यु.एस.ए.मध्ये जमिनींचे जे वर्गीकरण केले गेले, त्यात इतर गुणधर्मांबरोबर जमिनीचे खनन वा झीज (Erosion) याकडे विशेष लक्ष दिले गेले. खनन या मुद्याला अनुसरूनच या देशातील जमिनीची योग्यता (Suitability) वा गुणवत्ता यांचे मूल्यमापन करण्यात आले. या तत्त्वानुसार या देशातील जमिनी आठ गटांत विभागण्यात आल्या. पहिल्या चार गटातील जमिनी लागवडीयोग्य तर त्यापुढील चार गटातील जमिनी लागवडीस अयोग्य होत्या. या अशा वर्गीकरणात उत्पादकता या घटकाला विशेष महत्त्व दिले नव्हते. हे आठ गट करताना स्थान, उतार, पाण्याचा निचरा (जलनिस्सार), हवामान, मृदेचे भौतिक व रासायनिक गुणधर्म या चलांचा अंतर्भाव केला गेला.

४.३.२ मृदाक्षमता मापन पद्धती : युनिट एरिया मेथड (Unit Area Method)

यु.एस.ए.च्या 'द नॅशनल रिसोर्स प्लॅनिंग बोर्ड' या राष्ट्रीय संसाधनांचे नियोजन करणाऱ्या संस्थेने 'युनिट एरिया मेथड' या संकल्पनेद्वारे मृदाक्षमता मापन पद्धती १९४० च्या सुमारास विकसित केली. 'टेनेसी व्हॅली ॲथॉरीटी' (TVA) या स्वायत्त संस्थेसाठी टेनेसी नदी खोऱ्यातील मृदांसाठी प्रथमच 'युनिट एरिया मेथड'चा वापर करण्यात आला. प्रथम भौतिक व सामाजिक घटकांची एक यादी तयार करण्यात आली. या घटकांना विशिष्ट पद्धतीने क्रमांक देण्यात आले. प्रत्येक 'युनिट एरिया'साठी प्रथम रोमन अंक, त्यानंतर एक लघुराशी (Short Fraction) आणि त्यापुढे एक दीर्घराशी (Long Fraction) अशी मांडणी केलेली असते. जसे की,

$$\text{II} \quad \frac{3}{3} \quad \frac{10, \text{W}, 123}{2221123}$$

II = रोमन अंक

$\dfrac{3}{3}$ = लघुराशी (Small Fraction)

$\dfrac{10, \text{W}, 123}{2221123}$ = दीर्घराशी (Long Fraction)

वरील युनिट एरिया मेथडचा अर्थ स्पष्ट होण्यासाठी रोमन अंक, लघुराशी व दीर्घराशीचा व अंकाचा अर्थ समजावून घेऊ.

---

१) रोमन अंक 'युनिट एरिया' क्षेत्रातील मृदाक्षमता समस्येची तीव्रता दर्शवितात असे रोमन अंक I ते V पर्यंत असतात.

    I = मृदाक्षमतेची समस्या फारशी गंभीर वा तीव्र नाही.

    II = मृदाक्षमतेची समस्या आहे पण सौम्य आहे.

    III = मृदाक्षमतेची समस्या जरा तीव्र आहे.

    IV = मृदाक्षमतेची समस्या लक्षणीयरीत्या तीव्र आहे.

    V = मृदाक्षमतेची समस्या अती तीव्र असल्याने भूमीउपयोजन ताबडतोब बदलणे आवश्यक आहे.

---

२) लघुराशी : हे दीर्घराशीचे संक्षिप्त रूप असते. अंशस्थानी असलेला अंक व छेदस्थानी असलेला अंक वेगवेगळे गुणधर्म दर्शवितात.

अंशस्थानी 1 ते 5 अंकांपैकी एक अंक असतो.

    1 = उत्तम

    2 = चांगले

    3 = साधारण

    4 = चांगले नाही

    5 = निकृष्ट

छेदस्थानी 1 ते 7 अंकांपैकी एक अंक असतो.

    1 = उतार (Slope)

    2 = जलनिस्सार (Drainage)

    3 = खनन वा झीज (Erosion)

    4 = वालूकामय (Sandy)

    5 = खडकाळ (Rocky)

    6 = मृदेची खोली (Depth of Soil)

    7 = मृदेची सुपिकता (Fertility of Soil)

३) दीर्घराशी : अंशस्थानी 1 ते 10 पर्यंत अंक असतात. ते अंक भूमीउपयोजन दर्शवितात. त्यानंतर पिके दर्शविणारी A ते W (काही वगळून) अक्षरे असतात. त्यापुढे क्रमाने शेताचे आकारमान 1-4 अंक, अनुत्पादक मृदा 1-4 अंक, अवजारे 1-5 अंक असतात.

छेदस्थानी 1 ते 7 अंक असतात. ते मृदा गुणधर्मदर्शक असतात.

पहिले स्थान - दगडाळ, धोंडे 1-5 पर्यंत

दुसरे स्थान - जलनिस्सार 1-5 पर्यंत

तिसरे स्थान - झीज 1-5 पर्यंत

चवथे स्थान - खडकाळ 1-4 पर्यंत

पाचवे स्थान - खडक 1-5 पर्यंत

सहावे स्थान - मृदा खोली 1-4 पर्यंत

सातवे स्थान - मृदा सुपिकता 1-5 पर्यंत

युनिट एरिया मेथड : दीर्घराशी अंशस्थान भूमीउपयोजन अंकांचे अर्थ

पहिले स्थान	**दुसरे स्थान**	**तिसरे स्थान**	**चौथे स्थान**	**पाचवे स्थान**
भूमीउपयोजन	पिके	भूधारणा	अनुत्पादक क्षेत्र	अवजारे इमारत इत्यादी
१) सामान्य लागवड २) दुग्धोत्पादन ३) व्यापारी शेती ४) मोसमी पीक लागवड ५) निर्वाही शेती ६) वने ७) विश्रांतीची जागा ८) गाव/वस्ती ९) नागरी वस्ती १०) खाणकाम व औद्योगिक क्षेत्र	A मका G धान्य पीक B पशुधन D लोणी/दूध/चीज S मेंढीपालन H वराहपालन M घोडे/अश्वपालन P कुक्कुट पालन T तंबाखू C कापूस W भाजीपाला O फळबाग F चारा/गवत N कोणत्याच विशिष्ट पिकावर भर नाही.	१) मोठे २) साधारण वा सरासरी क्षेत्र ३) लहान ४) अल्प भू धारणा	१) लहान/कमी २) मर्यादित ३) बऱ्यापैकी ४) खूप जास्त	१) उत्कृष्ट २) चांगले ३) साधारण ४) फारसे चांगले नाही ५) निकृष्ट

युनिट एरिया मेथड : दीर्घराशी छेदस्थानी अंकांचे अर्थ

पहिले स्थान	दुसरे स्थान	तिसरे स्थान	चौथे स्थान	पाचवे स्थान	सहावे स्थान	सातवे स्थान
उंच सखलता	जलनिःस्सार	खनन	दगड-धोंडे कंकर	खडकाळ	मृदाखोली	मृद सुपिकता
१) सखल/सपाट २) बहुतांश सपाट ३) काही प्रमाणात सपाट व उंचसखल व डोंगराळ ४) डोंगराळ ५) डोंगर उतार	१) उत्तम २) समाधान-कारक ३) असमाधान-कारक ४) अजिबात चांगले नाही ५) अतिशय अयोग्य	१) जवळपास नाही २) काही प्रमाणात ३) पृष्ठीय खनन ४) भरपूर प्रमाणात खनन झालेला आणि घळी-ओघळी खनन झालेला ५) अती घळ्या पडलेला	१) दगड-धोंडे नसलेला २) काही प्रमाणात खडकाळ ३) दगडधोंडे-युक्त ४) भरपूर दगड धोंडे असलेला	१) नाही २) काही प्रमाणात खडकाळ ३) भरपूर खडकाळ ४) कातळ, खडकयुक्त ५) मोठ्या प्रमाणावर खडक, कातळ व्याप्त	१) २ मीटर खोल २) १-२ मी. खोल ३) उथळ ०.३ ते १ मी. खोल ४) खूप उथळ ०.३ मी. पेक्षा कमी	१) भरपूर सुपीक २) सुपीक ३) साधारण सुपीक ४) कमी सुपीक

(स्रोत : ॲग्रिकल्चरल जिऑग्राफी : महमद शफी)

उदाहरणादाखल घेतलेले : $11\ \frac{3}{3}\ \frac{10, W, 123}{2221123}$ असे अंक प्राप्त झालेल्या युनिट एरिया मृदाक्षमता रूपाचा अर्थ पाहू.

रोमन अंक II : - समस्या गंभीर नाही.

लघुराशी (Short Fraction) = $\frac{3}{3}$ - मृदाक्षमता साधारण आहे आणि खनन निदर्शनास येते.

दीर्घराशी (Long Fraction) = $\frac{10, W, 123}{2221123}$

अंशस्थान - पहिले स्थान१० - या क्षेत्रात खाणकाम व उद्योग आहे.
दुसरे स्थान W - भाजीपाला लागवड
तिसरे स्थान १ - मोठे शेतीक्षेत्र
चवथे स्थान २ - अनुत्पादक मृदा मर्यादित आहे.
पाचवे स्थान ३ - शेतीची अवजारे, साधने, इमारती इ. साधारण स्थिती.

छेदस्थान – पहिले स्थान २ – सपाट मैदानी बहुतांश
दुसरे स्थान २ – जलनिस्सार समाधानकारक
तिसरे स्थान २ – पृष्ठीय खनन
चवथे स्थान–१ – दगडधोंडे नसलेला
पाचवे स्थान–१ – खडकाळ नाही
सहावे स्थान–२ – एक ते दोन मीटर खोल मृदा
सातवे स्थान–३ – साधारण सुपीक मृदा

वरील पद्धतीने रोमन अंक, लघुराशी व दीर्घराशी या क्रमाने उपरोक्त तक्ते वापरून युनिट एरिया मेथड मृदाक्षमता दर्शविते. अमेरिकेची ही पद्धत काही प्रमाणात क्लिष्ट व वेळ घेणारी आहे. यात सांख्यिकी तंत्र फारसे नाही. क्षेत्रभेटीतील निरीक्षणावर ती आधारित आहे.

मृदाक्षमता मापन करण्याची दुसरी एक पद्धत पूर्वीच्या रशियात वापरली जात असे. अमेरिकी पद्धतीच्या तुलनेत ही पद्धत सुलभ आहे. यामध्ये एकूण पाच टप्पे असून पहिले चार सांख्यिकी व इतर माहिती संकलित करण्याचे असून, त्यावरून नकाशे तयार केले जातात. पाचव्या अंतिम टप्प्यात वर्गीकरण करून मृदा (भू) क्षमता निश्चित केली जाते.

पहिला टप्पा : पुढील घटक दर्शविणारे नकाशे तयार करणे

अ) भूरचना व उतार ब) मृदा प्रकार व खनन प्रमाण

क) भूमीउपयोजन प्रकार ड) वनस्पती आच्छादन आणि लागवडीखाली असल्यास पिके (नावे)

इ) नांगरण सुलभता फ) भूजल पातळी

दुसरा टप्पा : भूमीउपयोजन दर्शविणे. पुढील संदर्भासहित

अ) लागवडीचा प्रकार ब) जलसिंचनाचा प्रकार व जलनिस्सारण पद्धती

क) लागवडीसाठी वापरलेले तंत्रज्ञान ड) खताचा प्रकार व प्रमाण

इ) गेल्या ५ वा १० वर्षांतील पीक फेरपालट आणि रासायनिक खते दिलेली पिके आणि सेंद्रिय खते दिलेली पिके याची नोंद करणे.

तिसरा टप्पा : पिकांच्या उत्पादनासाठी आलेला खर्च आणि उत्पादन.

चवथा टप्पा : शेतात काम करतानाचे निरीक्षण जसे की, वेगवेगळ्या भागात उत्पादकतेत फरक वाटतो का? अडचणी कोणत्या येतात. सोयी–सुविधा कोणत्या आहेत. या सर्वांच्या नोंदी करणे. याशिवाय नीचतम तापमानाचा भाग (Hypothermal Regime), मृदेचे भौतिक, रासायनिक आणि कृषी–रासायनिक (Agro-Chemical) गुणधर्म यांची नोंद.

पाचवा टप्पा : या टप्प्यात जमिनीचे, मृदेचे वर्गीकरण करणे आणि मृदाक्षमता निश्चित करणे.

ग्रेटब्रिटन, यु.एस.ए. व रशिया या राष्ट्रांनी भूमीउपयोजन, भूमी वर्गीकरण आणि भूमी/मृदाक्षमता मापन करून सविस्तर राष्ट्रीय भूमापनाचे कार्य केले आहे, तसेच कार्य पोलंड, आयर्लंड व काही कॉमनवेल्थ राष्ट्रांनी केले. परंतु, भारतात त्या धर्तीचे काम झाले नाही. 'इंटरनॅशनल सॉईल सायन्स काँग्रेस' या आंतरराष्ट्रीय संस्थेने दिलेल्या मार्गदर्शक तत्त्वांवर आधारित भारतातील मृदा प्रकार व उपप्रकार दर्शविणारे नकाशे व माहिती तयार करण्यात आली आहे. तसेच सुपिकतेनुसार (Fertility) मृदा वर्गीकरण केले आहे. परंतु, शास्त्रशुद्ध पद्धतीने तपशिलासह भूक्षमता मापन केलेले नाही.

डॉ. महमद शफी यांनी भारतातील जमीन, मृदा वर्गीकरण करण्यासाठी पुढील घटकांचा समावेश करण्याची सूचना केली आहे- १) भूरचना व उतार, २) मृदेची खोली, ३) मृदा जलधारकता, ४) मृदा पोत (Texture) व संरचना (Structure) ५) जलनिःस्सार/पाण्याचा निचरा, ६) मृदा सेंद्रिय घटकद्रव्ये, ७) मृदा खनन प्रमाण, ८) आम्ल-विम्ल गुणांक, ९) वनस्पती पोषणमूल्याचे प्रमाण आणि अल्प मूलद्रव्ये प्रमाण (Trace Elements).

वरील नऊ घटकांना अनुसरून भारतातील जमिनींचे वर्गीकरण दर्शविणारा नकाशा तयार करण्यात आला, तर त्यावरून भूक्षमता मापनासाठी मोठे साहाय्य प्राप्त होईल. तसेच आंतरराष्ट्रीय मानके ग्राह्य मानून १ : १०००००० या प्रमाणावर जर भारताचा मृदा प्रकार दर्शविणारा नकाशा तयार केला तर त्यास एफ.ए.ओ. ची मान्यता मिळेल. मृदांचे असे वर्गीकरण, खननक्रिया प्रवण मृदा, खनन प्रमाण व त्यावरील उपाययोजना करण्यास उपयुक्त होईल. नॅशनल रिमोट सेन्सिंग एजन्सीने १ : ५०,००० या प्रमाणावर जिल्हानिहाय अनुत्पादक जमिनींचे वितरण दर्शविणारे नकाशे तयार केले आहेत. निरनिराळ्या कृषी हवामान विभागात अशा जमिनींचे वितरण समजू शकते आणि त्यांच्या दुरुस्तीसाठी उपाय करणे शक्य आहे का, ते तपासता येते. डॉ.जसबीरसिंग यांनी १९८५मध्ये हरियाणातील कुरुक्षेत्र जिल्ह्यातील ठाणेसर तालुक्यातील खेरी या गावाच्या शिवारातील मृदांचे क्षमतामापन व वर्गीकरण करण्याचा प्रकल्प पूर्ण केला आहे. भारतासारख्या कृषीप्रधान देशात भूमीक्षमता मापन व वर्गीकरण करण्याची गरज भारतातील या दोन कृषी भूगोल संशोधकांनी अधोरेखित केली आहे.

सरावासाठी प्रश्न

१) 'बाजारपेठेपासूनचे अंतर हा कृषीमाल उत्पादनाच्या दृष्टीने सर्वांत महत्त्वपूर्ण घटक असतो' या विधानाचे व्हॉन थ्युनेन प्रतिमानाच्या संदर्भात स्पष्टीकरण करा.

२) व्हिटलसी कृषी प्रदेश वर्गीकरण मांडून सघन निर्वाही शेती आणि भूमध्य सामुद्रिक शेती यांच्यातील साम्य व भेद स्पष्ट करा.

३) भटके पशुपालन आणि व्यापारी पशुपालन यांचे स्थान, उद्दिष्टे आणि वैशिष्ट्ये यांचा वृत्तांत लिहा.

४) 'मध्यकटिबंधातील निम-ओसाड प्रदेशात केली जाणारी धान्यपिकांची व्यापारी शेती म्हणजे आर्थिक व तांत्रिक प्रगतीचे प्रतीक होय.' या विधानाचे यथार्थ मूल्यमापन करा.

५) सघन निर्वाही शेतीची वैशिष्ट्ये सांगून या शेतीस पौर्वात्य शेती का म्हणतात ते विशद करा.

६) स्थलांतरित शेती निसर्गसमीप शेती प्रणाली आहे असे कां म्हटले जाते, ते सांगून या शेतीची वैशिष्ट्ये सांगा.

७) 'कृषी व्यवसायाचा अविभाज्य व महत्त्वपूर्ण भाग म्हणजे दुग्धोत्पादन' या विधानासंबधी आपले मत स्पष्ट करा.

८) भूमीउपयोजन या विषयातील सर डडली स्टॅम्प यांचे योगदान वर्णन करा.

९) 'युनिट एरीया मेथड' या भूमीक्षमता मापन करण्याच्या पद्धतीची ठळक वैशिष्ट्ये विशद करा.

१०) थोडक्यात उत्तरे लिहा.

   १) व्हॉन थ्युनेन प्रतिमानातील अर्वाचीन बदल व प्रतिमानाच्या मर्यादा.

   २) आदिम निर्वाही शेती.

   ३) टुंड्रा प्रदेशातील भटके पशुपालन.

   ४) मंडईबागायती व फलोत्पादन.

   ५) भूमीउपयोजन व भूमीक्षमता यांच्यातील सहसंबंध.

५ | भारतातील शेती

Agriculture in India

५.१ भारतातील भूमीउपयोजन आणि पिकांचा बदललेला आकृतिबंध
५.२ भारतातील कृषीउत्पादकतेचा प्रादेशिक आकृतिबंध

भारतासारख्या खंडप्राय देशास कृषी संस्कृतीचा फार मोठा इतिहास आहे. तरीही स्वातंत्र्योत्तर काळात राष्ट्रीय उत्पन्नात शेतीक्षेत्राचा वाटा कमी होत गेलेला आढळतो. आर्थिक विकासामुळे द्वितीय व तृतीय श्रेणीच्या व्यवसायांची व सेवाक्षेत्राची वाढ झाल्याने शेतीक्षेत्राचा वाटा कमी होत गेला; म्हणूनच विकासाबरोबर शेतीचा राष्ट्रीय उत्पन्नातील वाटा कमी होणे हा सकारात्मक परिणाम समजला जातो. भारतातील ५८ टक्के लोकसंख्या या व्यवसायात असल्याने भारतीय शेतीला महत्त्व आहे. भारतातील भूमीउपयोजनात शेतीचे स्थान लक्षात घेऊन शेतीचे विविध पैलू लक्षात घेणे महत्त्वाचे ठरेल.

५.१ भूमीउपयोजन (Land use and Changes in Cropping Pattern)

भारताच्या एकूण भूमी प्रदेशांपैकी तीस टक्के क्षेत्र पर्वतीय व डोंगराळ, सत्तावीस टक्के क्षेत्र पठारी आणि ४३ टक्के क्षेत्र मैदानी आहे. हा संपूर्ण प्रदेश निरनिराळ्या संसाधनांनी युक्त आहे. जमीन हे अत्यंत महत्त्वाचे संसाधन आहे. जमिनीचा वापर जाणून घेण्यासाठी स्थूलमानाने भूमीउपयोजन माहीत असणे आवश्यक आहे. वने, बिगरशेती क्षेत्र, कुरणे व लागवडीयोग्य पडीत क्षेत्र, पडीत क्षेत्र व निव्वळ पेरणी क्षेत्र असे पाच महत्त्वाचे भाग भूमीउपयोजनात दर्शविले जातात.

तक्ता क्र. ५.१ : भारत : भूमीउपयोजन (१९५०–५१ आणि २०१०–११)

भूमीउपयोजन	१९५०–५१ शेकडा प्रमाण	२०१०–११ शेकडा प्रमाण
वने	१४	२३
बिगरशेती क्षेत्र	१७	१७
कुरणे व लागवडीयोग्य पडीत क्षेत्र	१७	०७
पडीत क्षेत्र	१०	०९
निव्वळ पेरणी क्षेत्र	४२	४६

(स्रोत : ॲग्रिकल्चर ॲट अ ग्लान्स, २०१३)

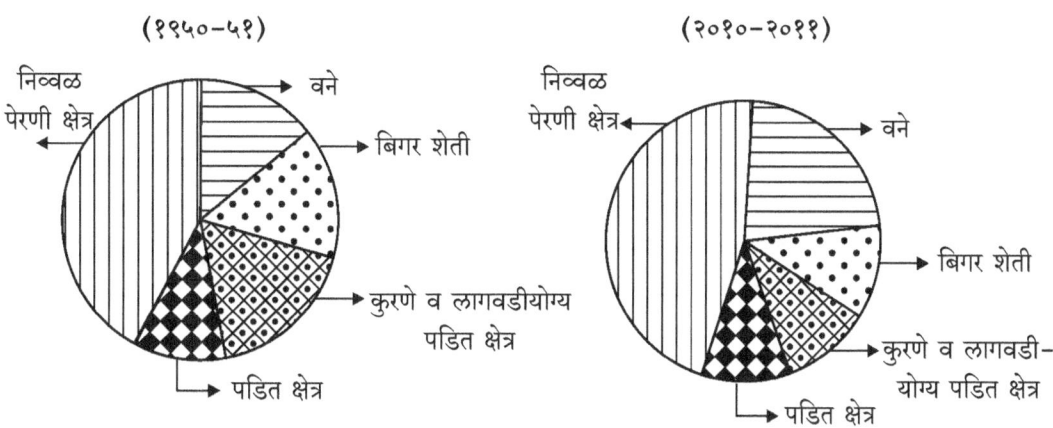

आकृती क्र. ५.१ : भारत : भूमी उपयोजन (१९५०-५१, २०१०-२०११)

(१९५०-५१)

निव्वळ पेरणी क्षेत्र → वने
बिगर शेती
कुरणे व लागवडीयोग्य पडित क्षेत्र
पडित क्षेत्र

(२०१०-२०११)

निव्वळ पेरणी क्षेत्र → वने
बिगर शेती
कुरणे व लागवडी-योग्य पडित क्षेत्र
पडित क्षेत्र

१) वने : भारतात वनाखालील क्षेत्र ६९ द.ल.हेक्टर्स म्हणजे २३ टक्के इतके आहे. १९५०-५१ मध्ये वनक्षेत्र १४ टक्के होते ते आता वाढले असले तरी परिसंस्था संतुलनाच्यादृष्टीने ते ३३ टक्के असावे लागते; म्हणूनच वनीकरण मोहीम राबविली जाते. सामान्यपणे पर्वतीय-डोंगराळ प्रदेशात व जास्त पावसाच्या उष्ण-दमट हवामान प्रदेशात वनाच्छादन दाट आहे. मध्यम व कमी पावसाच्या क्षेत्रात मोसमी पानझडी अरण्ये, खुरट्या वनस्पती आढळतात. मध्यप्रदेश, छत्तीसगढ, केरळ, पूर्वांचल राज्ये, अंदमान-निकोबार द्वीपसमूह या भागात वनक्षेत्र अधिक आहे तर पंजाब, हरियाणा या राज्यांमध्ये ते बरेच कमी आहे.

२) बिगरशेती क्षेत्र : जो भूभाग लागवडीखाली आणता येत नाही अशा क्षेत्राचा बिगरशेती वर्गात समावेश होतो. वाळवंटी प्रदेश, पर्वतीय दुर्गम प्रदेश, वस्त्या, रस्ते, लोहमार्ग, विमानतळ यांनी व्यापलेल्या भूभागाचा यात समावेश होतो. वाढत्या नागरीकरणामुळे व उद्योगधंद्यामुळे बिगरशेती क्षेत्र वाढते. मेघालय, मिझोराम, अरुणाचल प्रदेश, उत्तराखंड व हिमाचल प्रदेश या राज्यांमधील नागरीकरणापेक्षा इतर कारणांमुळे, जसे की, पर्वतीय-दुर्गमता वा घनदाट अरण्ये, बिगरशेती क्षेत्र अधिक आहे. १९५०-५१ पेक्षा (१७ टक्के) २०१०-११ मध्ये असे क्षेत्र कमी झाले आहे (१५ टक्के), हा सकारात्मक बदल आहे; कारण नागरीकरण व औद्योगिकरण वाढूनही बिगरशेती क्षेत्र कमी होणे उल्लेखनीय आहे.

३) कुरणे व लागवडीयोग्य पडीत क्षेत्र : भारतातील तीन टक्के भूभाग कायमस्वरूपी कुरणांखाली असून, चार टक्के भाग लागवडीयोग्य असूनही गेली तीन ते पाच वर्षे पडीत ठेवलेला आहे. वास्तविक असे क्षेत्र लागवडीखाली आणणे शक्य असते. सातत्याने पिके घेतल्याने एखादी जमीन अनुत्पादक झाल्यास असे क्षेत्र काही वर्षे पडीत ठेवले जाते; म्हणून यास लागवडीयोग्य पडीत क्षेत्र म्हटले जाते. सन १९५०-५१ च्या तुलनेत आता असे क्षेत्र कमी झाले आहे.

४) पडीत क्षेत्र : भारतात सध्या २६ द.ल.हेक्टर्स म्हणजे ९ टक्के क्षेत्र पडीत आहे. विशेष म्हणजे इ.स.१९५०-५१ च्या तुलनेत ते फक्त एक टक्क्यानेच कमी झाले आहे. पडीत क्षेत्र दोन प्रकारचे असते. चालू वर्षातील पडीत (Current Fallow) आणि इतर पडीत क्षेत्र (Other Fallow Lands) असे ते दोन प्रकार होत. जी जमीन एक

वर्षापेक्षा जास्त पण पाच वर्षांपेक्षा कमी काळासाठी पडीत ठेवली जाते तिचा समावेश इतर पडीत क्षेत्रात केला जातो. तोट्यात जाणारी शेती, शेतकऱ्याचा कर्जबाजारीपणा, दारिद्र्य, पाण्याचे दुर्भिक्ष्य, अनुत्पादक झालेली जमीन अशा अनेक कारणांमुळे जमीन पडीत ठेवली जाते.

५) निव्वळ पेरणी क्षेत्र : शेतीच्यादृष्टीने भूमी उपयोजनात निव्वळ पेरणीक्षेत्रास अनन्यसाधारण महत्त्व असते. एका कृषी हंगामात ज्या क्षेत्रावर पेरणी झालेली असते असे क्षेत्र म्हणजे निव्वळ पेरणी क्षेत्र (Net Sown Area) होय. स्वातंत्र्योत्तर काळात निव्वळ पेरणी क्षेत्रात वाढ झालेली असली तरी आता अशा वाढीस फारसा वाव राहिलेला नाही. गेली काही वर्षे निव्वळ पेरणी क्षेत्र १४२.६ द.ल.हे. म्हणजे ४६ टक्के वा त्याच्या आसपासच राहिले आहे. जेव्हा एखाद्या जमिनीतून वर्षभरात एकापेक्षा जास्त वेळा पिके घेतली जातात तेव्हा तिचा समावेश एकूण लागवडीखाली क्षेत्र (Total Cultivated Area) या गटात होतो. उत्पादनात वाढ होण्यासाठी लागवडीखालील क्षेत्र वाढविणे हा एक चांगला पर्याय ठरतो. भारतात सध्या ६३ टक्के (१९९ द.ल.हे.) क्षेत्र एकूण लागवडीखाली आहे.

पंजाब, हरियाणा या राज्यांमध्ये सर्वाधिक निव्वळ पेरणी क्षेत्र व एकूण लागवडीखालील क्षेत्र आहे. त्या खालोखाल पश्चिम बंगाल, उत्तर प्रदेश व महाराष्ट्र ही राज्ये आहेत. उत्तराखंड, हिमाचलप्रदेश, अरुणाचल प्रदेश, मेघालय, मणिपूर व नागालँड या राज्यांमध्ये लागवडीखालील क्षेत्र फारच कमी आहे. भारतीय शेतीचे वैशिष्ट्य म्हणजे एकूण लागवडीखालील क्षेत्रापैकी दोन तृतीयांश क्षेत्र खाद्यपिकांखाली आहे; कारण मोठ्या लोकसंख्येमुळे खाद्यांन्नाची मागणी जास्त असते व शेतकऱ्यास बाजारपेठेची शाश्वती असते.

५.१.१ भारतातील पिकांचा बदललेला आकृतिबंध (Changes in Cropping Pattern)

विशिष्ट काळात एखाद्या प्रदेशात निरनिराळ्या पिकांच्या क्षेत्राचे प्रमाण म्हणजे पिकांचा आकृतिबंध होय. काळानुसार पिकांच्या क्षेत्रात झालेला बदल म्हणजे बदललेला आकृतिबंध होय. यामुळे पिकांच्या क्षेत्राचे सापेक्ष गुणोत्तर बदलते.

विसाव्या शतकाच्या प्रारंभी म्हणजे स्वातंत्र्यपूर्व काळातील भारतात एकूण लागवडीखालील क्षेत्रापैकी ८३ टक्के क्षेत्र खाद्यपिकांखाली होते व फक्त १७ टक्के क्षेत्र अखाद्य-नगदीपिकांखाली होते. त्यानंतर १९५०-५१ या स्वातंत्र्यानंतरच्या सुरुवातीच्या वर्षात हे प्रमाण अनुक्रमे ७५ टक्के व २५ टक्के असे झाले होते; कारण अखाद्य पिकांना मिळणारी चांगली किंमत होय. त्यानंतर हरितक्रांतीच्या प्रारंभीच्या वर्षात हे प्रमाण ७४ टक्के खाद्यपिके व २६ टक्के अखाद्य पिके असे झाले. हा बदल सौम्य असला तरी भारतीय शेती निर्वाही स्वरूपाकडून व्यापारी स्वरूपाकडे वाटचाल करत आहे याचे निदर्शक होता. त्यानंतर असाच कल चालू राहिला व २०१०-११ या वर्षी खाद्यपिके ६६ टक्के व अखाद्य पिके ३४ टक्के असे त्याचे प्रमाण झाले.

भारतातील पिकांच्या आकृतिबंधाचे आणखी एक वैशिष्ट्य म्हणजे एकपिकी शेती (Monoculture) अल्प प्रमाणात असणे हे होय. साधारणपणे तीन पिकांचा समन्वय आकृतिबंधात दिसून येतो. भात हे प्रमुख पीक असलेल्या प्रदेशात भरड धान्ये, कडधान्ये व तेलबिया असा आकृतिबंध दिसतो तर गहू प्रमुख पीक असलेल्या प्रदेशात भरडधान्ये, कापूस व कडधान्ये या गटातील पिके घेतली जातात.

तक्ता क्र. ५.२ : भारत : एकूण लागवडीखालील क्षेत्रात महत्त्वाच्या पिकांचे शेकडा प्रमाण (२०१०-११)

पिके	पिकाचे शेकडा क्षेत्र
भात	२२.०५
गहू	१४.९९
भरड धान्ये	१४.२०
एकूण धान्यपिके	५१.२४
हरभरा	४.४६
तूर	२.१६
इतर कडधान्ये (डाळी)	६.३३
एकूण कडधान्य पिके	१२.९४
एकूण खाद्यान्न पिके	६४.१८
एकूण तेलबिया पिके	१४.६०
फळे	२.१७
भाजीपाला	२.७१
तंतूपिके	५.९६
इतर पिके	६.०६

(स्रोत : ॲग्रिकल्चरल स्टॅटिस्टिक्स ॲट अ ग्लान्स, २०१३)

एस.एन.सिन्हा (१९६४) यांनी 'इकनॉमिक रिव्ह्यू' या नियतकालिकात लिहिलेल्या लेखात असे मत व्यक्त केले की, रूढी-परंपरांच्या वेढ्यात अडकलेला भारतीय गरीब शेतकरी पारंपरिक पिके सोडून इतर पिके घेण्याची प्रयोगशीलता व जोखीम घेणे शक्य नाही. निरक्षरता, दैववादीवृत्ती यामुळे शेती एक व्यवसाय आहे असे तो मानत नाही आणि म्हणूनच पिकांमध्ये बदल करणे त्याला मान्य होणारे नाही. परंतु, काही वर्षांतच सिन्हा यांचे हे मत मान्य होण्यासारखी परिस्थिती राहीली नाही. भारतीय शेतीतील पिकांच्या आकृतिबंधात बरेच बदल झाले.

पिकांच्या आकृतिबंधातील बदलाची दोन कारणे संभवतात. अन्नधान्याची गरज मोठी असल्याने शेतकऱ्याला बाजारपेठेची शाश्वती असते आणि अपेक्षित किंमतही प्राप्त होते म्हणून शेतकरी धान्यपिके घेतात पण त्याचबरोबर तेलबिया, कापूस, ऊस व फळे या नगदी पिकांच्या विक्रीतून चांगला नफा मिळू शकतो म्हणून उपलब्ध जमिनीतून या दोन्ही गटातील पिके घेण्याकडे शेतकरी आकर्षित होतो. लहान शेतकरीसुद्धा थोड्याशा क्षेत्रात एखादे नगदी पीक लावतो असे चित्र दिसते. दुसरे कारण असे की, हरितक्रांतीमुळे उत्पादकता वाढली व उपलब्ध क्षेत्रातूनच गहू व तांदुळाचे भरघोस उत्पादन येऊ लागल्याने उर्वरित क्षेत्रात ऊस, कापूस, तेलबिया अशी पिके घेणे शक्य झाले; म्हणूनच २०१०-११ या वर्षात खाद्य-अखाद्य पिकांचे गुणोत्तर ६६:३४ झाले.

५.१.२ पिकांच्या आकृतिबंधावर प्रभाव टाकणारे घटक

भारतीय शेतीतील पिकांच्या आकृतिबंधाचा परंपरागत कल खाद्यपिकांकडे झुकणारा असला तरी खाद्यपिके व अखाद्य पिके यांचे सापेक्ष गुणोत्तर बदलत गेल्याने त्यांच्यातील फरक कमी होत आहे. भारत सघन निर्वाही खाद्यपिकांच्या शेतीकडून सघन मिश्रपिकांच्या शेतीकडे वाटचाल करत आहे. अशा या बदलत्या पीक आकृतिबंधावर काही भौतिक, आर्थिक व तांत्रिक घटक प्रभाव टाकतात.

भौतिक घटक : मृदा, हवामान, पावसाचे प्रमाण व वितरण, भूरचना हे घटक पिकांचा आकृतिबंध निश्चित करणारे मूलभूत घटक आहेत. काही अभ्यासक असे म्हणतात की, भारतातील पिकांचा आकृतिबंध पर्जन्याच्या आकृतिबंधाशी निगडित आहे. विसाव्या शतकाच्या मध्यापर्यंत या घटकांचा लक्षणीय प्रभाव होता; पण १९६० नंतर विविध पिकांचे सुधारित अधिक कणखर वाण विकसित झाले; पॉलीहाऊस, सूक्ष्म जलसिंचन अशा सुविधांमुळे भौतिक घटकांचे बंधन शिथिल झाले आहे; म्हणूनच पंजाब, हरियाणात भाताची लागवड तर पश्चिम बंगाल, बिहारमध्ये गव्हाची लागवड शक्य झाली. जलसिंचनामुळे कमी पावसाच्या प्रदेशातही ऊस, फळे अशा नगदी पिकांचे उत्पादन होऊ लागले.

आर्थिक घटक : भारतीय शेतकरी पिकांची निवड ही नेहमी आर्थिक निकषांवर करतो. परंतु, भारताच्या अर्थव्यवस्थेतील बदलाचा परिणाम पीक निवडीवर झाला. वित्त पुरवठ्याचा विस्तार, कृषी निविष्टांचा पुरवठा, कृषी उत्पादनांचे बाजारभाव-आधारभूत किमती, अधिक नफा मिळविण्याचे मार्ग हे घटक शेतकऱ्यास अनुकूल होत गेले आणि त्यानुसार पिकांची निवड केली जाऊ लागली. काही वेळा शासनाच्या निर्बंधामुळेही शेतकरी इतर पिकांकडे वळले. डॉ. राजकृष्ण यांचे मत असे आहे की, हेक्टरी नफा हा घटक पिकाची निवड करण्यात निर्णायक ठरतो आणि त्याचे प्रतिबिंब पिकाच्या आकृतिबंधात प्रतित होते.

भूधारणा आणि पिकांचा आकृतिबंध यांचा सहसंबंध आढळतो. लहान शेतकरी अन्नधान्यांच्या पिकांना चरितार्थाची पिके म्हणून प्राधान्य देतो. त्यामुळे अर्थातच अगदी कमी क्षेत्रांत ते एखादे नगदी पीक लावतात; पण अशा लहान शेतकऱ्यांची संख्या खूप जास्त असल्याने त्याचा एकत्रित परिणाम नगदी पिकाचे क्षेत्र लक्षणीयरीत्या वाढण्यात होतो. उत्तर प्रदेशात उसाच्या क्षेत्रात अशी वाढ दिसून आली होती; म्हणजेच उत्पन्न वाढविण्याचा एक मार्ग म्हणून लहान व मोठे शेतकरी नगदी पिकाकडे वळले. अन्यथा, धान्यपिकाचे उत्पादन घेणे हेच लहान शेतकऱ्याचे उद्दिष्ट असे.

अवर्षण प्रवणता, पावसाची अनिश्चितता असलेल्या प्रदेशात कोरडवाहू शेतीमध्ये ज्वारी, बाजरी, मका, बार्ली यासारखे भरडधान्य व त्याबरोबर इतर काही पिके अशा आकृतिबंधामुळे शेती व्यवसायातील जोखीम कमी करण्याचा शेतकरी प्रयत्न करतो. परंतु, अशा क्षेत्रात जलसिंचन उपलब्ध झाल्यास पिकाच्या आकृतिबंधात अमूलाग्र बदल होतो. ऊस, फळे, कापूस अशा नगदी पिकाखालचे क्षेत्र वाढलेले दिसून येते. महाराष्ट्रातील अहमदनगर, सोलापूर, सांगली जिल्ह्यात अशा प्रकारे बदल झालेला आहे.

पिकांच्या बदलत्या आकृतिबंधात फलोत्पादनाचे वाढते महत्त्व लक्षात घ्यावयास हवे. विविध प्रकारची फळे, भाजीपाला, फळभाज्या, फुले, मसाल्याचे पदार्थ व नारळ यांचे क्षेत्र व उत्पादन वाढत आहे. भारत भाजीपाला उत्पादनात प्रथम क्रमांकावर व फलोत्पादनात दुसऱ्या क्रमांकावर आहे. भारतीय शेतीच्या नव्या आकृतिबंधात फलोत्पादनास महत्त्वाचे स्थान आहे. आर्थिकदृष्टीने व आहारशास्त्राच्यादृष्टीने फलोत्पादनास उत्तेजन देण्यात येत आहे.

हरितक्रांतीच्या तत्त्वांच्या अवलंबनाने पिकांचा आकृतिबंध बदलत गेला असे अनेक अभ्यासकांना वाटते. हरितक्रांतीमुळे गहू व भात या दोन पिकांच्या उत्पादनात भरघोस वाढ झाली व त्यामुळे अनेक शेतकरी या पिकांचे उत्पादन घेऊ लागले. सुरुवातीस या पिकांची क्षेत्रवाढ तीन ते चार टक्के होती. त्या तुलनेत भरडधान्ये, कडधान्ये यांचे उत्पादन व क्षेत्र वाढले तर नाहीच तर कमी होत गेले. (तक्ता क्र. ५.३ व ५.४)

तक्ता क्र. ५.३ : भारत : धान्यपिके उत्पादन, शेकडा वाटा (१९५०-५१ ते २०११-१२)

वर्ष	भात	गहू	भरडधान्ये
१९५०-५१	४८	१५	३७
१९६०-६१	५०	१६	३४
१९९०-९१	४६	३४	२०
२०१०-११	४३	३८	१९
२०११-१२	४३	३९	१८

(स्रोत : इंडियन इकॉनॉमी : गौरव दत्त, अश्वनी महाजन २०१३)

तक्ता क्र. ५.४ : भारत : नगदीपिके उत्पादन (१९६०-६१ ते २०११-१२)

वर्ष	ऊस (द.ल.टन)	तेलबिया (द.ल.टन)	कापूस (द.ल.बेल्स)	ताग (द.ल.बेल्स)
१९६०-६१	११०	०७	०६	०४
१९९०-९१	२५४	१९	१०	०८
१९९९-२०००	२९९	२१	१२	११
२०१०-२०११	३४२	३३	३३	११
२०११-२०१२	३५८	३०	३५	१२

(कापूस-१८० कि.ग्रॅ. = १ बेल, ताग - १७० कि.ग्रॅ. = १ बेल)

(स्रोत : इंडियन इकॉनॉमी : गौरव दत्त, अश्वनी महाजन २०१३)

वरील दोन्ही तक्ते असे दर्शवितात की, भात व भरडधान्ये यांच्या उत्पादनात घट झाली असून, गव्हाचा वाटा वाढला आहे. नगदी पिकांच्या उत्पादनातील वाढ लक्षणीय आहे. पिकांचा आकृतिबंध बदलल्यामुळे उत्पादनातील हा बदल झालेला आहे. पिकांचा आकृतिबंध बदलता असणार हे जरी मान्य केले तरी तो बदल विवेकी असावा असे कृषी तज्ज्ञांना वाटते. 'नॅशनल कमिशन ऑन ॲग्रिकल्चर' या संस्थेने काही महत्त्वपूर्ण सूचना केल्या आहेत. पावसाचे प्रमाण, मृदा गुणवत्ता, तापमान आणि भूरचना यांचा एकत्रितपणे विचार करून पाण्याच्या उपलब्धतेनुसार पिके निवडावीत. भरडधान्ये व डाळींचे उत्पादन वाढावे म्हणून मोहिमा आखून उत्तेजन देण्याची वेळ बदललेल्या आकृतिबंधामुळे आली आहे, हे लक्षात घ्यावयास हवे.

५.२ भारत : कृषीउत्पादकता प्रादेशिक आकृतिबंध (Regional Pattern of Productivity in India)

भारताच्या कृषीक्षेत्राची एकंदर स्थिती समजण्यासाठी कृषी उत्पादकता हा निकष महत्त्वाचा आहे. हवामान, मृदा, पाण्याची उपलब्धता व भूरचना या भौतिक घटकांबरोबरच जलसिंचन, खते, कीटकनाशके, तणनाशके, कृषीतंत्रज्ञान या महत्त्वाच्या असलेल्या निविष्ठांवर कृषीउत्पादकता अवलंबून असते. भारतात स्वातंत्र्योत्तर काळात कृषी उत्पादनात व उत्पादकतेत वाढ झाली असून, त्यामुळे काही उत्पादनांच्याबाबतीत देश स्वयंपूर्ण झाला आहे. परंतु, त्याचबरोबर जेव्हा आंतरराष्ट्रीय पातळीवर या बाबी तपासल्या जातात तेव्हा भारताचा क्रमांक बराच खाली असल्याचे दिसते.

तक्ता क्र. ५.५ : भारत : अन्नधान्य उत्पादन

वर्ष	उत्पादन (द.ल.टन)
१९५०-५१	५१
१९६४-६५	८९
१९७०-७१	१०८
१९९०-९१	१७६
२००९-२०१०	२१८
२०११-२०१२	२५७

(स्रोत : डायरेक्टोरेट ऑफ इकनॉमिक्स अँड स्टॅटिस्टिक्स रिपोर्ट, २०१३)

तक्ता क्र. ५.६ : जागतिक उत्पादकता आणि भारत (२०१०-११) क्विंटल/हेक्टर

पीक	भारत	जागतिक उत्पादन
भात	३२.६	६५.५
गहू	२८.४	४७.५
ऊस	७०१	७९०

(स्रोत : इंडियन इकॉनॉमी, गौरव दत्त, अश्वनी महाजन २०१३)

गहू व कापूस यांची उत्पादकता १९५०-५१ ते २०११-१२ या साधारण ६० वर्षांच्या काळात चौपटीने ते पाचपटीने वाढली. तेलबिया, ऊस व भात यांची उत्पादकता दुपटीने वाढली आहे. (तक्ता क्र. ५.७) हरितक्रांतीच्या अवलंबनाचा सर्वाधिक फायदा गव्हाच्या पिकास झाला. परंतु, कोरडवाहू शेतीतील ज्वारी, बाजरी, मका या पिकांना दुर्लक्षिले गेल्याने हरितक्रांतीचे यश मर्यादित राहिले.

तक्ता क्र. ५.७ : भारत : कृषीउत्पादन व उत्पादकता

पीक	१९५०-५१		१९६४-६५		१९९०-९१		२००९-२०१०		२०११-१२	
	उत्पादन द.ल. टन	द.हे. उत्पादन क्विंटल	उत्पादन द.ल. टन	द.हे. उत्पादन क्विंटल	उत्पादन द.ल. टन	द.हे. उत्पादन क्विंटल	उत्पादन द.ल. टन	द.हे. उत्पादन क्विंटल	उत्पादन द.ल. टन	द.हे. उत्पादन क्विंटल
तांदूळ	२१	७.१	३९	१०.८	७४	१८.३	८९	२१.२	१०४.३	२३.७
गहू	०६	६.६	१२	९.१	५५	२४.५	८१	२८.४	९३.९	३१.४
तेलबिया	०५	५.२	०९	५.६	१९	७.२	२५	९.६	३०.०	११.४
ऊस	५७	३४ टन	१२२	४७ टन	२५४	-	२७८	७०१	३५८	७० टन
कापूस द.ल.बेल्स	०३	९५ कि.ग्रॅ.	०६	१२२ कि.ग्रॅ.	१०	-	२४	४०३ कि.ग्रॅ.	३५.२	४९१ कि.ग्रॅ.

(स्रोत : डायरेक्टोरेट ऑफ इकनॉमिक्स अँड स्टॅटिस्टिक्स रिपोर्ट, २०१३ आणि इंडियन इकॉनॉमी २०१३)

भारताचा कृषीउत्पादकतेचा आकृतिबंध अभ्यासण्यासाठी महत्त्वाच्या राज्यांमधील प्रमुख पिकांची दर हेक्टरी उत्पादनाची सांख्यिकी संकलित केली आहे. भात, गहू, ज्वारी, बाजरी, मका व डाळी या खाद्य पिकांचा एक गट आणि ऊस, कापूस, तेलबिया व ताग या नगदी पिकांचा दुसरा गट केला आहे. भारतात धान्यपिके व डाळींना कायम मोठी मागणी असते. ही पिके लोकांची अन्नधान्याची गरज भागवितात. वाढत्या लोकसंख्येच्या गरजा पूर्ण होण्याच्यादृष्टीने या पिकांची उत्पादकता कशी वाढली व कोणत्या राज्यांची कामगिरी चांगली झाली व कोठे प्रयत्नांची गरज आहे ते समजू शकते. दुसऱ्या गटातील पिकांचे उत्पादन विक्रीसाठी असल्याने त्यांचे आर्थिक मूल्य अधिक असल्याने त्यांचाही समावेश कृषीउत्पादकतेची प्रादेशिकता जाणून घेण्यासाठी केला आहे. भारतातील १६ राज्यांची सांख्यिकी संकलित केली आहे. राज्यनिहाय प्रथम प्रत्येक पिकाचा गुणानुक्रम काढला व राष्ट्रीय पातळीवर राज्यांचा सरासरी गुणानुक्रम काढून त्यांची क्रमवारी काढली आहे.

तक्ता क्र. ५.८ व ५.१० निवडलेल्या खाद्यपिकांची व नगदी पिकांची राज्यनिहाय दर हेक्टरी उत्पादकता आणि अनुक्रमांक दर्शवितात. प्रत्येक राज्याला प्राप्त झालेल्या अनुक्रमांकाची बेरीज करून त्यास पिकांच्या संख्येने भागले व त्यामुळे प्रत्येक राज्याचा अनुक्रमांक प्राप्त झाला. यावरून राष्ट्रीय पातळीवरील गुणानुक्रमांक काढले आहेत. निवडलेल्या खाद्यपिकांचे राष्ट्रीय पातळीवरील गुणानुक्रम व नगदी पिकांचे गुणानुक्रम यांची सरासरी काढून अंतिम गुणानुक्रम गुणांक काढला आहे. वरील तक्त्यांच्या निरीक्षणातून प्रादेशिक उत्पादकतेविषयी पुढील बाबी स्पष्ट होतात.

५.२.१ खाद्यपिके उत्पादकता

तक्ता क्र. ५.८ भारतातील निरनिराळ्या राज्यातील सहा महत्त्वाच्या खाद्यपिकांची उत्पादकता, राष्ट्रीय सरासरी उत्पादकता व गुणानुक्रमांक दर्शविते. सदर सांख्यिकीच्या विश्लेषणातून पुढील बाबी स्पष्ट होतात.

- निवडलेल्या सहा पिकांचे उत्पादन घेणारी ५ राज्ये आहेत. उत्तरप्रदेश, मध्यप्रदेश, गुजरात, महाराष्ट्र व कर्नाटक ही ती पाच राज्ये होत. यात उत्तरप्रदेशची कामगिरी सरस आहे तर कर्नाटकची कामगिरी या गटात किमान आहे.
- पाच पिके घेणाऱ्या राज्यांमध्ये आंध्रप्रदेश, तमिळनाडू, हरियाणा व राज्यस्थान या चार राज्यांचा समावेश होतो.
- आसाम व छत्तीसगढ ही राज्ये दोनच पिके घेतात.
- राष्ट्रीय सरासरी उत्पादकता व राज्यनिहाय उत्पादकता यांची तुलना केल्यास ज्वारी, बाजरी, यांची कामगिरी अधिक चांगली आहे. बाजरीचे उत्पादन घेणारी ९ राज्ये असून, त्यापैकी ७ राज्यांची उत्पादकता राष्ट्रीय उत्पादकतेपेक्षा अधिक आहे; महाराष्ट्राचा या गटात समावेश होतो. ज्वारीचे उत्पादन घेणारी १० राज्ये असून ६ राज्यांची उत्पादकता राष्ट्रीय उत्पादकतेपेक्षा सरस आहे. महाराष्ट्रातील हे सर्वांत महत्त्वाचे पीक असूनही ज्वारीच्या उत्पादकतेत महाराष्ट्र ७ व्या क्रमांकावर आहे. शेजारील मध्यप्रदेशची उत्पादकता सर्वाधिक (१२९७ कि.) आहे.
- निवडलेल्या सोळा राज्यांपैकी पंधरा राज्यात भात हे पीक घेतले जाते. राजस्थान सोडून इतर सर्व राज्यांमध्ये हे पीक घेतले जाते. परंतु, फक्त ५ राज्यांची कामगिरी सरस आहे. पंजाब व तमिळनाडू ही राज्ये अग्रेसर आहेत. मध्यप्रदेशची उत्पादकता सर्वांत कमी आहे.
- गहू हे पीक १२ राज्यांमध्ये घेतले जाते आणि त्यांपैकी फक्त चार राज्यांचीच उत्पादकता राष्ट्रीय सरासरीपेक्षा अधिक आहे. पंजाब व हरियाणा या राज्यांचीच उत्पादकता अर्थातच सर्वाधिक आहे. हरितक्रांतीच्या

तक्ता क्र. ५.८ : राज्यनिहाय खाद्यपिके उत्पादकता (२००९–२०१०)

(दर हेक्टरी किलोग्रॅममध्ये) + हे चिन्ह राष्ट्रीय उत्पादकतेपेक्षा अधिक उत्पादकता दर्शविते

राज्य	भात		गहू		ज्वारी		बाजरी		मका		डाळी		एकूण	सरासरी	राष्ट्रीय
	Y	R	Y	R	Y	R	Y	R	Y	R	Y	R	R	R	गुणानुक्रमांक
१) पश्चिम बंगाल	२५४७	६	२४९०	५	–	–	–		३९४३+	२	८२६+	३	१६	४.०	३
२) पंजाब	४०१०+	१	४४६२+	१	–	–	–		३४१७+	४	–	–	०६	२.०	१
३) उत्तर प्रदेश	२०८४	७	३००२+	४	८८५+	६	१६३८+	२	१४६५	८	७४८+	५	३२	५.३	६
४) आंध्रप्रदेश	३०६२+	३	–	–	११३५+	२	१७७८+	१	३५२७+	३	७४०+	६	१५	३.०	२
५) ओडिशा	१५८५	१०	–	–	६४४	८	–	–	–	–	४६१	११	२९	९.६	१४
६) तमिळनाडू	३०७०+	२	–	–	९२९+	५	१५१३+	४	४६८६+	१	३८२	१३	२१	४.२	४
७) आसाम	१७३७	९	१०९०	११	–	–	–		–	–	–	–	२०	१०	१५
८) छत्तीसगढ	११२०	१५	–	–	–	–	–		–	–	६०४	१०	२५	१२.५	१६
९) कर्नाटक	१४८२	१३	९१८	१२	१०२७+	४	५०२	८	२४३०+	५	४५१	१२	५४	९.०	१२
१०) हरियाणा	३०८०+	४	४३९०+	२	५००	९	१५९३+	३	–	–	७५८+	४	२२	४.४	५
११) बिहार	११२०	१४	२०४३	७	–	–	–	–	२३४१+	६	८३६+	२	२९	७.२	९
१२) महाराष्ट्र	१४८५	१२	१४८३	१०	८५४	७	७४१+	७	२३०२+	७	७०२+	९	५२	८.७	११
१३) झारखंड	१५४६	११	१५४१	९	–	–	–	–	११६९	१०	७०९+	७	३७	९.२	१३
१४) गुजरात	१९०३	८	२३७७	६	१०४९+	३	१२३२+	६	१०७२	११	७०५+	८	४२	७.०	८
१५) मध्यप्रदेश	८७२	१६	१७२३	८	१२६७+	१	१४९५+	५	१२५६	९	८७१+	१	४०	६.६	७
१६) राजस्थान	–	–	३१७५+	३	१४५	१०	३९४	९	१०४०	१२	२०४	१४	३८	७.६	१०
भारत	२१२५ + ५ राज्ये		२९०७ + ४ राज्ये		८६० + ६ राज्ये		७३१ + ७ राज्ये		२०२४ + ७ राज्ये		६३० + ९ राज्ये				

Y = उत्पादकता R = Rank गुणानुसार क्रमांक

यशाचे प्रतीक म्हणून या पिकाची गणना होते परंतु संपूर्ण देशाचा विचार करता फक्त चार राज्यांनाच यश मिळाले असे दिसते व ही चारही राज्ये उत्तरभारतातील आहेत-पंजाब, हरियाणा, राजस्थान व उत्तरप्रदेश.

- मका हे भरडधान्य १२ राज्यांमध्ये घेतले जाते व त्यांपैकी ७ राज्यांची उत्पादकता सरस आहे. सर्वाधिक उत्पादकता तमिळनाडूची आहे तर किमान राजस्थानची आहे.
- डाळींचे उत्पादन १४ राज्यांमध्ये होते व ९ राज्यांची उत्पादकता राष्ट्रीय सरासरीपेक्षा जास्त आहे. मध्यप्रदेशची उत्पादकता सर्वाधिक आहे तर शेजारील राजस्थानची किमान आहे.

पीक व राज्य उत्पादकता याचा वरील आढावा घेतल्यानंतर प्रत्येक राज्याच्या सर्व पिकांच्या अनुक्रमांकांची बेरीज करून पिकांच्या संख्येने भागले. त्यावरून त्या राज्याचा गुणानुक्रम काढला. या क्रमांकावरून राष्ट्रीय खाद्यपीक गुणानुक्रमांक काढले.

- खाद्यपिकांचे राष्ट्रीय गुणानुक्रम असे दर्शवितात की, पंजाब हे प्रथम क्रमांकाचे राज्य असून, सर्वोत्तम उत्पादकता असलेले राज्य आहे. पहिल्या चार क्रमाकांच्या राज्याचा एक गट करून त्यास सर्वोत्तम 'उत्पादकता गट' म्हटले आहे. चारही राज्यांमध्ये भाताचे उत्पादन होते तर आंध्रप्रदेशात गहू होत नाही तर इतर राज्यात गव्हाचे भरपूर उत्पादन होते. सुधारित बी-बियाणे, खते, कीटकनाशकांचा वापर, जलसिंचन या कारणांमुळे उत्पादकता अधिक आहे.

तक्ता क्र. ५.९ : भारत : राज्यनिहाय खाद्यपिके गुणानुक्रमांक

राज्य	गुणानुक्रम (R)	
पंजाब	१	I सर्वोत्तम उत्पादकता
आंध्रप्रदेश	२	
पश्चिम बंगाल	३	
तमिळनाडू	४	
हरियाणा	५	II चांगली उत्पादकता
उत्तरप्रदेश	६	
मध्यप्रदेश	७	
गुजरात	८	
बिहार	९	III मध्यम उत्पादकता
राजस्थान	१०	
महाराष्ट्र	११	
कर्नाटक	१२	
झारखंड	१३	IV कमी उत्पादकता
ओडिशा	१४	
आसाम	१५	
छत्तीसगढ	१६	

नकाशा क्र. ५.१ : भारत : निवडक राज्यातील सहा खाद्यपिकांची उत्पादकता

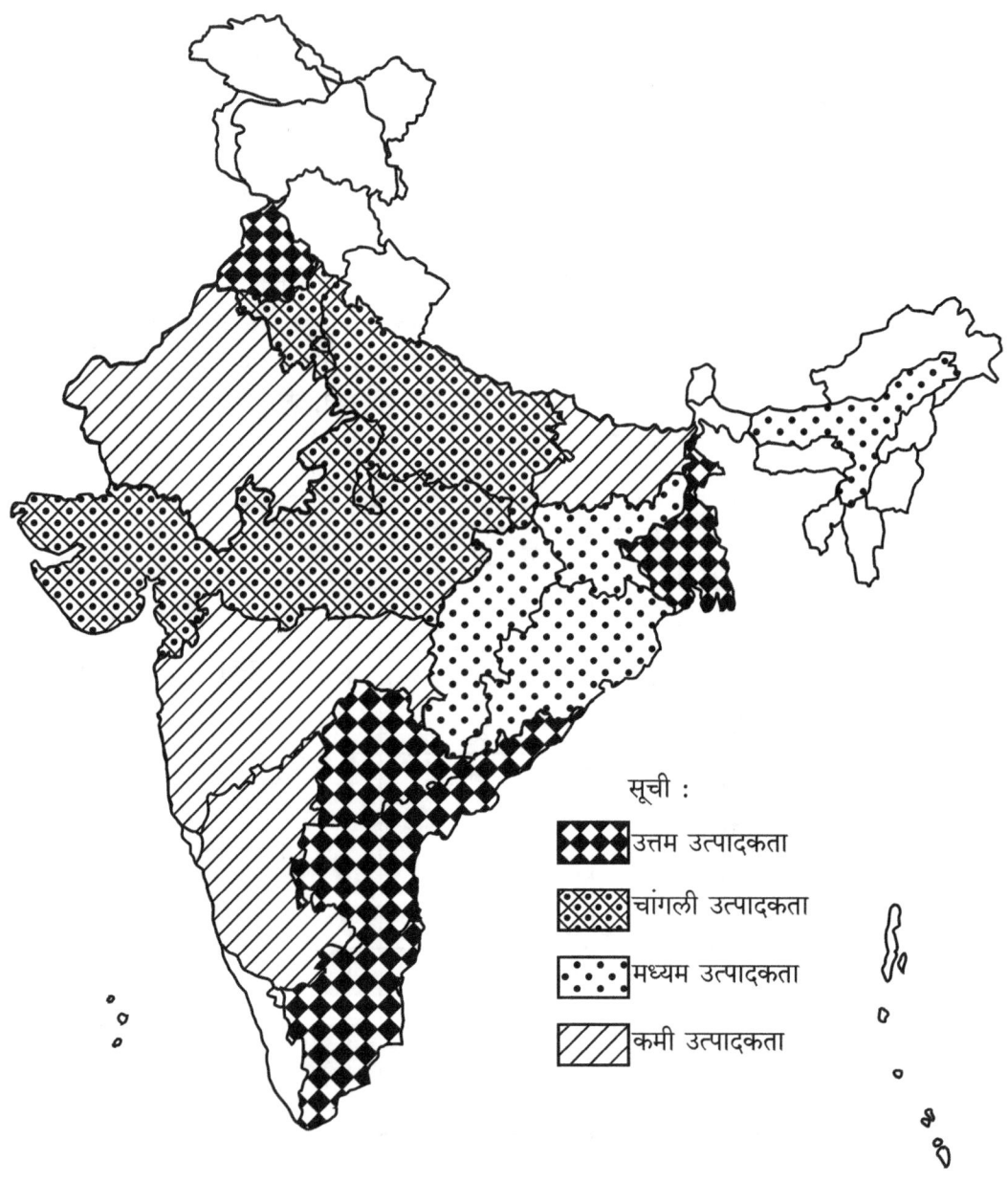

सूची :

उत्तम उत्पादकता

चांगली उत्पादकता

मध्यम उत्पादकता

कमी उत्पादकता

- चांगली उत्पादकता असलेल्या चार राज्यांचा पट्टा भौगोलिक सलगता दर्शवितो. या चार राज्यांमधील उत्तरप्रदेश, मध्यप्रदेश व गुजरात ही तीन राज्ये सर्व सहा पिके घेतात तर हरियाणात फक्त मका होत नाही.

- तिसऱ्या, मध्यम उत्पादकता गटात राजस्थान व महाराष्ट्र ही मोठी राज्ये येतात. परंतु, या गटातील चारही राज्यांमध्ये पावसाची अनिश्चितता व मोठे अवर्षणप्रवण क्षेत्र आहे. उष्ण, कोरडे हवामान व मर्यादित जलसिंचन यामुळे उत्पादकता कमी आहे.

- चौथ्या गटातील चारही राज्ये आर्थिकदृष्ट्या मागासलेली आहेत. शेतीपेक्षा खनिजसंपत्तीच्यादृष्टीने त्यांना महत्त्व आहे. शेतीयोग्य जमिनीचे व पर्यायाने निव्वळ पेरणी क्षेत्रही कमी आहे. छत्तीसगढ, आसाम या राज्यात निवडलेल्या पिकांपैकी दोनच पिके होतात. छत्तीसगढ, झारखंड व ओडिशा हा भौगोलिक सलगता असलेला उत्पादकता कमी असणारा पट्टा आहे.

खाद्यपिकांच्या गुणानुक्रमांकात महाराष्ट्र अकराव्या स्थानावर आहे; म्हणजे कृषी उत्पादकतेची परिस्थिती फारशी समाधानकारक नाही. निवडलेली सर्व सहा पिके महाराष्ट्रात होतात. डाळी, बाजरी व मका या पिकांचे दर हेक्टरी उत्पादन राष्ट्रीय सरासरी उत्पादकतेपेक्षा अधिक आहे. ज्वारी हे महाराष्ट्रातील अग्रक्रमाचे पीक आहे. त्यामुळे त्याची उत्पादकता वाढविण्याच्यादृष्टीने प्रयत्न होणे गरजेचे आहे. महाराष्ट्राच्या शेजारील गुजरात व मध्यप्रदेश ही राज्ये चांगल्या उत्पादकता गटात आहेत; तर कर्नाटक खालच्या क्रमांकावर आहे.

५.२.२ नगदीपिके उत्पादकता

ऊस, तेलबिया, कापूस व ताग या भारतातील चार नगदीपिकांची उत्पादकता व त्याचे वितरण अभ्यासावयाचे आहे. चहा, कॉफी, मसाल्याचे पदार्थ अशी इतरही नगदी पिके देशात घेतली जात असली तरी ती विशिष्ट राज्यात व मर्यादित क्षेत्रांत होतात. निवडलेल्या सोळा राज्यांमध्ये ऊस व तेलबिया ही दोन पिके होतातच. आर्थिक मूल्य व कृषीउद्योग यादृष्टीने ऊस व तेलबिया व तंतूपिकांचे स्थान वरचे आहे म्हणून ही चार पिके निवडली आहेत. तक्ता क्र. ५.१० मध्ये निवडलेल्या नगदीपिकांची राज्यनिहाय उत्पादकता व राष्ट्रीय सरासरी उत्पादकता दर्शविली आहे. त्यावरून पुढील बाबी स्पष्ट होतात.

- महाराष्ट्र व आंध्रप्रदेश या दोनच राज्यांमध्ये निवडलेली चारही नगदीपिके घेतली जातात. उत्तराखंड व मेघालयात अनुक्रमे ऊस व ताग असे एकच नगदी पीक घेतले जाते. ऊस व तेलबियांचे वितरण व्यापक आहे.

- ऊस हे सर्वांत आघाडीवरील पीक असून सात राज्ये सरासरी उत्पादकतेपेक्षा अधिक उत्पादकता असलेली आहेत. तमिळनाडू हे सर्वाधिक उत्पादकता असलेले राज्य आहे. आसाम व मध्यप्रदेशची उत्पादकता सर्वांत कमी आहे.

- तेलबियांचे उत्पादन उत्तराखंड व मेघालय वगळता इतर सर्व चौदा राज्यांमध्ये घेतले जाते. आठ राज्यांची उत्पादकता सरस असून सर्वाधिक उत्पादकता तमिळनाडूची आहे तर शेजारील कर्नाटकची किमान आहे. भुईमूग, तीळ, सूर्यफूल, मोहरी, करडई व सोयाबीन ही महत्त्वाची तेलबिया पिके होत.

- कापूस नऊ राज्यांमध्ये घेतला जातो. सर्वाधिक उत्पादकता पंजाबची आहे तर किमान उत्पादकता मध्यप्रदेशची असून, महाराष्ट्राचीही खूपच कमी आहे. ताग हे तंतूपिक सात राज्यांमध्येच घेतले जाते. सर्वाधिक उत्पादकता पश्चिम बंगालची आहे तर किमान उत्पादकता महाराष्ट्राची आहे. कापूस व ताग या दोन्ही तंतूपिकांच्या उत्पादकतेत महाराष्ट्र खालच्या क्रमांकावर आहे.

तक्ता क्र. ५.१० : राज्यनिहाय निवडक नगदीपिके उत्पादकता (२००९–२०१०)
(+ राष्ट्रीय सरासरी उत्पादकतेपेक्षा अधिक उत्पादकता)

राज्य	ऊस द.हे.कि.ग्रॅ.	R	तेलबिया द.हे.कि.ग्रॅ.	R	कापूस बेल्स	R	ताग बेल्स	R	एकूण R	सरासरी R गुणांक	राष्ट्रीय R गुणानुक्रमांक
१) उत्तरप्रदेश	५९२५१	११	७५३	९	–	–	–	–	२०	१०	११
२) महाराष्ट्र	+ ८४८६६	३	७२५	१०	२८५	८	२६०	७	२८	७	६
३) कर्नाटक	+ ९०३३५	२	५०२	१४	३२३	७	–	–	२३	७.६	७
४) तमिळनाडू	१०१४५२	१	+ १८९८	१	३६८	५	–		०७	२.३	१
५) गुजरात	+ ८०५१९	४	+ ११०९	५	+ ५५१	३	–	–	१२	४.०	३
६) आंध्रप्रदेश	+ ७४१०१	५	७२४	११	३७४	४	१५०२	४	२४	६.०	५
७) उत्तराखंड	६०८५४	१०	–	–	–	–	–	–	१०	१०	–
८) हरियाणा	+ ७२०९५	७	+ १६४५	२	+ ६४६	२	–	–	११	३.६	२
९) बिहार	४३४२२	१२	+ १०४२	८	–	–	१६४६	३	२३	७.६	७
१०) पंजाब	६१६६७	८	+ १३५४	३	६६७	१	–	–	१२	४.०	३
११) मध्यप्रदेश	४०८२१	१३	+ ११२९	४	२३८	९	–	–	२६	८.६	८
१२) आसाम	३९०७७	१४	५२६	१३	–	–	१८८३	२	२९	९.६	१०
१३) पश्चिम बंगाल	+ ७२५२२	६	+ १०६५	७	–	–	+ २७३०	१	१४	४.६	४
१४) ओडिशा	६१२३८	९	५८९	१२	–	–	९९८	६	२७	९.०	९
१५) राजस्थान	–	–	+ १०६६	६	३४५	६	–		१२	६.०	५
१६) मेघालय	–	–	–	–	–	–	११८२	५	०५	–	–
भारत	७००२० कि.ग्रॅ. + ७ राज्ये		९५९ कि.ग्रॅ. + ८ राज्ये		४०३ बेल्स; १८० कि.ग्रॅ. =१ बेल + १ राज्य		२३४९ बेल्स; १७० कि.ग्रॅ. =१ बेल + १ राज्य				

- चारही नगदीपिकांचे राज्यनिहाय गुणानुक्रमांक काढले असता तमिळनाडू प्रथम क्रमांकाचे राज्य आहे व द्वितीय क्रमांकावर हरियाणा आहे असे आढळते. उत्तरप्रदेश व आसाम यांचा क्रमांक सर्वांत खालचा असून, मेघालय व उत्तराखंड या राज्यांत एकच नगदीपीक घेतले जाते व त्यामुळे त्यांचा विचार गुणानुक्रमांक देताना केलेला नाही.

तक्ता क्र. ५.११ : भारत : राज्यनिहाय नगदीपिकांचे गुणानुक्रमांक

राज्य	गुणानुक्रमांक (R)	
तमिळनाडू	१	I उत्तम उत्पादकता
हरियाणा	२	
पंजाब, गुजरात	३	
पश्चिम बंगाल	४	
आंध्रप्रदेश	५	II चांगली उत्पादकता
राजस्थान	५	
महाराष्ट्र	६	
कर्नाटक, बिहार	७	
मध्यप्रदेश	८	III कमी उत्पादकता
ओडिशा	९	
आसाम	१०	
उत्तरप्रदेश	११	

नगदी पिकांचे गुणानुक्रमांक असे दर्शवितात की, तमिळनाडू हे निवडलेल्या नगदी पिकांच्या उत्पादकतेत प्रथम क्रमांकाचे राज्य आहे आणि मध्यप्रदेश व उत्तरप्रदेशासारख्या मोठ्या राज्यांची व भौगोलिक सलगता असलेल्या प्रदेशांची उत्पादकता किमान आहे.

आंध्रप्रदेश व राजस्थान सारख्या गुणानुक्रमांकावर असले तरी आंध्रप्रदेशची कामगिरी अधिक सरस आहे कारण या राज्यात चारही नगदी पिके घेतली जातात तर राजस्थानात तेलबिया व कापूस ही दोनच पिके होतात. महाराष्ट्र सहाव्या क्रमांकावर असले तरी आंध्रप्रदेश सारखेच त्याचे स्थान आहे; कारण महाराष्ट्रात चारही पिके होतात व उसाची उत्पादकता खूपच चांगली आहे.

खाद्यपिके व नगदीपिके यांच्या गुणानुक्रमांकांचा स्वतंत्र विचार केल्यावर राष्ट्रीय संयुक्त उत्पादकता गुणानुक्रमांक काढणे योग्य ठरेल. तक्ता क्र. ५.१२ मध्ये अशी मांडणी केली आहे.

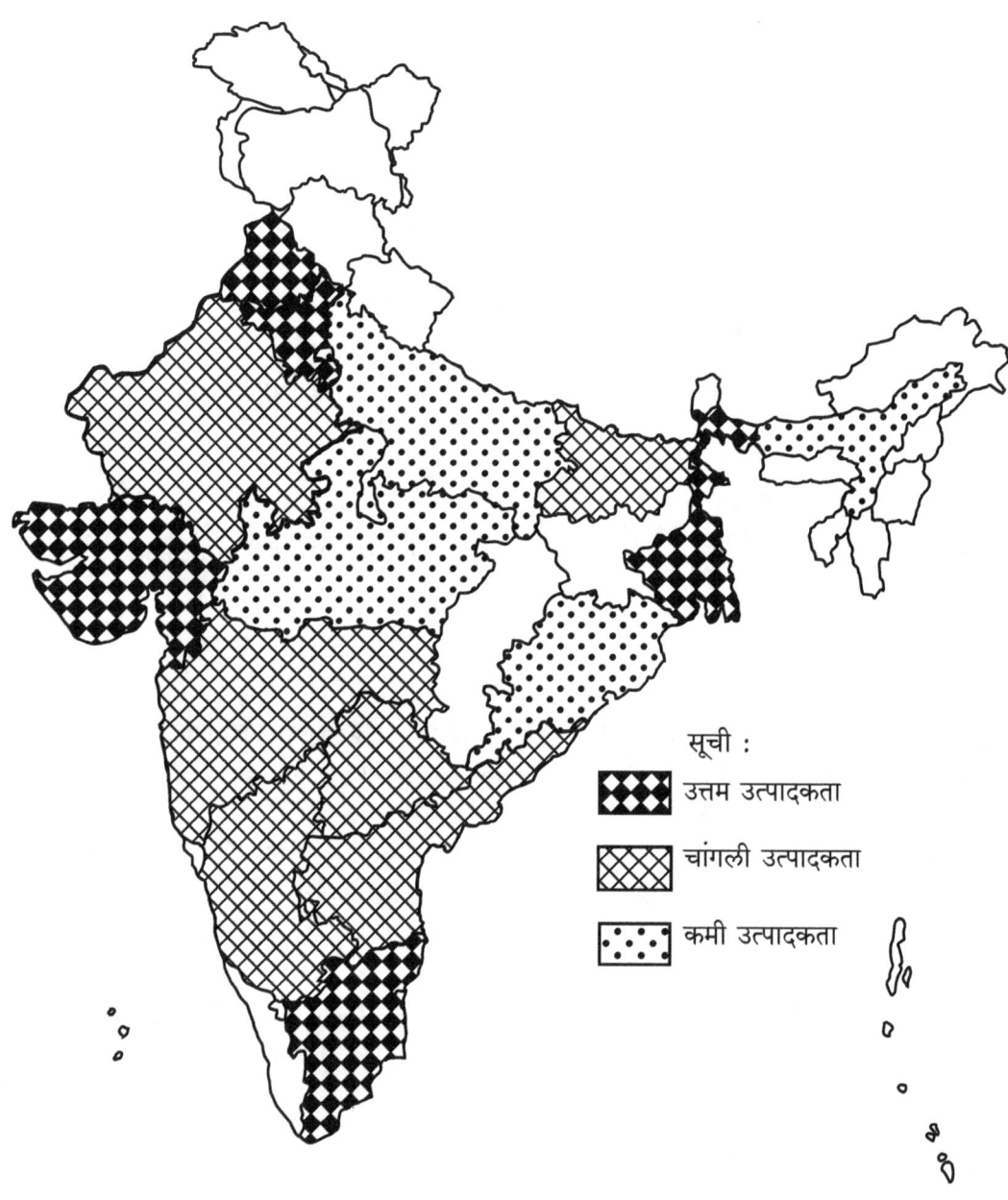

नकाशा क्र. ५.२ : भारत : नगदी पिके उत्पादकता (४ पिके)
(२००९–१०)

सूची :

उत्तम उत्पादकता

चांगली उत्पादकता

कमी उत्पादकता

तक्ता क्र. ५.१२ : भारत : कृषीउत्पादकता

(राष्ट्रीय सरासरी गुणानुक्रमांक)

राज्य	खाद्यपिके गुणानुक्रम	नगदीपिके गुणानुक्रम	एकूण	सरासरी	गुणानुक्रमांक (R)	
पंजाब	१	३	४	२	१	
तमिळनाडू	४	१	५	२.५	२	
हरियाणा	५	२	७	३.५	३	I
पश्चिम बंगाल	३	४	७	३.५	३	
आंध्रप्रदेश	२	५	७	३.५	३	
गुजरात	८	३	११	५.५	४	
राजस्थान	१०	५	१५	७.५	५	II
मध्यप्रदेश	७	८	१५	७.५	५	
बिहार	९	७	१६	८.०	६	
महाराष्ट्र	११	६	१७	८.५	७	
उत्तरप्रदेश	६	११	१७	८.५	७	
कर्नाटक	१२	७	१९	९.५	८	III
ओडिशा	१४	९	२३	११.५	९	
आसाम	१५	१०	२५	१२.५	१०	
झारखंड	१३	–	–			
उत्तराखंड	–	१०	–			
छत्तीसगढ	१६	–	–			
मेघालय	–	५	–			

खाद्यपिके व नगदीपिके यांच्या उत्पादकतेचा एकत्रित गुणानुक्रमांक असे दर्शवितो की, उत्तर भारतातील तीन राज्ये-पंजाब, हरियाणा, पश्चिम बंगाल आणि दक्षिण भारतातील पूर्व किनारपट्टीच्या प्रदेशातील भौगोलिक सलगता असलेली तमिळनाडू व आंध्रप्रदेश ही दोन राज्ये कृषी उत्पादकतेत अग्रेसर आहेत. ही सर्व राज्ये भात व गहू या खाद्यपिकांसाठी व ऊस या नगदी पिकासाठी प्रसिद्ध आहेत. भारतातील कृषीसमृद्ध विभाग म्हणून यास संबोधले जाते.

दुसऱ्या गटात चार राज्ये असून उत्तर व मध्य भारताचा हा भौगोलिक सलगतेचा प्रदेश आहे. गुजरात राज्याची कामगिरी या गटात सरस आहे तर बिहार या गटात अखेरच्या स्थानावर आहे.

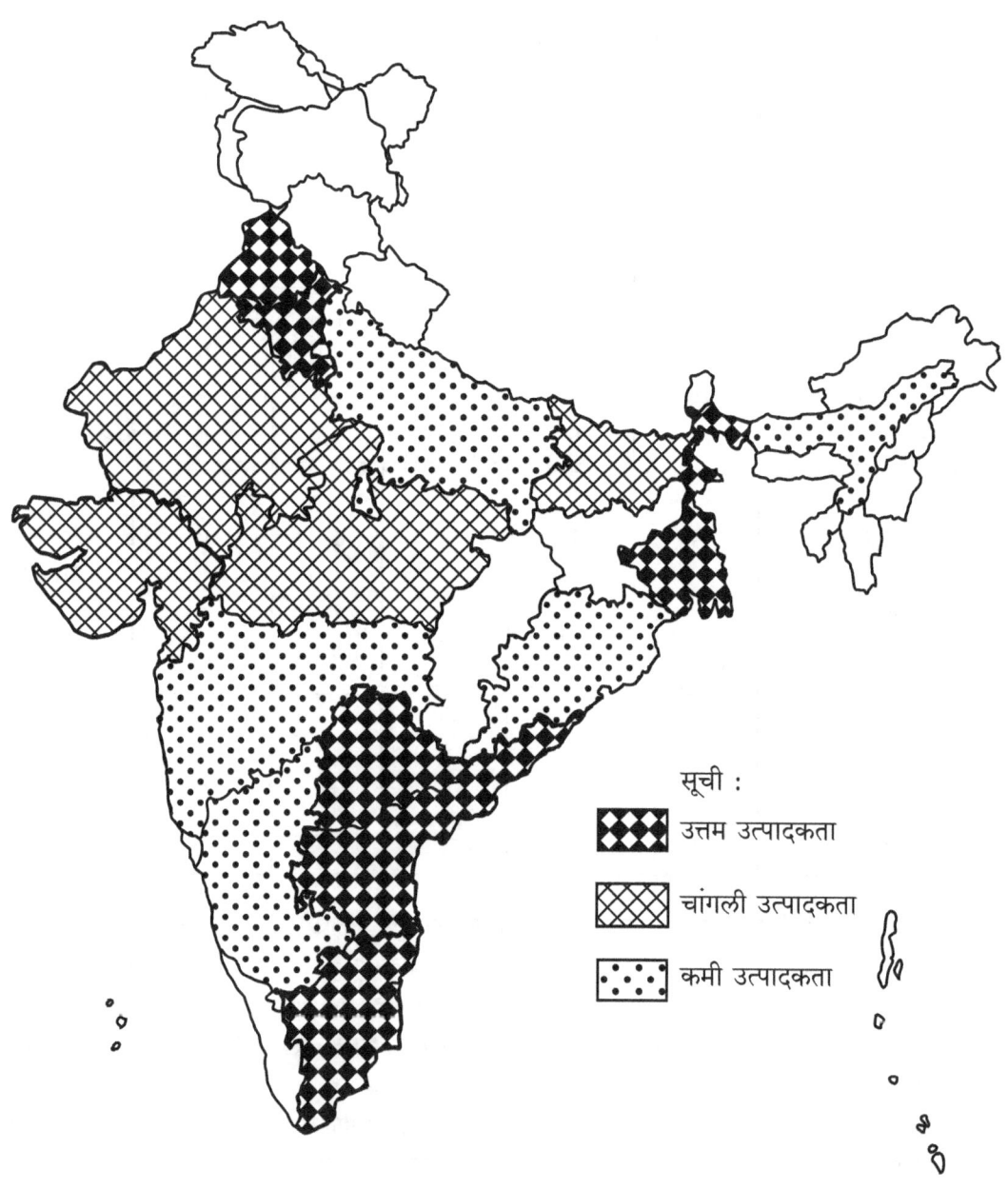

नकाशा क्र. ५.३ : भारत : राष्ट्रीय सरासरी कृषी उत्पादकता
(२००९-१०) (खाद्यपिके + नगदी पिके)

सूची :

उत्तम उत्पादकता

चांगली उत्पादकता

कमी उत्पादकता

तिसऱ्या गटात महाराष्ट्र अग्रेसर आहे व वास्तविक बिहारच्या कामगिरीच्या जवळपासच महाराष्ट्राचीही कामगिरी आहे. विशेष म्हणजे निवडलेली सर्व नगदी पिके व खाद्यपिके महाराष्ट्रात होतातच. मात्र, उत्पादकता वाढविण्याचे प्रयत्न करणे आवश्यक आहे. उत्तर प्रदेशची परिस्थितीही अशीच आहे. कर्नाटकची उत्पादकता वरील दोन राज्यांपेक्षा कमी आहे. अवर्षण प्रवणता, मर्यादित जलसिंचन, गरिबी यामुळे कृषीउत्पादकतेवर परिणाम झाला आहे.

ओडिशा, आसाम व निवडलेली उर्वरित राज्ये यांच्यासाठी मात्र कृषीउत्पादकता वाढीसाठी खास प्रयत्न करणे गरजेचे आहे. ही राज्ये शेतीसाठी आव्हानात्मक आहेत.

सरावासाठी प्रश्न

१) 'भारतातील भूमीउपयोजन' यावर भौगोलिक निबंध लिहा.

२) पिकांचा आकृतिबंध म्हणजे काय ते स्पष्ट करून भारतातील पिकांच्या आकृतिबंधात होणारे बदल सकारण विशद करा.

३) भारतातील खाद्यपिकांची प्रादेशिक उत्पादकता आणि नगदी पिकांची प्रादेशिक उत्पादकता यातील साम्य व भेद सकारण विशद करा.

४) 'भारताची कृषीउत्पादकता' यावर सविस्तर टिपणी करा.

५) टीपा लिहा.

१) भारतातील भूमीउपयोजनाची वैशिष्ट्ये

२) भारतातील पिकांचा आकृतिबंध

३) भारतातील खाद्यपिकांची प्रादेशिक उत्पादकता

६ भारतीय शेती

Indian Agriculture

६.१ धवलक्रांती
६.२ अन्नतूट व अन्न वाढावा प्रदेश
६.३ पोषण प्रमाण
६.४ भारतीय शेतीच्या विशिष्ट समस्या, त्यांचे व्यवस्थापन व नियोजन
६.५ भारताचे कृषी धोरण

६.१ धवलक्रांती (White Revolution)

धान्योत्पादनाच्या भरघोस उत्पादन वाढीस 'हरितक्रांती' म्हणतात. तद्वत दुधाच्या लक्षणीय उत्पादन वाढीस धवलक्रांती वा दुधाचा महापूर (Operation Flood) म्हणतात. दूध उत्पादनास चालना मिळावी म्हणून १९७१ मध्ये 'नॅशनल डेअरी डेव्हलपमेंट बोर्ड' या राष्ट्रीय संस्थेने जगातील सर्वांत मोठा दुग्धोत्पादन विकास प्रकल्प देशात सुरू केला. दूध उत्पादन या विषयातील तज्ज्ञ **डॉ. वर्गिस कुरीयन** हे या प्रकल्पाचे जनक होते म्हणून त्यांना **'आर्किटेक्ट ऑफ व्हाईट रेव्होल्यूशन'** असे संबोधले जाते. त्यांना **'मिल्क मॅन ऑफ इंडिया'** म्हणतात तसेच २६ नोव्हेंबर हा त्यांचा जन्मदिवस **'नॅशनल मिल्क डे'** म्हणून संबोधला जातो.

भारतातील दूध उत्पादनाची काही वैशिष्ट्ये आहेत. भारतात दुभत्या जनावरांची संख्या सर्वाधिक म्हणजे ३०४ द.ल. (१७ टक्के) इतकी आहे. जगातील सर्वाधिक म्हशी १०५ द.ल. (५७ टक्के) भारतात असून, एकूण दूध उत्पादनात ६० टक्क्यांपेक्षा जास्त दूध म्हशीचे असते. हरियाणातील मुऱ्हा, उत्तर प्रदेशातील भादवरी, गुजरातची जाफराबादी व महिसाणा, महाराष्ट्रातील नागपुरी, पंजाबमधील नीलरावी या म्हशींच्या जाती उत्तम प्रतीच्या दुधासाठी प्रसिद्ध आहेत. उत्तरप्रदेश, मध्यप्रदेश, पंजाब व बिहार या राज्यांमध्ये म्हशींची संख्या अधिक आहे. गायींच्या प्रजातींमध्ये, सौराष्ट्रातील गीर, पंजाबमधील सहिवाल, महाराष्ट्र व आंध्रप्रदेशातील देवनी या अधिक दूध देणाऱ्या प्रजाती आहेत. दुग्धोत्पादनात भारत जरी प्रथम क्रमांकाचा देश असला, तरी प्रत्येक दुभत्या जनावरापासून मिळणारे दुधाचे प्रमाण इतर प्रगत देशांच्या तुलनेत बरेच कमी आहे. यु.एस.ए. मधील एका दुभत्या गायीपासून मिळणाऱ्या दुधाच्या एकदशांश तर न्यूझिलंडमधील एका गायीपासून मिळणाऱ्या दुधाच्या एकपंचमांश इतकेच दूध भारतीय गाय वा म्हशीपासून मिळते. केवळ दुभत्या जनावरांची संख्या सर्वाधिक असल्याने एकूण दूध उत्पादन सर्वाधिक आहे.

तक्ता क्र. ६.१ : दूध उत्पादन : महत्त्वाचे देश (द.ल.टन) २०१२-१३

देश	दूध उत्पादन (द.ल.टन)
युरोपीय युनियन (२७)	१४०.६
भारत	१३२.४
यु.एस.ए.	८८.८
चीन	३१.८
ब्राझिल	३०.८

(स्रोत : मिनिस्ट्री ऑफ ॲग्रिकल्चर, गव्ह. ऑफ इंडिया, २०१३)

भारतातील सघन निर्वाही शेतीचा दुभती गुरे पाळणे हा अविभाज्य भाग असल्याने प्रत्येक शेतकऱ्याकडे दुभती गुरे असतातच. त्याशिवाय आता दुग्धोत्पादन हा एक शेतीपूरक परंतु स्वतंत्र व्यवसाय म्हणून विकसित झाला असल्याने दुधाचे उत्पादन लक्षणीयरीत्या वाढले आहे. उष्ण हवामान, कुरणांचा अभाव, जनावरांचे अनारोग्य, मर्यादित पशू वैद्यकीय सेवा, साठवणुकीच्या मर्यादित सोयी, मर्यादित प्रक्रिया उद्योग यासारख्या कारणांमुळे भारताच्या दूध व्यवसायात अडचणी आहेत. या अडचणींवरील उपाययोजनांपैकी एक महत्त्वाकांक्षी प्रकल्प म्हणजे 'दुधाचा महापूर' योजना होय.

६.१.१ धवलक्रांतीची उद्दिष्टे

१) दूध उत्पादनात लक्षणीय वाढ साध्य करणे.

२) ग्रामीण भागातील रोजगार व उत्पन्नवाढीचे प्रयत्न करणे.

३) ग्राहकांना रास्त किमतीत दुधाची उपलब्धता करून देणे.

वरील उद्दिष्टे साध्य करण्यासाठी हा प्रकल्प तीन टप्प्यांमध्ये कार्यान्वित करण्यात आला. या प्रकल्पासाठी सुरुवातीस 'युरोपियन इकनॉमिक युनियन' (EEU) आणि 'वर्ल्ड फूड प्रोग्रॅम' या जागतिक संस्थांसमवेत वित्तपुरवठा विषयक करार करण्यात आला.

धवलक्रांती-पहिला टप्पा

या योजनेचा पहिला टप्पा सन १९७० ते १९८० या दशकात कार्यान्वित करण्यात आला. गाव पातळीवर दूध उत्पादक सहकारी संघ स्थापन करण्यात आले. या संघांना निविष्टा पुरवठा व इतर सेवा-सुविधा पुरवून दूध संकलन करण्याचे प्राथमिक काम सुरू करण्यात आले.

भारतीय गायी-म्हशींचे दूध उत्पादन वाढावे म्हणून विशेष सकस खाद्याची उपलब्धता करून देण्याचे प्रयत्न सुरू करण्यात आले. अधिक दूध देणाऱ्या जर्सी, ब्राऊन व होलस्टीन यांच्या संकरित गायींची पैदास करण्यात आली. दिल्ली, मुंबई, कोलकाता व चेन्नई या चार महानगरांना दूध पुरवठा करणारे १८ 'मिल्क शेड' अर्थात दूध संकलन व वितरण केंद्रे सुरू करण्यात आली; यातूनच नंतर गुजरात मधील आणंद येथील सहकारी दूध उत्पादक संघ (अमूल) व दिल्लीला 'मदर डेअरी' अशा संस्था उदयास येऊन भरभराटीस आल्या. यामुळे १९५०च्या दशकातील १७ दशलक्ष टन एवढ्याच दूध उत्पादनावरून १९८०-८१मध्ये ३२ दशलक्ष टन पर्यंत वाढ झाली.

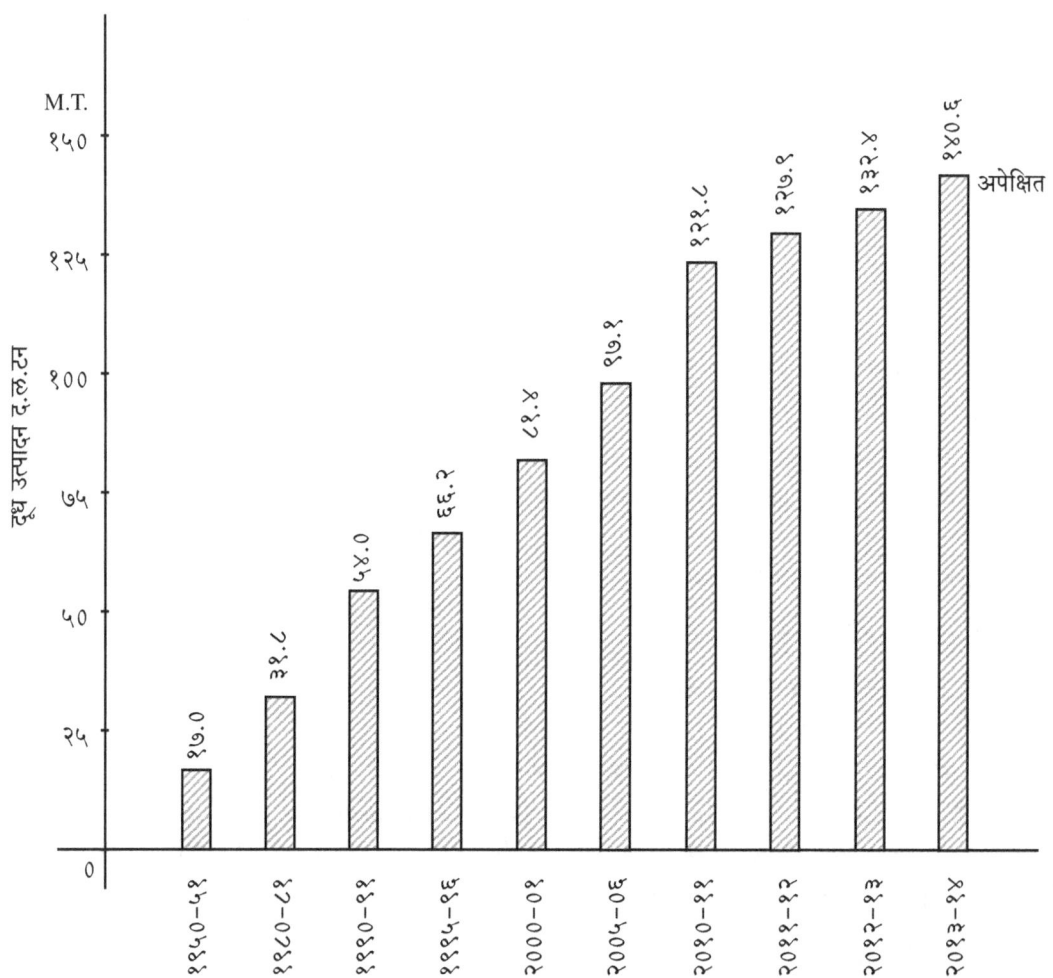

आकृती क्र. ६.१ : भारत : दुग्धोत्पादन (द.ल.टन)

M.T.
दूध उत्पादन द.ल.टन

दुसरा टप्पा

धवलक्रांतीचा दुसरा टप्पा इ.स. १९८१ ते १९८५ या पाच वर्षांच्या कालावधीचा होता. या काळात 'मिल्क शेड'ची संख्या १३६ पर्यंत वाढली. देशभरात ४३००० दूध सहकारी संस्था गावागावातून स्थापन झाल्या व त्यांचे ४२ लाख २५ हजार दूध उत्पादक सभासद नोंदले गेले. दूध उत्पादन, संकलन, वाहतूक व वितरण यांचे जाळे निर्माण झाले. या सर्व कामासाठी आवश्यक असणारी यंत्रसामग्री, उपकरणे, शीतगृहे, शीतपेट्यायुक्त ट्रक्स-टँकर्स, दूध भरण्यासाठी यंत्रे, बाटल्या वा प्लॅस्टिक पिशव्या, दुधावर प्रक्रिया करण्यासाठी लागणारी संयंत्रे आणि कौशल्ये इत्यादी अनेक बाबींचा समावेश असणारी यंत्रणा संपूर्ण देशभर निर्माण करण्यात आली. दूध संकलन व वितरण यांचे कार्यक्षम असे राज्यस्तरीय व राष्ट्रीय जाळे निर्माण होणे हा धवलक्रांती होण्यासाठीचा महत्त्वपूर्ण भाग आहे. यामुळे देशभर दुधाचा पुरवठा वर्षभर चालू राहू लागला. भारतात उन्हाळ्यात दुधाचा

पुरवठा अनियमित असे व दुधाचे दर वाढत असत. दूध संकलन व वितरणाच्या जाळ्यामुळे अशा त्रुटी दूर करण्यात यश आले. अतिरिक्त दूध उपलब्ध असण्याच्या काळात दूध पावडर, कंडेन्स्ड मिल्क, स्किम्ड मिल्क अशा अधिक टिकाऊ व मूल्यवर्धक उत्पादनांचे उत्पादन होऊ लागले.

तिसरा टप्पा

'धवलक्रांती'चा तिसरा टप्पा साधारणपणे इ.स. १९८५ ते १९९६ या दहा वर्षांचा होता. या टप्प्यात मुख्यत्वे दूध उत्पादनाशी संबंधित पायाभूत सुविधा अधिक सक्षम करणे, व्यवसायाचा विस्तार करणे, पशुवैद्यकीय सेवा अधिक चांगली करणे, दुभत्या जनावरांच्या आरोग्यासाठी प्रथमोपचारापासून ते त्यांचे सकस खाद्य तयार करणे अशा योजना पूर्णत्वास नेण्यात आल्या. तसेच कृत्रिम रेतन सुविधा व सल्ला पुरविण्यात येऊ लागला. त्याशिवाय दूध संघाच्या सभासदांचे शिक्षण, प्रशिक्षण व कौशल्ये वाढविण्यासाठी सोयी करण्यात आल्या.

या टप्प्याचे आणखी एक वैशिष्ट्य म्हणजे प्रथमच महिलांची दूध उत्पादक सहकारी संस्था स्थापन करण्याचे पाऊल उचलले गेले. इ.स. १९८८–८९ पर्यंत अशा १७३ संस्था स्थापन झाल्या. या टप्प्याच्या अंतिम चरणात त्यांच्यात लक्षणीय वाढ झाली. महिला शेतकरी व महिला दूध उत्पादक संघ यामुळे ग्रामीण भागातील स्वयंरोजगारात वाढ झाली आणि महिला सक्षमीकरण होऊ लागले. याच कालावधीत मुंबई, पुणे, अहमदाबाद, कानपूर, कर्नाल, चेन्नई, दिल्ली व बंगळुरू येथे दूध उत्पादन व प्रक्रिया संशोधन केंद्रे सुरू करण्यात आली. तेथील संशोधक व तज्ज्ञांच्या मार्गदर्शनाखाली भाकड जनावरांची संख्या कमी करणे, सकस आहार निर्मिती करणे, गरीब शेतकरी व महिला यांचा सहभाग वाढविणे, वितरण व्यवस्था कार्यक्षम करणे याकडे विशेष लक्ष पुरविले जाऊ लागले.

दुग्धोत्पादनाच्या व्यवसायाकरिता भरपूर भांडवल, तंत्रकुशल मनुष्यबळ, कार्यतत्परता यांची आवश्यकता असते. भारतातील परिस्थिती लक्षात घेता धवलक्रांतीला मिळालेले यश उल्लेखनीय आहे.

दुग्धोत्पादन व प्रादेशिक वितरण

स्वातंत्र्योत्तर काळात भारतात दुधाच्या उत्पादनात व माणशी दूध उपलब्धतेत लक्षणीय वाढ झाल्याचे दिसून येते. परंतु, दूध उत्पादनाचे राज्य निहाय वितरण लक्षात घेतल्यास असे आढळते की, उत्तरप्रदेश या एकाच राज्यातून देशातील सुमारे १८ टक्के दूध उत्पादन होते. त्यानंतर राजस्थान, गुजरात व आंध्रप्रदेश ही राज्ये असली तरी त्यांचे उत्पादन ७ ते १० टक्के प्रत्येकी एवढेच आहे. (तक्ता क्र. ६.२). शेतीव्यवसायात प्रगतिशील असणारी पंजाब, हरियाणा ही राज्ये अनुक्रमे पाचव्या व आठव्या स्थानावर आहेत. महाराष्ट्राचा क्रमांक सातवा असून राज्यात ६.५ टक्के एवढेच दूध उत्पादन होते. हिमाचल प्रदेश, उत्तराखंड, झारखंड, छत्तीसगढ, ओडिशा, जम्मू-काश्मीर व ईशान्येकडील सर्व राज्ये अशा व्यापक पट्ट्यात दुग्धोत्पादनाचे प्रमाण फारच कमी आहे. (नकाशा क्र. ६.१). महाराष्ट्र, कर्नाटक, तमिळनाडू, मध्यप्रदेश व बिहार या राज्यांमध्ये दुग्धोत्पादन वाढीसाठी प्रयत्न करणे आवश्यक आहे.

तक्ता क्र. ६.२ : भारत : राज्यनिहाय दूध उत्पादन

(००० टन) २०१२-१३

क्र.	राज्य	दूध उत्पादन (000 टन)	%
१	उत्तरप्रदेश	२३३३०	१७.६
२	राजस्थान	१३९४६	१०.६
३	आंध्रप्रदेश	१२७६२	९.५
४	गुजरात	१०३१५	७.८
५	पंजाब	९७१४	७.४
६	मध्यप्रदेश	८८३८	६.६
७	महाराष्ट्र	८७३४	६.५
८	हरियाणा	७०४०	५.३
९	तमिळनाडू	७००५	५.२
१०	बिहार	६८४५	५.१
११	कर्नाटक	५७१८	४.३
१२	पश्चिम बंगाल	४८५९	३.६
१३	केरळ	२७९१	२.१
१४	ओडिशा	१७२४	१.२
१५	झारखंड	१६७९	१.२
१६	जम्मू-काश्मीर	१६३१	१.२
१७	उत्तराखंड	१४७८	१.०६
१८	छत्तीसगढ	११६४	०.९
१९	हिमाचल प्रदेश	११३९	०.८
२०	इतर उर्वरित राज्ये	१२९८	१.०

(स्रोत : मिनिस्ट्री ऑफ ॲग्रिकल्चर, गव्ह. ऑफ इंडिया, २०१३)

भारतातील दुग्धोत्पादनाच्या वाढीबरोबरच दुधाची दर दिवशी दर माणशी उपलब्धता १७५ ग्रॅम वरून ३१२ ग्रॅम पर्यंत वाढली. परंतु, भारतीय आहारात दुधास महत्त्वाचे स्थान असल्याने दर माणशी दर दिवशी दुधाचा खप वा वापर ८६५ ग्रॅम इतका जास्त आहे. यातही पंजाबमध्ये हे प्रमाण ९४५ ग्रॅम इतके आहे. राजस्थान व उत्तरप्रदेश या राज्यातून पंजाबला दूध पुरवठा केला जातो. ईशान्येकडील राज्यात दुधाचा खप माणशी फक्त ८० ग्रॅम इतकाच आहे. शहरे व महानगरे यांची मात्र दुधास मोठी मागणी असते. जगातील इतर काही देशातील दुधाचा दर माणशी दैनंदिन खप बघितल्यास नागरीकरणाचा व दुधाच्या खपाचा घनिष्ट संबंध आढळतो. फिनलंडमध्ये सर्वाधिक दुधाचा खप आहे. या देशात दर माणशी दर दिवशी जवळपास १००० ग्रॅम दूध वापरले जाते. त्या खालोखाल स्वीडन व नेदरलँड हे शेजारील देश आहेत. वरील तिनही देश समशीतोष्ण कटिबंधातील थंड हवामान विभागात असल्याने तेथे वर्षभर शेती होऊ शकत नाही. खाद्यान्नाचे उत्पादन कमी आहे. पर्वतीय

नकाशा क्र. ६.१ : राज्यनिहाय दूध उत्पादन (२०१२–२०१३)

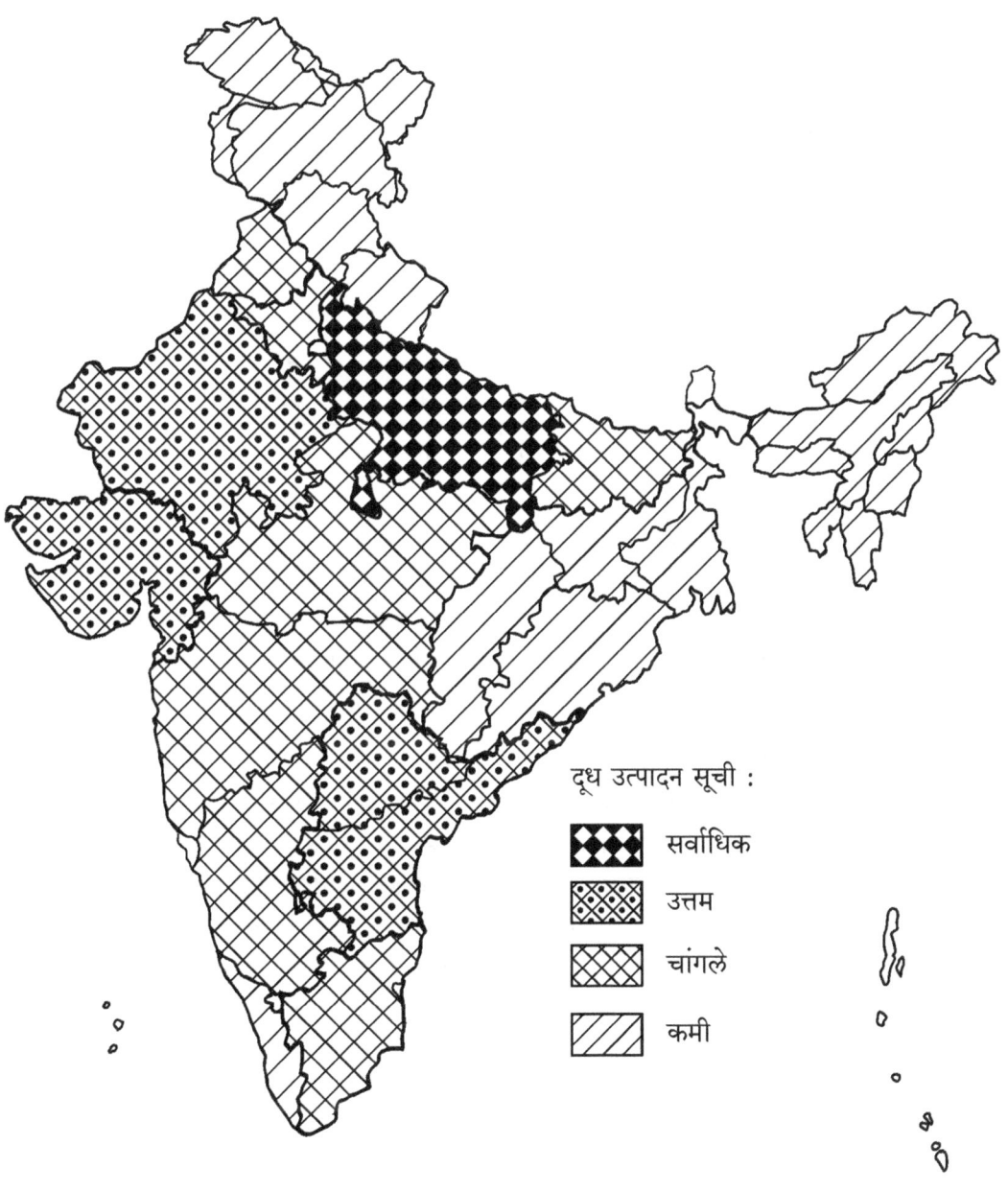

दूध उत्पादन सूची :

◆◆◆	सर्वाधिक
▦	उत्तम
▨	चांगले
⟋⟋	कमी

तक्ता क्र. ६.३ : भारत : दूध उत्पादन (द.ल.टन) आणि दरमाणशी उपलब्धता (ग्रॅम प्रतिदिन)

वर्ष	दूध उत्पादन (द.ल.टन)	दरमाणशी उपलब्धता (ग्रॅम प्रतिदिन)
१९५०-५१	१७.०	-
१९८०-८१	३१.८	१७५
१९९०-९१	५४.०	१७८
१९९५-९६	६६.२	१९७
२०००-२००१	८१.४	२२५
२००५-२००६	९७.१	२४१
२०१०-२०११	१२१.८	२८१
२०११-२०१२	१२७.९	२९०
२०१२-२०१३	१३२.४	३१२
२०१३-२०१४ (अपेक्षित)	१४०.६	-

(स्रोत : मिनिस्ट्री ऑफ ॲग्रिकल्चर, गव्ह. ऑफ इंडिया, २०१३)

प्रदेश अधिक असल्याने उतारावर कोवळे, लुशलुशीत गवत उपलब्ध असते. त्यामुळे पशुपालन व्यवसाय मोठ्या प्रमाणावर केला जातो. थंड हवामानामुळे प्राणिज पदार्थांचे सेवन आहारात अधिक असते; म्हणून दुग्धजन्य पदार्थांना मोठी मागणी आहे. या तुलनेत दुधाच्या खपाच्या बाबतीत चौथ्या क्रमांकावर असलेल्या भारतात उष्ण हवामान व कृषी प्रधानता असूनही दुग्धोत्पादन व्यवसायास महत्त्व प्राप्त झाले आहे, हे धवलक्रांतीचे यश म्हणावे लागेल.

६.१.२ धवलक्रांतीचे वर्तमान उद्दिष्ट

धवलक्रांतीमुळे भारतातील दुग्धोत्पादनात लक्षणीय वाढ साध्य झाली असली, तरी देशातील दूध विक्रीचे भाव वाढत गेल्याने भारतातील फार मोठ्या लोकसंख्येस पुरेसे दूध विकत घेणे शक्य होत नाही. सरासरी कुटुंबाच्या खाद्यान्नावरील खर्चामध्ये सर्वांत जास्त खर्च दूध व दुग्धजन्य पदार्थ यावर होतो असे आढळले आहे; म्हणूनच अनेक कुटुंबे नियमितपणे दूध विकत घेत नाहीत. दूध विकत घेणे परवडेल अशा पातळीवर दुधाच्या किमती स्थिरावतील असे वर्तमान धवलक्रांतीचे उद्दिष्ट असायला हवे. हे उद्दिष्ट गाठणे थोडे कष्टप्रद असले तरी अशक्यप्राय नाही असे प्रसिद्ध कृषी अर्थशास्त्राचे अभ्यासक रमेश पाध्ये यांचे मत आहे. त्यांच्या मते, गुरांच्या संख्येत वाढ न करता उत्पादन वाढ करणे शक्य आहे. पुरेशा प्रमाणात पोषक आहार, संघटित दूध उत्पादकांना आंतरराष्ट्रीय बाजाराकडे वळविणे, दुधापासून इतर टिकाऊ उत्पादने घेणे आणि आंतरराष्ट्रीय बाजारात दूध पावडरच्या स्वरूपात विकावे लागते; त्यासाठीची कौशल्ये, तंत्रज्ञान व विपणन करण्यासाठी प्रयत्न करणे असे उपाय आहेतच पण त्याशिवाय उत्पादन खर्च वाढू नये यासाठी तमिळनाडूत 'हटसन ॲग्रो प्रॉडक्ट्स लिमिटेड' या कंपनीने एक यशस्वी प्रतिमान विकसित केले आहे ते देशातील इतर राज्यांनीही प्रायोगिक स्वरूपात स्वीकारावे असे त्यांना वाटते.

'हटसन ॲग्रो'च्या अध्यक्षांच्या अभ्यासानुसार, दुभत्या जनावरांना तंदुरुस्त राखण्यासाठी दिवसाला ७५० ग्रॅम प्रथिने आणि दर लीटर दुधासाठी आणखी १०० ग्रॅम प्रथिने द्यावी लागतात. म्हणजे दिवसाला १० लीटर दूध देणाऱ्या दुभत्या गुराला रोज १८५० ग्रॅम प्रथिनांचा पुरवठा करणारा आहार देणे गरजेचे असते; यासाठी 'हटसन ॲग्रो' कंपनीने Co4 हे चारा पीक घ्यावे असे सुचविले आहे. 'नेपिअर ग्रास', 'एलेफंट ग्रास' वा 'युगांडन ग्रास' अशा या चारा पिकाच्या प्रजाती आहेत. वनस्पतीशास्त्राच्या दृष्टीने त्या 'मोनोकॉट Co4 पोॲसी' कुळातील असल्याने त्यांना Co4 अशी संज्ञा वापरतात. हे गवत उंच, कणखर व बांबूबेटासारखे समूहाने वाढते. हे गवत बारमाही असून अत्यंत कमी पाण्यावर व हलक्या जमिनीतही वाढू शकते; म्हणूनच ज्या जमिनीत लागवडीची पिके घेणे शक्य नसते अशा पडीक जमिनींचा वापर या गवताच्या लागवडीसाठी करता येतो. पूर्व आफ्रिकेतील युगांडामध्ये अशा गवताळ प्रदेशाचा वापर 'चराऊ कुरण' म्हणून केला जातो. ही चारा पिके आता जैवकीड नियंत्रक, जैव इंधन व जमिनीची झीज रोखणारी पिके म्हणूनही उपयुक्त ठरत आहेत. असे हे Co4 चाऱ्याचे पीक एक एकर क्षेत्रात घेतल्यास वर्षाला सुमारे १४० टन चारा मिळतो. एवढ्या चाऱ्याच्या उत्पादनावर वर्षभर नऊ गुरे पोसली जाऊ शकतात. सदर चाऱ्याचा खर्च किलोला १५ पैसे एवढा अल्प असल्याने दिवसाला ६ रुपयात दुभत्या गुरांचा मूलभूत निर्वाह होऊ शकतो. वर्षभर Co4 चारा पीक घेऊन पशुखाद्यांवरचा खर्च नियंत्रित होऊ शकतो. दुभत्या जनावरांची अतिरिक्त प्रथिनांची गरज पूर्ण करण्यासाठी इतर सुलभ पर्याय आहेत. क्युबामध्ये शेवग्याचा पाला वा तुतीची पाने गुरांचे खाद्य म्हणून वापरतात कारण या पानांमध्ये २५ टक्के प्रथिने असतात. शेतकरी अशा वृक्षांची लागवड करून अतिरिक्त प्रथिनांची गरज काही प्रमाणात भागवू शकतात. तमिळनाडूतील अल्पभूधारक शेतकरीही 'हटसन ॲगो'च्या अधिकाऱ्यांनी सुचविलेला पर्याय वापरून चांगले उत्पन्न मिळवत आहेत. क्युबा या गरीब देशामध्ये लहान बालकांना दररोज दीड लिटर दूध शासनामार्फत मोफत पुरविले जाते. भारतातील गरीब वर्गातील बालकांना रोज किमान एक ग्लास दूध मोफत मिळेल अशी व्यवस्था निर्माण करण्यासाठी प्रयत्न करायला हवेत. यामुळे बालकांच्या कुपोषणाची समस्या काही प्रमाणात कमी होऊ शकेल.

दुग्धोत्पादन आणि जागतिक तापमान वाढ

जागतिक तापमान वाढीचा परिणाम भारतातील संकरित दुभत्या जनावरांच्या दूध उत्पादनावर होत आहे असे मत अलीकडेच पार पडलेल्या 'ICAR-NAVS Expert Consultation Meet' या परिषदेत व्यक्त करण्यात आले आहे. इ.स.२०२१-२२ पर्यंत भारतातील दुग्धोत्पादन २०० द.ल.टन पर्यंत नेण्याचे उद्दिष्ट ठरविण्यात आले असून, जर जागतिक तापमान वाढीमुळे संकरित गायींच्या दूध उत्पादनात घट झाली तर हे उद्दिष्ट गाठणे कठीण होणार आहे. यावर परिषदेत एक उपाय सुचविण्यात आला आहे; तो उपाय म्हणजे स्थानिक देशी गायींच्या दूध उत्पादन वाढीवर लक्ष केंद्रित करणे होय. स्थानिक देशी गुरे कणखर व दणकट असतातच पण त्याशिवाय ती ज्या प्रदेशातील पैदाशीतून आलेली असतात तेथील हवामान व इतर पर्यावरणीय घटकांशी जुळवून घेऊ शकणारी असतात. देशी वाण बदलत्या हवामानाशी जुळवून घेऊ शकते. रोगराई प्रतिकारक असते आणि चांगले दूध देऊ शकते असे 'नॅशनल ॲकॅडमी ऑफ व्हेटरनरी सायन्सेस' आणि 'ॲनिमल जेनेटिक रिसोर्सेस' या राष्ट्रीय संस्थेतील तज्ज्ञांचे मत आहे. त्यामुळे आता देशी गायी-म्हशींपासून संकरित प्रजातींची संख्या वाढविणे आवश्यक आहे. गीर, सहीवाल, देवनी, लाल सिंधी, राठी, थर पकर अशा गायींच्या प्रजातींचा संकर स्थानिक प्रजातींमध्ये सुधारणा करण्याकरिता केला जाणार आहे. 'नॅशनल कामधेनू ब्रिडिंग सेंटर' या संस्थेचे एक केंद्र उत्तर भारतात व दुसरे दक्षिण भारतात स्थापण्यात येणार असून, निरनिराळ्या राज्यांमध्ये

'गोकूळग्राम' सुरू करण्यात येणार आहेत. 'राष्ट्रीय गोकूळ अभियान' या उपक्रमाचा गोकूळग्राम हा एक महत्त्वाचा भाग आहे; अशा या प्रयत्नांमुळे इ.स. २०१६ पर्यंत १५५ द.ल.टन आणि इ.स.२०२१ पर्यंत २०० द.ल.टन दूध उत्पादनाचे उद्दिष्ट हवामान बदलाशी जुळवून घेऊन साध्य करणे शक्य होईल. अशी आशा व्यक्त करण्यात येत आहे.

६.२ अन्नतूट आणि अन्नवाढावा प्रदेश (Food deficit and Food Surplus Regions)

अन्नतूट व अन्नवाढावा या विषयास अनेक आयाम आहेत. कृषीभूगोलातील या विषयीच्या अभ्यासात कृषी उत्पादकता, लोकसंख्या, दारिद्र्य या बाबी महत्त्वाच्या ठरतात.

अन्नतूट

आवश्यकतेपेक्षा अन्नाची उपलब्धता कमी असणे म्हणजे अन्नतूट असणे. एखाद्या व्यक्तीला ज्या प्रमाणात अन्नाची आवश्यकता असते त्यापेक्षा कमी अन्न उपलब्ध होत असेल तर ती 'व्यक्तिसापेक्ष अन्नतूट' होय. गरिबी, काम करण्याची क्षमता नसणे, अनारोग्य वा आजारपण इत्यादी कारणांमुळे व्यक्तिसापेक्ष अन्नतूट निर्माण होते. परंतु, जेव्हा एखाद्या राष्ट्रातील अन्नधान्य उत्पादन त्या राष्ट्रातील एकूण लोकसंख्येस अपुरे पडत असेल आणि ते दुसऱ्या राष्ट्रातून आणावे लागत असेल तर त्यास **राष्ट्रीय अन्नतूट** म्हणतात.

भारतात स्वातंत्र्योत्तर काळात अन्नधान्य उत्पादन वाढत गेले परंतु लोकसंख्या वाढीच्या तुलनेत धान्योत्पादनातील वाढ पुरेशी ठरली नाही. परिणामी राष्ट्रीय अन्नतूट निर्माण झाली. कृषी उत्पादकता कमी असल्यास आणि वाढ कुंठित झाली असल्यास अन्नतूट निर्माण होते; तसेच एकूण लोकसंख्या, लोकसंख्येची घनता व दारिद्र्यरेषेखालील लोकसंख्येचे प्रमाण यांचाही संबंध अन्नतुटीशी असतो. अन्नतूट ही एक भौगोलिक, आर्थिक व सामाजिक समस्या आहे.

अन्नतुटीची कारणे व प्रदेश

कृषीक्षेत्रातील कमी उत्पादकता, कुंठित झालेली वाढ, दाट लोकसंख्या, दारिद्र्य ही अन्नतूट निर्मितीची प्रमुख कारणे होत.

भारतातील अन्नतूट निर्मितीची कारणे-

१) धान्योत्पादनातील घट - ज्वारी, बाजरी, मका, डाळी, तेलबिया या पिकांचे क्षेत्र व उत्पादन कमी होत गेल्याने एकूण धान्योत्पादनात घट होत गेली.

२) कृषीक्षेत्रातील सार्वजनिक गुंतवणूक कमी होत जाणे.

३) एशिया-पॅसिफिक ह्यूमन डेव्हलपमेंट रिपोर्ट (२००६) नुसार, अन्नधान्य आयात करणे तुलनेने सहज व स्वस्त होत गेले व त्यामुळे अन्नधान्याचे देशांतर्गत उत्पादन वाढविण्याचे ठोस प्रयत्न कमी झाले.

४) भारताच्या कृषीक्षेत्रात ६६ टक्के लोकसंख्या कार्यरत असूनही या क्षेत्राची उत्पादकता आणि रोजगार वाढविणे साध्य झाले नाही.

५) भारतातील सधन व मोठे शेतकरी अधिक नफ्याच्या आशेने नगदी पिके घेऊ लागले. धान्यपिकाखालील क्षेत्र नगदी पिकाकडे वर्ग झाले. यामुळे भरडधान्ये व डाळी यांचे क्षेत्र घटले.

६) जागतिक व्यापार वाढल्याने अन्नधान्याची विक्री किंमत कमी राखण्याचे प्रयत्न होत राहिले. लहान व गरीब शेतकऱ्यांना खते, कीटकनाशके व जलसिंचनासाठी होणारा वाढता खर्च परवडेनासा झाला व ते धान्योत्पादन घेण्यापासून परावृत्त झाले.

भारतासारख्या खंडप्राय देशात कृषी उत्पादकतेत प्रादेशिक भिन्नता मोठ्या प्रमाणावर दिसून येते. पंजाब, हरियाणा ही दोन राज्ये वगळल्यास देशातील प्रत्येक राज्यातील काही जिल्ह्यांमध्ये कृषी उत्पादकता कमी असल्याचे आढळते. तक्ता क्र.६.४ मध्ये लोकसंख्येची घनता, दारिद्र्यरेषेखालील लोकसंख्येचे शेकडा प्रमाण, मानवी विकास निर्देशांकानुसार स्थान आणि खाद्यपिके उत्पादकता व दुग्धोत्पादनातील स्थान दर्शविले आहे. त्यावरून अन्नतूट असलेली राज्ये कोणती ते समजते.

तक्ता क्र. ६.४ : अन्नतूट निदर्शक राज्ये

राज्य	लोकसंख्या घनता द.चौ.कि.मी.(२०११)	दारिद्र्यरेषेखालील लोकसंख्या (शेकडा)	मानवी विकास निर्देशांक देशातील स्थान	खाद्यपिके उत्पादकता क्रमांक	दुग्धोत्पादन क्रमांक
बिहार	११०२	५३.५	१४	९	७
झारखंड	४१४	–	–	१३	८
आसाम	३९७	३७.९	१०	१५	९
महाराष्ट्र	३६५	२४.५	३	११	३
कर्नाटक	३१९	२३.६	७	१२	५
ओडिशा	२६९	३७.०	१५	१४	६
मध्यप्रदेश	२३६	३६.७	१३	७	२
राजस्थान	२०१	२४.८	११	१०	१
छत्तीसगढ	१८९	–	–	१६	१०

(स्रोत : इंडियन इकॉनॉमी, (२०१३) गौरव दत्त व अश्वनी महाजन आणि लेखक संकलित)

भात, गहू, ज्वारी, बाजरी, मका, कडधान्ये-डाळी व तेलबिया यांची उत्पादकता पाचव्या प्रकरणात याआधी अभ्यासली आहे. त्या माहितीचा आधार येथे घेतला आहे. तक्ता क्र. ६.४ तील माहितीवरून असे स्पष्ट होते की, बिहार, ओडिशा, झारखंड, छत्तीसगढ हा सलग भौगोलिक प्रदेश आणि आसाम या राज्यामध्ये अन्नतूट समस्या तीव्र स्वरूपाची आहे. त्यानंतर महाराष्ट्र, कर्नाटक, मध्यप्रदेश व राजस्थान ही लक्षणीय क्षेत्रफळ असलेली राज्ये दुसऱ्या गटात येतात. बिहारमधील अन्नतूट समस्या सर्वांत गंभीर मानावी लागेल कारण या राज्यात लोकसंख्येची घनता व दारिद्र्यरेषेखालील लोकांचे प्रमाण सर्वाधिक आहे; त्यानंतर ओडिशाचा क्रमांक आहे. झारखंड व छत्तीसगढ ही पूर्वीच्याच बिहार व ओडिशाचे भाग आहेत.

महाराष्ट्र, कर्नाटक, मध्यप्रदेश व राजस्थान ही राज्ये अवर्षणप्रवण क्षेत्रात असल्याने पर्जन्य चलनशीलता अधिक आहे. यामुळे कृषी उत्पादकता कमी असल्याने अन्नतूट आढळते. जलसिंचनामुळे कृषी उत्पादकतेत सुधारणा होऊ शकते.

अन्नतूट दूर करण्याचे उपाय

१) कृषीक्षेत्रातील शासकीय गुंतवणूक वाढविणे.

२) जलसिंचन, खते व कीटकनाशके यांचा पर्याप्त वापर करून कृषी उत्पादकता वाढविणे. जलसिंचन वाढल्यास अन्नतूट कमी होते असा अनुभव आलेला दिसून येतो.

३) जलसिंचन, साठवणूक, प्रक्रिया उद्योग व विपणन याबाबतीत शासनाने शेतकऱ्यांना ठोस मदत व मार्गदर्शन करणे.

४) कृषी उत्पादनांच्या आधारभूत किमती शेतकरी हिताच्यादृष्टीने निश्चित करणे.

अन्नवाढावा

       ज्या प्रदेशात दारिद्र्यरेषेखालील लोकांचे प्रमाण कमी आहे. कृषी उत्पादकता चांगली आहे अशा प्रदेशात लोकांच्या अन्नाच्या गरजा पूर्ण होऊन अन्नधान्य शिल्लक राहते, यास **अन्नवाढावा** म्हणतात. भारतात ज्या राज्यांमध्ये खाद्यपिके घेण्यायोग्य पर्जन्यप्रमाण आहे वा जलसिंचन उपलब्ध आहे, कृषी उत्पादकता चांगली आहे व दारिद्र्यरेषेखालील लोकांचे प्रमाण कमी आहे अशा राज्यांमध्ये अन्नवाढावा आढळतो. पंजाब, हरियाणा, पश्चिम उत्तरप्रदेश, तमिळनाडू, आंध्रप्रदेश, पश्चिम बंगाल आणि काही प्रमाणात गुजरात या राज्यांमध्ये अन्नवाढावा

नकाशा क्र. ६.२ : अन्नवाढावा आणि अन्नतूट दर्शक प्रादेशिक वितरण

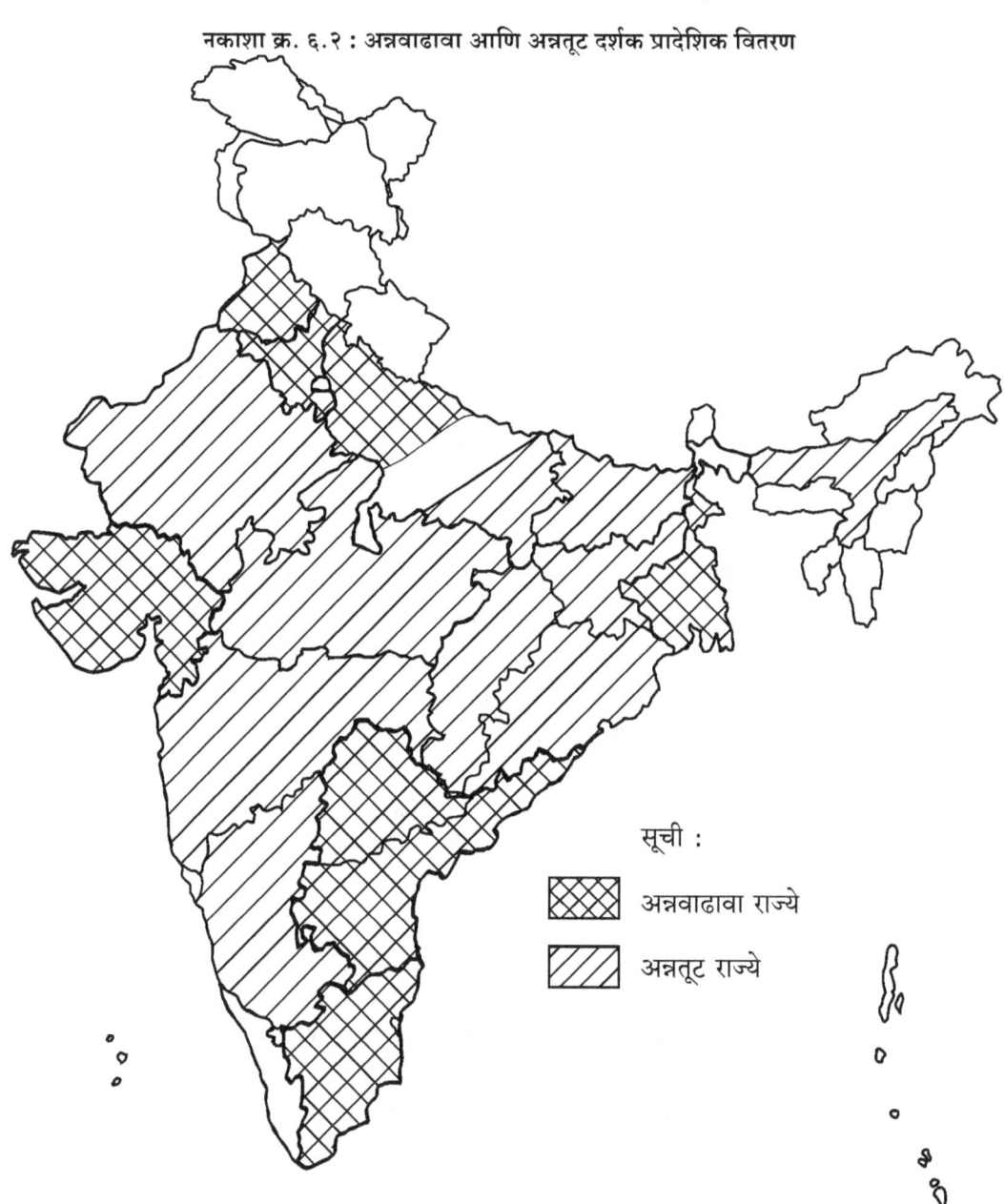

सूची :

⊠ अन्नवाढावा राज्ये

╱ अन्नतूट राज्ये

आढळतो; असे असले तरी या राज्यांची सर्व खाद्यपिकांच्या बाबतीत उत्पादकता चांगली आहे असे नव्हे तर ही राज्ये मुख्यत्वे भात व गहू या पिकांच्या उत्पादनात आघाडीवर आहेत. ज्वारी, बाजरी, मका, डाळी व तेलबिया यांच्या बाबतीत चांगले उत्पादन असणाऱ्या राज्यांमध्ये मध्यप्रदेश व बिहार यांचा समावेश होतो याची नोंद घेणे आवश्यक आहे.

अन्नवाढावा असणाऱ्या राज्यांमध्ये जलसिंचन व खते या महत्त्वाच्या कृषी निविष्टांचा अधिक वापर व सुधारित अधिक उत्पन्न देणाऱ्या वाणाची लागवड हे घटक महत्त्वाचे ठरले आहेत. एक निरीक्षण असेही दर्शविते की, उत्पादकता कमी असूनही लोकसंख्येची घनता कमी असेल तर अन्न वाढावा असू शकतो तर उत्पादकता चांगली असूनही लोकसंख्या दाट असल्यास अन्नतूट असू शकते असेही आढळते. राजस्थान व केरळ ही राज्ये याची उदाहरणे आहेत. राजस्थानची उत्पादकता कमी असूनही लोकसंख्या कमी असल्याने तेथे अन्नतुटीची समस्या फारशी गंभीर नाही; पण केरळमध्ये मात्र दाट लोकसंख्येमुळे कृषी उत्पादकता चांगली असूनही अन्नवाढावा फारसा नाही. पश्चिम बंगाल व उत्तरप्रदेशच्या काही भागात केरळ सारखीच परिस्थिती आहे.

अन्नतूट असलेले प्रदेश व अन्नवाढावा असलेले प्रदेश यांचे वितरण असे दर्शविते की, अन्नतूट असलेले प्रदेश अधिक क्षेत्र व्यापतात. त्याशिवाय ईशान्येकडील राज्ये उत्तराखंड, जम्मू-काश्मीर व हिमाचल प्रदेश यांचाही समावेश याच गटात होतो. यामुळे अन्नतुटीची समस्या गंभीर आहे. 'फूड कॉर्पोरेशन ऑफ इंडिया' (FCI), सार्वजनिक वितरण व्यवस्था (PDS), अन्न सुरक्षा, अन्नधान्य राखीव साठा यासारख्या माध्यमातून भारतातील अन्नतुटीची समस्या सौम्य करण्यात यश येऊ लागले आहे.

६.३ पोषण प्रमाण (Nutritional Status)

पोषण ही आहार व आरोग्याशी निगडित वैज्ञानिक संकल्पना आहे. आपल्या शरीराच्या वाढीसाठी व आरोग्यदायी जीवनासाठी आपल्याला अन्नाची गरज असते. अन्न सेवनानंतर शरीरातील चयापचयाच्या क्रियेतून आपणास पोषणद्रव्ये (Nutrinents) प्राप्त होतात. कर्बोदके (Carbohydrates), स्निग्धांश (Fats), प्रथिने (Protiens), जीवनसत्त्वे (Vitamins), खनिजे (Minerals) आणि पाणी ही सर्वांत महत्त्वाची पोषणद्रव्ये होत. वय, लिंग, वजन, व्यवसाय वा कामधंद्याचे स्वरूप यानुसार किती प्रमाणात पोषणद्रव्ये आवश्यक आहेत ते निश्चित होते. त्याशिवाय बालके, गर्भवती स्त्रिया, स्तनदा माता, औद्योगिक कामगार, आदिवासी जनजाती अशा विशेष गटातील व्यक्तींसाठी आवश्यक असणाऱ्या पोषणद्रव्याचे प्रमाण व प्रकार यांचा स्वतंत्र विचार करावा लागतो. 'दि नॅशनल इन्स्टिट्यूट ऑफ न्यूट्रिशन' या हैदराबाद येथील संस्थेने भारतीय प्रौढ व्यक्तीच्या आहारातून दररोज २४०० कॅलरीज त्यास प्राप्त झाल्या पाहिजेत असा निष्कर्ष काढला आहे. पोषणद्रव्याचे मापन 'किलो-कॅलरीज्' (Kilo Calories) या परिमाणात अथवा सोयीसाठी कॅलरीज्मध्ये (Calories) करतात. विविध प्रकारच्या खाद्यान्नातून प्राप्त होणाऱ्या उर्जेच्या प्रमाणाचे मापन किलोकॅलरी (KC) मध्ये करतात.

कर्बोदके, स्निग्ध पदार्थ, प्रथिने आणि पाणी ही पोषणद्रव्ये मोठ्या प्रमाणात आवश्यक असतात म्हणून त्यांना **'बृहद्पोषणद्रव्ये'** (Macro-Nutrients) म्हणतात. यामुळे शरीरास ऊर्जा प्राप्त होते. जीवनसत्त्वे व खनिजे अल्पप्रमाणात पुरेशी ठरतात म्हणून त्यांना **'सूक्ष्मपोषणद्रव्ये'** (Micro-Nutrients) म्हणतात. शरीराची वाढ, अवयवांचे कार्य, हाडांची भक्कमता, प्रतिकारशक्ती चांगली राहण्यासाठी सूक्ष्मपोषणद्रव्ये अत्यावश्यक असतात.

अ) कर्बोदके : बृहद्पोषण द्रव्यांपैकी हे सर्वांत महत्त्वाचे घटकद्रव्य आहे. तांदूळ, गहू, ज्वारी, बाजरी,

नाचणी, मका, बार्ली, ओट्स, राय ही महत्त्वाची व व्यापक प्रदेशात घेतली जाणारी धान्ये (Cereals) होत आणि यांच्या सेवनातून शरीरास कर्बोदके प्राप्त होतात. कर्बोदकांचे दोन प्रकार केले जातात. जी कर्बोदके सहज व कमी वेळात पचतात त्यांना 'सुलभ कर्बोदके' (Simple Carbohydrates) म्हणतात. गिरणीत सडलेला पांढराशुभ्र तांदूळ हे याचे उत्तम उदाहरण होय. गहू, ज्वारी, बाजरी, मका, नाचणी ही धान्ये गिरणीत दळल्यावर न चाळता जे पीठ प्राप्त होते; त्यापासून 'व्यामिश्र कर्बोदके' (Complex Carbohydrates) प्राप्त होतात. अशी कर्बोदके पचावयास अधिक वेळ लागतो व त्यामुळे मंद गतीने ऊर्जा प्राप्त होत राहते व कार्यक्षमता टिकून राहते. साधारणपणे दर माणशी दर दिवशी ५०० ते ६०० ग्रॅम बृहद्कर्बोदकांचे सेवन करणे आवश्यक असते. 'पोट भरणे' ही संवेदना कर्बोदकांच्या सेवनाने पूर्ण होते.

ब) स्निग्धांश : तेल, लोणी, तूप, चीज, लार्ड अशा स्निग्ध पदार्थांपासून स्निग्धांश वा मेदाम्ले प्राप्त होतात. लोणी, तूप, चीज व लार्ड ही संपृक्त प्राणीज मेदाम्ले होत. सामान्य तापमानास अशी मेदाम्ले घन स्वरूपात असतात. वनस्पती तेल हे सामान्य तापमानास द्रवरूप स्थितीत असते. भुईमूग, करडई, सूर्यफूल, तीळ, मोहरी या महत्त्वाच्या तेलबिया होत. खाद्यपदार्थ बनविण्याचे माध्यम म्हणून हे स्निग्ध पदार्थ वापरले जातात. शारीरिक हालचालींसाठी हे स्निग्धांश वंगणाप्रमाणे कार्य करतात.

क) प्रथिने : शरीरातील स्नायू, त्वचा व केस यांच्या पोषणासाठी प्रथिने आवश्यक असतात. कडधान्ये, डाळी, सोयाबीन, भाज्या, दूध, मांस, अंडी, मासे, पनीर, दाणे (Nuts) या पदार्थांमध्ये प्रथिनांचे प्रमाण अधिक असते. प्रथिने शरीरात साठविली जात नाहीत म्हणून त्यांचे दररोज सेवन करणे आवश्यक असते. शरीरातील वितंचके (Enzymes) आणि अमिनो आम्ले यांची निर्मिती प्रथिनांपासून होते. स्नायूंची कार्यक्षमता, नर्व्हस सिस्टीमचे कार्य, रोगप्रतिकार क्षमता, केसांची वाढ यासाठी प्रथिने आवश्यक असतात. दररोज सुमारे ५० ग्रॅम प्रथिनांचे सेवन आवश्यक असते.

ड) जीवनसत्त्वे व खनिजे : जीवनसत्त्वे व खनिजे ही सूक्ष्म पोषणद्रव्ये असून, चांगल्या आरोग्यासाठी ती अत्यावश्यक असतात. विविध फळे, भाज्या, दुग्धजन्य पदार्थ, मासे यापासून विविध जीवनसत्त्वे व खनिजे प्राप्त होतात. जीवनसत्त्व अ, ब, क व इ सर्वांत महत्त्वाची असून, ती स्निग्धांशात विद्राव्य असतात. लोह, झिंक, सोडियम, पोटॅशियम व कॅल्शियम ही महत्त्वाची खनिजे व क्षार होत. वाढत्या वयानुसार आहार कमी होत जातो परंतु जीवनसत्त्वे व खनिजांची आवश्यकता मात्र वाढते. खाद्यपदार्थ तयार करणे, प्रक्रिया करणे यामुळे जीवनसत्त्वांचा व खनिजांचा मोठ्या प्रमाणात नाश होतो; म्हणून ताजे किमान प्रक्रिया केलेले अन्नपदार्थ खाणे श्रेयस्कर ठरते.

विविध संस्था व शासकीय यंत्रणांनी वेळोवेळी केलेल्या संशोधनातून व सर्वेक्षणातून भारतीय व्यक्तीच्या आहाराची पुढील वैशिष्ट्ये सांगितली आहेत-

• भारतीयांच्या आहारात धान्याचे प्रमाण अधिक असते.

• धान्याच्या सेवनात प्रादेशिक भिन्नता दिसून येते; जसे की, दक्षिण भारतीयांचे तांदूळ व उत्तर भारतीयांचे गहू प्रमुख अन्न असते.

• निरनिराळ्या आजारांना प्रतिबंध व प्रतिकार करू शकणाऱ्या अन्नपदार्थांचे सेवन कमी प्रमाणात केले जाते.

• भारतीयांच्या आहारात पालेभाज्या, डाळी, फळभाज्या, दूध यांचे सेवन नियमित व भरपूर प्रमाणात नसते. त्यामुळे प्रथिने, जीवनसत्त्वे व खनिजे यांची कमतरता आढळते.

- आहारातील पोषणद्रव्ये व पोषकता या बाबतीत बहुतांश लोक अनभिज्ञ असतात. त्यामुळे संतुलित चौरस आहार घेण्याची दक्षता कमी दिसते.

पोषणद्रव्ये पुरेशा प्रमाणात प्राप्त न झाल्यास न्यूनपोषण (Undernutrition), कुपोषण (Malnutrition) आणि उपासमार वा भुकेलेपण (Hunger) अशा समस्या उद्भवतात.

न्यूनपोषण व उपासमार : अपुरा आहार हे न्यूनपोषण व उपासमार निर्मितीचे प्रमुख कारण आहे. दररोज पोटभर अन्न न मिळणे यामुळे पोषणद्रव्ये पुरेशा प्रमाणात मिळत नाहीत. बेरोजगारी, दारिद्र्य यामुळे पुरेसे अन्नधान्य व इतर आवश्यक खाद्यान्न खरेदी करणे शक्य नसते म्हणजेच क्रयशक्ती नसणे यामुळे उपासमार व पोषण कमतरता निर्माण होते. बिहार, ओडिशा, झारखंड, छत्तीसगढ, उत्तरप्रदेशाचा काही भाग व ईशान्येकडील राज्ये या भागात ही समस्या गंभीर आहे. दारिद्र्यरेषेखालील लोकसंख्येचे अधिक प्रमाण, अज्ञान व आदिवासी जनजातींचे अधिक्य ही त्यामागील प्रमुख कारणे होत. या राज्यांची कृषी उत्पादकताही कमी आहे.

कुपोषण : पुरेसा आहार प्राप्त होऊनही आवश्यक ती व तेवढी पोषणद्रव्ये शरीरास न मिळाल्यास कुपोषण निर्माण होते. भारतातील व्यापक प्रदेशात आढळणारी ही समस्या आहे. अज्ञान, आहार विषयक चुकीच्या कल्पना यामुळे कुपोषण निर्मिती होते. आर्थिकदृष्ट्या समृद्ध वर्गाबरोबरच ग्रामीण व शहरी भागातही कुपोषित व्यक्ती आढळतात. एकांगी आहार, कर्बोदकांचे अधिकतम सेवन, भाज्या, फळे, दूध यांचे अत्यल्प सेवन,

तक्ता क्र. ६.५ : पोषण प्रमाण, कुपोषित बालके व पोषण निर्देशांक अनुक्रमांक (निवडक राज्ये)

राज्य	प्राप्त कॅलरीज् (दर माणशी दर दिवशीKC)	कुपोषित बालके %	पोषण निर्देशांक अनुक्रमांक
आंध्रप्रदेश	२०४०	४८.७	६
बिहार	१८६५	८२.१	१५
गुजरात	१६१२	३८.८	१०
जम्मू-काश्मीर	२२६५	–	–
केरळ	१८४२	३६.९	२
मध्यप्रदेश	२७७९	२८.५	११
महाराष्ट्र	२२८१	२३.३	१३
कर्नाटक	२२२०	३९.५	९
पंजाब	२८३२	३३.६	४
राजस्थान	२०४४	४३.१	३
तमिळनाडू	१४९८	३५.२	१२
उत्तरप्रदेश	२३०७	४०.९	८
पश्चिम बंगाल	१९२७	३६.९	७
अपेक्षित राष्ट्रीय प्रमाण	२४००	४१.२	–

(स्रोत : ॲग्रिकल्चरल जिऑग्राफी, महमद शफी Pg. ४६०, पोषण निर्देशांक क्रमांकसाठी 'दि इंडिया स्टेट हंगर इंडेक्स', २००८ रिपोर्ट, पूर्णिमा मेनन, अनिल देवळालीकर अंजोर भास्कर Pg. १७)

प्रक्रिया केलेले (Refined) खाद्यपदार्थांचे सेवन यामुळे प्रथिने, जीवनसत्त्वे व खनिजांची कमतरता निर्माण होऊन प्रतिकारशक्ती कमी होणे, वारंवार आजारपण येणे, रक्तक्षय, अशक्तपणा, हाडे ठिसूळ होणे, इत्यादींचा प्रादुर्भाव होतो. बिहारमध्ये सर्वाधिक कुपोषित लोकसंख्या आहे. या राज्यातील ८२ टक्के बालके कुपोषित आहेत. (तक्ता क्र. ६.५) त्याशिवाय ओडिशा, आंध्रप्रदेश, झारखंड, राजस्थान या राज्यांमध्ये आणि त्याचबरोबर दिल्ली, मुंबई व कोलकाता या महानगरात कुपोषण मोठ्या प्रमाणावर आहे. महाराष्ट्रात २३ टक्के बालके कुपोषित आहेत. डोंगराळ, दुर्गम भागातील आदिवासी जनजातींमध्ये कुपोषणाचे प्रमाण अधिक आहे.

भारतात दरडोई दरदिवशी २४०० कॅलरीज् प्राप्त होणे अपेक्षित असले, तरी भारतातील अनेक राज्यांमध्ये यापेक्षा कमी कॅलरीज प्राप्त होतात. तमिळनाडू, गुजरात, बिहार, केरळ, पश्चिम बंगाल, आंध्रप्रदेश, राजस्थान, महाराष्ट्र व कर्नाटक ही ती राज्ये होत. पंजाब व मध्यप्रदेश या दोनच राज्यात सरासरीपेक्षा अधिक कॅलरीज् आहारातून प्राप्त होतात.

भारतातील पोषण विषयक पैलूंचे विविध आयाम लक्षात घेतल्यावर या समस्येवरील महत्त्वाचे उपाय म्हणजे कृषी उत्पादन वाढविणे, लोकसंख्या नियंत्रण, कुपोषित बालकांसाठी सकस आहार योजना व उपचार करणे, रोजगार निर्मिती, आरोग्य सुविधा पुरविणे आणि आहार विषयक जनजागृती करणे हे होत.

६.४ भारतीय शेती : विशिष्ट समस्या, त्यांचे व्यवस्थापन आणि नियोजन (Specific Problems of Indian Agriculture and their Management and Planning)

भारत कृषीप्रधान राष्ट्र असूनही भारतीय शेती काही समस्यांनी अजूनही ग्रासलेली आहे. शेतीच्या काही विशिष्ट समस्यांवरील उपाययोजनांना अजूनही अपेक्षित यश मिळालेले नाही. **'कमी उत्पादकता'**, **'दुर्लक्षित मृदासंवर्धन'** आणि **'हंगामोत्तर तंत्रज्ञानातील समस्या'** या भारतीय शेतीच्या विशिष्ट समस्या होत.

१) कमी उत्पादकता

स्वातंत्र्योत्तर नियोजन काळात बहुतांश पिकांचे उत्पादन वाढले असले तरी या उत्पादकतेची तुलना जागतिक कृषी उत्पादकतेशी केल्यास आपल्या अनेक पिकांची उत्पादकता कमी आहे असे आढळते. भात, गहू, भुईमूग व ऊस या निवडक व व्यापक पिकांची उत्पादकता हे दर्शविते. (तक्ता क्र. ६.६)

तक्ता क्र. ६.६ : निवडक पिके, उत्पादकता (कि.ग्रॅ./हेक्टर)

गहू		भात		भुईमूग		ऊस	
राष्ट्र	उत्पादन	राष्ट्र	उत्पादन	राष्ट्र	उत्पादन	राष्ट्र	उत्पादन
यु.के.	८२८१	इजिप्त	९७३१	यु.एस.ए.	३८२९	ईजिप्त	१२११३६
फ्रान्स	७१०१	यु.एस.ए.	७६७२	चीन	३१०२	अर्जेंटिना	८४३३६
ईजिप्त	६५०१	चीन	६५५०	ब्राझिल	२६२३	ब्राझिल	७९७०९
चीन	४७६२	जपान	६४८८	भारत	१०७१	चीन	७३११४
भारत	२८०२	भारत	३३७०			भारत	६८८७७

(स्रोत : लेखक संकलित)

कारणे

१) लहान व सीमान्त शेतकऱ्यांना आवश्यकतेनुसार खते, कीटकनाशके खरेदी करणे आर्थिकदृष्ट्या शक्य नसते; अशा शेतकऱ्यांकडे जलसिंचन सुविधा अत्यल्प असतात. उत्पादकता वाढविण्यासाठी ते फारसे प्रयत्न करू शकत नाहीत. भारतात लहान व सीमान्त शेतकऱ्यांची संख्या बरीच जास्त आहे.

२) नॅशनल सॅम्पल सर्व्हे या संस्थेच्या सर्वेक्षण अहवालानुसार भारतातील ८१ टक्के शेती दोन हेक्टर्सपेक्षा लहान क्षेत्रफळाची आहे. तुकडीकरण व अपखंडन यामुळे लहान शेती क्षेत्र वाढत आहे. याचा परिणाम उत्पादकतेवर होतो.

३) भारतीय शेती मोसमी पावसावर अवलंबून आहे. दुष्काळ, अवकाळी पाऊस, गारपीट, चक्रीवादळे, पूर यासारख्या वातावरणीय आपत्तीमुळे देशाच्या निरनिराळ्या भागात दरवर्षी पिकांचे नुकसान होत असते. पावसाच्या लहरीपणाचा परिणाम उत्पादकतेवर होतो.

४) बहुसंख्य शेतकरी शेतीत परंपरागत व कालबाह्य तंत्राचा व पद्धतींचा वापर करतात. शेतकरी वर्ग अल्पशिक्षित व अज्ञानी असल्याने नवतेचा स्वीकार, प्रयोगशीलता याबाबत उदासीन असतात. यामुळे उत्पादकता वाढविण्यात अडचणी येतात व यश प्राप्त होत नाही.

उपाययोजना

भूमी व पाण्याचे एकात्मिक नियोजन, जमीन सुधारणांची परिणामकारक अंमलबजावणी, आधुनिक तंत्राचा वापर, कृषीनिविष्टांचा पर्याप्त वापर, लोकसंख्येचा शेतीवरील भार कमी करणे आणि कार्यक्षम विपणन व विक्रीव्यवस्था यामुळे उत्पादन वाढीस चालना मिळेल.

पंचवार्षिक योजना, कृषी धोरण व कृती कार्यक्रम यांद्वारे देशभर उत्पादन वाढीचे प्रयत्न चालू आहेत. गहू व भात या पिकांची उत्पादकता वाढलेली दिसून येते. परंतु, इतर पिकांच्या बाबतीत विशेषतः कडधान्ये, भरडधान्ये, तेलबिया यांच्या उत्पादकतेत वाढीकडे अधिक लक्ष देणे आवश्यक आहे.

तक्ता क्र. ६.७ : भूधारणेनुसार गट आणि सरासरी भूधारणा

भूधारणेनुसार गट	सरासरी भूधारणा (हेक्टर्स)		
	२०००-०१	२००५-०६	२०१०-११
सीमान्त (१.० हे.पेक्षा कमी)	०.४०	०.३८	०.३८
लहान (१.०-२.० हे.)	१.४२	१.३८	१.४२
निममध्यम (२.० - ४.० हे.)	२.७२	२.६८	२.७१
मध्यम (४.० - १०.० हे.)	५.८१	५.७४	५.७६
मोठे (१०.० व त्यापेक्षा जास्त)	१७.१२	१७.०८	१७.३७
सामान्य भूधारणा	१.३३	१.२३	१.१६

(स्रोत : ॲग्रिकल्चर ॲट अ ग्लान्स, २०१३)

२) दुर्लक्षित मृदासंवर्धन

भारतीय शेतीत वर्षभर सातत्याने पिके घेतली जातात. एका मागोमाग एक पिके घेणे, मुक्तपणे पाण्याचा व खतांचा वापर करणे व नैसर्गिक कारणे यामुळे कृषीयोग्य मृदांचा दर्जा घसरतो. शेती हा प्रमुख व्यवसाय असूनही शेतकरी मृदासंवर्धनाकडे सजगतेने लक्ष देत नाहीत. मृदाकणांचे स्थलांतर आणि मृदेतील पोषणद्रव्यांचा ऱ्हास यामुळे मृदासंवर्धनाकडे अधिक लक्ष देण्याची आवश्यकता आहे. मुसळधार पाऊस, वादळी वारे, अतिरिक्त चराई, वृक्षतोड अशा इतरही कारणांमुळे मृदाधूप मोठ्या प्रमाणावर होत आहे.

इंडियन इन्स्टीट्यूट ऑफ सॉईल सायन्स, भोपाळ या संस्थेतील संशोधकांनी नुकत्याच केलेल्या नमुना संकलन व विश्लेषणातून भारतातील शेतीयोग्य मृदांच्या बाबतीत पुढील महत्त्वाच्या बाबी स्पष्ट झाल्या आहेत.

विविध राज्यांमधील मृदांमध्ये सूक्ष्मपोषणद्रव्यांची कमतरता आढळून आली आहे. जस्त (झिंक), लोह, तांबे, मँगनीज व बोरॉन या महत्त्वाच्या सूक्ष्मपोषण द्रव्यांच्या कमतरतेमुळे पिकांची उत्पादकता तर कमी होतेच पण त्याचबरोबर उत्पादनाची गुणवत्ताही कमी होते आणि यामुळे त्याचा मानवी आरोग्यावरही परिणाम दिसून येतो. गहू व तांदूळ या दोन सर्वात महत्त्वाच्या पिकांच्या गुणवत्तेवर सूक्ष्मद्रव्यांच्या कमतरतेचा विशेष परिणाम दिसून आला आहे.

मृदांच्या विश्लेषणात असे आढळले आहे की, ५५ टक्के नमुना मृदांमध्ये जस्त आणि २२ टक्के मृदांमध्ये लोहाची कमतरता आहे. तमिळनाडूतील नमुना मृदांपैकी सर्वाधिक मृदांमध्ये (६५ टक्के) जस्ताची कमतरता असून त्या खालोखाल मध्य प्रदेश (६२ टक्के) व महाराष्ट्र (५४ टक्के) या राज्यांमध्ये जस्ताची कमतरता आहे. (तक्ता क्र. ६.८)

तक्ता क्र. ६.८ : मृदेतील सूक्ष्मद्रव्यांच्या कमतरतेचे प्रमाण (शेकडा नमुने)
(निवडक राज्यातील नमुना सर्वेक्षण, २०१०–२०१४)

राज्य	नमुने (संख्या)	सूक्ष्मद्रव्य कमतरता असलेल्या मृदांचे शेकडा प्रमाण			
		जस्त (Zn)	लोह (Fe)	तांबे (Cu)	मँगनीज (Mn)
आंध्रप्रदेश	६७२३	२२.३	१६.८	१.०	१.७
आसाम	५२१६	२५.५	०.०	३.८	०.०
बिहार	७३०४	४१.४	१२.३	१.८	७.८
गुजरात	५४७०	२३.१	२३.९	०.४	६.३
हरियाणा	५६७३	१५.३	२१.६	५.२	६.१
हिमाचल प्रदेश	६४२	१.४	७.८	०.२	२२.१
झारखंड	४४३	२०.३	०.०	०.५	०.०
मध्यप्रदेश	७५८०	६१.७	९.६	०.२	१.६
महाराष्ट्र	८२७८	५४.०	२१.५	०.२	३.८
ओडिशा	२३४९	२२.७	१.८	०.३	१.१
पंजाब	२१८१	१६.६	६.२	३.६	१५.२
तमिळनाडू	३१०८०	६५.५	१०.६	१३.०	७.९
उत्तरप्रदेश	४७८८	३३.१	७.६	६.३	६.५
उत्तराखंड	२५७५	९.६	१.४	१.४	४.७
पश्चिम बंगाल	२३६३	११.९	०.०	१.२	०.९
भारत (सरासरी)	–	४३.०	१३.०	५.४	५.५

(स्रोत : इंडियन इन्स्टीट्यूट ऑफ सॉईल सायन्स, भोपाळ प्रस्तुत अहवाल २०१४)

लोह या सूक्ष्मद्रव्याची कमतरता गुजरात, हरियाणा व महाराष्ट्रात जास्त असून आसाम व पश्चिम बंगालमध्ये लोहाची कमतरता नाही. तमिळनाडूत तांबे व हिमाचल प्रदेशात मँगनीजची कमतरता अधिकतर मृदांमध्ये आहे. बोरॉनच्या कमतरतेविषयी या सर्वेक्षण अहवालात असे म्हटले आहे की, महाराष्ट्र, ओडिशा, पश्चिम बंगाल, गुजरात, बिहार, आसाम व तमिळनाडू या राज्यांमध्ये बोरॉनच्या कमतरतेमुळे सर्वच पिकांच्या उत्पादकतेवर परिणाम होत आहे. तसेच साधारणपणे बहुतांश राज्यांमध्ये एक वा दोन सूक्ष्मद्रव्यांची कमतरता दिसून येते. महाराष्ट्रात जस्त व बोरॉन (Zn+B) आणि जस्त व लोह (Zn+Fe) अशा स्वरुपाची सर्वाधिक कमतरता आढळली आहे. कॅल्शियम कार्बोनेटचे मृदेतील प्रमाण नियत पातळीपेक्षा वाढल्याने जस्त व लोहाची विद्राव्यता कमी होऊन अशी स्थिती उद्‌भवते.

सूक्ष्मद्रव्याची कमतरता निर्माण होण्याची प्रमुख कारणे पुढीलप्रमाणे आहेत-

- मृदेची वाढती आम्ल-विम्लता
- मृदेतील कॅल्शियम कार्बोनेटचे अधिक्य
- कमी असणारे सेंद्रिय द्रव्याचे प्रमाण
- सातत्याने पिके घेतल्याने घटत जाणाऱ्या सूक्ष्मद्रव्यांचे पुर्नभरण न होणे

भारतात मृदा संवर्धनाकडे झालेले दुर्लक्ष यामुळे अधोरेखित होते.

उपाययोजना

कृषीक्षेत्रातील निरनिराळ्या संशोधकांनी मृदा संवर्धनाचे विविध उपाय सुचविले आहेत. कंटुर नांगरणी, पायऱ्यापायऱ्यांचा उतार (Terracing), आंतरपीक पद्धती, पिकांची फेरपालट, बहुविध पीक पद्धती, पडीत क्षेत्र राखणे, खतांचा पर्याप्त वापर व जलव्यवस्थापन हे मृदा संवर्धनाचे महत्त्वाचे उपाय होत.

अ) कंटुर नांगरणी : समोच्चरेषेच्या (कंटुरच्या) अनुषंगाने नांगरणी करून पिकांची लागवड केल्यास मृदासंवर्धन होते. अशा पद्धतीमुळे उताराच्या दिशेने जमिनीला सऱ्या पडत नाहीत आणि उताराच्या दिशेने मृदाकण वाहून जाण्यास मज्जाव होतो. पाणी खाली वाहून जाताना नांगरटीमुळे तयार झालेल्या सऱ्यांमध्ये ते जमते व झिरपते. डोंगराळ व टेकड्यांच्या प्रदेशात कंटुर नांगरणी अधिक उपयुक्त ठरते. फळबागा व वनशेतीसाठी ही पद्धत अधिक उपयुक्त ठरली आहे.

ब) पायऱ्या-पायऱ्यांचा उतार करणे : पर्वतीय प्रदेशातील दऱ्याखोऱ्यांमध्ये, डोंगराळ प्रदेशातील उतारावर पायऱ्यांप्रमाणे रचना केली जाते. प्रत्येक पायरीच्या भागात सपाटीकरण करून जमीन भुसभुशीत केली जाते. पायरीची कड दगडधोंडे वापरून बांध घातल्याप्रमाणे बंदिस्त करतात. डोंगरमाथ्यावर पडलेले पाणी वरच्या भागातील पायऱ्यांवरून खालच्या भागातील पायऱ्यांकडे वाहून येते. यामुळे मृदा व जल यांचे मुक्त वहन रोखले जाते. पश्चिम घाटातील शेती, ईशान्य भारतातील शेती अशा पायऱ्यांच्या उतारावर आढळते. हिमाचल प्रदेशात अशा डोंगरउतारांवर फळबागा, बटाटे-भाजीपाला लागवड आढळते.

क) आंतरपीक पद्धती : शेतकरी जेव्हा बहुवर्षीय पिके लावतात तेव्हा आंतरपीक पद्धती उपयुक्त असते. बहुवर्षीय पिकाच्या लागवडीनंतर उत्पादन प्राप्त होण्यास काही वर्षे थांबावे लागते. शिवाय अशा पिकांच्या रोपांची लागवड विशिष्ट ओळीत ठराविक अंतर राखून करतात; अशा रोपांच्या दरम्यान असणाऱ्या मोकळ्या जागेतील मृदेची धूप होण्याची शक्यता असते. अशा मोकळ्या जागांमध्ये वाटाणा-घेवडावर्गीय पिके, भाजीपाला यांची लागवड केली जाते. अशा पिकांचा बाह्यसंभार व मुळे मर्यादित क्षेत्रात पसरतात. त्यामुळे

मुख्य पिकास हानी न पोहचवता हे उत्पादन मिळू शकते. वाटाणा व घेवडावर्गीय पिकांच्या मुळांमुळे मृदेत नत्रवायू स्थिरीकरण होते. मृदासंवर्धन हा आंतरपीक पद्धतीचा मुख्य उद्देश असल्याने पिकांची निवड विशिष्ट पद्धतीने केली जाते.

ड) पिकांची फेरपालट : वर्षभरात कोणती पिके घ्यावयाची याचे नियोजन करून विशिष्ट क्रमाने वा आलटून-पालटून पिके घेण्याच्या पद्धतीस पीक फेरपालट (Crop Rotation) म्हणतात. कोणत्याही जमिनीत वारंवार एकच एक पीक घेतल्यास मृदेतील विशिष्ट पोषणद्रव्ये कमी होत जातात. उदाहरणार्थ, बटाटा पिकामुळे मृदेतील पोटॅश कमी होते तर गव्हाच्या पिकामुळे नत्राचे प्रमाण कमी होते; म्हणजेच गहू व बटाटा आलटून-पालटून लावल्यास नत्र व पोटॅशची प्रमाणबद्धता राहते. भारतात अनेक पीक फेरपालटाची पिके आहेत. अनुभव व प्रयोगशीलता यातून शेतकऱ्यांनी पिकांचे पूरक गट तयार केले आहेत.

पिकांचे फेरपालट गट :	१) खरीप ज्वारी/बाजरी/सूर्यफूल, रब्बी हरभरा/भुईमूग
	२) खरीप भात, रब्बी कापूस/तूर
	३) खरीप मूग/उडीद, रब्बी ज्वारी
	४) वार्षिक पीक ऊस, त्यानंतर गहू/मका
	५) बागायती ज्वारी/कोबी/भाजीपाला त्यानंतर तूर/सोयाबीन/गहू/सूर्यफूल

पारंपरिक पीक फेरपालट पद्धतीत तीन वा चार वर्षांनी जमीन पडीत ठेवण्याची प्रथा आहे; पण जगातील काही प्रसिद्ध पीक फेरपालट पद्धतीत याची आवश्यकता नसते. 'नॉरफोक क्रॉप रोटेशन' हे एक असेच आधुनिक पीक फेरपालट तंत्र आहे. अमेरिकी कृषीतज्ज्ञ नॉरफोक यांनी याचे पर्याय दिले आहेत. उदाहरणार्थ, प्रथम गहू व त्यानंतर घेवडा/वाटाणा, सोयाबीन व क्लोव्हर चारा यांपैकी पीक निवडावे. दुसऱ्या वर्षी बार्लीसारखे भरड धान्य व त्यानंतर बीट, टर्निप यासारखे कंदपीक घ्यावे; असे पर्याय त्यांनी दिले आहेत. पीक फेरपालट पद्धतीमुळे मृदसंधारणाबरोबर शेतकऱ्यांच्या गरजांची पूर्तताही होते.

इ) बहुविध पीक लागवड पद्धत (Multiple Cropping) : एकपिकी पद्धतीचे तोटे टाळण्यासाठी बहुविध पीक लागवड पद्धतीचा अवलंब करतात. एकूण उपलब्ध असलेल्या शेत जमिनीचे लहान लहान भाग करून, प्रत्येक भागात वेगवेगळी पिके लावली जातात व नंतरच्या हंगामात पिकाच्या प्रकारात बदल करतात; यास बहुविध पीकपद्धती म्हणतात. तसेच काही वेळा बहुवर्षीय पीक लावले असल्यास त्या मुख्य पिकाच्या दरम्यान दुसरी हंगामी उपयुक्त पिके घेतली जातात. रबर, कोको, पामतेल ताड अशी लागवड असलेल्या मळ्यांमध्ये कंदपिके, वेलवर्गीय पिके, भाजीपाला यांची लागवड करतात. आंतरपीक पद्धतीशी याचे साधर्म्य आढळते. मृदेची प्रत टिकून राहील अशा पद्धतीने पिकांची निवड केली जाते.

ई) पडीतक्षेत्र राखणे : एखाद्या शेत जमिनीत सातत्याने पिके घेतली गेल्यास ती काही काळ पडीत ठेवणे श्रेयस्कर ठरते. यामुळे मृदानिर्मिती प्रक्रिया अधिक सक्रिय राहते व मृदेचीरचना सुधारते. पडीतक्षेत्र किती काळासाठी ठेवावयाचे हे अनेक बाबींवर अवलंबून असते. पडीत ठेवावयाचे क्षेत्र प्रथम नांगरतात व नंतर त्यावर पालापाचोळा, गवत, धसकट यांचा थर पसरतात. यामुळे मृदेतील बाष्प टिकून राहते. मृदाजीव कार्यक्षम होतात. दोन ते तीन वर्षे जमीन पडीत ठेवल्यास मृदा संवर्धन होते; अशा जमिनीत लागवड केल्यावर चांगले उत्पादन मिळते. लोकसंख्येच्या वाढत्या भारामुळे जमीन पडीत ठेवणे अवघड होऊ लागले आहे. परंतु, पडीतक्षेत्र राखणे म्हणजे जमिनीला विश्रांती देणे अशी पारंपरिक समजूत असल्याने अनेक शेतकरी याचा अवलंब करतात.

उ) खतांचा पर्याप्त वापर : लागवडीयोग्य मृदांची उत्पादनक्षमता तपासल्यास असे आढळते की, प्रत्येक मृदेची उत्पादन क्षमतेची एक मर्यादा असते. सतत पिके घेतल्याने ही उत्पादनक्षमता घटू लागते. यासाठी खतांचा वापर उपयुक्त ठरतो. वापरण्यास सुलभ, रास्त किंमत व अल्पावधीत अपेक्षित परिणाम यामुळे रासायनिक खते वापरण्याकडे शेतकरी आकर्षित होतो. परंतु, या खतांच्या विपुल वापराने जमिनी नादुरुस्त होऊ लागल्या. खतांच्या संदर्भातील संशोधनावरून असे सिद्ध झाले आहे की, सेंद्रिय व जैवखतांचा वापर रासायनिक खतांपेक्षा अधिक सुरक्षित उपाय आहे परंतु त्यांचा परिणाम साध्य होण्यास थोडा अधिक काळ लागतो. शिवाय खते अधिक तर उत्पादनही अधिक अशा धारणेमुळे शेतकरी आवश्यकतेपेक्षा अधिक मात्रेने खते वापरतात. परिणामी, मृदेत काही रसायनांचे संचयन होत जाते व त्या नादुरुस्त होतात; म्हणूनच खतांचा पर्याप्त वापर महत्त्वाचा ठरतो. रासायनिक खतांना पर्याय नसला तरी त्यांचा किमान वापर करून त्यास शेणखत, कंपोस्ट खत, हिरवळीचे खत, गांडूळ खत अशा सेंद्रिय खतांची जोड देणे फायद्याचे ठरते. शिवाय ऱ्हायझोबियम, ॲझॅटोबॅक्टर स्पिरुलियम सारखी जैव खते उपयुक्त ठरतात. खतांचा पर्याप्त वापर हा मृद्संधारणाचा आधुनिक मार्ग आहे.

ऊ) जलव्यवस्थापन : मृदासंवर्धन व जलव्यवस्थापन यांचा अन्योन्य संबंध आहे. मृदा सुस्थितीत राहण्यासाठी त्यात हवा व पाणी यांचे संतुलन असणे महत्त्वाचे असते. मृदेतील पाण्याचा निचरा होणे आणि आवश्यक तेवढे पाणी राहण्यासाठी जलसिंचन करणे याचा जलव्यवस्थापनात समावेश होतो. सखल मैदानी प्रदेशात उतार फार सौम्य असल्याने पाण्याचा निचरा व्यवस्थित होण्यासाठी जलनिस्सारण करावे लागते. याउलट, पर्वत-डोंगर-टेकड्यांच्या प्रदेशात माथा ते पायथा जलव्यवस्थापन करावे लागते. यासाठी डोंगरमाथ्यावर पाणी साठविण्यासाठी पसरट खोल खळगा तयार केला जातो. तेथून उताराच्या अनुषंगाने व काटकोनात मार्गिका व वितरिका तयार केल्या जातात. यातून डोंगरमाथ्यावर साठलेले पाणी नियंत्रित पद्धतीने सोडतात. वरच्या भागातील शेतातून क्रमाक्रमाने खालच्या भागातील शेतात पाणी येते. याशिवाय ठिबकसिंचन, तुषारसिंचन या सूक्ष्म जलसिंचन प्रणालींचा वापर करून मृदा संवर्धन करता येते. मुक्त जलसिंचनामुळे मृदेत अतिरिक्त पाणी जमण्याचा धोका टाळणे व आवश्यकतेनुसार पाणी पुरविणे यामुळे मृदा सुस्थितीत तर राहतातच पण पाण्याचीही बचत साध्य होते.

३) हंगामोत्तर तंत्रज्ञान समस्या

बहुतांश कृषी उत्पादने नाशवंत व मोसमी स्वरूपाची असतात. शेतकरी व ग्राहक या दोघांनाही रास्त भाव मिळण्यासाठी हंगामोत्तर तंत्रज्ञान महत्त्वाचे आहे. भारतीय कृषिक्षेत्र यादृष्टीने सज्ज होऊ लागले असले, तरी काही समस्या भेडसावत आहेत.

अन्नधान्य, तेलबिया, कापूस, रेशीम, लोकर व कातडे यासारखी कृषी उत्पादने तुलनात्मकदृष्ट्या टिकाऊ असतात. अशी उत्पादने दूर दूरच्या व्यापक प्रदेशातून संकलित केली जातात. असा माल आकारमानाने मोठा व वजनदार असतो. मालाचे वजन व अंतर यांच्या गुणोत्तराप्रमाणे वाहतूक खर्च वाढतो; अशा मालाची साठवणूक करण्यासाठी मोठी गोदामे बांधावी लागतात. काहीवेळा मालाला उठाव नसतो वा आवक मोठी असते. अशा वेळी माल गोदामात साठत राहतो. असा माल खास काळजी घेऊन सुस्थितीत ठेवणे व सुरक्षित ठेवणे यासाठी तंत्रज्ञानाचे साहाय्य घ्यावे लागते. मालाची चढउतार करण्यासाठी स्वयंचलित यंत्रे वापरल्यास धान्य गळती वा नासाडी कमी होते. गेल्या काही वर्षांत धान्य प्रक्रिया करून खाद्यपदार्थ बनविण्याचा उद्योग

व्यापारी स्वरूपावर विकसित झाला आहे. परंपरागत धान्य साठवणूक करण्याच्या पद्धतींपेक्षा आधुनिक पद्धतीने धान्य साठविण्याचे चांगले प्रयत्न होत आहेत.

दूध, मासे, मांस, अंडी, फळे, भाजीपाला अशा अतिनाशवंत कृषीमालावर टिकाऊपणा वाढविण्यासाठीचे तंत्रज्ञान ही अतिशय आवश्यक बाब झाली आहे. या उत्पादनांना आहारात महत्त्वाचे स्थान आहे; अशा उत्पादनांच्या बाबतीतील हंगामोत्तर तंत्रज्ञान भारतात वापरले जाऊ लागले आहे.

भारत जगात दूध उत्पादनात आघाडीवर असल्याने 'डेअरी उद्योग' भरभराटीस आला आहे. हंगामोत्तर तंत्रज्ञानामुळेच 'धवलक्रांती' होऊ शकली. फळे, भाजीपाला टिकविण्यासाठी मात्र आधुनिक तंत्रज्ञानापेक्षा काही परंपरागत कमी खर्चीक पद्धती वापरल्या जातात. खारविणे, वाळविणे, भाजणे याबरोबर मीठ, तेल, साखर यांचा वापर करून टिकाऊ पदार्थ बनविण्याचा व्यवसाय भारतात व्यापक प्रदेशात केला जातो. या व्यवसायात स्त्रियांचा सहभाग खूप मोठा आहे. या व्यवसायात तांत्रिक ज्ञानाचे प्रशिक्षण देऊन जॅम, जेली, मार्मलेड, अर्क, रस, सॉस, केचप, लोणचे, चटण्या असे अनेक पदार्थ यंत्रांच्या व उपकरणांच्या साहाय्याने करण्यास भरपूर वाव आहे. शीतकरण व गोठवणे यासाठी हंगामपश्चात तंत्रज्ञान मर्यादित प्रमाणावर उपलब्ध आहे.

अन्नधान्य प्रक्रिया उद्योगात अणुउर्जेचा वापर अल्प प्रमाणात करण्यात येऊ लागला आहे. कडधान्ये, भुईमूग, मोहरी, भात, सोयाबीन, ताग, आंबा, कांदा अशा पिकांच्या उत्पादनांवर किरणोत्सार वापरून अधिक उत्पादन देणाऱ्या नवीन वाणाची निर्मिती केली जाते व टिकाऊपणा वाढविला जातो. हंगामपश्चात तंत्रज्ञानामुळे कृषीक्षेत्र व उद्योगक्षेत्र यांना एकत्र आणले असल्याने दोन्ही क्षेत्रांना त्याचा फायदा होत आहे.

हंगामोत्तर तंत्रज्ञान वापरातील मुख्य समस्या म्हणजे यंत्रसामग्री व उपकरणे यांच्या खरेदीसाठी आवश्यक असलेल्या भांडवलाचा अभाव, प्रशिक्षित मनुष्यबळाची कमतरता व विपणनातील त्रुटी या आहेत.

६.५ भारताचे कृषी धोरण (Agricultural Policy of India)

स्वातंत्र्योत्तर काळात पंचवार्षिक योजनांच्या माध्यमातून कृषीविषयक धोरण वेळोवेळी जाहीर केले गेले असले तरी स्वतंत्र असे राष्ट्रीय कृषी धोरण (National Agricultural Policy) २८ जुलै २००० रोजी जाहीर करण्यात आले. या धोरण मसुद्यात पुढील बाबींची विस्ताराने चर्चा करण्यात आली आहे.

- भारतीय शेतीची वाढ करू शकणाऱ्या सुप्त स्रोतांचा धांडोळा घेऊन त्यांचा प्रत्यक्ष वापर करणे.
- कृषी विकासाला गती यावी म्हणून ग्रामीण भागातील पायाभूत सुविधा बळकट करणे, उत्पादनांचे मूल्यवर्धन होण्यासाठी चालना देणे, कृषी उत्पादन आधारित उद्योग जलदगतीने वाढावेत म्हणून जोमाने प्रयत्न करणे; शेतकरी, त्याचे कुटुंब व शेतमजूर यांचे राहणीमान सुधारण्यासाठी आवश्यक ती पावले उचलणे, ग्रामीण भागाकडून शहराकडे होणाऱ्या स्थलांतरास उत्तेजन न देणे आणि आर्थिक उदारीकरण व जागतिकीकरणामुळे निर्माण झालेली आवाहने पेलण्यासाठी सज्ज होणे, यांचा ऊहापोह करण्यात आला आहे.
- आगामी दोन दशकात पुढील बाबी साध्य करावयाच्या आहेत :

१) कृषी क्षेत्राचा वाढीचा दर चार टक्के वा त्यापेक्षा अधिक राखणे.

२) साधनसंपदेचा कार्यक्षमतेने वापर करणे. मृदा, जल व जैवविविधता यांचे संवर्धन साध्य करतच कृषीक्षेत्राची वाढ करणे.

३) कृषीक्षेत्राची वाढ सर्वसमावेशक व समता आधारित असावी.

४) कृषीक्षेत्राची वाढ साध्य करताना ती आर्थिक, पर्यावरणीय व तांत्रिकदृष्टीने शाश्वत स्वरूपाची असावी.

१) साधनसंपदेचा कार्यक्षम वापर आणि मृदा, जल व जैवविविधता संवर्धन

कृषीक्षेत्रात साधनसंपदेचा कार्यक्षम वापर आणि मृदा, जल व जैवविविधतेचे संवर्धन करण्यास कृषी धोरणात अग्रक्रम देण्यात आला आहे. जमीन, पाणी व संपूर्ण जीवसृष्टीवर तसेच इतर सर्व नैसर्गिक संसाधनांवर फार मोठा भार पडत आहे. यामुळे त्यांची दरडोई उपलब्धता कमी होत आहे. शेतीवरील लोकसंख्येचे अवलंबित्व वाढत आहे. तुकडीकरणामुळे भूधारणा क्षेत्र लहान होत असल्याने शेती आर्थिकदृष्टीने तोट्याची होत आहे. याचे निराकरण करण्यासाठी जमिनीचे संलग्नीकरण करणे आणि लहान धारण क्षेत्रास सुयोग्य असे तंत्र विकसित करणे असे उपाय धोरणात सुचविले आहेत. सुयोग्य व अनुकूल अशा तंत्रज्ञानाचा लाभ जवळपास ८० टक्के भूधारकांना होऊ शकेल. ज्या राज्यांनी जमीन संलग्नीकरण योजना फारशी जोमाने राबवलेली नाही अशा राज्यांना प्राधान्यक्रमाने हे काम सुरू करण्यास प्रवृत्त केले जात आहे.

उजाड वा ओसाड जमिनींपैकी ज्या जमिनींवर काही उपचार व दुरुस्ती करणे शक्य आहे त्या जमिनी उपजाऊ करणे आवश्यक आहे. वृक्षतोड, अतिचराई व स्थलांतरित शेती यामुळे ज्या जमिनी ओसाड पडल्या आहेत, त्या काही प्रमाणात उत्पादक होऊ शकतात. आसाम, मेघालय, गुजरात, राजस्थान व तमिळनाडू या राज्यांमध्ये असे क्षेत्र अधिक आहे. या राज्यांमध्ये वनीकरण, निचराव्यवस्था व मृदाजल संधारणाचे तांत्रिक उपाय करणे आवश्यक आहे.

कृषी धोरणात जलसंवर्धन हा अत्यंत महत्त्वाचा विषय मानण्यात आला आहे. कृषी-हवामान विभागानुसार सुचविण्यात आलेली पिके घेतली जावीत अशी सूचना केली गेली आहे. कमी पावसाच्या, अवर्षणप्रवण क्षेत्रात जलसिंचन उपलब्ध करून दिले म्हणून अधिक पाणी लागणारी पिके लावण्यापासून शेतकऱ्यांना परावृत्त करावे असे मत व्यक्त केले गेले आहे. पाणलोट क्षेत्र व्यवस्थापनातून जलसंवर्धन करणे आणि ठिबक व तुषारसिंचन शेतकऱ्यांनी स्वीकारावे यासाठी उत्तेजन देणे, यांची आवश्यकता प्रतिपादन केली आहे.

ग्रामीण भागात इंधनासाठी होणारी वनस्पती व वृक्षतोड कमी व्हावी म्हणून बायोगॅस संयंत्र सुविधा पुरवावी; यामुळे वृक्षतोड कमी होऊन जैवविविधता टिकून राहील.

२) सर्वसमावेशक व समता आधारित वाढ

हरितक्रांतीच्या तत्त्वांमध्ये अंतर्भूत असलेल्या कृषी निविष्टा (सुधारित-बी-बियाणे, खते व जलसिंचन) केवळ मोठ्या धनवान शेतकऱ्यांनाच परवडू शकतात. लहान व सीमान्त शेतकऱ्यांना आर्थिकदृष्टीने त्या सहज उपलब्ध होऊ शकत नाहीत; अशा तफावतींमुळे प्रादेशिक असंतुलन निर्माण होते. कृषी तंत्रज्ञानातील नवीन धोरणानुसार व्यापक प्रदेशातील सर्व शेतकऱ्यांना सामावून घेऊ शकणारे, वापरण्यास सुलभ व रास्त किंमत असणारे तंत्र उपलब्ध करून द्यावयाचे आहे. अन्यथा, ग्रामीण भागाकडून शहराकडे केल्या जाणाऱ्या स्थलांतराचे प्रमाण कमी करणे अत्यंत कठीण होईल. शेती क्षेत्रातील असंतुलन कमी करण्यासाठी अनेक उपाय योजणे आवश्यक आहे.

३) शेती आणि आर्थिक उदारीकरण व जागतिकीकरण

आर्थिक उदारीकरण व जागतिकीकरणामुळे ज्या कृषीमालाची निर्यात होईल त्यापासून मिळणारा लाभ सर्व शेतकरी वर्गास व अगदी भूमिहीन शेतमजुरांनाही होऊ शकेल याची दक्षता घेणारे धोरण असावे. सामान्यपणे उदारीकरण व जागतिकीकरण यामुळे होणारे लाभ ग्रामीण भागाला समृद्ध करणारे असावेत.

जगातील व्यापार सुलभ व मुक्तपणे व्हावा या उद्देशाने जागतिक व्यापार संघटना (WTO) स्थापली

गेली. विकसित राष्ट्रे आणि विकसनशील राष्ट्रे यांच्या दरम्यानची आयात-निर्यात जाचक निर्बंधांशिवाय व्हावी असा हेतू होता. यामुळे जग म्हणजे जणू एक भलेमोठे गाव असेल व तेथील व्यापार सहजपणे होईल अशी आशा निर्माण केली गेली. परंतु, १९९५ मध्ये स्थापन झालेल्या जागतिक व्यापार संघटनेच्या सिंगापूर, सिॲटल (यु.एस.ए.), दोहा (कतार) आणि कानकून (मेक्सिको) येथे झालेल्या परिषदांमधून मूळ उद्देश साध्य करण्यात यश आलेले नाही असे दिसून आले. विकसनशील राष्ट्रांमधील बालमजूर समस्या आणि विकसित राष्ट्रांमधून शेतीला दिली जाणारी अनुदाने (सबसिडी) यासारख्या समस्यांमुळे कृषीमालाचा व्यापार सुलभ व मुक्तपणे होऊ शकला नाही. सन २००४ मध्ये जिनिव्हा येथे झालेल्या परिषदेत विकसित राष्ट्रांनी अनुदान कमी करण्याचे मान्य केल्याने काही तोडगा निघण्याची शक्यता निर्माण झाली आहे. यामुळे भारतासारख्या विकसनशील राष्ट्रांमधील निर्यातक्षम कृषी मालाला मागणी वाढेल. सर्व विकसनशील राष्ट्रांनी एकजूट दाखविल्याने विकसित राष्ट्रांची व्यापारातील मक्तेदारी व वरचष्मा कमी होत आहे.

४) शाश्वत वाढ

राष्ट्रीय कृषी धोरणात शाश्वत शेतीची वाढ अपेक्षिली आहे. विकसित राष्ट्रांप्रमाणे यंत्राधारित शेतीचा पुरस्कार न करता कमी भांडवलाची मनुष्यबळ आधारित शेती अपेक्षिली आहे. लहान शेतांमध्ये वापरता येणारी अवजारे व उपकरणे वापरणे, शेतीकामासाठी व जवळपासच्या वाहतुकीसाठी शेतकऱ्याकडील पशुधन वापरणे, यंत्राच्या साहाय्याने खोलवर नांगरट न करणे असे भारतीय शेतीस उपयुक्त ठरतील असे उपाय सुचविले आहेत. दहाव्या पंचवार्षिक योजनेत हंगामपश्चात तंत्रज्ञान विकसित करण्याबाबत ऊहापोह करण्यात आला आहे. भारतीय शेती रोजगार निर्माणकारी असल्याने तिला असलेला मानवी चेहरा टिकून राहील्यास शाश्वत शेती वाढू शकेल असा विश्वास धोरणात व्यक्त करण्यात आला आहे.

६.५.१ कृषीधोरण व जागतिक संस्थांची मदत

१) यु.एस.ए. फूड एड प्रोग्रॅम (USAID)

यु.एस.ए.ने फूड एड प्रोग्रॅम ही योजना सुरू करून अनेक राष्ट्रांना भरीव मदत केली आहे. विकसनशील देशांमधील ८०० दशलक्ष लोकांना चांगले पोषण व चांगले अन्नधान्य मिळावे म्हणून हा देश या प्रकारची मदत करतो. यामुळे भारतासारख्या विकसनशील देशांमधील अन्नसुरक्षा अधिक बळकट होते. आपत्कालीन परिस्थिती नसतानासुद्धा अन्नधान्याची मदत करणारी ही जगातील सर्वांत मोठी संस्था आहे. (Non-Emergency Food Aid Programme)

याच संस्थेच्या दुसऱ्या एका योजनेनुसार गर्भवती महिला व बालकांचा आहार अधिक पोषक करण्यासाठी मदत दिली जाते. तसेच शाश्वत ग्रामीण विकास या कार्यक्रमांतर्गत निवडक गावांमध्ये पायाभूत सुविधा निर्माण केल्या जातात. त्याशिवाय शालेय विद्यार्थ्यांसाठी 'फूड फॉर एज्युकेशन' या उपक्रमातून जीवनसत्त्व 'अ' व 'क' असलेली फळे, 'ड' जीवनसत्त्वाचा पुरवठा, खनिजे व प्रथिने प्राप्त होतील असा आहार कर्बोदकांसमवेत दिला जातो.

२) 'ऑक्सफर्ड कमिटी फॉर फॅमिन रिलीफ' योजना (OXFAM)

ही एक ब्रिटिश अशासकीय संस्था असून, या संस्थेची स्थापना लंडन येथे सन १९४२ मध्ये झाली. या संस्थेसाठी जमा केला जाणारा निधी व्यक्ती व खासगी संस्थेकडून जमविला जातो. दुसऱ्या महायुद्धाच्या काळात व त्यानंतर निर्वासितांना मोठी मदत करण्यात आली. इ.स.१९६० मध्ये या संस्थेचे उद्दिष्ट बदलण्यात आले

आणि गरीब राष्ट्रातील शेती व खाद्यान्नाच्या उत्पादन क्षेत्रांत साहाय्य करण्याचे ठरविण्यात आले; तसेच जगभरात जेथे अन्नधान्य मिळण्यापासून वंचित वा आपत्तीग्रस्त लोक असतील तेथे ही संस्था मदत करते. दुष्काळ, पूर, भूकंप व इतर आपत्तीच्या प्रसंगी स्वयंसेवक पाठवून सर्व प्रकारची मदत पोहोचवणे व लोकांना प्रशिक्षण देण्याचे काम ही संस्था करते. या संस्थेच्या शाखा यु.एस.ए., कॅनडा, बेल्जियम व ऑस्ट्रेलियात आहेत. भारताला या संस्थेकडून अवर्षण व पूर परिस्थितीत मदत मिळते.

३) सार्क (SAARC) फूड बँक

एप्रिल २००७ मध्ये नवी दिल्ली येथे सार्क (South Asian Association for Regional Co-Operation-SAARC) सभासद राष्ट्रांची परिषद झाली. त्यात सार्क फूड बँक स्थापन करावी असा ठराव संमत करण्यात आला. दक्षिण आशियाई सभासद राष्ट्रांना अन्नसुरक्षा प्राप्त होण्यासाठी अशा प्रकारच्या बँकेची मदत होऊ शकेल असे वाटल्याने 'सार्क फूड बँक' स्थापण्यात आली. या बँकेच्या स्थापनेत प्रत्येक देशाने जे भागभांडवल गुंतविले आहे त्या प्रमाणात त्यांनी गहू वा तांदूळ अथवा दोन्ही धान्ये विशिष्ट प्रमाणात साठा म्हणून ठेवावयाचा असतो. भारताने सार्क फूड बँकेसाठी ३०६४०० मे.टन धान्य राखीवसाठा म्हणून ठेवले आहे. नैसर्गिक आपत्ती, युद्धजन्य परिस्थिती वा इतर काही कारणांमुळे एखाद्या देशास अन्नधान्याची गरज असेल तर सार्क फूड बँक या राखीव साठ्यातून मदत करते.

४) इंटरनॅशनल ग्रेन कौन्सिल (IGC)

इंटरनॅशनल ग्रेन कौन्सिल ही एक लंडनस्थित आंतरराष्ट्रीय संस्था आहे. यामध्ये धान्याची आयात-निर्यात करणारे देश सभासद आहेत. सन १९९६ पर्यंत या संस्थेतर्फे केवळ गव्हाची आयात-निर्यात होत असे. परंतु, आता गहू व भरडधान्ये यांची आयात-निर्यात सभासद राष्ट्रे एकमेकांच्या सहकार्याने करतात. भारत प्रथमपासूनच सभासद राष्ट्र आहे. या संस्थेत धान्य आयात करणाऱ्या देशांचा एक गट आणि निर्यात करणाऱ्या देशांचा दुसरा गट करण्यात आला आहे. जुलै २००३ पासून भारत निर्यात करणाऱ्या देशांच्या गटात समाविष्ट झाला आहे.

५) फूड अँड अॅग्रिकल्चर ऑर्गनायझेशन (FAO)

संयुक्त राष्ट्र संघाच्या (युनो) विविध विभागांपैकी सर्वांत मोठा व महत्त्वाचा विभाग म्हणजे फूड अँड अॅग्रिकल्चरल ऑर्गनायझेशन होय. जगभरातील ग्रामीण जनतेचा पोषण स्तर आणि जीवनमान उंचावण्याच्या निश्चित अशा उद्देशाने या संघटनेची स्थापना करण्यात आली. जागतिक अन्नसुरक्षा साध्य करण्यासाठीची धोरणे ठरविणे, खाद्यान्न उत्पादनाची नोंद घेऊन विविध राष्ट्रातील जनतेस त्याची प्रत्यक्ष व आर्थिकदृष्टीने उपलब्धता करून देणे हे या संघटनेच्या उपविभागाचे, दि कमिटी ऑन वर्ल्ड फूड सिक्युरिटीचे (CFS) महत्त्वाचे कार्य आहे. भारत FAO आणि CFS या दोन्हींचा सभासद असून देशातील अन्नसुरक्षेच्या संदर्भातील कामकाजावर या संस्था लक्ष ठेवून योग्य त्या सूचना करतात. त्या सूचनांचे पालन व कार्यवाही करणे बंधनकारक असते. यातूनच भारतातील सार्वजनिक वितरण प्रणालीच्या कामकाजात सुधारणा होत आहे.

६.५.२ देशांतर्गत अन्नसाहाय्य योजना

भारताची देशांतर्गत अन्नसाहाय्य योजना म्हणजेच सार्वजनिक वितरण प्रणाली वा व्यवस्था (Public Distribution System-PDS) होय. या प्रणालीस फार मोठा इतिहास असून ब्रिटिशकालीन भारतातील या व्यवस्थेत बदल होत जाऊन वर्तमानकाळात ही व्यवस्था अस्तित्वात आली आहे. भारतातील सार्वजनिक वितरण प्रणालीचे जाळे हे या प्रकारातील जगातील सर्वांत मोठे जाळे आहे.

गरिबांना केवळ अन्नधान्य उपलब्ध करून दिल्याने अन्नसुरक्षा मिळत नाही. अन्नधान्य खरेदी करण्याची क्षमता निर्माण करणे हे या वितरण प्रणालीचे मुख्य तत्त्व आहे. यासाठी गरिबांची क्रयशक्ती वाढविली पाहिजे. क्रयशक्ती दोन मार्गांनी वाढू शकते-एक म्हणजे त्यांचे उत्पन्न वाढविणे आणि दुसरे सवलतीच्या दराने अन्नधान्य उपलब्ध करून देणे. सार्वजनिक वितरण प्रणाली हे या दुसऱ्या मार्गाचे रूप आहे.

इ.स. १९३९ मध्ये मुंबईत अन्नधान्य वितरणाची व्यवस्था ब्रिटिश सरकारने प्रथम सुरू केली. दुसऱ्या महायुद्धात ब्रिटिशांच्या आर्थिक व प्रशासकीय वाताहतीचा परिणाम इतका मोठा होता की, अन्नधान्य वितरणाची एक व्यापक व्यवस्था निर्माण करणे आवश्यक झाले होते. शिवाय भारतातील दुष्काळाचा सामना करण्यासाठीही अन्नधान्य वितरण व्यवस्था करणे गरजेचे होते. अशा या मूलभूत विचारातून सार्वजनिक वितरणप्रणाली व ज्याचे अंतिम एकक 'रेशन दुकान' वा स्वस्त धान्यविक्री केंद्र निर्माण झाले. १९४३ पर्यंत भारतातील १३ शहरांमध्ये रेशन दुकानांची संख्या वाढविण्यात आली. त्यानंतर १९४६ पर्यंत ही व्यवस्था दुष्काळग्रस्त गावांमध्ये आणि ७७१ शहरांमध्ये पोहोचली. परंतु, त्यानंतर ही व्यवस्था काहीकाळ स्थगित केली गेली. परंतु, १९५१ मध्ये पहिल्या नियोजन आयोगाने सार्वजनिक वितरण प्रणाली पुन्हा सुरू करून जबाबदारी उचलली. स्वातंत्र्य प्राप्तीनंतर आलेल्या दुष्काळांवर व पर्यायाने अन्नटंचाईवर या प्रणालीने मात करण्याची ताकद देशाला मिळवून दिली. सन १९५८ च्या आसपास अन्नधान्य उत्पादनात तूट आल्याने या प्रणालीचे सक्षमीकरण करणे आवश्यक झाले. त्या काळात ही व्यवस्था शहरकेंद्री होती आणि गावागावांमध्ये मात्र अन्नधान्याचा तुटवडा होता. त्यामुळे ग्रामीण भागात ही व्यवस्था पोहोचवणे आणि धान्याबरोबर साखर, तेल, तूप, रवा, केरोसिन, कोळसा यासारख्या आवश्यक घटकांचाही समावेश करणे यादृष्टीने कार्यवाही सुरू झाली. परिणामी १९६१ मध्ये रेशन दुकानांची संख्या पाच लाखांवर पोहोचली. अन्नधान्य साठवणूक व वितरण यासाठी १९६५ मध्ये 'फूड कॉर्पोरेशन ऑफ इंडिया' (FCI) ची स्थापना झाली आणि बाजारभाव स्थिर राखण्यासाठी 'अ‍ॅग्रिकल्चर प्राईसेस कमिशन' निर्माण केले गेले. अशा बदलेल्या स्वरूपामुळे त्यानंतर आलेल्या दुष्काळ व पूर यामध्ये मनुष्यहानी व भूकबळीसंख्या कमी झाली आणि खाद्यान्नांचे भाव स्थिर होऊ लागले.

इ.स. १९८५ पर्यंत सार्वजनिक वितरण प्रणाली देशातील ग्रामीण भागात आणि सर्व राज्यातील दुर्गम भागातील आदिवासी जनतेपर्यंत पोहोचली. काही ठिकाणी रोजगार रोख पैशांच्या रूपात न देता गहू, तांदूळ, साखर, खाद्यतेल अशा खाद्यान्नांच्या स्वरूपात देण्यात येऊ लागला. या वितरण प्रणालीमध्ये तीन महत्त्वाच्या मार्गदर्शक तत्त्वांचा विचार केला गेला आहे.

१) समाजातील तळागाळातील लोकांना म्हणजे गरीब व दारिद्र्यरेषेखालील जनतेला अन्नधान्य सुरक्षा प्राप्त करून देणे.

२) खुल्या बाजारातील भावावर नियंत्रण ठेवणे. साठेबाजीस व नफेखोरीस रोखणे.

३) वितरण प्रणालीच्या माध्यमातून अन्नसुरक्षा व घटनात्मक तत्त्वांची अंमलबजावणी करणे.

इ.स.२०१२ मध्ये अन्नसुरक्षा कायदा पारित झाल्यावर दारिद्र्यरेषेखालील जनतेला स्वस्त दरात अन्नधान्य व इतर जीवनाश्यक वस्तू प्राप्त करून घेण्याचा अधिकार मिळाला आहे. यासाठी 'टार्गेटेड पब्लिक डिस्ट्रीब्यूशन सिस्टिम' (TPDS) या नावाने नवीन प्रणाली सुरू केली गेली आहे. यामुळे ग्रामीण भागातील ७५ टक्के व नागरी भागातील ५० टक्के जनता याचा लाभ घेऊ शकेल. याचा अर्थ देशातील ६३.५ टक्के लोकसंख्या लाभार्थी झाली आहे. लाभार्थी लोकसंख्या दोन गटांत विभागली आहे. पहिल्या गटात गरीब व दारिद्र्यरेषेखालील लोकसंख्या (BPL) असून त्यांना माणशी ७ किलो धान्य अतिशय स्वस्त दरात दरमहा दिले जाते. यात गहू तीन रु. किलो,

तांदूळ दोन रु. व भरडधान्य एक रुपया किलो इतक्या अल्पदराने दिले जाते. दुसऱ्या गटातील लोकांना (APL) दर माणशी दरमहा ३ किलो धान्य बाजारभावाच्या निम्म्यादराने दिले जाते. याशिवाय गर्भवती महिला, सहा महिन्यांखालील बालके व माता यांना मोफत अन्नधान्य देण्यात येते. सार्वजनिक वितरण प्रणालीची व्याप्ती व कामकाजाचे स्वरूप लक्षात घेता केवळ भारतातीलच नव्हे तर जगातील सर्वांत मोठे जाळे असलेली ही अन्नसाहाय्य योजना आहे.

––––––––––––––––––––

सरावासाठी प्रश्न

१) भारतातील धवलक्रांतीच्या संदर्भात दुग्धोत्पादन व्यवसायाचे मूल्यमापन करा.

२) हरितक्रांती व धवलक्रांतीच्या यशापशयाचे यथायोग्य परिक्षण करा.

३) 'भारतात अधिकतर अन्नतुटीचे प्रदेश आहेत' या विधानाचे सकारण विवेचन करा.

४) पोषण व भूक (उपासमार) यांच्यातील परस्परसंबंध स्पष्ट करून या संदर्भातील भारतातील स्थिती विशद करा.

५) भारतातील अन्नसुरक्षा, दुग्धोत्पादन व पोषण यांच्यातील परस्पर संबंध स्पष्ट करून भारतीय शेतीचे या संदर्भातील स्थान विशद करा.

६) भारतीय शेतीच्या विशेष समस्या कोणत्या आहेत ते विशद करून या समस्यांवरील उपाययोजना स्पष्ट करा.

७) भारताचे कृषीधोरण थोडक्यात स्पष्ट करून, भारतीय शेतीस कोणत्या जागतिक संस्था साहाय्य करत आहेत ते विशद करा.

८) अ) देशांतर्गत अन्नसाहाय्य योजना अन्नसुरक्षा साध्यतेसाठी का महत्त्वाची समजली जाते ते स्पष्ट करा.

ब) भारताच्या दुग्धोत्पादनातील प्रादेशिक असमानता स्पष्ट करून धवलक्रांतीचे वर्तमान उद्दिष्ट वर्णन करा.

७ समकालीन चर्चाविषय

Contemporary Issues

७.१ अन्न, पोषण आणि भूक
७.२ अन्नसुरक्षा
७.३ अवर्षण आणि पूरसुरक्षा
७.४ अन्नसाहाय्य योजना

७.१ अन्न, पोषण आणि भूक

भारतासारख्या विकसनशील, दाट लोकसंख्या असलेल्या राष्ट्रासाठी खाद्यान्नाची उपलब्धता, पोषण आणि गरिबीमुळे निर्माण होणारा भूक वा उपासमारीचा प्रश्न हे अत्यंत जिव्हाळ्याचे विषय ठरतात. लोकसंख्या भूमितीश्रेणीने व कृषी उत्पादन गणितीश्रेणीने वाढत असल्याने जरी स्वातंत्र्योत्तर काळात कृषी उत्पादन वाढले असले, तरी दरडोई अन्नधान्याची उपलब्धता मात्र दरदिवशी ५०० ग्रॅमपेक्षा कमी असलेली दिसून येते.

तक्ता क्र. ७.१ : खाद्यान्न उपलब्धता

वर्ष	लोकसंख्या (दशलक्ष)	धान्योत्पादन (द.ल.टन)	डाळी उत्पादन (द.ल.टन)	दरडोई दरदिवशी खाद्यान्न उपलब्धता (ग्रॅम)		
				धान्य	डाळी	एकूण
१९५०-५१	३६३	४४.३	८.०	३३४	६१	३९५
१९६०-६१	४४२	६४.६	११.१	४००	६९	४६९
१९७०-७१	५५१	८४.०	१०.३	४१७.६	५१.२	४६८.८
१९८०-८१	६८९	१०४.८	९.४	४१७.३	३७.५	४५४.८
१९९०-९१	८५२	१४५.७	१२.९	४६८.५	४१.६	५१०.१
२०००-०१	१०३३	१४५.६	११.३	३६६.२	३०.०	४१६.२
२०१०-११	१२१०	१७६.५	१५.३	४०१.७	३५.४	४३७.१
२०११-१२	१२७१	१८५.८	१७.३	४२३.५	३९.४	४६२.९

(स्रोत : इंडियन इकॉनॉमी २०१३, गौरव दत्त, अश्वनी महाजन)

इ.स. २०१०-११ या वर्षी देशात जवळपास २४५ दशलक्ष टन एकूण अन्नधान्य उत्पादन झाले. परंतु, १९५०-५१ पासून काही वर्षे धान्याची आयात करावी लागली. सन १९५०-५१ मध्ये ४.१ द.ल.टन धान्याची आयात केली गेली आणि नंतर आयातीचे प्रमाण कमी होत गेले व म्हणूनच सन १९८०-८१ मध्ये फक्त ०.५ द.ल.टन धान्याची आयात झाली. त्यानंतर देश धान्योत्पादनात स्वयंपूर्ण झाला व सन २०११-१२ मध्ये ४.२ द.ल.टन धान्याची निर्यात झाली. डाळींचे उत्पादन वाढले असले तरी त्यांची दरडोई उपलब्धता मात्र कमी झाली कारण उत्पादन वाढ पुरेशी ठरली नाही. अन्नधान्य खरेदी करण्याबाबत असे आढळते की, गहू व तांदूळ खरेदी करण्याचे प्रमाण अधिक असून गेल्या काही वर्षांत ज्वारी-बाजरी, नाचणी यासारख्या भरड धान्याचा वापर कमी झाला आहे. सन १९५०-५१ मध्ये भरड धान्याचे माणशी दैनंदिन प्रमाण ११६ ग्रॅम होते ते आता ९० ग्रॅमपेक्षाही कमी झाले आहे.

भारतातील खाद्यान्नाची स्थिती लक्षात घेतल्यास असे सूचित होते की, देशात भरड धान्याचे व कडधान्ये-डाळी यांचे उत्पादन वाढविण्याची आवश्यकता आहे. नवव्या पंचवार्षिक योजनेच्या मसुद्यात असे म्हटले आहे की, गहू व तांदुळाच्या तुलनेत भरड धान्ये स्वस्त असतात आणि त्यापासून अधिक कॅलरीज् व तंतूमयता प्राप्त होते; जर भरडधान्ये सार्वजनिक वितरण व्यवस्थेमार्फत स्वस्त दरात, नियमित व अधिक प्रमाणात उपलब्ध करून दिली गेली तर दरडोई कॅलरी उपलब्धता वाढेल आणि परिणामी सर्वाधिक गरीब असलेल्या लोकांची उपासमार वा भूक यापासून मुक्तता होईल. बहुतांश भारतीय लोकांच्या आहारात धान्य व डाळी यांचे प्रमाण सर्वाधिक असते. त्यापासून ७५ टक्के ऊर्जा व ८५ टक्के प्रथिनांचा पुरवठा आणि थोड्याफार प्रमाणात जीवनसत्त्वे व खनिजे प्राप्त होतात; म्हणून सार्वजनिक वितरण व्यवस्थेतून यांचा अधिक पुरवठा झाल्यास पोषणस्थिती सुधारण्यास साहाय्य होईल.

७.१.१ पोषण आणि भूक (उपासमार) (Nutrition and Hunger)

आहार आणि पोषण यांचा घनिष्ठ संबंध असतो. पुरेसा आहार मिळत असला तरी जर तो चौरस, संतुलित नसेल तर पोषण चांगले होत नाही. अन्नधान्य उत्पादनाच्या बाबतीत देश स्वयंपूर्ण झाला असल्याने सर्वसामान्य लोकांची पोषण स्थिती (Nutritional Status) काही प्रमाणात सुधारली तसेच बालकांमधील न्यूनपोषण (Undernutrition) कमी झाले आहे; असे असले तरी देशाच्या काही भागात लोकांची क्रयशक्ती कमी असल्याने ते आवश्यक तेवढे अन्नधान्य व इतर जीवनावश्यक खाद्यान्न खरेदी करू शकत नाहीत. त्यामुळे कुपोषण, भूक वा उपासमार या समस्या देशात आहेतच. गर्भवती व स्तनदा माता, नवजात अर्भके, जीवनसत्त्व 'अ', आयोडीन व लोह यांची कमतरता असलेल्या लोकांमध्ये रक्तक्षय, न्यूनपोषण, कुपोषण व उपासमार आढळते.

तक्ता क्र. ७.२ : भारत व प्रमुख राज्ये : स्त्रियांमधील रक्तक्षय (२००५-०६)
(वय वर्षे १५-४९) शेकडा प्रमाण

भारत व प्रमुख राज्ये	रक्तक्षयग्रस्त स्त्रिया (%) < १२.० ग्रॅ./डी.एल.	सौम्य रक्तक्षय स्त्रिया (%) १०-११.९ ग्रॅ./डी.एल.	माफक रक्तक्षय स्त्रिया (%) ७-९.९ ग्रॅ./डी.एल.	गंभीर रक्तक्षय स्त्रिया (%) < ७.० ग्रॅ./डी.एल.
भारत	५५.३	३८.६	१५.०	१.८
झारखंड	६९.५	४९.६	१८.६	१.३
आसाम	६९.५	४४.८	२१.२	३.४
बिहार	६७.४	५०.५	१५.९	१.०
पश्चिम बंगाल	६३.२	४५.८	१६.४	१.०
आंध्र प्रदेश	६२.९	३९.०	२०.६	३.३
ओडिशा	६१.२	४४.९	१४.९	१.५
छत्तीसगढ	५७.५	३९.९	१५.७	१.९
हरियाणा	५६.१	३७.६	१६.७	१.७
मध्यप्रदेश	५६.०	४०.८	१४.१	१.०
गुजरात	५५.३	३६.२	१६.५	२.६
उत्तराखंड	५५.२	४०.४	१३.३	१.५
तमिळनाडू	५३.२	३७.४	१३.६	२.२
राजस्थान	५३.१	३५.२	१५.४	२.५
जम्मू-काश्मीर	५२.१	३७.३	१३.१	१.६
कर्नाटक	५१.५	३४.४	१५.१	२.०
उत्तरप्रदेश	४९.९	३५.१	१३.२	१.६
महाराष्ट्र	४८.४	३२.८	१३.९	१.७
हिमाचल प्रदेश	४३.३	३१.६	१०.५	१.२
पंजाब	३८.०	२६.२	१०.४	१.४
केरळ	३२.८	२५.८	६.५	०.५

(स्रोत : लोकसंख्या स्थिरता : भारताचा दीर्घकालीन शोध, २०१३, आशिष बोस, अनुवाद : विजया साळुंके, Pg. २१०)

स्त्रिया व रक्तक्षय वितरण

- भारतातील स्त्रियांच्या एकूण लोकसंख्येपैकी निम्म्याहून अधिक (५५.३ टक्के) लोकसंख्या रक्तक्षयाने (ॲनिमिया) ग्रस्त आहे.
- रक्तक्षयग्रस्त स्त्रियांपैकी जवळपास ५४ टक्के स्त्रिया सौम्य व माफक रक्तक्षयग्रस्त गटात आहेत.
- गंभीर रक्तक्षय असलेल्या स्त्रियांचे प्रमाण कमी असले तरी आरोग्याच्यादृष्टीने असा रक्तक्षय जोखमीचा असतो. आसाम व आंध्रप्रदेशात अशा स्त्रिया अधिक आहेत.

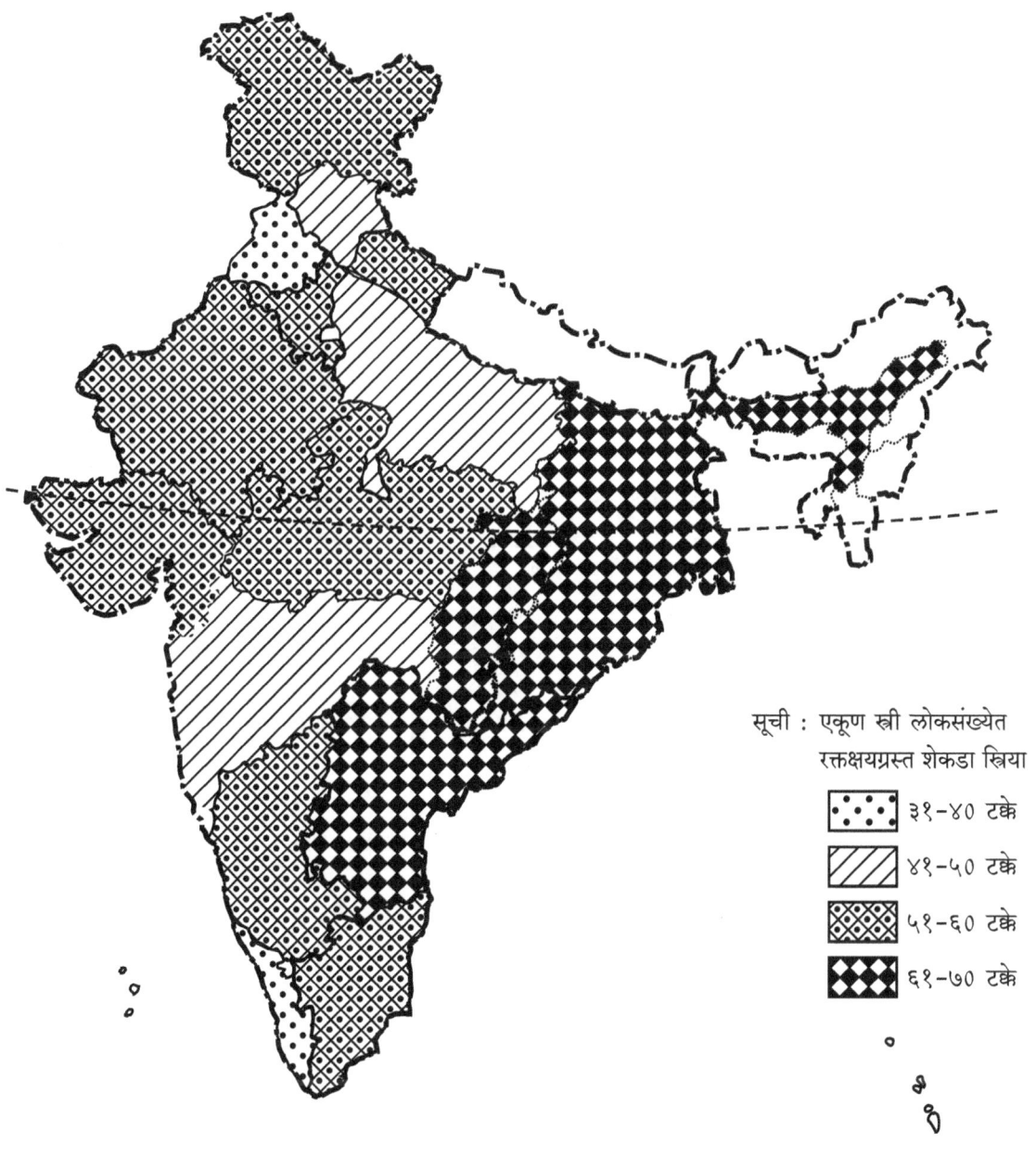

नकाशा क्र. ७.१ : भारत : रक्तक्षय प्रमाण – स्त्रिया
(१२.० ग्रॅम/डे.ली.पेक्षा कमी हिमोग्लोबीन)

सूची : एकूण स्त्री लोकसंख्येत
रक्तक्षयग्रस्त शेकडा स्त्रिया

३१-४० टक्के
४१-५० टक्के
५१-६० टक्के
६१-७० टक्के

- झारखंड व आसाममध्ये रक्तक्षयग्रस्त स्त्रियांची लोकसंख्या सर्वांत जास्त आहे. त्याखालोखाल बिहारचा क्रमांक आहे.
- केरळमधील रक्तक्षयग्रस्त स्त्रियांचे प्रमाण संपूर्ण देशात सर्वांत कमी आहे. परंतु, तरीही $^{१}/_{३}$ स्त्रिया रक्तक्षयपीडित आहेत. त्यातील केवळ अर्धा टक्काच गंभीर गटात आहेत.
- एकंदरीत विचार करता झारखंड, आसाम व बिहार या तीन राज्यांमध्ये रक्तक्षय निर्मूलनाचे तातडीने प्रयत्न होणे गरजेचे आहे.

तक्ता क्र. ७.३ : भारत व प्रमुख राज्ये : पुरुषांमधील रक्तक्षय शेकडा प्रमाण वय वर्षे १५–४९ (२००५–०६)

भारत व प्रमुख राज्ये	रक्तक्षयग्रस्त पुरुष (%) < १३.० ग्रॅ./डी.एल.	सौम्य रक्तक्षय पुरुष (%) १२–१२.९ ग्रॅ./डी.एल.	माफक रक्तक्षय पुरुष (%) ९–११.९ ग्रॅ./डी.एल.	गंभीर रक्तक्षय पुरुष (%) < ९.० ग्रॅ./डी.एल.
भारत	२४.२	१३.०	९.९	१.३
आसाम	३९.६	१८.९	१७.९	२.९
झारखंड	३६.५	१८.५	१७.७	०.३
बिहार	३४.३	१९.७	१३.२	१.४
ओडिशा	३३.९	१७.३	१५.४	१.२
पश्चिम बंगाल	३२.३	१८.३	१३.३	०.७
उत्तराखंड	२९.२	१७.०	११.४	०.७
छत्तीसगढ	२७.०	१४.४	११.५	१.१
मध्यप्रदेश	२५.६	१५.१	९.५	१.१
उत्तरप्रदेश	२४.३	११.९	१०.४	२.०
राजस्थान	२३.६	१२.०	१०.६	१.०
आंध्रप्रदेश	२३.३	१२.०	९.५	१.८
गुजरात	२२.२	१२.०	९.२	१.०
जम्मू–काश्मीर	१९.५	११.७	६.३	१.४
हरियाणा	१९.२	१२.८	५.९	०.५
कर्नाटक	१९.१	९.५	७.६	१.९
हिमाचल प्रदेश	१८.९	१०.६	८.१	०.२
महाराष्ट्र	१६.८	१०.१	५.९	०.८
तमिळनाडू	१६.५	९.२	५.९	१.५
पंजाब	१३.६	६.६	५.५	१.५
केरळ	८.०	३.८	३.७	०.४

(स्रोत : लोकसंख्या स्थिरता : भारताचा दीर्घकालीन शोध, २०१३, आशिष बोस, अनुवाद : विजया साळुंके, Pg. २११)

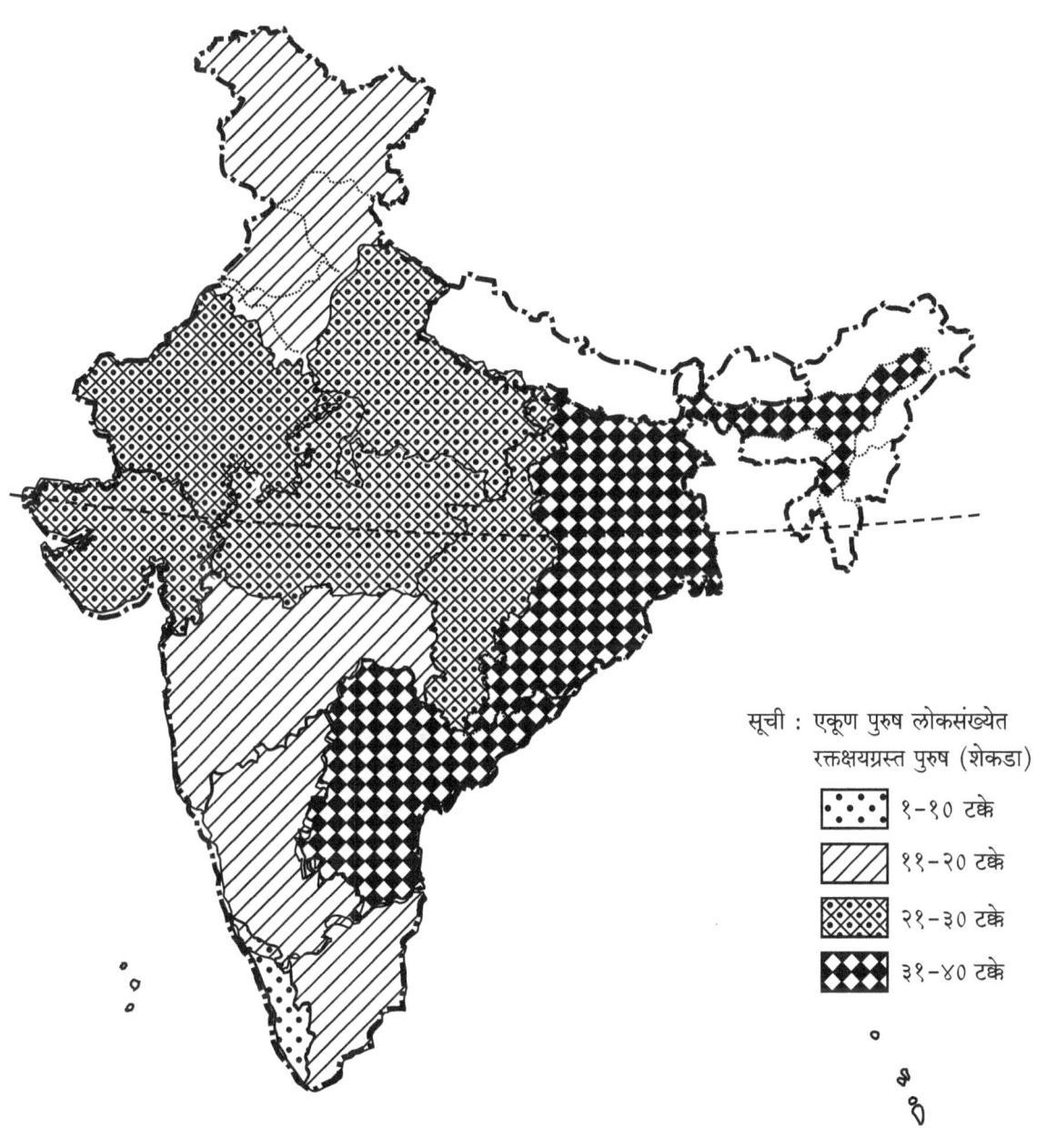

नकाशा क्र. ७.२ : भारत : रक्तक्षय प्रमाण—पुरुष
(१३.० ग्रॅ./डे.ली.पेक्षा कमी हिमोग्लोबीन)

सूची : एकूण पुरुष लोकसंख्येत
रक्तक्षयग्रस्त पुरुष (शेकडा)

१–१० टक्के

११–२० टक्के

२१–३० टक्के

३१–४० टक्के

पुरुष व रक्तक्षय वितरण

- भारतातील पुरुषांच्या लोकसंख्येपैकी २४.२ टक्के पुरुष रक्तक्षयग्रस्त गटात आहेत. बालके व स्त्रियांच्या रक्तक्षयग्रस्त गटातील प्रमाणापेक्षा हे प्रमाण बरेच कमी आहे.
- आसाममध्ये सर्वाधिक (३९.६ टक्के) रक्तक्षयग्रस्त पुरुष आहेत. त्याखालोखाल झारखंड व बिहार ही राज्ये आहेत.
- माफक व गंभीर रक्तक्षय आसाममध्येच आहे तर बिहारमध्ये सौम्य रक्तक्षय गटातील पुरुष अधिक आहेत.
- केरळमध्ये किमान रक्तक्षयग्रस्त पुरुष आहेत.
- पुरुषांमध्ये रक्तक्षयग्रस्तांचे प्रमाण कमी असण्याची सामाजिक व सांस्कृतिक कारणे आहेत. बहुतांश स्त्रिया घरातील पुरुष व्यक्तींना खाण्यासाठी अग्रक्रम देतात. पुरुषांचे आरोग्य चांगले राहील याकडे अधिक लक्ष देतात.

क्रियाशील व आरोग्यदायी जीवनासाठी आहारातून रोज दरमाणशी २४०० कॅलरीज् प्राप्त झाल्या पाहिजेत असे हैदराबाद येथील 'दि नॅशनल इन्स्टिटयूट ऑफ न्यूट्रीशन' या संस्थेने सूचित केले आहे. कर्बोदके, स्निग्धांश, प्रथिने, जीवनसत्त्वे, खनिजे व पाणी ही महत्त्वाची पोषणद्रव्ये होत. विविध धान्ये, कडधान्ये-डाळी, दुग्धजन्य पदार्थ, भाज्या यांमधून कर्बोदके, स्निग्धांश व प्रथिने ही बृहद्‌पोषणद्रव्ये मिळतात तर पालेभाज्या, फळे, मासे, अंडी यांच्या सेवनातून जीवनसत्त्वे व खनिजे ही सूक्ष्म पोषणद्रव्ये प्राप्त होतात. भारतातील अनेक राज्यांमधील लोकांना २४०० कॅलरीज्पेक्षा कमी पोषण देणारा आहार मिळतो. तमिळनाडूत सर्वांत कमी (१४९८ कॅ.) पोषणप्रमाण आहे. त्या खालोखाल गुजरात (१६१२ कॅ.), केरळ (१८४२ कॅ.) आणि पश्चिम बंगाल (१९२७ कॅ.) ही राज्ये आहेत. पंजाबमध्ये (२८३२ कॅ.) आणि मध्यप्रदेशात (२७७९ कॅ.) सर्वाधिक पोषणप्रमाण आहे (तक्ता क्र. ६.५). या सामान्य पोषणप्रमाणाच्या कमतरतेबरोबर कुपोषित बालके ही गंभीर समस्या आहे. पुरेसा आहार प्राप्त होऊनही आवश्यक ती व तेवढी पोषणद्रव्ये शरीरास न मिळाल्यास वा अपुऱ्या आहारामुळे कुपोषण निर्माण होते. जन्मतः कमी वजन असलेली, अशक्त अर्भके व बालके यांची संख्या यात अधिक आहे. देशातील जवळपास ५० टक्के बालके कुपोषित आहेत. बिहारमध्ये देशातील सर्वाधिक (८२.१ टक्के) कुपोषित बालके आहेत. दारिद्र्य, अज्ञान, मर्यादित क्रयशक्ती, महागाई, आहारविषयक चुकीच्या कल्पना, वाढणारी लोकसंख्या अशा कारणांमुळे कुपोषण निर्माण होते. 'ॲप्लाईड न्युट्रीशन प्रोजेक्ट', 'स्पेशल न्युट्रीशन प्रोग्रॅम', 'इंटिग्रेटेड चाईल्ड डेव्हलपमेंट सर्व्हिसेस स्किम', मध्यान्ह भोजन योजना अशा काही महत्त्वपूर्ण योजना व कृती कार्यक्रमाद्वारे कुपोषणाची समस्या दूर करण्याचे प्रयत्न केले जात आहेत.

भूक वा उपासमार (Hunger) : न्यूनपोषण व कुपोषणाप्रमाणेच आहाराशी निगडित असलेली आणखी एक समस्या म्हणजे उपासमार वा भूक होय. जागतिक पातळीवर 'ग्लोबल हंगर इंडेक्स' (GHI) द्वारे भूकमापन केले जाते. सन २००८ च्या जागतिक भूक निर्देशांकानुसार (GHI, 2008) विकसनशील व विकसनाच्या मार्गावर असणाऱ्या जगातील ८८ राष्ट्रांमध्ये भारताचा क्रमांक ६६ वा आहे. दक्षिण आशियाई राष्ट्रांपैकी बांगला देश वगळल्यास भारत सर्वांत खालच्या क्रमांकावर आहे. या निर्देशांकाच्या बाबतीत भारताचा क्रमांक नेहमीच खाली असलेला दिसून येतो. भारतात जगातील सर्वाधिक भुकेले लोक आहेत.

भूकमापन निकष

१) पुरेसे अन्न न मिळाल्याने आवश्यक तेवढ्या कॅलरीज् प्राप्त होऊ न शकणे.

२) पाच वर्षांखालील बालके अपेक्षित वजनापेक्षा कमी वजनाची असणे.

३) एकूण जिवंत जन्मलेल्या बालकांपैकी पाच वर्षांच्या आतील वयाच्या बालकांचा मृत्यू दर.

दि नॅशनल फॅमिली हेल्थ सर्व्हे (NFHS) आणि नॅशनल सॅम्पल सर्व्हे (NSS) या संस्थांनी सन २००४-०५ मध्ये सतरा निवडक राज्यांचा या निकषांवर आधारित पाहणी अहवाल तयार करून सांख्यिकी संकलित केली. त्या आधारे संशोधकांनी 'इंडिया स्टेट हंगर इंडेक्स, इंडेक्स स्कोअर व रँकिंग' काढले आहे. (तक्ता ७.४). या बाबतीत भारताची स्थिती चिंताजनक आहे असे मत व्यक्त केले गेले आहे.

तक्ता क्र. ७.४ : भूक निर्देशांक स्कोअर व अनुक्रमांक : निवडक राज्ये

राज्य	१ न्यूनपोषण लोकसंख्या (%)	२ ५ वर्षांखालील कमी वजनाची बालके (%)	३ ५ वर्षांखालील बालक मृत्युदर (%)	४ हंगर इंडेक्स स्कोअर (१ ते ३ ची सरासरी)	५ अनुक्रमांक (Rank)	६ पोषणांक अनुक्रमांक
आंध्रप्रदेश	१९.६	३२.७	६.३	१९.५४	३	६
आसाम	१४.६	३६.६	८.५	१९.८५	४	१४
बिहार	१७.३	५६.१	८.५	२७.३०	१५	१५
छत्तीसगढ	२३.३	४७.६	९.०	२६.६५	१४	-
गुजरात	२३.३	४४.७	६.१	२४.६९	१३	१०
हरियाणा	१५.१	३९.७	५.२	२०.०१	५	१
झारखंड	१९.६	५७.१	९.३	२८.६७	१६	-
कर्नाटक	२८.१	३७.६	५.५	२३.७४	११	९
केरळ	२८.६	२२.७	१.६	१७.६६	२	२
मध्यप्रदेश	२३.६	५९.८	९.४	३०.९०	१७	११
महाराष्ट्र	२७.०	३६.७	४.७	२२.८१	१०	१३
ओडिशा	२१.४	४०.९	९.१	२३.७९	१२	५
पंजाब	११.१	२४.६	५.२	१३.६४	१	४
राजस्थान	१४.०	४०.४	८.५	२०.९९	७	३
तमिळनाडू	२९.०	३०.०	३.५	२०.८८	६	१२
उत्तरप्रदेश	१४.५	४२.३	९.६	२२.१७	९	८
प.बंगाल	१८.५	३८.५	५.९	२१.००	८	७
भारत	२०	४२.५	७.४	२३.३१	-	-

(स्रोत : दि इंडिया हंगर इंडेक्स, २००८ रिपोर्ट, पूर्णिमा मेनन, अनिल देवळालीकर, अंजोर भास्कर, Pg. ५)

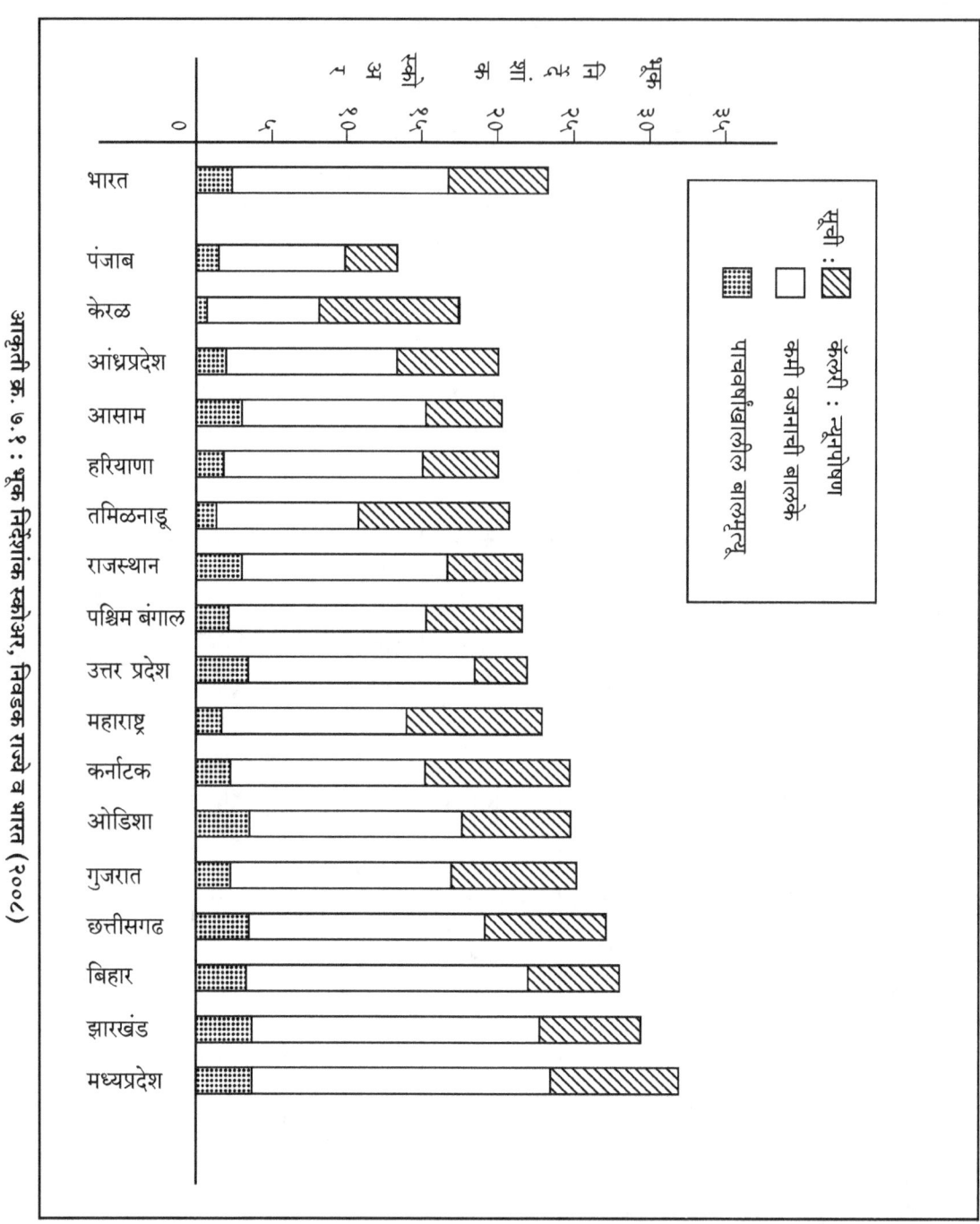

आकृती क्र. ७.१ : भूक निर्देशांक स्कोअर, निवडक राज्ये व भारत (२००८)

नकाशा क्र. ७.३ : भारत : भूक निर्देशांक : तीव्रता

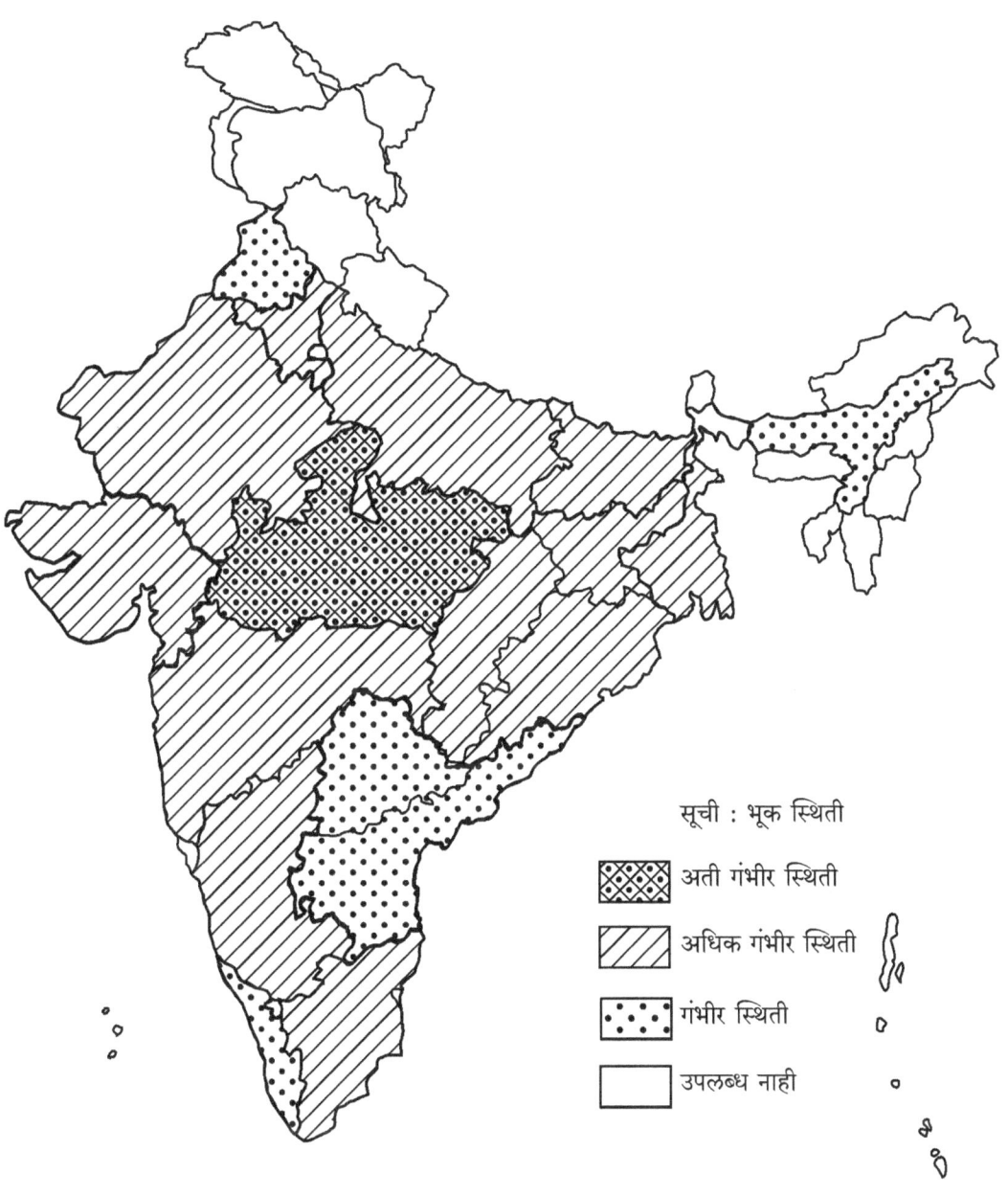

सूची : भूक स्थिती

अती गंभीर स्थिती

अधिक गंभीर स्थिती

गंभीर स्थिती

उपलब्ध नाही

वरील सांख्यिकी, विभाजित स्तंभालेख व नकाशावरून पुढील बाबी स्पष्ट होतात :

- भारतातील १३ राज्यांमध्ये भूक निर्देशांक स्कोअर २० पेक्षा अधिक असून, या राज्यांमध्ये भूक ही समस्या बरीच गंभीर आहे.
- मध्यप्रदेशात सर्वाधिक भुकेलेल्यांचे प्रमाण असून, ही समस्या तीव्र स्वरूपाची आहे.
- बिहार हे राज्य पोषण, कमी वजनाची बालके व भूक निर्देशांक स्कोअर या आहार निगडित तीन घटकांच्या बाबतीत अत्यंत गंभीर स्थिती असलेले राज्य आहे.
- झारखंड व मध्यप्रदेश यांची स्थितीही बिहार सारखीच आहे.
- तमिळनाडू, कर्नाटक व केरळ ही तीनही दक्षिण भारतातील राज्ये न्यूनपोषण या समस्येने ग्रस्त आहेत.
- उत्तरप्रदेश, झारखंड व मध्यप्रदेश या राज्यांमध्ये पाच वर्षांखालील बालक मृत्युदर अधिक आहे.
- पंजाब, आंध्रप्रदेश, केरळ या राज्यांमध्ये भुकेलेल्यांचे प्रमाण कमी आहे.

वरील मुद्दे लक्षात घेतल्यास असे अनुमान काढता येते की, भारतातील ७५ टक्के राज्यांमध्ये भूक ही समस्या अतिशय गंभीर झालेली आहे. ही समस्या अन्न पुरवठ्याशी व क्रयशक्तीशी निगडित आहे. दारिद्र्यरेषेखालील लोकसंख्या जास्त असलेल्या राज्यांमध्येच भूक निर्देशांकही अधिक आढळतो. बिहार (५३.५%), मध्यप्रदेश (३६.७%), ओडिशा (३७.०%) या राज्यांमध्ये दारिद्र्यरेषेखालील लोकसंख्या जास्त असून, त्यांचा भूक निर्देशांकही जास्त आहे. तसेच या राज्यांना लागून असलेली व पूर्वी या राज्यांचाच भाग असलेली झारखंड व छत्तीसगढ या राज्यातील परिस्थितीही तशीच आहे. या पाचही राज्यांची भौगोलिक सलगता भूक या समस्येची क्षेत्रीय व्याप्ती वाढविते.

७.१.२ उपाययोजना

- कृषीक्षेत्रात गुंतवणूक वाढवून उत्पादन वाढविणे.
- सर्व प्रकारच्या खाद्यान्नाची उपलब्धता व पोहोच सर्व लोकांपर्यंत असणे आवश्यक आहे परंतु समस्याग्रस्त प्रदेशांसाठी खास व्यवस्था करणे अधिक सयुक्तिक ठरेल.
- बालकांच्या पोषणाकडे अधिक लक्ष देणे.
- पाच वर्षांखालील बालकमृत्यू कमी करणे.

७.२ अन्नसुरक्षा (Food Security)

एखाद्या देशातील लोक क्रियाशील व आरोग्यदायी असावेत म्हणून आवश्यक असलेले अन्नधान्य व खाद्यान्न सदासर्वकाळ उपलब्ध असणे म्हणजे अन्नसुरक्षा होय. 'फूड अॅन्ड अॅग्रिकल्चर ऑर्गनायझेशन' (FAO) या जागतिक संघटनेने १९८३ साली अन्नसुरक्षा संकल्पना स्पष्ट केली.

- **एफ.ए.ओ. (१९८३) :** सर्वसामान्य लोकांना ज्या मूलभूत खाद्यान्नाची गरज असते ते खाद्यान्न सर्व लोकांना सदोदित प्रत्यक्ष व आर्थिकदृष्टीने उपलब्ध करून देणे म्हणजे अन्नसुरक्षा होय.
- **वर्ल्ड डेव्हलपमेंट रिपोर्ट (१९८६) :** क्रियाशील व आरोग्यपूर्ण जीवनासाठी देशातील जनतेस खाद्यान्नाची सदासर्वकाळ उपलब्धता व पोहोच (Access) असणे म्हणजे अन्नसुरक्षा होय.
- **स्टॅट्झ (१९९०) :** देशातील सर्व लोकसंख्येस दीर्घकाळ पुरेल आणि वेळेवर पुरेसे पोषक खाद्यान्न पुरविण्याची क्षमता असणे आणि ग्वाही देणे म्हणजे अन्नसुरक्षा होय.

वरील तीन महत्त्वाच्या व्याख्यांवरून अन्नसुरक्षा याविषयी पुढील बाबी स्पष्ट होतात-

- देशातील संपूर्ण लोकसंख्येसाठी पुरेल एवढे अन्न प्रत्यक्ष उपलब्ध असणे.
- आवश्यकतेइतके अन्न खरेदी करण्याची लोकांची क्रयशक्ती असणे.
- क्रियाशील, आरोग्यदायी जीवनासाठी चांगल्या प्रतीचे व पुरेशा प्रमाणात पोषक अन्न उपलब्ध असणे.
- अन्नधान्यातील व जीवनावश्यक इतर वस्तूंबाबतची स्वयंपूर्णता अल्पकालीन नसावी तर ती दीर्घकाळासाठी असावी जेणेकरून लोकांना अनेक दिवसांपर्यंत आवश्यक ते अन्नधान्य पुरवता येईल. तसेच वाढत जाणाऱ्या लोकसंख्येनुसार वाढत्या मागणीची पूर्तता करणे शक्य होईल वा उत्पन्न वाढल्याने अन्नधान्य व इतर खाद्यान्नाची वाढणारी मागणी पूर्ण करता येईल.

७.२.१ अन्न स्वयंपूर्णता आणि अन्नसुरक्षा

नियोजन आयोगाच्या स्थापनेपासूनच्या उद्दिष्टांमध्ये अन्नधान्य उत्पादनाची स्वयंपूर्णता साध्य करणे यास अग्रक्रम देण्यात आला होता. सन १९६५ व ६६ मध्ये तीव्र दुष्काळी परिस्थितीमुळे अन्नधान्य उत्पादन वाढीकडे अधिक लक्ष दिले गेले. त्या वेळी अन्नधान्य आयातीवर फार मोठा खर्च करावा लागला. शिवाय निर्यातदार देशांचा प्रत्यक्ष-अप्रत्यक्ष दबाव असे; त्यामुळे स्वयंपूर्णता साध्य झाल्यासच देशाची प्रगती व विकास होऊ शकेल असे विचारवंतांना वाटत होते. याच सुमारास हरितक्रांतीचे तत्त्व स्वीकारण्यात आले आणि परिणामी सन १९७६मध्ये देश अन्नधान्य उत्पादनात प्रथमच स्वयंपूर्ण झाला. अन्नधान्य आयात अत्यल्प होत गेली आणि सन २००९-१० मध्ये तर २.४ दशलक्ष धान्य निर्यात झाले. केवळ दुष्काळाशी सामना करण्यासाठीच नव्हे तर न्यूनपोषण, कुपोषण व भूक या समस्यांचे निराकरण करण्यासाठीही अन्नसुरक्षा महत्त्वाची आहे हे अधोरेखित झाले.

तक्ता क्र. ७.५ : अन्नधान्य व डाळी उपलब्धता

वर्षे	लोकसंख्या (दशलक्ष)	उपलब्ध अन्नधान्य आणि (दशलक्ष टन)		उपलब्ध डाळी (दशलक्ष टन)	अन्न उपलब्धता दरडोई दरदिवशी (ग्रॅम)		
			आयात		अन्नधान्य	डाळी	एकूण
१९५०-५१	३६३	४४.३	४.१	८.०	३३४.२	६०.७	३९४.९
१९६०-६१	४४२	६४.६	३.५	११.१	३९९.२	६९.०	४६८.२
१९७०-७१	५५१	८४.०	२.०	१०.३	४१७.६	५१.२	४६८.८
१९८०-८१	६८९	१०४.८	०.५	९.४	४१७.३	३७.५	४५४.८
१९९०-९१	८५२	१४५.७	-०.६	१२.९	४६८.५	४१.६	५१०.१
२०००-०१	१०३३	१४५.६	-४.५	११.३	३६६.२	३०.०	४१६.२
२०००-११	१२१०	१७६.५	-२.४	१५.३	४०१.७	३५.४	४३७.१
२०११-१२	१२७१	१८५.८	-४.२	१७.३	४२३.५	३९.४	४६२.९

(स्रोत : इकनॉमिक सर्व्हे, २०११-१२, इंडियन इकॉनॉमी-२०१३, गौरव दत्त, अश्वनी महाजन, Pg. ५५३ उद्धृत).

- लोकसंख्या वाढीबरोबर अन्नधान्य व डाळीचे उत्पादनही वाढत गेले.
- सन २०००-०१ या वर्षी अन्नधान्य उत्पादन अल्पसे घटले, तरीही ४.५ दशलक्ष टन निर्यात झाली.
- सन १९८०-८१ मध्ये फारच थोडी आयात करावी लागली परंतु त्यानंतर निर्यात केली जाऊ लागली.
- दरडोई अन्नधान्य उपलब्धता वाढत गेली (३३४ ग्रॅमपासून ४२३.५ ग्रॅमपर्यंत). परंतु, प्रथिने पुरविणाऱ्या डाळींची उपलब्धता ४० टक्क्यांनी कमी झाली. ही घट लक्षणीय असून पोषणाच्यादृष्टीने ही उपलब्धता वाढविणे आवश्यक आहे.

धान्यसुरक्षा साध्य करण्यात यश आले असले, तरी डाळींची उत्पादन वाढ पुरेशी झाली नाही; म्हणजेच अन्नाची गुणवत्ता पोषणाच्या संदर्भात कमी झाली व कर्बोदके पुरविणाऱ्या गहू व तांदुळाचेच उत्पादन वाढले.

राष्ट्रीय स्वयंपूर्णता

नवव्या पंचवार्षिक योजनेच्या मसुद्यात राष्ट्रीय आणि कुटुंब स्तरावरील अन्नसुरक्षा या विषयाचा सविस्तर ऊहापोह करण्यात आला आहे. त्यापूर्वीच नियोजन आयोगाने असे मत मांडले होते की, देश खाद्यान्नांच्या उत्पादनात स्वयंपूर्ण करणे म्हणजे राष्ट्रीय अन्नसुरक्षा संकल्पनेचा स्वीकार होय कारण देशातील जनता देशात पिकणाऱ्या अन्नधान्यावरच प्रामुख्याने अवलंबून असते. तसेच राखीव साठा करण्याचा स्रोत म्हणजेही देशांतर्गत उत्पादनच होय; म्हणूनच राष्ट्रीय अन्नसुरक्षा साध्य करण्याचा मार्ग खाद्यान्न स्वयंपूर्णतेतून जातो. यासाठी हरितक्रांतीची तत्त्वे स्वीकारली गेली. सुधारित बी-बियाणे, खते आणि जलसिंचन विस्तार या त्रिसूत्रीतून देश धान्योत्पादनात स्वयंपूर्ण झाला. दुष्काळ-अवर्षण वा इतर आपत्तींमध्ये जनतेला अन्नधान्य उपलब्ध करून देता येऊ लागले आहे. परंतु, केवळ धान्य पुरवठ्यातून आरोग्यपूर्ण जीवनमान प्राप्त होत नाही. यासाठी कडधान्ये, डाळी, भाजीपाला, फळे, दूध, अंडी, मांस-मासे अशा प्रथिने, जीवनसत्त्वे व खनिजे पुरविणाऱ्या अन्नाचाही पुरवठा होणे आवश्यक आहे. हे उद्दिष्ट मात्र राष्ट्रीय अन्नसुरक्षा मोहिमेस साध्य करता आले नाही. सन २०१२ मध्ये अन्नसुरक्षा कायदा पारित झाल्यानंतर सार्वजनिक वितरण व्यवस्थेमार्फत उपरोक्त खाद्यान्न पुरवठा करण्याचे नियोजन करण्यात येत आहे.

स्थानिक (कौटुंबिक) अन्नसुरक्षा

धान्योत्पादनातील स्वयंपूर्णतेतून राष्ट्रीय अन्नसुरक्षा साध्य करता आली, तरी स्थानिक म्हणजे पर्यायाने कौटुंबिक स्तरावर अन्नसुरक्षा साध्य करण्यासाठी अजून प्रयत्न करण्याची आवश्यकता आहे. आवश्यक ते सर्व खाद्यान्न चांगल्या प्रतीचे, पुरेशा प्रमाणात आणि रास्त किमतीला प्रत्यक्ष उपलब्ध असणे आणि ते प्राप्त करून घेण्याची आर्थिक परिस्थिती असणे म्हणजे कौटुंबिक अन्नसुरक्षा होय. याबाबतीत खाद्यान्नांच्या किमती आणि सामान्य जनतेची क्रयशक्ती यात तफावत असलेली दिसते. यासाठी शासनाने सार्वजनिक वितरण व्यवस्था (PDS) निर्माण केली.

वास्तविक सार्वजनिक वितरण व्यवस्था ही ब्रिटिशांनी दुसऱ्या महायुद्धाच्या काळात भारतात मुंबईत सन १९३९मध्ये सुरू केली. सर्वांना नियंत्रित दराने व मर्यादित प्रमाणावर अन्नधान्य उपलब्ध व्हावे हा हेतू होता. त्याचबरोबर देशामध्ये निरंतर येणाऱ्या दुष्काळाचा सामना करण्यासाठीची ताकद प्रशासकीय व्यवस्थेमध्ये आणणे आवश्यक होते. स्वातंत्र्य प्राप्तीनंतर या व्यवस्थेला सुदृढ करण्यात आले. 'पब्लिक डिस्ट्रीब्यूशन सिस्टिम' (PDS) ही पहिल्या नियोजन आयोगाची (१९५१) महत्त्वाची जबाबदारी ठरली. सार्वजनिक वितरण व्यवस्थेचे सक्षमीकरण करण्यासाठी केवळ अन्नधान्यच नाही तर साखर, खाद्यतेल, रॉकेल, रवा, डाळी यांच्या विक्रीचीही

व्यवस्था करण्यात आली. या वितरण प्रणालीमध्ये तीन महत्त्वाच्या मार्गदर्शक तत्त्वांवर काम केले जाते.

१) समाजातील तळागाळातील लोकांना अन्नधान्य आणि खाद्यसुरक्षा पोहोचणे.

२) मुक्त वा खुल्या बाजारातील धान्यांच्या भावावर नियंत्रण ठेवणे.

३) वितरण प्रणालीच्या माध्यमातून सामाजिक सुरक्षा, अन्नसुरक्षा व घटनात्मक तत्त्वांची अंमलबजावणी करणे.

शासनाने अनेक वर्षे दुहेरी बाजारभावाच्या आधारावर अशी विक्री व्यवस्था चालवली. परंतु, गैरव्यवहार, भ्रष्टाचार आणि राजकीय दबाव यामुळे सार्वजनिक वितरण व्यवस्था बंद करून सर्वांसाठी समान विक्री किंमत असे धोरण अवलंबिले. यामुळे गरीब, स्थलांतरित मजूर व दारिद्र्यरेषेखालील लोकांना स्वस्तदरात अन्नधान्य उपलब्ध होण्यात अडचणी येऊ लागल्या.

नवव्या पंचवार्षिक योजनेत या परिस्थितीचा आढावा घेण्यात आला आणि वास्तव विशद करण्यात आले. अन्नधान्यावर मोठ्या प्रमाणावर अनुदान व सवलती देऊनही व सार्वजनिक वितरण व्यवस्थेमार्फत हे अन्नधान्य गरजू कुटुंबांना देऊनही कुटुंब अन्नसुरक्षा साध्य झालेली नाही. राष्ट्रीय स्तरावर साध्य झालेली धान्योत्पादनाची स्वयंपूर्णता आणि स्थानिक पातळीवर रास्तदरात खाद्यान्नाची उपलब्धता यांचे प्रतिबिंब गरीब कुटुंबांच्या अन्नसुरक्षा प्राप्तीत दिसून येत नाही अशी वस्तुस्थिती दिसून येते. कुटुंब वा स्थानिक स्तरावरील अन्नसुरक्षा साध्य करण्यासाठी पुढील उपाय सुचविले आहेत–

- कृषीक्षेत्र व खाद्यान्नक्षेत्र यांची वाढ गतिमान करून खाद्यान्नाची सहज उपलब्धता शक्य करणे.
- गरीबलक्ष्यी ग्रामीण विकास.
- जमीन व इतर नैसर्गिक संसाधनांपर्यंतची पोहोच (Access) सुधारणे.
- रोजगार संधीत वाढ.
- अन्नधान्य पुरवठा आणि त्यांचे भाव स्थिर राखणे.
- अवर्षण, पूर, भूकंप यासारख्या आपत्ती प्रसंगी खाद्यान्नपुरवठा करण्यासाठी राखीव साठा (Buffer Stock) करणे; यासाठी सुमारे २० टक्के उत्पादन राखणे.
- सार्वजनिक वितरण व्यवस्थेमार्फत अनुदानीत (सबसिडाईज्ड) अन्नधान्य व इतर जीवनावश्यक वस्तूंचा पुरवठा करणे.

७.२.२ अन्नसुरक्षा कायदा २०१२

भारतातील गरीब जनतेला पुरेसे अन्नधान्य व इतर जीवनावश्यक वस्तू नेहमी उपलब्ध असाव्यात व सध्याच्या वितरण व्यवस्थेत बदल करावेत या उद्देशाने केंद्र सरकारने अन्नसुरक्षा कायदा पारित केला आहे. या कायद्यानुसार दारिद्र्यरेषेखालील जनतेला स्वस्त दरात अन्न व इतर जीवनावश्यक वस्तू प्राप्त करून घेण्याचा अधिकार मिळाला आहे. ग्रामीण भागातील ७५ टक्के व नागरी भागातील ५० टक्के लोकसंख्येस याचा लाभ मिळू शकेल. याचा अर्थ देशातील ६३.५ टक्के लोकसंख्या लाभार्थी असेल. या योजनेस 'टार्गेटेड पब्लिक डिस्ट्रीब्यूशन सिस्टिम' (TPDS) असे म्हटले जाते. लाभार्थी लोकसंख्या दोन गटांत विभागली आहे. पहिल्या गटात गरीब दारिद्र्यरेषेखालील लोकसंख्या असून, त्यांना माणशी ७ किलो धान्य स्वस्तदरात दर महिन्यास दिले जाते. यात गहू तीन रुपये, तांदूळ दोन रुपये व भरडधान्य एक रुपया किलो इतक्या अल्पदराने दिले जाते. दुसऱ्या गटातील लोकांना दर माणशी दर महिना ३ किलो धान्य बाजारभावाच्या निम्म्यादराने दिले जाते. यामध्ये निम्न स्तरातील मध्यमवर्ग प्रामुख्याने समाविष्ट होतो. याशिवाय गर्भवती महिला, सहा महिन्यांखालील बालके व त्यांच्या माता

यांना अन्नधान्य मोफत दिले जाते. सहा ते चौदा वयोगटातील बालकांना मोफत मध्यान्ह भोजन देण्याची व्यवस्था केली गेली आहे. अन्नसुरक्षा कायदा व त्यासाठी केलेल्या सोयी-सुविधा तत्त्वतः मान्य झाल्या असल्या तरी, याच्या अंमलबजावणी व कामकाजासंदर्भात अनेक प्रश्न-शंका उपस्थित केल्या जात आहेत.

जागतिक बँकेने प्रस्तुत केलेला अहवाल असे सांगतो की, भारतात अन्न महामंडळातील आणि वाहतुकीमध्ये होणारी अन्नधान्याची नासाडी फार आहे. भारतात गव्हाची खरेदी पंजाब, हरियाणा, मध्यप्रदेश, उत्तरप्रदेश व राजस्थान या राज्यांमधून केली जाते. परंतु, त्याच्या साठवणुकीची गोदामे सुस्थितीत नाहीत. तिच स्थिती तांदूळ उत्पादक राज्यांमधून खरेदी केलेल्या तांदुळाची आहे; म्हणजे केवळ धान्योत्पादनात स्वयंपूर्णता पुरेशी नाही तर त्यांची साठवणूक, वाहतूक, वितरण ही साखळीही भक्कम व कार्यक्षम हवी. याबाबतीत सगळ्यात पारदर्शक आणि कार्यक्षम असे सार्वजनिक वितरण व्यवस्थेचे उदाहरण छत्तीसगढ राज्याने घालून दिले आहे. छत्तीसगढने ई-गव्हर्नन्स आणि माहिती-तंत्रज्ञानाधारित सेवा वापरून सार्वजनिक वितरण व्यवस्थेला सक्षम बनवले. यास 'आयटी-एनेबल्ड मॉडेल' म्हणतात. अन्नधान्य व इतर जीवनावश्यक पदार्थांची साठवणूक, वाहतूक, वितरण यामध्ये राज्य, जिल्हा, तालुका, गाव व विक्री केंद्र अशा सर्व स्तरांपर्यंत संगणक, इंटरनेटसेवा व संदेशवहन यांचा वापर करून अन्नसुरक्षा साध्य करण्याच्या दिशेने पावले टाकली आहेत. याचा महत्त्वाचा परिणाम असा दिसून येत आहे की, बालमृत्यु व भुकेल्यांचे प्रमाण कमी होत आहे.

तक्ता क्र. ७.६ : अन्नधान्य राखीव साठा आणि प्रत्यक्ष उपलब्धता (दशलक्ष टन) १ जाने. रोजी

वर्ष	गहू		तांदूळ		भरडधान्ये	एकूण अन्नधान्य	
	राखीव साठा	उपलब्ध	राखीव साठा	उपलब्ध	प्रत्यक्ष उपलब्ध	राखीव साठा	प्रत्यक्ष उपलब्ध
२००८	८.२०	७.७१	११.८	११.४	०.००	१६.८	१९.१
२००९	८.२०	१८.२१	११.८	१७.६	०.४०	२०.०	३५.८
२०१०	८.२०	२३.०९	११.८	२४.४	०.२५	२०.०	४७.५
२०११	११.२	२१.५४	१३.८	२५.५८	०.१०	२५.०	४७.१२
२०१२	११.२	२५.६८	१३.८	२९.७२	०.१०	२५.०	५५.३९

(स्रोत : इंडियन इकॉनॉमी २०१३ गौरव दत्त, अश्वनी महाजन, Pg. ५६२)

सन २०११ पासून गहू व तांदूळ यांचा राखीव साठा (Buffer Stock) आणि प्रत्यक्ष उपलब्ध प्रमाण आधीच्या वर्षांपेक्षा वाढले आहे. परंतु, भरडधान्य उपलब्धता मात्र फार असमाधानकारक आहे; म्हणजेच ज्वारी, बाजरी, नाचणी, मका या प्रमुख भरडधान्याचे उत्पादन वाढविणे आवश्यक आहे.

७.३ अवर्षण आणि पूरसुरक्षा (Drought & Flood Security)

अवर्षण व पूर या वातावरणीय नैसर्गिक आपत्ती आहेत. भारताचा खूप मोठा प्रदेश या दोन्ही आपत्तींनी ग्रासलेला आहे. कृषी उत्पादनातील घट, अन्नधान्य टंचाई, वित्तहानी व मनुष्यहानी असे अनेक दुष्परिणाम या दोन्ही आपत्तींमुळे निर्माण होतात. भारतीय मोसमी हवामानाचे अवर्षण व पूर हे अविभाज्य भाग आहेत; त्यापासून संरक्षण प्राप्त करणे अतिशय महत्त्वाचे आहे.

७.३.१ अवर्षण

अवर्षण वा दुष्काळ या वातवरणीय वा हवामानाशी निगडित नैसर्गिक आपत्तीमध्ये हवेतील बाष्पाचे प्रमाण दीर्घकाळ खूपच कमी होते. हवेतील बाष्प कमी झाल्याने बाष्पीभवनाचा वेग वाढून मृदाजलाचा झपाट्याने ऱ्हास होतो आणि उभ्या पिकासाठी व एकंदरीत शेतीसाठी ते धोकादायक असते. अपेक्षित पर्जन्य प्रमाणापेक्षा २५ टक्के वा त्यापेक्षा अधिक प्रमाणात पर्जन्याचे कमी असलेले प्रमाण, चलनशील पर्जन्य, कोरडी हवा आणि वेगाने होणारे बाष्पीभवन अशा परिस्थितीमुळे अवर्षण निर्माण होते. भारतासारख्या कृषीप्रधान देशात पिकाला आवश्यक असा पाऊस न पडल्यास परंतु एकूण सरासरी पाऊस झाल्यास कृषीज अवर्षण निर्माण होते. यामुळे पेरणी वाया जाणे, अत्यल्प उगवण होणे, उभे पीक करपणे अशी स्थिती निर्माण होऊन कृषी उत्पादन कमालीचे घटते. भारतात हवामान विभागाने (IMD) अवर्षणाचे वर्गीकरण पुढीलप्रमाणे केले आहे–

नकाशा क्र.७.४ : भारत : अवर्षण प्रवणक्षेत्र

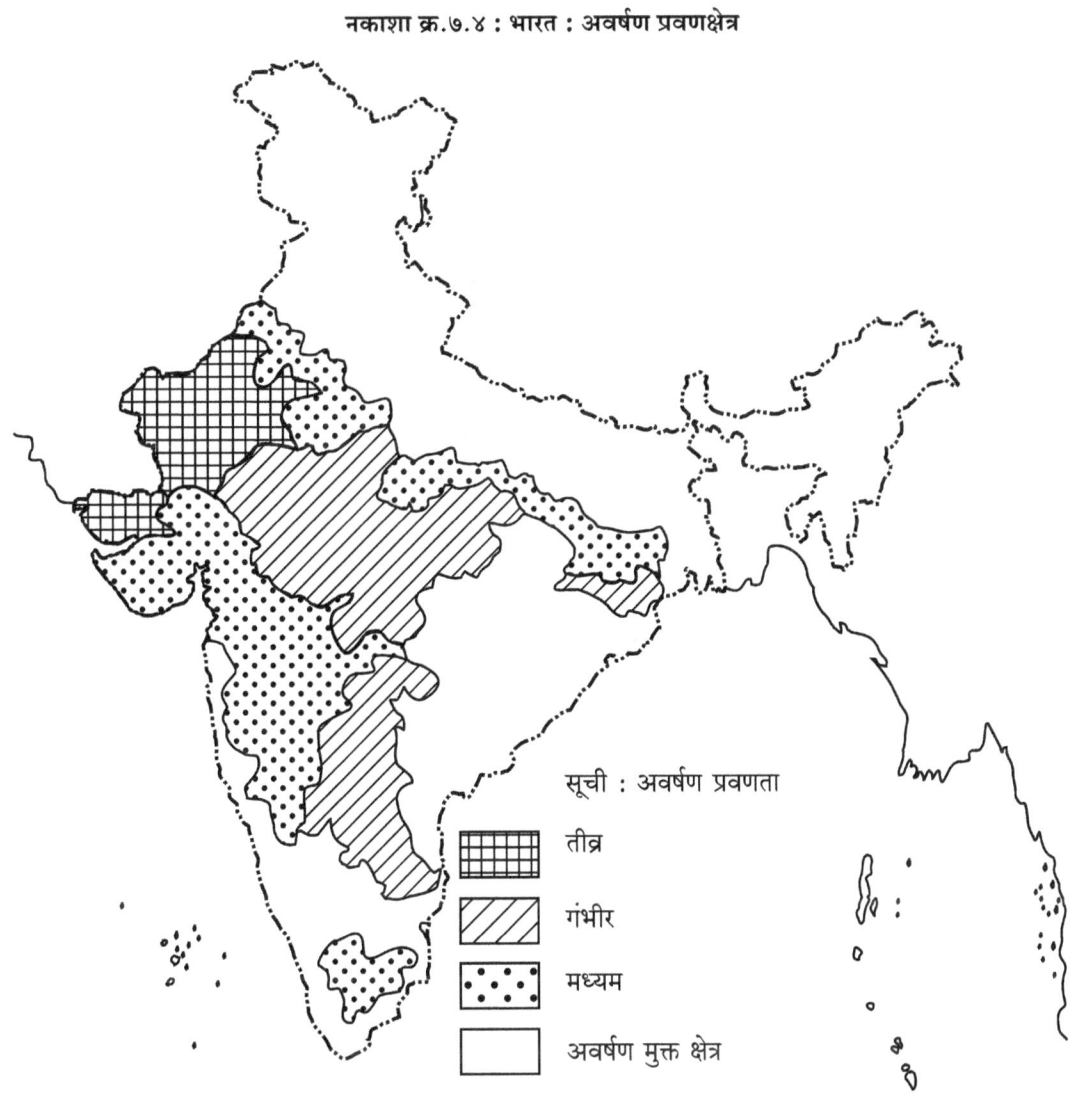

सूची : अवर्षण प्रवणता

- तीव्र
- गंभीर
- मध्यम
- अवर्षण मुक्त क्षेत्र

१) अवर्षण सदृश स्थिती – ७५ टक्क्यांपेक्षा कमी पाऊस
२) तीव्र अवर्षण स्थिती – ६० टक्क्यांपेक्षा कमी पाऊस
३) कृषीज अवर्षण स्थिती – महिन्यातील अपेक्षित पावसाच्या ५० टक्के वा त्यापेक्षा कमी पाऊस.
४) कृषीज अवर्षणसदृश स्थिती – मे मध्य ते ऑक्टोबर मध्य या काळात आठवड्यास ५ सेंमी पेक्षा कमी पाऊस.

भारतातील मोसमी पाऊस प्रतिरोध प्रकारचा असतो. डोंगर वा पर्वताच्या पर्जन्याभिमुख बाजूस अधिक पाऊस आणि विरुद्ध बाजूस कमी पाऊस असे त्याचे स्वरूप असते. पावसाचे प्रमाण जसजसे कमी होते तसतशी त्याची चलनशीलता वाढते म्हणजेच तो बेभरवशाचा होतो. अशा प्रदेशात वारंवार अवर्षण निर्माण होते. भारतातील असे ३० टक्के क्षेत्र अवर्षण प्रवण आहे. (नकाशा ७.४) राजस्थान, गुजरात, मध्यप्रदेश, महाराष्ट्र, कर्नाटक, आंधप्रदेश, तमिळनाडू व ओडिशा या राज्यांमध्ये अवर्षण प्रवणक्षेत्र अधिक आहे. साधारणपणे ७५० मि.मी. वा त्यापेक्षा कमी पाऊस असलेल्या प्रदेशात अवर्षण प्रवणता अधिक असते. महाराष्ट्रात बारा जिल्हे कायमस्वरूपी अवर्षण वा दुष्काळग्रस्त आहेत. (तक्ता क्र. ७.७). या बारा जिल्ह्यांपैकी, अहमदनगर, सोलापूर, नाशिक व पुणे या चार जिल्ह्यांत ५१ टक्के (४३ तालुके) अवर्षण प्रवणक्षेत्र आहे.

तक्ता क्र. ७.७ : महाराष्ट्र : दुष्काळग्रस्त/अवर्षण प्रवण तालुके

जिल्हा	तालुके	तालुके संख्या
१) अहमदनगर	अकोले, पाथर्डी, पारनेर, अहमदनगर, शेगाव, जामखेड, संगमनेर, श्रीगोंदा, कोपरगाव, नेवासे, श्रीरामपूर, राहुरी, कर्जत	१३
२) सोलापूर	करमाळा, मोहोळ, माढा, पंढरपूर, म्हाळशिरस, सांगोला, मंगळवेढा, अक्कलकोट, उत्तर सोलापूर, दक्षिण सोलापूर, बार्शी	११
३) नाशिक	नांदगाव, बागलाण, चांदवड, कळवण, दिंडोरी, सिन्नर, येवला, मालेगाव, नाशिक, निफाड	१०
४) पुणे	शिरूर, दौंड, बारामती, इंदापूर, पुरंदर, खेड, आंबेगाव, जुन्नर, हवेली	९
५) औरंगाबाद	वैजापूर, गंगापूर, कन्नड, पैठण, खुल्दाबाद, अंबड, औरंगाबाद	७
६) जळगाव	चाळीसगाव, भडगाव, पारोळा, एरंडोल, एदलाबाद, अंमळनेर, पाचोरा	७
७) बीड	बीड, अष्टी, पाटोदा, गेवराई, माजलगाव, केज	६
८) सांगली	जत, खानापूर, आटपाडी, कवठेमहाकाळ, तासगाव, मिरज	६
९) सातारा	माण, खटाव, खंडाळा, फलटण, कोरेगाव	५
१०) धुळे	साक्री, सिंदखेडा, धुळे, धानोरा	४
११) उस्मानाबाद	भूम, परांडा, उस्मानाबाद, अहमदपूर	४
१२) बुलडाणा	मलकापूर, खामगाव	२
	एकूण	८४

अवर्षणाचे परिणाम

- कृषी उत्पादनात कमालीची घट.
- चारा टंचाई.
- पाणी टंचाई.
- महागाई.
- बेरोजगारीत वाढ.
- स्थलांतरात वाढ.
- गुन्हेगारीत वाढ.
- न्यूनपोषण, कुपोषण, उपासमारी.

अवर्षणरोधक उपाय (अवर्षण सुरक्षा)

- जलसंधारण.
- कोरडवाहू शेती कार्यक्षम करणे.
- पीक फेरबदल.
- अन्नसुरक्षा
- सार्वजनिक वितरण व्यवस्था गतिमान व कार्यक्षम करणे.

७.३.२ पूर

भारतातील बहुतांश शेतीक्षेत्र नद्यांच्या काठी पूर मैदाने, त्रिभुज प्रदेश आणि किनारपट्टीच्या मैदानी प्रदेशात एकवटलेले आहे; म्हणूनच शेतीसाठी पूर ही एक मोठी नैसर्गिक आपत्ती ठरते. भारताचे मोसमी हवामान व पूर हा एक स्वतंत्र अभ्यास विषय होऊ शकतो. जगातील पूरग्रस्त देशांमध्ये भारताचा दुसरा क्रमांक आहे. पहिला क्रमांक बांगला देशचा असून, तेथील भूप्रदेशाचे मैदानी स्वरूप व अती दाट लोकसंख्या आणि गंगा-ब्रह्मपुत्रेच्या वितरिका यामुळे येथे वारंवार पूर परिस्थिती उद्‌भवते. या बाबतीत दुसऱ्या क्रमांकावर असलेल्या भारतासारख्या खंडप्राय देशात पूर ही गंभीर आपत्ती असून, त्याची व्याप्ती-क्षेत्र बांगलादेशपेक्षा अधिक तीव्र आहे.

मोसमी पावसाच्या कालावधीत अल्पकाळात मुसळधार, जोरदार पाऊस पडला तर पूर परिस्थिती निर्माण होण्याची शक्यता असते. नदीपात्राच्या पाणी वाहून नेण्याच्या क्षमतेपेक्षा अधिकवेगाने मोठ्या प्रमाणावर पाणी लोंढ्याच्यारूपाने वाहत आले की, ते नदीपात्राच्या बाहेर येऊन आजूबाजूच्या प्रदेशात पसरते. पूर ओसरला तरी पाण्याचा निचरा चटकन होत नाही. त्यामुळे उभ्या पिकांचे व एकूणच शेतीचे खूप मोठे नुकसान होते. काहीवेळा नद्यांच्या उगमक्षेत्रात बराच पाऊस पडतो वा ढगफुटी, अतिवृष्टीसारख्या घटना घडतात. यामुळे नद्यांच्या पुढच्या टप्प्यात पूर परिस्थिती निर्माण होते. नैर्ऋत्य मोसमी वाऱ्यांच्या काळात समुद्रही खवळलेला असतो. किनाऱ्याकडे मोठ्या लाटा येत राहतात. उधाणाच्या भरतीने समुद्राचे पाणी नदीमुखातून आत घुसते. त्यामुळे पाण्याचा फुगवटा वाढतो व पूर परिस्थिती गंभीर होते. उत्तर भारतातील नद्यांना येणारे पूर व दक्षिण भारतातील नद्यांना येणारे पूर यात बराच फरक आढळतो. उत्तर भारतातील पूर अधिक विनाशकारी असतात. हे पूर शेतीचे सर्वाधिक नुकसान करतात. भारतीय हवामान विभाग आणि कृषी खाते यांनी भारतातील पूरप्रवण प्रदेशाची तीन गटांत विभागणी केली आहे.

- हिमालयात उगम पावणाऱ्या नद्यांचे पूरप्रवण क्षेत्र.
- वायव्य भारतातील नद्यांचे पूरप्रवण क्षेत्र.
- मध्य व दक्षिण भारतातील नद्यांचे पूरप्रवण क्षेत्र.

- **हिमालयात उगम पावणाऱ्या नद्यांचे पूरप्रवण क्षेत्र :** गंगा, ब्रह्मपुत्रा आणि त्यांना मिळणाऱ्या अनेक उपनद्या हिमालयात उगम पावून उत्तर व ईशान्य भारतातून वाहत जातात. पर्वतीय प्रदेश पार करून त्या मैदानी प्रदेशात प्रवेश करतात तेव्हा त्यांना भरपूर पाणी असते. प्रदेशाचा उतार सौम्य झालेला असल्याने पाणी संथ वाहत असते. नदीपात्र रुंद व उथळ असते. उन्हाळ्याच्या उत्तरार्धात वितळणाऱ्या बर्फाचे पाणी व नंतर येणारा मोसमी पाऊस यामुळे या नद्यांना जुलै ते सप्टेंबर याकाळात पूर येण्याची शक्यता सर्वाधिक असते. सर्वांत मोठा पूर ब्रह्मपुत्रेस येतो; कारण पूर्वांचल हिमालय आणि शिलाँग पठारी प्रदेशात जोरदार व भरपूर पाऊस पडतो. ब्रह्मपुत्रेस उत्तरेकडील भागातून अनेक नद्या येऊन मिळतात. त्या भरपूर पाणी व गाळ वाहून आणतात. आसाम, मेघालय, अरुणाचल प्रदेश या राज्यातील बरेच मोठे क्षेत्र पुराने वेढले जाते. भारतातील सर्वांत जास्त पूरग्रस्त राज्य म्हणून आसामची गणना होते. गंगा व तिच्या उपनद्यांमुळे उत्तराखंड, उत्तरप्रदेश, बिहार व पश्चिम बंगाल या राज्यांना पुराचा तडाखा बसतो. यमुना, गंडक, घागरा, कोसी, शोण, चंबळ, बागमती, बेटवा, दामोदर या महत्त्वाच्या उपनद्यांना पूर येऊन गंगेला महापूर येतो. उत्तर भारतातील नद्यांची पात्रे रुंद व उथळ असण्याबरोबर नागमोडी वळणांची आहेत. अशा नद्या वारंवार ठिकठिकाणी पात्रे बदलतात. पुरामुळे हजारो हेक्टर्सची शेती पाण्याखाली जाते. हिमालयात उगम पावणाऱ्या व उत्तर भारतातून वाहणाऱ्या या नद्यांमुळे, भारतात पुरामुळे होणाऱ्या एकूण हानीपैकी ५० टक्के हानी होते.
- **वायव्य भारतातील नद्यांचे पूरप्रवण क्षेत्र :** सिंधू नदीच्या भारतातील उपनद्यांच्या पूरप्रवण क्षेत्राचा या गटात समावेश होतो. झेलम, चिनाब, रावी, बियास व सतलज या पाच नद्या व त्यांच्या उपनद्या यांना येणाऱ्या पुरामुळे हिमाचल प्रदेश, जम्मू-काश्मीर, पंजाब व हरियाणा या राज्यातील पिकांचे व फळझाडांचे नुकसान होते. शेती समृद्ध पंजाब व हरियाणामध्ये पंधरा टक्के पूरबाधित क्षेत्र येत असल्याने उत्तर भारतातील इतर राज्यांच्या तुलनेत ही राज्ये सुरक्षित आहेत.
- **मध्य व दक्षिण भारतातील नद्यांचे पूरप्रवण क्षेत्र :** मध्य भारतात तापी, नर्मदा व चंबळ या नद्यांना विशेषतः जुलै-ऑगस्ट या महिन्यांमध्ये पूर येण्याची सर्वाधिक शक्यता असते. गुजरात व मध्यप्रदेशचा काही भाग यामुळे बाधित होतो. दक्षिण भारतात महानदी, गोदावरी, कृष्णा, कावेरी या नद्यांच्या त्रिभुज प्रदेशात व पूर्व किनारपट्टीच्या मैदानी प्रदेशात मोठे पूर येतात. या नद्यांच्या वरच्या खोऱ्यांपेक्षा खालच्या खोऱ्यांमध्ये पूर परिस्थिती गंभीर असते. यामुळे भातशेतीचे प्रामुख्याने नुकसान होते. मध्य व दक्षिण भारतातील पुराची तीव्रता व वारंवारता उत्तर भारतातील पुरापेक्षा कमी असते. पूर परिस्थिती फार काळ टिकत नाही. नद्यांची पात्रे खोलगट असल्याने व सभोवतालचा प्रदेश उंचवट्याचा होत जाणारा असल्याने पुराचे पाणी फार दूरवर पसरत नाही. उत्तर भारतातील पुराइतके हे पूर विनाशकारी नसतात.

पुरामुळे दरवर्षी होणारी सरासरी हानी

पूरबाधित क्षेत्र	:	७.६६ द.ल.हेक्टर्स
पीक लागवड क्षेत्र	:	३.५१ द.ल.हेक्टर्स
पूरग्रस्त लोकसंख्या	:	३१.८४ दशलक्ष
पशुधन मृत्यू	:	०.२ दशलक्ष गुरे
मानवी मृत्यू	:	१५००

नकाशा क्र. ७.५ : पूरप्रवण नद्या व क्षेत्र

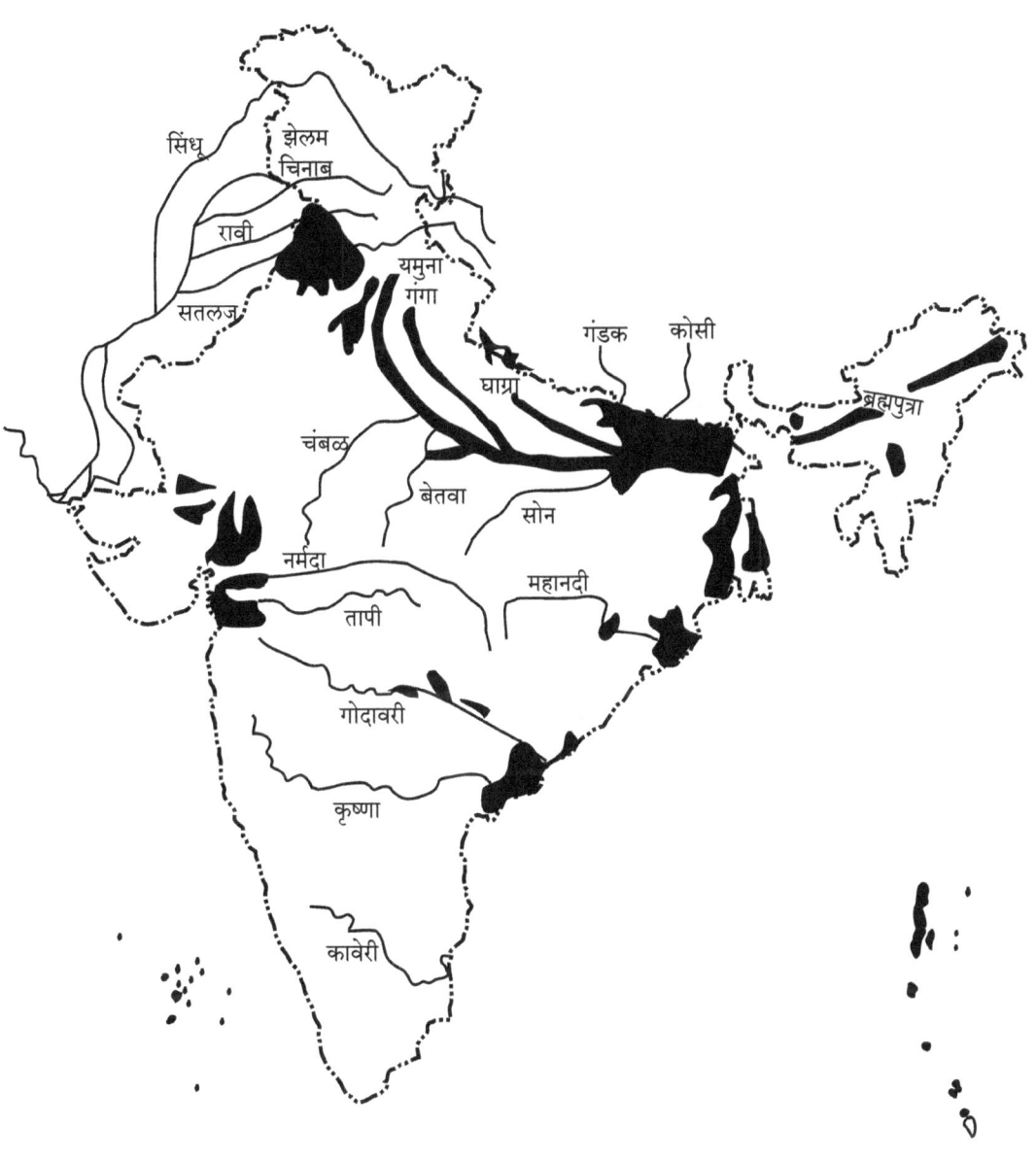

पूरसंरक्षक उपाय

- पूरतट बांधणे (नकाशा क्र. ७.६ व ७.७ : भारत : पूरतट बांधलेल्या नद्या)
- पाणलोट क्षेत्राच्या प्रदेशात वृक्ष लागवड.
- वृक्षतोडीवर कडक निर्बंध.
- बहुउद्देशीय धरणे बांधणे.
- हवामान अंदाज व पूरसंबंधित सूचना देणारी यंत्रणा कार्यक्षम करणे.
- सन १९७६ मध्ये 'राष्ट्रीय बाढ आयोग' स्थापना : यामुळे पूर संरक्षणासाठी संबंधित सर्व विभागांचे सुसूत्रीकरण करणे, संदेशवहन, आवश्यक त्या सर्व नोंदी करणे.

नकाशा क्र. ७.६ : पूर तटबंदीक्षेत्र

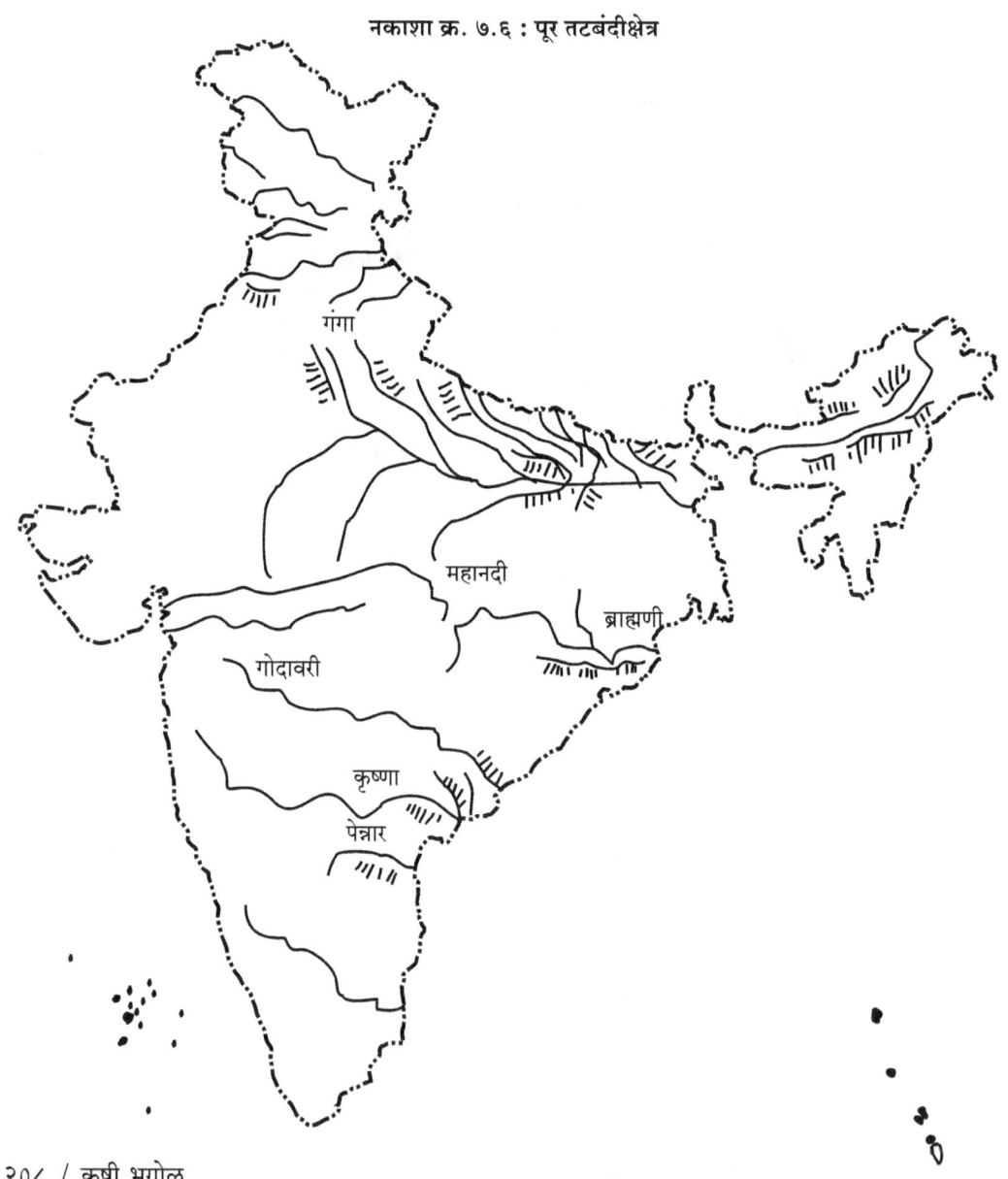

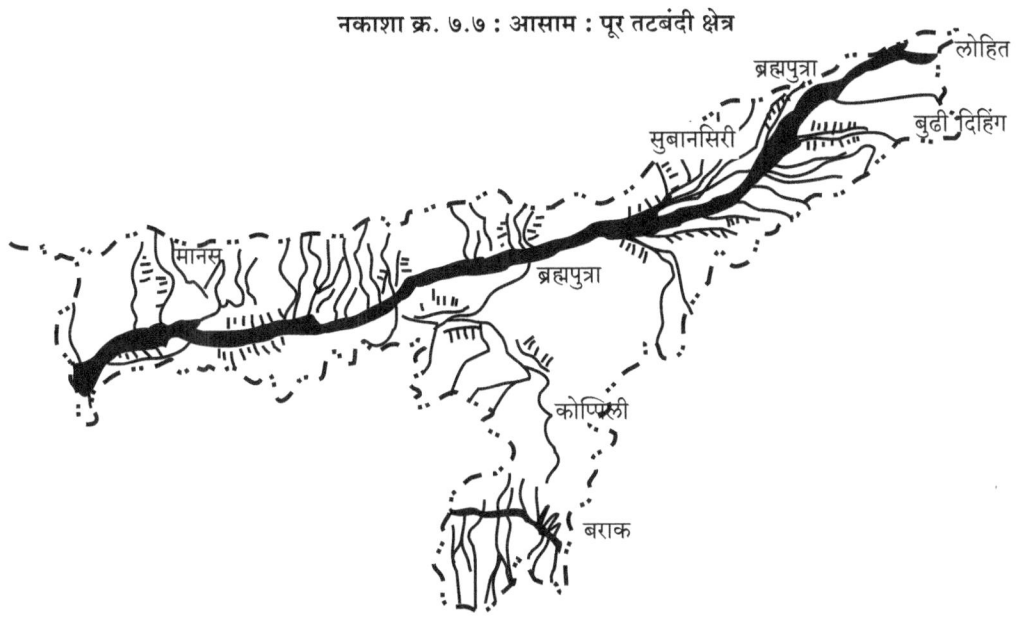

नकाशा क्र. ७.७ : आसाम : पूर तटबंदी क्षेत्र

लोहित
ब्रह्मपुत्रा
सुबानसिरी
बुढी दिहिंग
मानस
ब्रह्मपुत्रा
कोपिली
बराक

- **नदीजोड प्रकल्प : अवर्षण व पूर व्यवस्थापनाचा पर्याय**

भारतात अवर्षण व पूर या नैसर्गिक आपत्तींमुळे दरवर्षी बाधित होणारे क्षेत्र बरेच मोठे आहे. विशेषतः शेतीचे फार मोठे नुकसान देशाच्या निरनिराळ्या भागात होत असते. कृषीप्रधान अर्थव्यवस्था, अन्नसुरक्षा, कुपोषण व भूक यासारख्या महत्त्वाच्या बाबींमुळे अवर्षण व पूर यांचे नियंत्रण वा व्यवस्थापन करणे अत्यावश्यक झाले आहे. उत्तर भारतातील नद्यांना येणाऱ्या पुराचे नियंत्रण आणि मध्य भारत व दक्षिण भारतातील अवर्षण, मर्यादित पाण्याची उपलब्धता यावर कायमस्वरूपी तोडगा काढण्याचा एक महत्त्वाकांक्षी प्रकल्प म्हणजे 'नदीजोड प्रकल्प' होय.

डॉ. के.एल.राव यांनी १९७२ मध्ये गंगा व कावेरी नद्या जोडण्याची संकल्पना प्रथम मांडली. त्यानंतर १९७४ मध्ये कॅप्टन दिनशॉ दस्तूर यांनी 'गारलंड कॅनॉल' या नावाने नद्या जोडण्याचा प्रकल्प मांडला. डॉ.राव व कॅप्टन दस्तूर यांनी सुचविलेल्या नद्या जोडण्याच्या कल्पनेवर व आराखड्यावर केंद्रीय जलआयोगाने विचार केला व अहवाल दिला. त्यात असे मत मांडले की, ही योजना प्रचंड खर्चाची आहे. या प्रकल्पामुळे पर्यावरणाची फार मोठी हानी संभवते, विस्थापितांचा फार मोठा प्रश्न निर्माण होईल आणि योजना पूर्णत्वास जाण्यासाठीचा कालावधीही खूप मोठा आहे. हे सर्व लक्षात घेतल्यास ही योजना व्यवहार्य ठरणे अवघड आहे. अशा या मत प्रदर्शनाने या प्रकल्पाबद्दल कोणताच ठोस निर्णय झाला नाही; पण नंतरच्या काळात पाण्याचा प्रश्न गंभीर होत गेला व म्हणून शासनाने सन१९८२मध्ये 'नॅशनल वॉटर डेव्हलपमेंट एजन्सी' (NWDA) या संस्थेची स्थापना केली. त्यांनी नद्या जोडण्याच्या संकल्पनेवर पुन्हा विचार सुरू केला.

या नव्या आराखड्यानुसार भारतातील नद्या दोन विभागात विभागण्यात आल्या आहेत. उत्तर भारतातील नद्या एकंदर १६ कालव्यांनी आणि दक्षिण भारतातील नद्या १४ कालव्यांनी एकमेकींना जोडावयाच्या आहेत. देशभर असे एकूण तीस प्रमुख कालवे बांधावयाचे आहेत. (नकाशा ७.८) यासाठी ५६० हजार कोटी रुपये खर्च येईल असा अंदाज वर्तविण्यात आला आहे. या प्रकल्पाचे फायदे व निर्माण होणाऱ्या समस्या थोडक्यात पुढीलप्रमाणे आहेत-

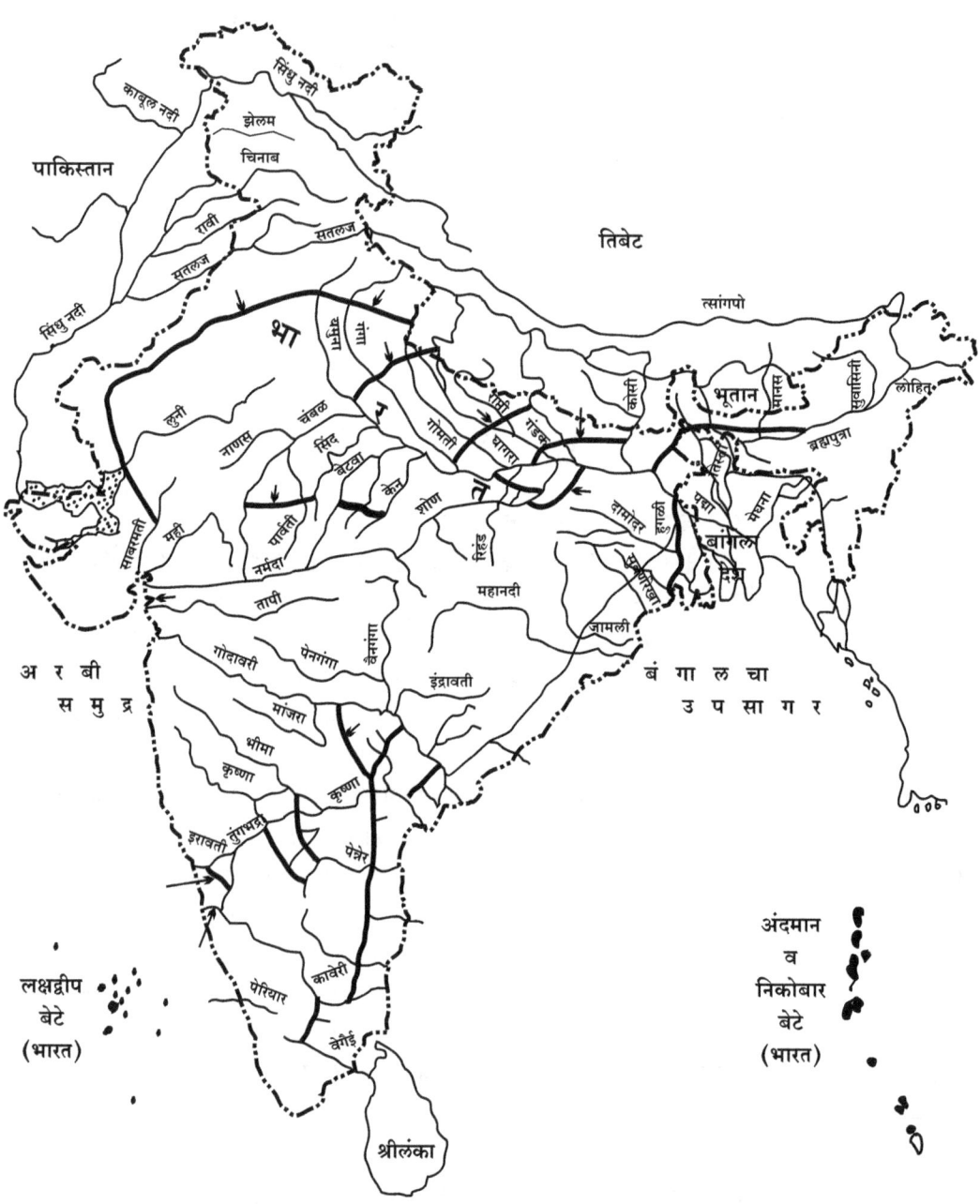

फायदे

- ३४० लाख हेक्टर्स शेती जलसिंचनाखाली येणार.
- ३५ हजार मेगावॅट वीज निर्मिती.
- उत्तर भारतातील नद्यांचे पूर नियंत्रण.
- अवर्षणग्रस्त प्रदेशात पाण्याची उपलब्धता.
- कृषी उत्पादनात वाढ.
- १० कोटी लोकांना रोजगार प्राप्ती.
- पेयजल पूर्तता.
- जलवाहतूक विकास.

समस्या

- प्रचंड आर्थिक गुंतवणूक (५६० हजार कोटी रुपये) करावी लागणार असल्याने कर्जाचा बोजा वाढणार.
- विस्थापितांची संख्या प्रचंड व पुनर्वसनाचा प्रश्न निर्माण होऊन सामाजिक अशांतता निर्माण होईल.
- पर्यावरण ऱ्हास प्रचंड होण्याची शक्यता.
- भविष्यात मान्सून प्रणालीस धोका.
- धरणे व कालवे बांधणी यामुळे नदी प्रणालीचे कार्य बदलेल. धरण व कालव्यांमध्ये गाळ साठेल व त्याचा परिणाम पूर मैदाने व त्रिभुज प्रदेश निर्मितीवर होऊन शेतीवर त्याचा विपरीत परिणाम होईल. गाळ साठल्याने धरण व कालव्यांची जलधारण क्षमता कमी होईल.

नदीजोड प्रकल्पास पर्याय

- स्थानिक पातळीवर लहान प्रवाह व नद्या जोडणे. पेरियार नदीवळण योजना, रामगंगा-गंगा नदीजोड योजना, महाराष्ट्रातील गिरणा-बोरी आणि मोसम-कनोली नद्या जोडणी हे असे काही प्रकल्प पूर्ण झाल्याने चांगला फायदा झाला आहे.
- राजस्थानातील अल्वार मधील 'जोहड' सारख्या योजना आखणे.
- माथा ते पायथा जलसंवर्धन करणे.
- पाणी पंचायत, वर्षा जलसंवर्धन, आकाशगंगा योजना.

७.४ अन्नसाहाय्य योजना (Food Aid Programmes)

जगातील निरनिराळ्या संघटना व संस्थांनी भारतीय शेतीस मदत केली आहे आणि अन्नधान्य व इतर जीवनावश्यक वस्तू पुरविण्याचे कार्यही केले आहे. लोकसंख्या वाढीचा वेग अधिक असल्याने देशांतर्गत कृषीमालाची उत्पादनवाढ पुरेशी ठरत नाही. यामुळे दरडोई दर दिवशी खाद्यान्नाची उपलब्धता १९९० नंतर कमी होत गेली. अन्नसुरक्षा कायदा अस्तित्वात आल्यानंतर गरीब, दारिद्र्यरेषेखालील जनतेस आणि इतर विशिष्ट लोकांना अन्नधान्य स्वस्तदरात पुरविण्याची जबाबदारी शासनाची झाली आहे; म्हणूनच भारताने ज्या महत्त्वाच्या संघटना-संस्थांकडून अन्नसाहाय्य घेतले आहे त्यांचा आढावा घेणे आवश्यक आहे.

वर्ल्ड फूड प्रोग्रॅम (WFP)

युनायटेड नेशन्स वर्ल्ड फूड प्रोग्रॅम (WFP) या युनोच्या विभागातर्फे भारतातील दारिद्र्यरेषेखालील जनतेला (BPL) स्वस्तदरात धान्य उपलब्ध करून दिले जाते. भारत सरकार आणि वर्ल्ड फूड प्रोग्रॅम यांच्या दरम्यान 'कंट्री प्रोग्रॅम ॲक्शन प्लॅन (२००८-२०१२)' या नावाचा एक करार झाला. या उपक्रमांतर्गत निश्चित केलेले धान्य सार्वजनिक वितरण व्यवस्थेमार्फत गरीब लोकांना देणे शासनास बंधनकारक आहे. प्रारंभी काही निवडक राज्यांनाच धान्य पुरवठा सुरू करण्यात आला. त्यात ओडिशा, छत्तीसगढ, मध्यप्रदेश, झारखंड आणि राजस्थान या राज्यांचा समावेश होता. त्यानंतर गुजरात, उत्तराखंड, उत्तरप्रदेश, बिहार व तमिळनाडू या राज्यांमध्ये याचा विस्तार झाला. अन्नसुरक्षा प्राप्त होण्यात या उपक्रमाचे चांगले साहाय्य झाले. (तक्ता क्र. ७.८)

सन १९६० पर्यंत या संघटनेत यु.एस.ए., कॅनडा, ऑस्ट्रेलीया आणि युरोपियन युनियन सदस्य राष्ट्रे यांच्याकडून प्रामुख्याने धान्य पुरवठा केला जात असे. त्या वेळी यु.एस.ए.चे वर्चस्व होते व म्हणून भारतास पब्लिक लॉ ४८० यानुसार यु.एस.ए.ने धान्याची मदत केली होती. परंतु, १९७१ नंतर भारताने हा सहभाग काढून घेतला. त्यानंतर जपान, इटली व फ्रान्स या देशांनी भारताला या उपक्रमांतर्गत खते व वीजपंप पुरविले.

तक्ता क्र. ७.८ : वर्ल्ड फूड प्रोग्रॅम : भारतास उपलब्ध झालेले धान्य (दशलक्ष टन)

वर्षे	२००८	२००९	२०१०	२०११	२०१२	एकूण
गहू	४०८०६	४०९८६	२७३३४	२७४९६	१२७८०	१४९४०२
तांदूळ	७४९३	७५२६	६६९२	६७३२	६२५८	३४७०१
एकूण	४८२९९	४८६१२	३४०२६	३४२२८	१९०३८	१८४१०३

(स्रोत : इंडिया, २०१३, Pg. ४३१)

वरील तक्ता असे दर्शवितो की, या उपक्रमांतर्गत गव्हाचा पुरवठा तांदूळ पुरवठ्याच्या तुलनेत बराच जास्त आहे; याचे कारण असे असू शकेल की, पुरवठादार देशात गव्हाचे उत्पादन अधिक होत असणार व ते निर्यातदार देश असावेत. सन २०१० पासून दोन्ही धान्याच्या पुरवठ्यात लक्षणीय घट झाली आहे. देशांतर्गत उत्पादन वाढल्याने हे प्रमाण कमी झाले असावे असे दिसते.

वर्ल्ड फूड प्रोग्रॅम व्यतिरिक्त इतर अशाच संस्थाची माहिती आपण मागील प्रकरणात करून घेतली आहेच.

सरावासाठी प्रश्न

१) भारतातील खाद्यान्नाची उपलब्धता आणि पोषण यांच्यातील सहसंबंध सकारण स्पष्ट करा.

२) अन्नधान्य उत्पादनात भारत स्वयंपूर्ण होऊनही कुपोषण व भूक या समस्यांचे निर्मूलन का होऊ शकले नाही ते विशद करा.

३) 'जागतिक भूक निर्देशांक' आणि त्या संदर्भातील भारताचे स्थान याविषयी टीकाटीप्पणी करा.

४) अन्नसुरक्षा म्हणजे काय? अन्नसुरक्षेची आवश्यकता स्पष्ट करून राष्ट्रीय अन्न स्वयंपूर्णता का महत्त्वाची आहे, ते विशद करा.

५) स्थानिक (कौटुंबिक) अन्नसुरक्षेचे महत्त्व स्पष्ट करून त्या संदर्भात अन्नसुरक्षा कायदा महत्त्वपूर्ण का आहे ते सांगा.

६) भारतातील अवर्षण प्रवण क्षेत्र आणि शेती यांच्यातील संबंध स्पष्ट करून अवर्षणरोधक उपाययोजना कोणत्या आहेत ते सांगा.

७) भारतातील पूरप्रवण प्रदेश सांगून पूर व्यवस्थापनातील एक पर्याय म्हणून नदीजोड प्रकल्पाच्या पर्यायाची साधकबाधक चर्चा करा.

८) टिपा लिहा.

१) अन्नसुरक्षा कायदा.

२) कौटुंबिक अन्नसुरक्षा.

३) पोषण व भूक समस्या.

४) भारतातील सार्वजनिक वितरण व्यवस्था.

५) अन्नसाहाय्य योजना.

८ भारतीय शेती व पर्यावरण

Indian Agriculture and Environment

८.१ जलसिंचन, खते, कीड व कीटकनाशके यांचे शेतीतील स्थान
८.२ पर्यावरणऱ्हास
८.३ भारतीय शेती आणि तंत्रज्ञानाची जोड

८.१ जलसिंचन, खते, कीड व कीटकनाशके यांचे शेतीतील स्थान (Role of Irrigation, Fertilizers, Insecticides and Pesticides in Agriculture)

जलसिंचन, खते, कीड व कीटकनाशके या शेतीतील महत्त्वपूर्ण निविष्टा (Inputs) होत. हरितक्रांतीच्या तत्त्वांचा स्वीकार केल्यानंतर या निविष्टांचे महत्त्व अधिकच वाढले. या निविष्टांमुळे गुणवत्तापूर्ण उत्पादन व उत्पादन वाढ साध्य झाली; म्हणूनच भारतीय शेतीतील या निविष्टांचे स्थान जाणून घेणे योग्य ठरेल. डब्ल्यू.ए.लेविस यांनी असे मत मांडले आहे की, विकसनशील देशांमध्ये भूधारणक्षेत्र सुधारणा, यांत्रिकीकरण आणि विपणनातील मध्यस्थ घालविण्यासाठी केल्या जाणाऱ्या प्रयत्नांपेक्षा सुधारित बी-बियाणे, खते, कीटकनाशके व जलसिंचन यांचा सुयोग्य वापर करण्यात शेतीच्या प्रगतीचे गुपित दडले आहे. त्यांच्या मते, लहान शेती क्षेत्रातही या निविष्टा वापरल्यास शेती फायदेशीर ठरू शकते.

८.१.१ जलसिंचन

भारताच्या मोसमी हवामानाचा महत्त्वाचा पैलू म्हणजे विशिष्ट काळात पडणारा पाऊस होय. वर्षातील तीन ते चार महिन्यांत वार्षिक सरासरी पाऊस होऊन गेल्यावर उर्वरित आठ ते नऊ महिन्यांत हवामान कोरडे असते. या काळात बाष्पीभवनाचा वेग जास्त असल्याने मृदाजलाचा ऱ्हास झपाट्याने होतो; म्हणून जलसिंचनाची नितांत गरज भासते. मृदाजलाच्या कमतरतेमुळे होणारे उभ्या पिकाचे नुकसान टाळणे एवढाच जलसिंचनाचा प्रारंभिक हेतू होता. परंतु, आधुनिक जलसिंचनाचे अनेक हेतू आहेत. सुधारित वाणाची लागवड, रासायनिक खतांचा वापर, सातत्याने घेतली जाणारी पिके आणि शेतीचा विस्तार यामुळे होणारी उत्पादन वाढ साध्य करण्यासाठी जलसिंचन, असे जलसिंचन करण्यामागील हेतू आहेत.

सन १९७८ पासून जलसिंचन योजनांची विभागणी :

१) मोठ्या (Major) जलसिंचन योजना : १०,००० हे.पेक्षा अधिक लाभक्षेत्र (कल्चरेबल कमांड एरीया (CCA)).

२) मध्यम (Medium) जलसिंचन योजना : २००० हे. ते १०,००० हे.पर्यंत लाभक्षेत्र.

३) लघुसिंचन (Small) योजना : २००० हे. पर्यंत लाभक्षेत्र.

सर्वाधिक लाभक्षेत्र (५९%) लघुसिंचन योजनांचे आहे. कमी खर्चात, कमी कालावधीत व परिसरातील लोकांना लाभदायक असतात. पर्यावरणाचा ऱ्हास कमी. विस्थापितांचे प्रश्न कमी.

• जलसिंचनाचे प्रकार

विहीर, तलाव व कालवे हे जलसिंचनाचे तीन प्रमुख प्रकार होत. त्यांपैकी विहिरी व तलाव हे प्राचीन काळापासून प्रचलित असलेले प्रकार आहेत, तर कालवे हे आधुनिक तंत्रज्ञानातून निर्माण झाले आहेत. विहिरी व तलावांचे सिंचन लाभक्षेत्र मर्यादित असले तरी त्यांना सीमान्त व लहान शेतकऱ्यांच्यादृष्टीने अनन्यसाधारण असे महत्त्व आहे. भूजल पातळी व पाणीसाठा यावर विहिरीतील पाणी प्रमाण अवलंबून असते तर तलावातील पाणीसाठा पावसाच्या पाण्यावर व झरे किंवा झिरप यावर अवलंबून असतो. वीज पंपाच्या साहाय्याने पाण्याचा उपसा वाढल्याने व त्याच वेगाने पुनर्भरण होत नसल्याने विहिरी व तलाव कोरडे पडण्याचे प्रमाण वाढले आहे; त्यामुळे कालवा सिंचनाचे महत्त्व वाढले आहे.

- विहिरी व कूपनलिका या जलसिंचनाच्या स्रोताद्वारे भारतात जवळपास ६१ टक्के जलसिंचन केले जाते. यावरून या स्रोतांचे स्थानिक महत्त्व अधोरेखित होते. गरीब लहान शेतकऱ्यांना विहीर हाच जलसिंचनाचा स्रोत आहे कारण तलाव जलसिंचनाचे क्षेत्र लक्षणीयरीत्या कमी झाले आहे.
- कालव्याद्वारे केल्या जाणाऱ्या जलसिंचनाचा शेकडा वाटा ४० टक्क्यांवरून २६.५ टक्क्यांवर आला कारण विहिरीवर अवलंबून असणाऱ्या जलसिंचनाखालील क्षेत्रात बरीच वाढ झालेली दिसून येत आहे. (तक्ता क्र.८.१)

तक्ता क्र. ८.१ : भारत : जलसिंचन स्रोत व क्षेत्र

जलसिंचन स्रोत	१९५०-५१		२००७-०८	
	क्षेत्र (द.ल.हेक्टर)	शेकडा प्रमाण	क्षेत्र (द.ल.हेक्टर)	शेकडा प्रमाण
विहिरी व कूपनलिका	६.०	२९	३७.८	६०.७
तलाव	३.६	१७	२.०	३.२
कालवे	८.३	४०	१६.५	२६.५
इतर स्रोत	३.०	१४	६.०	९.६
एकूण	२०.९	१००	६२.३	१००

(स्रोत : ॲग्रिकल्चरल स्टॅटिस्टिक्स ॲट अ ग्लान्स, २०१२)

तक्ता क्र. ८.२ : भारत : निव्वळ व एकूण जलसिंचन क्षेत्र (द.ल.हेक्टर्स)

वर्ष	निव्वळ जलसिंचन क्षेत्र (द.ल.हेक्टर्स)	एकूण जलसिंचन क्षेत्र (द.ल.हेक्टर्स)	एकूण लागवडी खालील क्षेत्र (द.ल.हेक्टर्स)	एकूण जलसिंचनाचे लागवडीखालील क्षेत्राशी शेकडा प्रमाण
१९५०-५१	२१	२३	१३३	१७
१९७०-७१	३१	३८	१६६	२३
१९९०-९१	४८	६२	१८६	३४
२०१०-११	६३.६	८९.४	१९९	४५

(स्रोत : ॲग्रिकल्चरल स्टॅटिस्टिक्स ॲट अ ग्लान्स, २०१३)

- भारतात एकूण जलसिंचनाचे क्षेत्र १९५०-५१ पासून वाढत गेलेले असून सन २०१०-११ मध्ये एकूण लागवडीखालील क्षेत्रांपैकी ४५ टक्के क्षेत्र जलसिंचनाखाली आहे; म्हणजे दुबार वा तिबार पिके घेणे शक्य होत असल्याने एक प्रकारे तो शेतजमिनीचा विस्तार आहे.
- १९५०-५१ पासून २०१०-११ या साठ वर्षांत निव्वळ (Net) जलसिंचन क्षेत्र तिप्पट झाले आहे.
- विशेष म्हणजे याच काळात एकूण जलसिंचन क्षेत्रातील वाढ तिपटीपेक्षा अधिक आहे.
- सन १९५०-५१ मध्ये निव्वळ जलसिंचन क्षेत्र व एकूण जलसिंचन क्षेत्र यांच्यातील फरक केवळ दोन दशलक्ष हेक्टर्स होता. परंतु, २०१०-११ मध्ये हा फरक जवळपास २६ दशलक्ष हेक्टर्स इतका झाला आहे.

• प्रादेशिक विषमता

सन २०११-१२ मध्ये भारतातील एकूण लागवडी खालील क्षेत्रांपैकी सुमारे ४८ टक्के क्षेत्र जलसिंचित होते. परंतु, जलसिंचन क्षेत्राचे राज्यनिहाय वितरण लक्षात घेतल्यास बरीच विषमता आढळते.

पंजाबमध्ये ९८ टक्के शेती जलसिंचनाखाली असून त्या खालोखाल शेजारील हरियाणा (८५.२%), उत्तर प्रदेश (७६.३%) व बिहार (६२ %) या राज्यांचा सलग भौगोलिक पट्टा येतो; तर किमान जलसिंचन आसाम (४%) व मिझोराम (९%) या ईशान्येकडील राज्यात आहे. दक्षिणेकडील राज्यांमध्ये तमिळनाडू (५८%) हे आघाडीवरील राज्य आहे, तर केरळमध्ये १७.७ टक्केच क्षेत्र जलसिंचनाखाली आहे. भारतातील अवर्षण प्रवण क्षेत्रातील राज्यांमध्ये सर्वाधिक जलसिंचनाची गरज आहे. यात महाराष्ट्र, कर्नाटक, गुजरात, मध्यप्रदेश, ओडिशा, राजस्थान, आंध्रप्रदेश या राज्यांचा काही भाग येतो. या भागात वीस ते पस्तीस टक्के शेती जलसिंचनाखाली आहे. आसाम, मिझोराम, झारखंड व केरळमध्ये डोंगराळ, उंचसखल प्रदेशाचे प्रमाण जास्त आहे. पावसाचे प्रमाण भरपूर आहे व चलनशीलता कमी आहे आणि लागवडीयोग्य क्षेत्र कमी व विखुरलेले असल्याने जलसिंचनाचे प्रमाण कमी आहे.

पिके व जलसिंचनाचे प्रमाण विचारात घेतल्यास गहू व भात या दोन पिकांचे क्षेत्रच प्रामुख्याने जलसिंचनाखाली आहे. त्या तुलनेत प्रथिने पुरविणाऱ्या कडधान्ये व डाळींचे फक्त १५ टक्के क्षेत्रच सिंचनाखाली आहे. (तक्ता ८.३)

तक्ता क्र. ८.३ : प्रमुख पिके : जलसिंचनाचे शेकडा प्रमाण (२०११-१२)

पीक	जलसिंचनाचे प्रमाण (%)
गहू	९२
भात	५८.६
डाळी	१५.०
एकूण धान्यपिके	४७.८

(स्रोत : ॲग्रिकल्चरल स्टॅटिस्टिक्स ॲट अ ग्लान्स २०१३)

गहू हे रब्बी पीक असल्याने ते सिंचनाधारित आहे. परंतु, भात प्रामुख्याने नैर्ऋत्य मोसमी पावसाच्या काळातील पीक असूनही जवळपास ५७ टक्के भाताचे क्षेत्र सिंचनाधारित आहे; कारण पंजाब, हरियाणा व आंध्रप्रदेशात वर्षभरातील कोरड्या ऋतूतही भात पिकवला जातो म्हणून सिंचनाशिवाय पर्याय नसतो. खाद्यान्नपिके सोडून ऊस, कापूस, तंबाखू व फळे-भाजीपाला ही पिके सिंचनाधारित आहेत.

• जलसिंचन पद्धती

विशिष्ट तंत्रज्ञान वापरून पिकाच्या मुळापर्यंत पाणी पोहोचवण्याच्या पद्धतीस 'जलसिंचन पद्धती' म्हणतात. पूर्वी पिकांना पाणी देण्यासाठी सढळपणे पाण्याचा प्रवाह सोडला जात असे. यास प्रवाहसिंचन पद्धती (Flow Irrigation) म्हणतात. परंतु, आता पाण्याचा पर्याप्त वापर होण्यासाठी सूक्ष्म जलसिंचन पद्धतीचा (Micro Irrigation) पुरस्कार केला जातो. यामुळे पाण्याचा अपव्यय टाळण्याबरोबर जमिनीची नादुरुस्ती, तणाची वाढ यावरही नियंत्रण मिळवता येते.

प्रवाहसिंचन पद्धती : विहीर, तलाव अथवा कालव्यामार्फत उपलब्ध होणारे पाणी उपसा केल्यानंतर उताराच्या अनुषंगाने शेतात मुक्तपणे सोडणे म्हणजे प्रवाहसिंचन होय. ही पृष्ठीयसिंचन पद्धती असल्याने अनावश्यक भागात पाणी शिरणे, बाष्पीभवनाने पाणी कमी होणे यासारख्या कारणांमुळे पाण्याचा पर्याप्त वापर होत नाही. आवश्यकतेपेक्षा अधिक पाणी वापरले जाते. पूर-कालवेसिंचन (Innundation Canals), सरी व वरंबासिंचन (Ridge and Furrow Method), कंकणाकृती सिंचन (Ring Irrigation), आणि माथा ते पायथा पद्धत (Ridge to Valley Method) या प्रवाह सिंचनपद्धती प्रचलित आहेत.

पूर-कालवेसिंचन : पूर नियंत्रणासाठी प्रचलित झालेली ही एक पारंपरिक सिंचन पद्धत आहे. नदीच्या पुराचे पाणी चर खणून दूरपर्यंत नेऊन शेतीसाठी वापरले जाते. नदीतील सामान्य पाणी पातळी लक्षात घेऊन त्यापेक्षा अधिक उंचीवर चर व वितरिका खणतात. नदीला पूर आल्यावर या चर व वितरिकांमधून हे वाढीव पाणी शिरते व दूरवरच्या शेतांपर्यंत पोहोचते. यामुळे पुराचे पाणी आजूबाजूच्या प्रदेशात पसरून होणारे नुकसान टाळता येते. सौम्य उताराच्या मैदानी प्रदेशातच पूर-कालवे काढणे शक्य असते. पूर ओसरल्यावर काही दिवसांतच यातील पाणी संपून ते कोरडे होतात. यामुळे कोरड्या ऋतूत जेव्हा पिकांना पाण्याची सर्वाधिक गरज असते तेव्हा या कालव्यात पाणी नसते. या कालव्यांसाठी अत्यल्प तंत्रज्ञान, कमी भांडवल लागते. आधुनिक कालव्यांची जननी म्हणून या पद्धतीकडे बघितले जाते. उत्तर भारतातील गंगा व सिंधूच्या उपनद्या यांच्या मैदानी प्रदेशात पूर नियंत्रण व जलसिंचन अशा दुहेरी उद्देशाने ही पद्धत प्रचलित झाली होती.

सरी व वरंबासिंचन : सरी वा सरा आणि वरंबासिंचन ही मध्ययुगीन काळापासून प्रचलित असलेली सिंचन पद्धत आहे. शेताची नांगरट करताना फाळाने माती उकरली जाऊन दोन्ही बाजूंना ढकलली जाते. यामुळे उंचवटा (वरंबा) व खळगा (सरी) तयार होतो. शेताच्या एका बाजूकडून, जो थोडा उंच भाग असेल तेथून थेट दुसऱ्या बाजूपर्यंत वरंबा व सऱ्या तयार होतात. पिकाची लागवड वरंब्यावर करतात व सरीमध्ये पाणी सोडतात. या वाहत्या पाण्यामुळे दोन्ही बाजूंच्या वरंब्यात पाणी मुरते. ते पिकाच्या रोपाच्या मुळापर्यंत पोहोचते. सऱ्यांमधून वाहणाऱ्या पाण्यामुळे संपूर्ण शेतास पाणी मिळते. कमी श्रमशक्ती, किमान तंत्रज्ञान व कमी खर्च असलेली ही पद्धत संपूर्ण भारतात फार पूर्वीपासून प्रचलित आहे.

कंकणाकृतीसिंचन : फळबागा व वृक्षवर्गातील बहूवर्षीय पिकांना कंकणाकृतीसिंचन केले जाते. अशा पिकांची रोपे ठराविक अंतरावर एका ओळीत लावलेली असतात. झाडाच्या बुंध्याभोवती जमिनीवर गोल कंकणाकृती आळे करतात. खोडाला लागून त्याच्याभोवती मातीचा उंचवटा माती दाबून तयार करतात. खोडाभोवती काही अंतरावर आळे करून खड्डा करतात. त्यात पाणी सोडले असता वृक्षाचा बुंधा कोरडा राहतो व वृक्षाची आडवी पसरलेली उपमुळे व बारीक मुळे खळग्यातील पाणी शोषतात. खोड ओले होत नसल्याने त्यावर बुरशी व कीड लागत नाही. आंबा, नारळ, लिंबूवर्गीय फळझाडे, पेरू, सीताफळ, रबर अशा बहुवर्षीय फळपिकांना अशा पद्धतीने सिंचन केले जाते. उन्हाळ्यात आळ्यात पालापाचोळा, विटांचे तुकडे, वाळू असे काही पसरतात; यामुळे पाणी अधिक टिकून राहते व कमी पाण्यात पिके जगवता येतात. कोकणात नारळी-पोफळीच्या बागा व इतर फळबागा यांच्यासाठी ही पद्धत वापरतात. ही श्रम आधारित, कमी खर्चाची व तंत्राची सिंचनपद्धत आहे.

माथा ते पायथासिंचन : भारतातील डोंगराळ प्रदेशात विशेषतः ईशान्य भारतात माथा ते पायथासिंचन प्रचलित आहे. गेल्या काही वर्षांपासून पाणलोट क्षेत्र विकास व व्यवस्थापनातही या पद्धतीचा वापर करतात. यासाठी डोंगर माथ्यावर पाणी साठविण्यासाठी पसरट, खोल खळगा करतात. त्यानंतर माथ्यापासून पायथ्यापर्यंतच्या उतारावर सपाट लांबट पायऱ्यासारखी रचना करतात. साधारणपणे तीन मीटर रुंद व काही मीटर लांब असा हा पट्टा असतो. दोन पायऱ्यांच्या उंचीत दहा ते पंधरा मीटर फरक असतो. पायरीची उताराकडील कड दगडमातीनी लिंपून आधार भिंत तयार करतात. डोंगर माथ्यावरून उताराच्या दिशेने खाली येणाऱ्या मार्गिका व वितरिकांचे जाळे तयार करतात. माथ्यावरून नियंत्रित पद्धतीने पाणी सोडले जाते. प्रथम वरच्या भागातील लागवड पट्ट्याला पाणी मिळाले की, मार्गिकेतून ते पुढील पायऱ्यांवरील पट्ट्यांमध्ये शिरते. ईशान्य भारतात पाणी वाहून नेण्यासाठी बांबू, पपईची वाळवून पोकळ केलेली खोडे वापरतात. अलीकडे पीव्हीपाईप्स, नियंत्रक, पत्र्याची पन्हाळी वापरली जातात. या पद्धतीमुळे मृदा संवर्धन व पाणी बचत साध्य होते व याचा खर्चही फारसा नसतो.

आधुनिक जलसिंचन पद्धती (सूक्ष्म जलसिंचन)

सूक्ष्म जलसिंचन ही विज्ञान-तंत्रज्ञानावर आधारित 'आधुनिक जलसिंचन पद्धत' आहे. पाण्याचा पर्याप्त वापर होण्यासाठी तंत्राधारित अशी ही सिंचन पद्धत १९५७ च्या सुमारास इस्राईलच्या तंत्रज्ञांनी विकसित केली. ठिबकसिंचन (Drip Irrigation) आणि तुषारसिंचन (Sprinkler Irrigation) असे याचे दोन प्रकार आहेत. शेताचा आकार, क्षेत्रफळ, भांडवली खर्च, शेतकऱ्याचे तांत्रिक ज्ञान, पिकाचा प्रकार इत्यादी बाबींवर ठिबक वा तुषार सिंचनाची निवड करतात.

ठिबकसिंचन : शेतातील उभ्या पिकाच्या प्रत्येक रोपाच्या मुळाशी थेंब थेंब पाणी देण्याच्या पद्धतीस 'ठिबकसिंचन' म्हणतात. शेताजवळ उंच जागी जलकुंभ बांधून वीज पंपाच्या साहाय्याने त्यात पाणी भरले की, विविध व्यासाच्या व लांबीच्या नळ्यांमधून ते रोपाच्या मुळांपर्यंत पोहोचवले जाते. या नळ्यांना ठराविक अंतरावर छिद्रे असतात. रोपाच्या जमिनीलगतच्या खोडाजवळ ही छिद्रे येतील अशी रचना केलेली असते. पाण्याचा प्रवाह व गती नियंत्रित करण्यासाठी तोटीसारखा नियंत्रक असतो. नलिकांमधून पाणी सोडल्यावर छिद्रांमधून थेंब थेंब पाणी मुळाजवळच्या मातीत जिरते. हवेचे तापमान, आर्द्रता व रोपाची वाढीची अवस्था यानुसार ठिबकसिंचन संच नियंत्रित करता येतो.

आकृती क्र. ८.१ : ठिबक सिंचन प्रतिमान

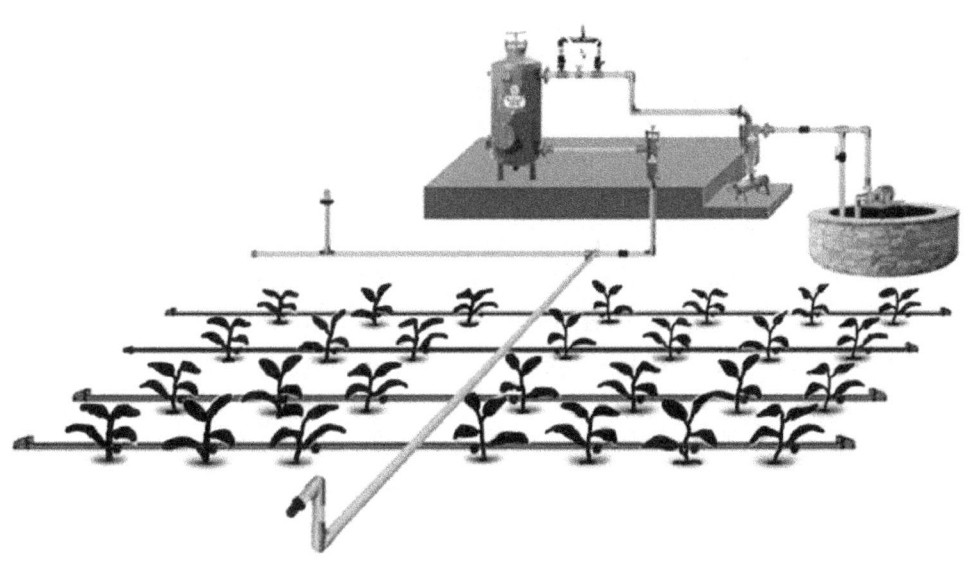

फायदे

- पाण्याचा पर्याप्त वापर, अपव्यय होत नाही.
- ओलिताखालील क्षेत्रात वाढ.
- अनावश्यक भागात पाणी जात नाही.
- तण व अनावश्यक वनस्पती वाढत नाहीत.
- उत्पादन वाढीस साहाय्य.

मर्यादा

- प्राथमिक खर्च जास्त. भांडवल आवश्यक.
- ठिबकसंचाची देखभाल व दुरुस्ती महत्त्वाची. नलिकांच्या जाळ्यात घनकण, कचरा, गाळ, क्षार जमण्याची शक्यता.
- शेतकरी अशिक्षित, अल्पशिक्षित असल्यास संच वापरण्याची व देखभालीची तांत्रिक माहिती समजण्यात अडचण येऊ शकते.

ठिबकसिंचनाचा भांडवली खर्च कमी करण्यासाठी भारताच्या काही राज्यातील शेतकऱ्यांनी काही साधनांमध्ये बदल केले आहेत. हिमाचल प्रदेश, आसाम व मेघालयमध्ये 'पीचर' (Pitcher) खड्डा, बांबू व पपईचे वाळवलेले खोड वापरले जाते. हिमाचल प्रदेशात फळझाडाच्या रोपाजवळ लागवड करताना छोटा रांजण वा सुरईसारखा अरुंद तोंड असलेला खड्डा करतात. त्याला 'पीचर' म्हणतात. या खड्ड्यात पाणी भरले की, त्याच्या तोंडावर'स्लेट'ची सपाट फरशी ठेवून ते घट्ट झाकून टाकतात. पिचरमधील पाणी झिरपून फळझाडाच्या मुळास मिळते. साधारणपणे एका पिचरमधून पंधरा दिवस पाणी मिळू शकते. त्यानंतर पिचर पुन्हा पाण्याने भरतात. एप्रिल ते जून या काळात उष्ण-कोरड्या हवामानात कमी पाण्यात फळझाडे जगविता येतात. हे तंत्र सोपे, कमी खर्चाचे व श्रमआधारित असल्याने रोजगार मिळवून देते. आसाम-मेघालयात बांबूचा वापर पाणी वाहून नेणाऱ्या पन्हाळीसारखा करतात; रोपाजवळ बांबूचे पेर येईल अशी व्यवस्था करतात कारण पेरास छिद्र केलेले असते. बांबूची पन्हाळी ठिबक संचातील नळ्यांचे कार्य करतात. काही ठिकाणी याच पद्धतीने पपईचे खोड वापरतात. स्थानिक उपलब्ध कच्चा माल वापरल्याने खर्च कमी होतो. भारतात ठिबकसिंचनाचा वापर व क्षेत्र वाढत आहे. आता उसासारख्या अधिक पाणी लागणाऱ्या पिकासाठीही ठिबकसिंचनाचा वापर सुरू झाला आहे.

तुषारसिंचन : सूक्ष्म जलसिंचनाचा आणखी एक आविष्कार म्हणजे तुषारसिंचन होय. यात तुषारकाच्या साहाय्याने पाणी चक्राकार वा विशिष्ट दिशेने फवारले जाते. शेताचा आकार मोठा, सपाट व चौरसाकृती असावा लागतो. शेताच्या मध्यवर्ती भागात तुषारक बसवतात. जलकुंभातून सोडलेले पाणी विशिष्ट दाबाने तुषारकामध्ये येते आणि कारंज्याप्रमाणे वा फवारा मारल्यासारखे उडते. तुषारक चक्राकार फिरू शकतो वा विशिष्ट दिशेला स्थिर ठेवता येतो. चक्राकार फिरणाऱ्या तुषारकामुळे शेताचा बराचसा भाग भिजून निघतो. ठराविक वेळा उडू शकणारे तुषारकही असतात. यामुळे पिकाला विशिष्ट वेळाने नियमित पाणी मिळते. काही तुषारक चाके असलेल्या फिरणाऱ्या दांडीवर बसवलेले असतात. असा तुषारक शेताच्या एका भागातून दुसऱ्या विरुद्ध बाजूकडे नेता येतो. भारतात पंजाब, हरियाणा, उत्तरप्रदेश या राज्यांमध्ये तुषारसिंचन अधिक आढळते. भारतातील शेताचे आकार लहान, उंचसखल व विखुरलेले असल्याने तुषारसिंचन मर्यादित प्रमाणात वापरले जाते.

फायदे

- प्रवाही सिंचनाच्या तुलनेत पाणी बचत.
- तुषारकातून उडणारे पाणी हवेतून पिकावर पडते. त्यामुळे हवेतील आर्द्रता वाढते. त्याचा फायदा पिकाला होतो; तसेच रोपावर जमा होणारी माती, धूलीकण निघून गेल्याने प्रकाश संश्लेषणक्रिया जोमाने होते.
- स्वयंचलित तुषारकामुळे सिंचनात नियमितता येते. मनुष्यबळाची बचत होते व शेतकरी शेतातील इतर कामे करू शकतो.

मर्यादा

- शेताच्या अनावश्यक भागात पाणी जाऊ शकते तर काही भागात पीक असूनही पाणी पोहचत नाही.
- ठिबकसिंचनापेक्षा अधिक पाणी लागते.
- तुषारकाच्या छिद्रात गाळ, कचरा व इतर घनकण अडकू नयेत म्हणून दक्षता व देखभाल करावी लागते.
- सपाट, सलग व मोठे शेतीक्षेत्र असेल तरच तुषारसिंचन किफायतशीर ठरते.

• जलसिंचन व पर्यावरण-ऱ्हास

जलसिंचनावर आधारित सातत्याने पिके घेण्याने काही पर्यावरणीय ऱ्हास संभवतात. विशेषतः मृदा ऱ्हास हा शेतीच्या संदर्भातील महत्त्वाचा मुद्दा ठरतो. सिंचनाने दिल्या जाणाऱ्या पाण्यामुळे मृदा दीर्घकाळ जलसंपृक्त राहिल्यास मृदेतील भौतिक, रासायनिक व जैविकक्रिया बाधित होतात; पिकांची मुळे सडू लागतात. मृदेत हवा व पाणी मिळून मृदेचा जवळपास पन्नास टक्के भाग व्यापतात. पिकांची मुळे अशा स्थितीत पाणी कार्यक्षमतेने शोषून घेऊ शकतात; विद्राव्य स्थितीतील पोषणद्रव्ये पिकाला मिळतात; पण पाण्याचे प्रमाण वाढले की, हवेचे प्रमाण कमी होऊन मृदाछिद्रे पाण्याने भरल्याने मृदेतील ऑक्सिजन प्रमाण घटल्याने सर्वच रासायनिक व जैविक क्रिया बदलतात. पाण्याचा निचरा न झाल्याने मृदेची उत्पादकता घटत जाते.

'नॅशनल कमिटी ऑफ एन्व्हरॉनमेंटल प्लॅनिंग'चे सभासद डॉ. बी. बी. व्होरा यांनी त्यांच्या 'द स्टेट ऑफ इंडियाज् एन्व्हीरॉनमेंट' (१९८२), या शोध निबंधात असे निरीक्षण नोंदवले आहे की, भारतातील ४० दशलक्ष हेक्टर्स जलसिंचित क्षेत्रांपैकी १० दशलक्ष हेक्टर्स क्षेत्र (२५%) आत्ताच पाणथळ व क्षारमय झाले आहे आणि जर यावर लवकर उपाय केले नाहीत तर नजीकच्या काळात ते उपजाऊक्षेत्र अनुत्पादक होईल; कारण अशा मृदेचासामू ८.० पेक्षा जास्त होतो व मृदेची उत्पादकता कमी होऊन पर्यावरणीय ऱ्हास होतो. राजस्थान व मध्य प्रदेशातील चंबळ खोऱ्यातील कालवा सिंचनाविषयी केलेल्या सर्वेक्षणातून डॉ.एम.एस.स्वामीनाथन यांनी असे मत मांडले आहे की, कालवा सिंचनाची सुरुवात झाल्यापासून दहा वर्षांतच लाभक्षेत्रातील २५ टक्के क्षेत्र अतिरिक्त पाण्याने पाणथळ झाले आहे. अशीच स्थिती भाक्रा धरणाच्या लाभक्षेत्रातही दिसते. पंजाब, हरियाणा, उत्तर प्रदेश, पश्चिम बंगाल, गुजरात, मध्यप्रदेश आणि महाराष्ट्रातही जलसिंचन लाभक्षेत्रात अशीच स्थिती आहे.

जमिनीत अतिरिक्त पाण्यामुळे क्षाराचे संचयन होण्याची क्रिया राजस्थानातून जाणाऱ्या प्रसिद्ध इंदिरा गांधी कॅनॉलच्या बाजूस असलेल्या शेतजमिनीत झाली आहे. या कालव्यामुळे पाणी उपलब्ध झाल्याने सुरुवातीस कृषी उत्पादन वाढले. परंतु, काही वर्षांतच कालव्याच्या अस्तरातून पाणी झिरपल्याने जमिनीत पाणी मुरून क्षारसंचयनाची समस्या उभी राहिली. राजस्थानातील उष्ण, कोरड्या हवेमुळे मृदेतील पाणी बाष्पीभवनाने निघून गेल्याने क्षारपृष्ठभागाजवळ जमून वरचाथर अत्यंत कठीण व पांढरट होतो, यास 'हार्ड पॅन' म्हणतात. राजस्थानातील मूळ वाळवंट परिसंस्था (डेझर्ट इकोसिस्टिम) यामुळे धोक्यात आली आहे. शिवाय पाणथळ जमिनीची नवीन समस्या उभी राहिली आहे.

जलसिंचनामुळे शेतीवर होणारा आणखी एक परिणाम म्हणजे बदलणारा पिकांचा आकृतिबंध. पाणी उपलब्ध झाल्याने शेतकरी पारंपरिक व कोरडवाहू पिकांची निवड न करता अधिक पाणी लागणारी सिंचनाधारित नगदी पिके घेऊ लागतो. यात आर्थिक फायदा हा घटक निर्णायक ठरतो. पंजाबमधील भात उत्पादन, बिहार-पश्चिम बंगालमधील गहू उत्पादन, महाराष्ट्रातील अवर्षण प्रवण क्षेत्रातील ऊस लागवड ही याची उदाहरणे होत. अशा बदलामुळे भरडधान्ये, तेलबिया व कडधान्ये-डाळी यांचे क्षेत्र कमी होऊन त्याचा परिणाम पोषणावरही झाला आहे.

जलसिंचनासाठी धरणे व कालवे बांधल्याने बरेच मोठे वनक्षेत्र, वृक्षतोडीने व जलमग्न झाल्याने नष्ट होते. यामुळे पाणलोट क्षेत्रातील वनपरिसंस्था बाधित होते, उतार अस्थिर होतात. भूस्खलनाचा धोका वाढतो; शिवाय धरणात गाळाचे संचयन होऊन त्याची क्षमता कमी होते आणि खालच्या-पुढच्या टप्प्यातील मृदानिर्मिती मंदावते.

नियंत्रित व विवेकी जलसिंचन हा पर्यावरण ऱ्हास टाळण्याचा सर्वोत्तम उपाय आहे असे म्हणणे सयुक्तिक ठरेल.

८.१.२ खते

जमिनीतून सातत्याने पिके घेणे, उत्पादन वाढ साध्य करणे आणि दर्जेदार उत्पादन यावे यासाठी खते व संजिवकांचा वापर अपरिहार्य ठरला आहे. रासायनिक खते, सेंद्रिय खते व जैव खते यांना 'जैवरासायनिक निविष्टा' (Biochemical Inputs) म्हणतात. भारतात शेती हा परंपरागत व्यवसाय आहे. रासायनिक खतांचे उत्पादन व वापर सुरू होण्यापूर्वी भारतीय शेतीत शेणखत, कंपोस्ट खत, हिरवळीचे खत वापरले जात असे. परंतु, हरितक्रांतीचे तत्त्व स्वीकारल्यानंतर अपेक्षित उत्पादन प्राप्त होण्यासाठी रासायनिक खतांचा पुरस्कार वाढत गेला. रासायनिक खतांचा वापर केल्याने अल्पावधीत उत्पादन वाढ मिळते. शिवाय, वापरण्यास सुलभ व शासनाचे उपदान (सबसिडी) यामुळे रासायनिक खतांचे उत्पादन व वापर वाढला. उत्पादनाच्या तुलनेत वापर अधिक असल्याने आयातही वाढली. (तक्ता क्र. ८.४) (आकृती ८.२) नायट्रोजन, फॉस्फरस (स्फुरद) व पोटॅश (पालाश) यांच्या विशिष्ट गुणोत्तरात (NPK) असेंद्रिय रासायनिक खते उत्पादित केली जातात. वनस्पतींना आवश्यक असणाऱ्या नायट्रोजन, फॉस्फरस व पोटॅश या पोषकद्रव्यांपैकी एक किंवा अधिक द्रव्ये ज्यात एकवटलेली आहेत आणि जी कमी प्रमाणात दिली तरी चालतात त्यांना 'रासायनिक खते' म्हणतात.
त्यांचे पुढील प्रकार आहेत–

नत्रयुक्त खते : वनस्पती हवेतील नत्रवायू घेऊ शकत नाहीत; म्हणून अमोनियम व नायट्रेट या स्वरूपात तो जमिनीत खत म्हणून दिला जातो.

अमोनियम सल्फेट : हे क्रियाशील खत असून तसेच अथवा इतर खतांबरोबर दिले जाते; जमिनीत ते चटकन शोषले जाऊन कॅल्शियम तयार करते तसेच नायट्रोजनचा नाश होऊ देत नाही.

कॅल्शियम अमोनियम नायट्रेट : यात २०.५ टक्के नत्र असते. ते ल्यूना सॉल्ट पीटर या नावानेही ओळखले जाते. पाण्यात चटकन विरघळणारे असल्याने बऱ्याच पिकांसाठी वापरतात.

युरिया : भारतातील सर्व नत्रयुक्त खतांमधील स्वस्त असे हे कार्बनयुक्त खत आहे. त्याचे अपघटन होऊन अमोनिया तयार होतो व त्याचा पिकाला फायदा होतो.

सोडियम नायट्रेट : हे 'सॉल्ट पीटर' म्हणूनही ओळखले जाते. यातील नत्र नायट्रेटच्यारूपात असल्याने पिकांना लवकर उपलब्ध होते.

फॉस्फेटयुक्त खते : नत्रयुक्त खतांच्या खालोखाल ही खते वापरली जातात. वनस्पतींची वाढ व रोगप्रतिकारशक्ती वाढण्यास साहाय्य करतात.

पोटॅशयुक्त खते : पिकाच्या वाढीच्या अवस्थेत आवश्यक असणारी ही खते असतात. तृणधान्ये व इतर धान्यपिकांची खोडे मजबूत होण्यासाठी, जमिनीतील नत्र स्थिरावण्यासाठी व खराब हवेत पिकाचे रक्षण करणारे हे खत आहे.

याशिवाय पिकांना कॅल्शियम, मॅग्नेशियम, गंधक, तांबे, जस्त, लोह, मँगनीज, बोरॉन ही पोषकद्रव्ये खतांमधून दिली जातात.

तक्ता क्र. ८.४ : रासायनिक खते : उत्पादन, आयात व वापर (लाख टन)

वर्षे	उत्पादन	आयात	वापर
१९८१-८२	४०.९३	२०.४१	६०.६४
१९९०-९१	९०.४५	२७.५८	१२५.४६
२०००-०१	१४७.०४	२०.९१	१६७.०२
२०१०-११	२६३.६८	१२१.८३	२८१.२२
२०११-१२	१६३.६१	१२३.६८	२७७.४०

(स्रोत : ॲग्रिकल्चरल स्टॅटिस्टिक्स ॲट अ ग्लान्स, २०१३)

१९८१-८२ ते २०११-१२ या तीस वर्षांत, खतांची उत्पादन वाढ ७५ टक्क्यांनी, आयात ८३.५ टक्क्यांनी व वापर ७८ टक्क्यांनी वाढला. परंतु, २०१०-११ मध्ये या तीनही घटकांमध्ये झालेली वाढ सन २०००-०१ च्या तुलनेत खूप अधिक आहे; आयात प्रचंड वाढलेली दिसून येते. तसेच खतांचा वापरही खूपच वाढलेला आढळतो. परंतु, लगेचच पुढील वर्षात, २०११-१२ मध्ये उत्पादन व वापरात घट झाली आणि आयातही सुमारे २ लाख टनने वाढली. भारतीय मोसमी पावसाच्या प्रमाणातील चढ-उतारामुळे पाण्याची उपलब्धता कमी झाल्याने खतांचे उत्पादन व वापर कमी झाले असावे; त्याशिवाय सेंद्रिय व जैवखतांचा वापर वाढलेला असावा.

तक्ता क्र. ८.५ : भारत : विभागवार खतांचा एकूण वापर (हजार टन) आणि दर हेक्टरी वापर (कि.ग्रॅ.)

विभाग	२००९-१०	२०१०-११	२०११-१२
दक्षिण विभाग	६६१३.०६	७१५०.२४	७२६६.६२
द. हे. वापर कि.ग्रॅ.	१८८.४७	२१२.०१	२१५.४६
पश्चिम विभाग	८१४७.४७	९१५२.३२	८६०७.२४
द. हे. वापर कि.ग्रॅ.	९७.६३	११०.७३	१०४.१३
उत्तर विभाग	७८०५.३८	७९१८.७०	७८७२.३७
द. हे. वापर कि.ग्रॅ.	१८२.९४	१८७.२९	१८६.१९
पूर्व विभाग	३६४१.११	३५८८.५७	३६८३.४१
द. हे. वापर कि.ग्रॅ.	१२५.२६	१३०.३७	१३३.८१
ईशान्य विभाग	२७९.४२	३१२.३८	३१०.३६
द. हे. वापर कि.ग्रॅ.	५०.४८	५२.०१	५१.५७
भारत एकूण	२६४८६.४४	२८१२२.२१	२७७४०.००
द. हे. वापर कि.ग्रॅ.	१३५.२७	१४६.३२	१४४.३३

(स्रोत : ॲग्रिकल्चरल स्टॅटिस्टिक्स ॲट अ ग्लान्स, २०१३)

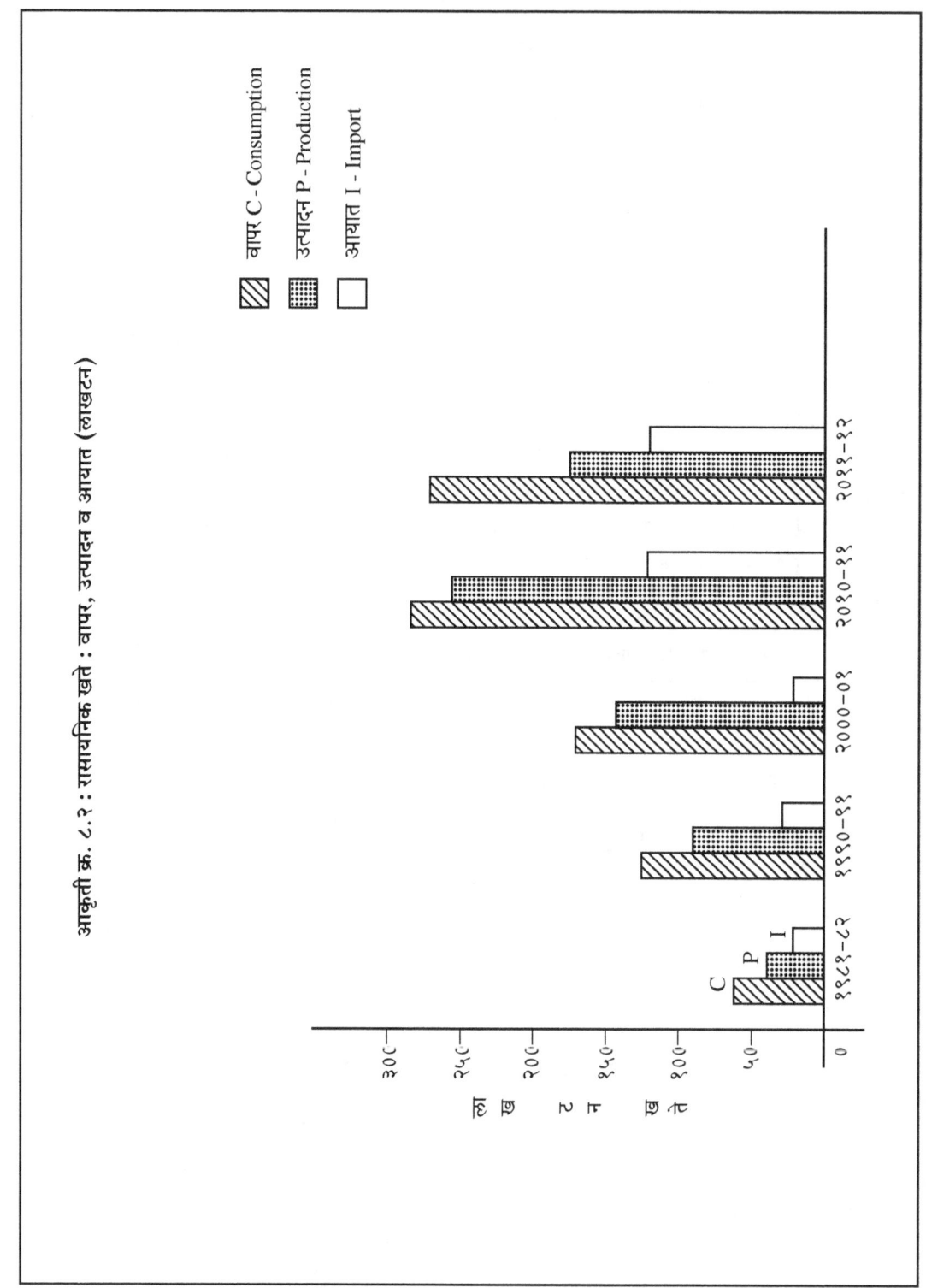

आकृती क्र. ८.२ : रासायनिक खते : वापर, उत्पादन व आयात (लाखटन)

वापर C - Consumption

उत्पादन P - Production

आयात I - Import

भारतातील विभागवार खतांचा एकूण वापर आणि दर हेक्टरी वापर तक्ता क्र. ८.५ मध्ये दर्शविला आहे. सन २०११-१२ मध्ये देशातील दर हेक्टरी खतांचा वापर १४४.३३ कि.ग्रॅम होता. सन २००९-१० ते २०११-१२ या तीन वर्षांत खत वापरात चढ-उतार दिसत असला तरी तो सौम्य स्वरूपाचा आहे.

विभागवार खताचा वापर पुढील वैशिष्ट्ये दर्शवितात-

- ईशान्य विभागात एकूण खत वापर व दर हेक्टरी खत वापर किमान आहे.
- पश्चिम विभागाचे वैशिष्ट्य म्हणजे एकूण खत वापर सर्व विभागांमध्ये सर्वाधिक आहे परंतु दर हेक्टरी वापर मात्र इतर विभागांच्या तुलनेत (ईशान्य विभाग वगळून) कमी आहे; एकूण लागवडीखालील क्षेत्र जास्त असल्याने एकूण खतवापर प्रमाण अधिक दिसते परंतु दर हेक्टरी मात्र कमी आहे. महाराष्ट्र याच विभागातील राज्य आहे.
- दक्षिण विभाग हा सर्वाधिक दर हेक्टरी खत वापरणारा विभाग आहे.
- भारताच्या सरासरी दर हेक्टरी खताच्या वापराच्या प्रमाणाच्या तुलनेत विभागवार खत वापरातील प्रमाणात बरीच भिन्नता निदर्शनास येते.

तक्ता क्र. ८.६ : भारत व इतर देश खत वापर (द.हे.कि.ग्रॅ.) (२०११-१२)

देश	खत वापर (दर हेक्टर कि.ग्रॅ.)
दक्षिण कोरिया	४००
जपान	३४०
नेदरलँड	२७५
बेल्जियम	२२५
भारत	१४४.३३

(स्रोत : इंडियन इकॉनॉमी, गौरव दत्त, अश्वनी महाजन, २०१३)

भारतातील खत वापर इतर काही प्रगत देशांच्या तुलनेत कमी आहे. दक्षिण कोरिया व जपान हे आशियाई देश भारताच्या प्रमाणाच्या दुपटीपेक्षा जास्त खत वापरतात.

रासायनिक खते नत्र, स्फुरद व पालाश (NPK) या तीन रासायनिक मूलद्रव्यांच्या संयुगांनी बनलेली असतात. शास्त्रज्ञांच्या मते, यांचे गुणोत्तर ४ : २ : १ असे असावे. परंतु, भारतात यांचे गुणोत्तर व्यस्त व विपर्यस्त झालेले आढळते. सन १९९०-९१ मध्ये नत्र, स्फुरद व पालाश यांचे भारतातील गुणोत्तर ६ : २.४ : १ असे होते. त्यानंतर आता हे प्रमाण ९.७ : २.९ : १ इतके असंतुलित झाले आहे. उदारीकरणामुळे खते मुबलक प्रमाणात उपलब्ध झाली व शासकीय उपदानामुळे स्वस्तात मिळू लागली. मृदेतील घटकद्रव्ये, त्यांचे प्रमाण, रासायनिक क्रिया यावर याचा परिणाम होऊ लागला.

तक्ता क्र. ८.७ : भारत : नत्र, स्फुरद व पालाशजन्य खतांचा वापर (लाख टन)

वर्ष	नत्रयुक्त (N) खते	स्फुरदयुक्त (P) खते	पालाशयुक्त (K) खते	एकूण वापर	द.हे. कि.वापर
२०१०-११	१६५.५८	८०.५०	३५.१४	२८१.२२	१४४.३३
२०११-१२	१७३.००	७९.१४	२५.२६	२७७.४०	१४६.३२
२०१२-१३	१६८.२१	६६.५३	२०.६२	२५५.३६	१२८.३४

(स्रोत : ॲग्रिकल्चरल स्टॅटिस्टिक्स ॲट अ ग्लान्स, २०१३)

भारतात खतांचा अधिकतर वापर रब्बी हंगामात होतो. जलसिंचनाची शाश्वती व त्यावर आधारित पिके यामुळे एकूण खत वापराच्या ६६ टक्के खत वापर रब्बी हंगामात केला जातो. परंतु, या हंगामात एकूण कृषीमालाच्या उत्पादनातील ३३ टक्केच उत्पादन प्राप्त होते. एकूण लागवडीखालील क्षेत्रापैकी ७० टक्के क्षेत्र कोरडवाहू शेतीचे आहे. या शेतीत एकूण खत वापरापैकी २० टक्के खत वापर होतो व बऱ्याचशा कृषीमालाचे उत्पादन होते. पावसाच्या अनिश्चिततेमुळे खताचा वापर कमी केला जातो. काहीवेळा अचानक पडणाऱ्या मुसळधार पावसाने खते वाहून जाण्याचा धोकाही संभवतो.

रासायनिक खतांच्या उत्पादनात जगात भारत तिसऱ्या क्रमांकावर आहे. चीन व यु.एस.ए. हे पहिल्या दोन क्रमांकाचे देश आहेत. भारतात ५६ खत उत्पादन कारखाने आहेत. त्यांपैकी महत्त्वाचे पुढीलप्रमाणे आहेत-

- नॅशनल फर्टिलायझर्स लिमिटेड-प्रामुख्याने युरिया उत्पादन.

  नानगल, भटिंडा, पानिपत व विजयपूर या ठिकाणी उत्पादन केंद्रे.
- राष्ट्रीय केमिकल्स ॲंड फर्टिलायझर्स-नत्र व स्फुरदयुक्त खते. तुर्भे (ट्रॉम्बे) मुंबई.
- ब्रह्मपुत्रा व्हॅली फर्टिलायझर कॉर्पोरेशन लिमिटेड-नामरूप.
- फर्टिलायझर कॉर्पोरेशन ऑफ इंडिया-जिप्सम उत्पादन, जोधपूर.
- मद्रास फर्टिलायझर्स लिमिटेड-अमोनिया, युरिया आणि नत्र, स्फुरद व पोटॅशयुक्त खते, चेन्नई.
- द फर्टिलायझर्स ॲंड केमिकल्स् त्रावणकोर लिमिटेड-कोचीन व उद्योगमंडल (केरळ).

सेंद्रियखते आणि जैवखते

खतांच्या संदर्भातील संशोधनाने असे निदर्शनास आले आहे की, रासायनिक खतांपेक्षा सेंद्रिय व जैव खतांचा वापर मृदा, कृषीउत्पादने आणि सजीव यांच्यासाठी अधिक सुरक्षित असतो. रासायनिक खतांच्या अविवेकी वापरामुळे त्याचे विपरीत परिणाम दिसू लागले आहेत. रासायनिक खतांना पर्याय नसल्याने त्यांचा वापर कमी करून, शेतीला सेंद्रिय व जैव खतांची जोड देणे आता आवश्यक मानले जात आहे.

सेंद्रियखताचे स्रोत : प्राणीजन्य व वनस्पतीजन्य टाकाऊ अवशेष व पदार्थ यापासून तयार होणाऱ्या खतांना सेंद्रियखत (Organic Fertilizers) म्हणतात. वनस्पती व प्राणी यांचे अवशेष कुजविण्याच्या क्रियेतून प्राप्त होणाऱ्या मिश्रणास 'कंपोस्ट' (Compost) वा मिश्र कचराखत म्हणतात; तर जनावरांची व पक्षांची विष्ठा मातीत मिसळून त्यापासून तयार होणाऱ्या खतास 'मॅन्युअर' (Manure) म्हणतात. शेणखत हे मॅन्युअर आहे. 'पीट' प्रतीचा कोळसा, प्राण्यांचे मलमूत्र, पीक तोडणी झाल्यावर राहिलेले पिकाचे भाग, मानवीविष्ठा-सांडपाणी हे सेंद्रियखताचे मुख्य स्रोत होत.

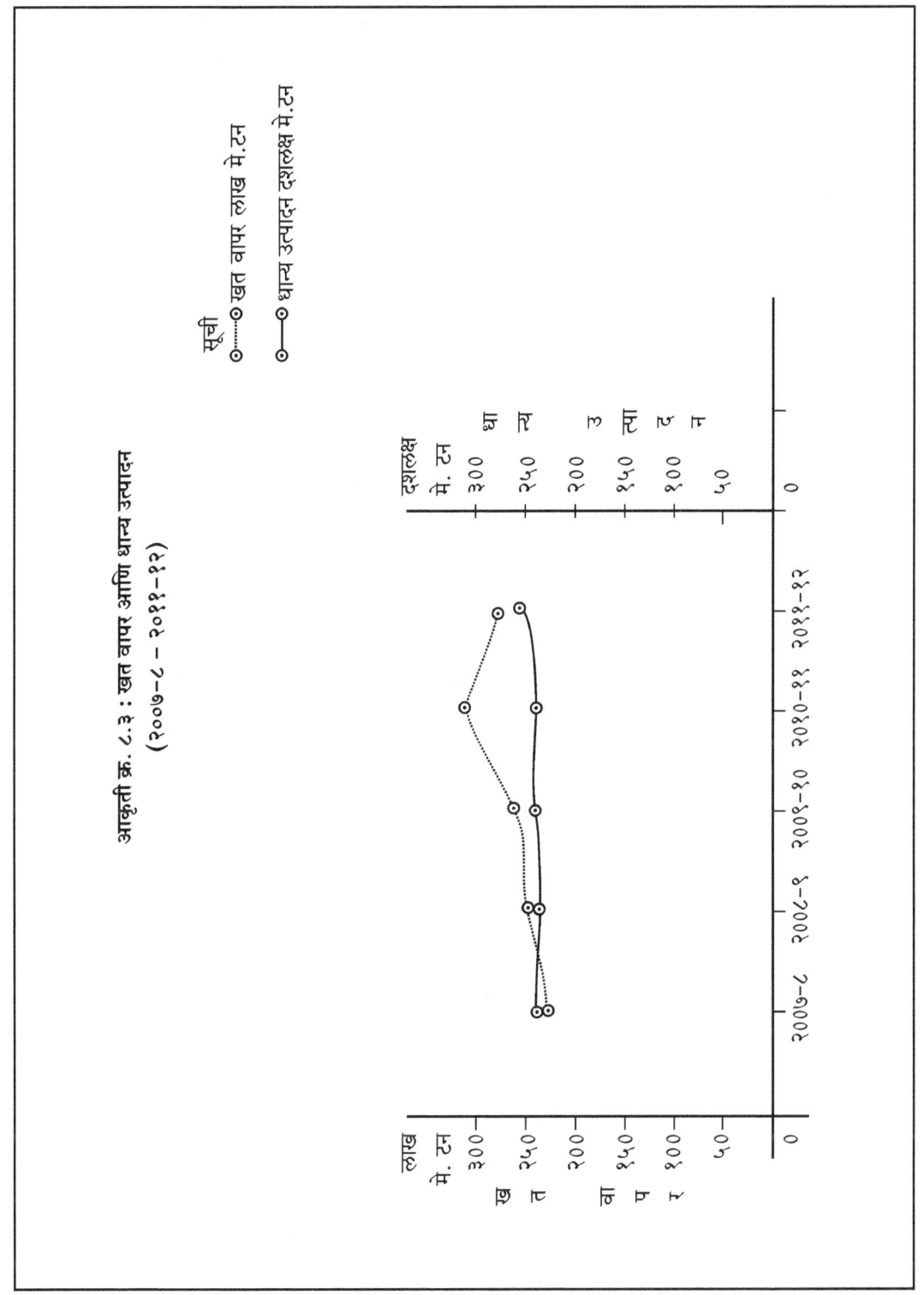

आकृती क्र. ८.३ : खत वापर आणि धान्य उत्पादन
(२००७-८ – २०११-१२)

सूची
खत वापर लाख मे.टन
धान्य उत्पादन दशलक्ष मे.टन
लाख
मे. टन
खत वापर
दशलक्ष
मे. टन
धान्य उत्पादन
0

'पीट' (Peat) हा निकृष्ट प्रतीचा कोळसा असून त्यापासून जमिनीस पोषणद्रव्ये मिळत नाहीत. परंतु, त्याचा चुरा मृदेत मिसळल्याने मृदेतील हवेचे संचलन सुधारते व चुरा पाणी शोषून घेत असल्याने मृदा ओलसर राहते.

मृतप्राणी व पक्ष्यांपासून ब्लडमील, बोनमील, फिशमील अशी सेंद्रियखते तयार करता येतात. कुक्कुटपालनात कोंबड्यांची संख्या बरीच असते. कोंबड्यांची विष्ठा लाकडाच्या भुश्श्यात मिसळून सेंद्रियखत तयार करता येते; असे खत कापूस लागवड केल्यावर रासायनिक खतांचा किमान वापर करून वापरले गेले तेव्हा केवळ रासायनिकखत वापरून मिळणाऱ्या उत्पादनापेक्षा बारा टक्के उत्पादन वाढ झाल्याचे आढळले आहे.

शेतातील पिकांची कापणी झाल्यावर जो वनस्पतीजन्य कचरा जमतो त्यापासून ह्यूमिकॲसिड व अमायनोॲसिडयुक्त मिश्रखत 'कंपोस्ट' मिळते. 'सीवीड' या तणापासूनही असेच खत तयार होते. उसाचे पाचट, कापसाच्या पऱ्हाट्या, शेतातील धसकट, गोठ्यातील गुरांचे मलमूत्र, शेळ्यामेंढ्यांच्या लेंड्या यांचे मिश्रण ओलसर ठेवून कुजविले जाते आणि त्याचे उत्तम सेंद्रियखत बनते.

मानवी विष्ठा, सांडपाणी व जनावरांचे मलमूत्र यापासून युरिया हे अत्यंत उपयुक्त सेंद्रियखत प्राप्त होते. शहरे व महानगरातील महापालिका शहरातील ओल्या कचऱ्यापासून खत बनविण्याचा प्रकल्प चालवितात.

भारतात २०१०-११ मध्ये ३६७१ लाख मे.टन सेंद्रियखताचे उत्पादन झाले. वरिष्ठ शास्त्रज्ञ डॉ.एस.एस. राणा यांचे असे मत आहे की, हे सेंद्रिय खत ७.३४ दशलक्ष टन NPK पोषणद्रव्याइतके आहे. कापूस, तेलबिया, बासमती तांदूळ, चहा या कृषी उत्पादनांसाठी सेंद्रियखते प्रामुख्याने वापरली जात आहेत. अशा प्रकारच्या कृषी उत्पादनांची निर्यात वाढत आहे. युरोपियन युनियन (EU), कॅनडा व यु.एस.ए.ला अशा उत्पादनांची निर्यात होत आहे.

सेंद्रियखते वापरून संपूर्ण सेंद्रिय शेतीचे सर्वाधिक क्षेत्र (८२.५ टक्के) मध्यप्रदेश, महाराष्ट्र, राजस्थान व गुजरात या चार राज्यात केंद्रित झाले आहे आणि याउलट बिहार, छत्तीसगढ, झारखंड, त्रिपुरा, अरुणाचल प्रदेश व नागालँड या राज्यांमध्ये सेंद्रिय शेती जवळपास नाहीच.

व्हर्मीकंपोस्ट (Vermi Compost)

व्हर्मीकंपोस्ट हे विशेष प्रकारचे सेंद्रियखत आहे. मृदेमध्ये असणाऱ्या बृहद्‌जीवांपैकी एक महत्त्वाचा जीव म्हणजे गांडुळे (Earthworm) होत. गांडूळ मृदा शरीरात ओढून घेतात (Ingest) आणि काही वेळातच बाहेर टाकतात. या क्रियेत मृदेत रासायनिक व भौतिक बदल होऊन त्यात पिकांसाठी आवश्यक असलेली पोषणद्रव्ये असतात. यास व्हर्मीकंपोस्ट म्हणतात. मृदेचे तापमान, ओलावा, सामू व सेंद्रिय घटक यावर मृदेतील गांडुळांची प्रजननक्षमता व संख्या अवलंबून असते. मृदेतील या घटकांच्या प्रमाणातील बदलानुसार मृदेतील गांडुळांचे प्रमाण कमी-अधिक होते; म्हणून नैसर्गिकरीत्या निर्माण होणाऱ्या गांडुळांच्या संख्येवर अवलंबून न राहता नियंत्रित परिस्थितीत गांडूळसंगोपन केले जाते. यास 'व्हर्मीकल्चर' (Vermi Culture) म्हणतात. अशा गांडुळाच्या संगोपनातून तयार होणारे खत म्हणजे व्हर्मीकंपोस्ट होय. गांडुळांच्या सहभागातून हे खत मिळते म्हणून यास 'गांडूळखत' असे आपण म्हणतो.

गांडुळे जमिनीत वेगवेगळ्या थरात संचार करतात. जमिनीतील गांडुळांच्या स्थानानुसार त्यांचे तीन गट केले जातात-

अ) **एपिजीक गांडुळे :** जी गांडुळे जमिनीच्या वरच्या भागात म्हणजे तीन ते दहा सेंमी खोलीपर्यंत संचार करतात त्यांना 'एपिजीक गांडुळे' म्हणतात. पालापाचोळा, प्राण्यांची विष्ठा व काही असेंद्रिय पदार्थांवर त्यांची उपजीविका होते.

ब) एन्डोजेनिक गांडुळे : मृदेत दहा ते तीस सेंमी खोलीवर संचार करणाऱ्या गांडुळांना 'एन्डोजेनिक गांडुळे' म्हणतात. मृदेतील सेंद्रियद्रव्य 'ह्यूमस' (Humus) व खनिजे यावर ही गांडुळे जोपासली जातात.

क) ॲनॉसिक गांडुळे : मृदेत खोलवर म्हणजे ९० सेंमी खोलीवर जी गांडुळे वास्तव्य करतात त्यांना 'ॲनॉसिक गांडुळे' म्हणतात. असेंद्रिय पदार्थांवर ही गांडुळे उपजीविका करतात. त्यांच्या शरीरातून लाळेसारखा चिकटसर द्राव बाहेर टाकला जातो. त्याच्या साहाय्याने ते मृदेत छिद्रासारखी बिळे करतात.

भारतात गांडुळांच्या जवळपास ५०० प्रजाती आहेत. परंतु, गांडुळ संगोपन करून व्हर्मीकंपोस्ट निर्मितीसाठी आयसिनिया फुटीडा, युद्रीलस युनिनि, पेरीऑनिक्स एक्सक्याव्हेट्स व द्राविडा विल्सी या प्रजाती अधिक उपयुक्त असतात. व्हर्मी कंपोस्टमध्ये कर्ब व नत्र यांचे गुणोत्तर १२ : २ ते १६ : १ असे असते; इतर सेंद्रिय खतात हे प्रमाण ३० : १ ते ३५ : १ इतके व्यस्त असते; म्हणून व्हर्मीकंपोस्ट हे कार्बनी-नत्रयुक्त खत अधिक उपयुक्त ठरते.

व्हर्मीकंपोस्ट तयार करण्यासाठी खेळती हवा असलेली परंतु सावली असलेली लांबट जागा योग्य असते. प्रथम जमिनीवर उसाचे पाचट, केळीचा पाला, काडीकचरा, खराब भाजीपाला तुकडे करून सहा इंचाचा थर करून पसरतात. या थरावर कुजलेले-सडलेले वनस्पतीजन्य पदार्थ, सुकलेली मळी, जनावरांचे मलमूत्र व पाणी शिंपडून त्यावर गांडुळे सोडतात; नंतर या थरावर शेणयुक्तपाणी, काडी कचरा, वाळलेला पालापाचोळा यांचा एक फूट जाडीचा थर पसरतात. सर्वांत वर सहा इंचाचा कोरड्या बारीक कचऱ्याचा थर असतो; यावर ओले बारदान झाकून सर्व बाजूंनी घट्ट ओढून घेतात. दिवसातून एक वा दोन वेळा झारीने पाणी टाकतात. एका आठवड्यानंतर बारदान काढून हलक्याहाताने वा काठीने सर्व मिश्रण वरखाली करतात; नंतर पाणी शिंपडून परत झाकतात. चार ते सहा आठवड्यात काळसर कणांचे ओलसर व्हर्मीकंपोस्ट तयार होते. खत तयार झाले की, पाणी पूर्ण बंद करून ते कोरडे होऊ देतात. यामुळे गांडुळे खालच्या तळाच्या थरात जातात व नंतर वरचे खत काढून घेतले जाते. नव्याने खत तयार करण्यासाठी पुन्हा वरील पद्धतीने रचना करून पूर्वीचीच गांडुळे सोडतात. एका वर्षात गांडुळांची संख्या तीस ते पन्नास टक्क्यांपर्यंत वाढते; त्यामुळे विस्तार करता येतो. गांडूळखत तयार झाले की, लवकर वापरावे लागते अन्यथा त्याची परिणामकारकता कमी होते.

व्हर्मीकंपोस्ट मधील घटक (शेकडा प्रमाण)

घटक	शेकडा प्रमाण
जैविक पदार्थ	४०-५०
नत्र	२.००
स्फुरद	२.५०
पालाश	२.००
कॅल्शियम	१.५
मॅग्नेशियम	१.०
सल्फेट	१.५
ह्यूमिकॲसिड	३-६
याशिवाय लोह, मँगनिज, झिंक, बोरॉन, तांबे अशी सूक्ष्मद्रव्ये अल्पप्रमाणात असतात.	

फायदे

- मृदेचा सामू ६.५-७ पर्यंत राखला जातो.
- नाशवंत कृषीमालाचा टिकाऊपणा वाढतो.
- कृषीमाल सतेज व सशक्त राहतो.
- मृदा प्रदूषित होत नाही.
- मृदेत हवा खेळती राहण्यास साहाय्य होते.

जैवखते

जैवतंत्रज्ञानाचा एक नवा आविष्कार म्हणजे जैवखते व त्यांचा शेतातील वापर होय. मृदाजीव हे मृदेचा अविभाज्य भाग असतात. यापैकी गांडुळे, शतपाद, गोगलगायी यासारखे बृहद्‌मृदाजीव मृदा खाऊन समृद्ध मृदा बाहेर टाकतात; म्हणून यांना मृदाभक्षक (Geophagist) म्हणतात. मृदेतील दुसऱ्या प्रकारचे जीव म्हणजे सूक्ष्मजीव (Micro-Organisms) होत. जीवाणू व बुरशीजन्य सूक्ष्मजीव यांचा यात समावेश होतो. हे सूक्ष्मजीव मृदेत भिन्न भिन्न प्रकारचे महत्त्वपूर्ण कार्य करतात. हवेतील नत्रवायूचे मृदेत स्थिरीकरण करणे, खनिजीकरण करणे, पेशिकामय संरचना भेदून विघटन घडवून आणणे, इत्यादी अनेक क्रिया हे सूक्ष्मजीव सातत्याने करतात. सूक्ष्मजीव अनुकूल व नियंत्रित परिस्थितीत वाढवून त्यांचे संपृक्तद्रावण मृदेत टोचतात. यास 'मायक्रोबियल इनॉक्युलेशन' म्हणतात. यातील सूक्ष्मजीव क्रियाशील व जीवंत असतात वा सुप्त अवस्थेत असू शकतात. जैवखते ही विस्तारित सेंद्रिय खतेच होत. सेंद्रिय खतांपेक्षा जैवखते अधिक परिणामकारक ठरतात. जैवखत म्हणून वापरले जाणारे सूक्ष्मजीव पुढील प्रकारचे आहेत-

१) स्वयंपोषी सूक्ष्मजीव : नायट्रोसोमोनास (Nitrosomonas) व नायट्रोबॅक्टर (Nitrobactor) हे दोन जैवखत म्हणून वापरले जाणारे स्वयंपोषी सूक्ष्मजीव आहेत. ते अनुक्रमे अमोनियाचे नायट्राईटमध्ये व नायट्राईटचे नायट्रेटमध्ये रूपांतर करतात; म्हणून त्यांना 'नायट्रोफाईंग' जीवाणू म्हणतात. मृदा ओलसर असेल व मृदेचे तपमान २०^{0}-२५^{0} से. असेल तर हे जीवाणू सक्रिय असतात; म्हणून अशा मृदेत तीस सेंमी खोलीवर या जीवाणुंचे संपृक्त द्रावण टोचतात. त्याचवेळी हिरवळीचे खत मृदेत गाडले तर या सूक्ष्मजीवांचे गुणन वेगाने होते व नत्रवायुचे स्थिरीकरण चांगले होते. याचा फायदा मृदेची गुणवत्ता सुधारण्यात होऊन पिकाला त्याचा फायदा होतो.

२) परपोषी जीवाणू : या गटात दोन प्रकारचे सूक्ष्मजीव आहेत. काही सहजीवी (Symbiotic) असतात तर काही असहजीवी (Asymbiotic) असतात. ऱ्हायझोबियम (Rhizobium) हा अत्यंत उपयुक्त सहजीवी जिवाणू आहे, तर अझोटोबॅक्टर (Azotobactor) असहजीवी आहे. हे सूक्ष्मजीव हवेतील नत्रवायू घेऊन मृदेत त्याचे स्थिरीकरण करतात. वनस्पती हवेतील नत्रवायू शोषू शकत नाहीत परंतु या सूक्ष्मजीवांनी मृदेत स्थिरीकरण केल्याने त्यांना तो उपलब्ध होतो. यास जैविक नत्रवायू स्थिरीकरण (Biological Nitrogen Fixation) म्हणतात. अझोटोबॅक्टर गटातील आणखी एक सूक्ष्मजीव म्हणजे क्लॉस्ट्रीडियम (Claustridium) होय. याचे वैशिष्ट्य म्हणजे हवाविरहित अवस्थेतही तो हेच कार्य करू शकतो. मात्र, यासाठी मृदेत भरपूर ओलावा व स्फुरद असावे लागते. एकंदरीत सहजीवी सूक्ष्मजीव असहजीवींपेक्षा अधिक नत्राचे स्थिरीकरण करतात. वाटाणावर्गीय पिकांच्या मुळांवर असलेल्या गठुळ्यांमध्ये (Nodules) अशा नत्राचे संचयन होत असते व मुळाभोवती 'ऱ्हायझोस्फियर' तयार होते; म्हणूनच मुख्य पिकानंतर फेरपालट करताना अशा पिकांची निवड करतात.

३) थायोबॅसिली : हे सूक्ष्मजीव गंधक (Sulfur) विरघळविण्याचे कार्य करतात. असेंद्रिय गंधक या सूक्ष्मजीवांच्या कार्यामुळे वनस्पतींना प्राप्त होते.

४) हिरवे-निळे शैवाल : यांना वनस्पतीजन्य सूक्ष्मजीव म्हणतात. यांच्यात नत्र स्थिरीकरणाची असामान्य क्षमता असते. भातशेतीसाठी हे शैवाल बरेच उपयुक्त ठरले आहे.

या व्यतिरिक्त काही सूक्ष्मजीव मृदेची रचना रवाळ व कणमय घडविण्यास साहाय्य करतात. सूक्ष्म अळिंबी व ॲक्टीनोमायसिटीज् हे जिवाणू चिकट डिंकासारखा स्राव बाहेर टाकत असतात. हा स्राव पाण्यात विरघळत नाही. त्यामुळे मातीचे कण एकमेकांना चिकटून मातीस दाणेदारपणा प्राप्त होतो. मृदेची संरचना यामुळे सुधारते; याशिवाय अझोला (Azola) व अझोस्पिरिलीयम हे असेच उपयुक्त सूक्ष्मजीव आहेत.

वरील सूक्ष्मजीवांची लस वा द्रावण तयार करण्याचा व्यवसाय म्हणजे जैवखत निर्मिती होय. १९३० मध्ये ऱ्हायझोबियम जिवाणूंची लस व्यापारी स्वरूपावर निर्माण करण्याचे काम यु.एस.ए.मध्ये यशस्वी झाले. त्यानंतर युरोप व ऑस्ट्रेलियात यांचे उत्पादन सुरू झाले. भारतात हे जैवतंत्रज्ञान येण्यास १९८२ साल उजाडले. सुरुवातीस ही सर्व उत्पादने व तंत्र खर्चीक होते. त्यामुळे त्याचा स्वीकार हळूहळू झाला. आता अशा सर्व सूक्ष्मजीवांची निर्मिती करण्याचा व्यवसाय भोपाळ, मुंबई, चेन्नई, इंदोर, वडोदरा व कोलकाता येथे केला जातो. या जैवखतांचा वापर भात, बाजरी, मका, नाचणी, ओट्स व बार्ली या पिकांसाठी केला जाऊ लागला आहे.

हिरवळीचे खत : मृदेची संरचना सुधारणे व सुपिकता टिकविणे यासाठी विशिष्ट वनस्पती शेतातच वा काही भागात वाढवून नंतर त्या शेतातच गाडून टाकतात. या गाडलेल्या वनस्पतींचे विघटन सूक्ष्मजीव करतात व यापासून हिरवळीचे जैवखत तयार होते. मृदेतील सेंद्रियद्रव्य वाढण्यास मदत तर होतेच शिवाय कॅल्शियम, मॅग्नेशियम, लोह व स्फुरद ही पोषणद्रव्ये मिळतात. भारतात सनहेम्प (सण), सेसबानिया (धैंचा), गवार, मूग, उडीद, मेथा, कुळीथ, कडूजिरा इत्यादींपासून हिरवळीचे खत तयार करतात. काही वनस्पतींच्या पानापासून असे खत करता येते. ग्लायरिसिडीया, करंज, ऐन, किंजळ अशा वनस्पतींची लागवड शेताच्या एका भागात करतात. साधारण ९० दिवसांत पाने चांगली पोसली जाऊन रसरशीत रसाळ होतात; ती तोडून शेतजमिनीत गाडून टाकतात. ही पाने कुजविण्याची क्रिया सूक्ष्मजीव करतात. गहू, ऊस, चहा व कॉफी या पिकांना अशा हिरवळीच्या खताचा उपयोग होतो. परंतु, जर या पानांवर कीड वा रोगाचा प्रादुर्भाव झालेला असेल तर मात्र ते पिकासाठी धोकादायक ठरते; तसेच काही वेळा मृदेतील पाणी कमी होण्याची शक्यता असते.

तक्ता क्र. ८.८ : भारतातील जैवखत उत्पादन (मे.टन) (२०११-१२)

	विभाग	उत्पादन (मे.टन)	%	कमाल व किमान उत्पादक राज्य
१	दक्षिण विभाग	११६७४.१	३०.९	कमाल उत्पादक-कर्नाटक (५६६०.३२) किमान उत्पादक-केरळ
२	पश्चिम विभाग	११५२८.८७	३०.५	कमाल उत्पादक-महाराष्ट्र (८७४३.६९) उत्पादन नाही-गोवा, छत्तीसगढ
३	उत्तर विभाग	१२१८३.०१	३२.०	कमाल उत्पादक-उत्तर प्रदेश (८६९५.८) किमान उत्पाक-हिमाचल प्रदेश
४	पूर्व विभाग	१२७६.७	३.०	कमाल उत्पादक-पश्चिम बंगाल (६०३.२) उत्पादन नाही-बिहार, झारखंड
५	ईशान्य विभाग	१६२४.१८	४.०	कमाल उत्पादक-त्रिपुरा (१५४२.८५) उत्पादन नाही-मिझोराम
६	भारत	३७७७७.४१	-	-

(स्रोत : मिनिस्ट्री ऑफ फर्टिलायझर्स, रिपोर्ट २०१३)

भारतातील जैवखतांचे उत्पादन (३७७७७.४१ मे.टन) रासायनिक खतांच्या उत्पादनाच्या (१६३.६१ लाख टन) तुलनेत अत्यल्प आहे. जैवखतांच्या उत्पादनात दक्षिण, पश्चिम व उत्तर विभाग आघाडीवर असून, या तीन विभागातून देशातील ९३ टक्के जैवखतांचे उत्पादन होते. महाराष्ट्रात देशातील सर्वाधिक जैवखत उत्पादन (८७४३.६९ मे.टन) होते ही उल्लेखनीय बाब आहे. त्यानंतर उत्तरप्रदेश हे दुसऱ्या क्रमाकांचे (८६९५.८ मे.टन) राज्य आहे. गोवा, छत्तीसगढ, बिहार, झारखंड व मिझोराममध्ये जैवखतांचे उत्पादन होत नाही.

जैवखते रासायनिक खतांना पूर्णपणे पर्यायी ठरू शकत नाहीत. परंतु, रासायनिक खतांचे दुष्परिणाम टाळणे, खर्चात बचत, पर्यावरण रक्षण व आरोग्य यासाठी सेंद्रिय व जैवखतांचा वापर आवश्यक ठरतो. भविष्यातील शेती सेंद्रिय व जैवखतांवर आधारित असेल असा विश्वास वाटतो.

८.१.३ कीटकनाशके व कीडनाशके (Insecticides and Pesticides)

भारतासारख्या उष्णकटिबंधीय देशामध्ये पिकावर किटकांचा, किडीचा व रोगाचा प्रादुर्भाव व फैलाव होणे ही सर्वसामान्य बाब आहे; कारण उष्ण, दमट हवामानात अनेक किटक व किडींची वाढ जोमाने होते; त्यांना सहज उपलब्ध असणारे खाद्य म्हणजे शेतातील उभे पीक. शेतात विशिष्ट पीक सलग असे बरेच क्षेत्र व्यापते. त्यामुळे ते पीक ज्या किडींचे, रोगाचे व किटकांचे खाद्य असते त्या पिकावर त्याचा प्रादुर्भाव व फैलाव वेगाने होतो. यामुळे उत्पादनही घटते व उत्पादनाची गुणवत्ताही घसरते. हरितक्रांतीच्या तत्त्वानुसार अधिक उत्पादन देणारे बी-बियाणे, जलसिंचन व खते यांच्याबरोबरीनेच महत्त्व असलेली निविष्टा म्हणजे पीकरक्षक उत्पादने (Crop Portection Products) होत. यासाठी पेस्टीसाईड्स (Pesticides) ही व्यापक ढोबळ (Broad Term) संज्ञा वापरली जाते. पीकरक्षण दोन पद्धतींनी केले जाऊ शकते. एक म्हणजे रोग व

कीडरोधक (Resistant) बी-बियाणे तयार करणे आणि दुसरे म्हणजे योग्य ती रासायनिक व जैव कीटकनाशके निर्माण करणे. संशोधक-शास्त्रज्ञ दोन्ही स्तरांवर प्रयत्नशील असले, तरी दुसरा मार्ग अधिक प्रभावी ठरल्याने जगभर शेतीसाठी कीटक, कीड व रोगनाशके मोठ्या प्रमाणावर उत्पादित होऊ लागली आहेत. भारतात पाचव्या पंचवार्षिक योजनेपासून पीकरक्षण व त्यावरील उपाय याकडे अधिक लक्ष देण्यात येऊ लागले आहे. भारत आता आशियाखंडात प्रथम क्रमांकाचा कीटकनाशक उत्पादक देश आहे. शिवाय भारत जगातील सामान्य कीटकनाशकांच्या (Generic Pesticides) उत्पादनात सर्वांत क्रियाशील (Dynamic) देश आहे. देशात १२५ उत्पादकांकडून ६० टेक्निकल ग्रेड पेस्टिसाईड्सचे उत्पादन केले जाते. रासायनिक उद्योगातील कीटकनाशक उत्पादने हा एक महत्त्वाचा विभाग आहे.

क्लोरीनेटेड हैड्रोकार्बन्स : हा एक महत्त्वपूर्ण पीकरक्षक रसायनांचा गट आहे. यात मुख्यत्वे अल्ड्रीन, एन्डोसल्फान, एन्ड्रीन हेप्लाक्लोअर, डी.डी.टी. (Dichloro-Diphenyl-Trichloroethane), सिटीसाईड (Citicide), बी.एच.सी. (Benzene Hexa Chloride) आणि टोक्सॅफेन यांचा समावेश होतो. कीटक व कीडनाशके उत्पादनासाठीचा कच्चामाल पेट्रोकेमिकल उद्योगातून मिळतो. परंतु, या कच्च्यामालाचे पक्क्यामालात रूपांतर करण्यास बरीच ऊर्जा आवश्यक असते. शेतीतील विविध निविष्टांपैकी सर्वाधिक ऊर्जा वापरणारी निविष्टा म्हणजे कीटक-कीडनाशके होत. डी.डी.टी. व बी.एच.सी. ही दोन सार्वत्रिक वापरली गेलेली रासायनिक कीटक-कीडनाशके आहेत. परंतु, आता यांच्या वापरावर अनेक राष्ट्रांनी बंदी घातली आहे. भारत व चीन हे दोनच देश डी.डी.टी. उत्पादक आहेत; कारण मानवी शरीरात व मातेच्या दुधात याचे अंश सापडल्याने त्यावर निर्बंध घालण्यात आले आहेत.

तक्ता क्र. ८.९ : पीकरक्षक उत्पादन सूची व त्याचे लक्ष्य (टार्गेट)

पीकरक्षक उत्पादन सूची	लक्ष्य (टार्गेट)
हर्बीसाईड्स	तण व अनावश्यक वनस्पती
अल्गीसाईड्स	अल्गी-शैवाल वर्ग
ॲव्हीसाईड्स	पक्षी
बॅक्टेरीसाईड्स	सूक्ष्मजीवाणू
फंगीसाईड्स	बुरशी, उमीसेट्स
इन्सेक्टीसाईड्स	कीटक
माईटीसाईड्स	कोळी, वाळवी
मोलुस्कीसाईड्स	शंखी गोगलगाय
नेमॅटोसाईड्स	नेमॅटोड्स-अळी सदृश-प्राणी, कृमी
रोडेंटीसाईड्स	उंदीर, घुशी वर्गातील प्राणी
व्हायरसीसाईड्स	विषाणू

बहुतांश पीकरक्षक रसायने भुकटी (पावडर) वा द्रवरूपात असतात. त्यामुळे ती फवारणी, धुरळणी वा मृदेत मिसळून वापरली जातात. साधारणपणे पीक जेव्हा जोमाने वाढून परिपक्व होण्याच्या अवस्थेत असते तेव्हा पिकास अधिक पोषणद्रव्ये द्यावी लागतात आणि अशा स्थितीतच कीटक, कीड व रोगाचा प्रादुर्भाव होण्याची सर्वांत जास्त शक्यता असते; म्हणून पिकास युरियासारखे खत देताना त्यात योग्य ते पीकरक्षक मिसळून फवारले जाते. कोरडवाहू शेतीत अशा प्रकारचे प्रयोग यशस्वी ठरले आहेत; तसेच भात व गहू या पिकांना या तंत्राचा बराच फायदा झालेला दिसून आला आहे. कीटक-कीड व रोगनाशकांचा सर्वाधिक वापर नगदी पिके, मळ्याच्या शेतीतील एकपिकी मळे आणि तेलबिया यांच्यासाठी केला जातो.

तक्ता क्र. ८.१० : भारत : पेस्टीसाईड्स उत्पादन (००० मे.टन)

वर्ष	उत्पादन (000 मे.टन)
२००५-०६	८२
२००६-०७	८५
२००७-०८	८३
२००८-०९	८५
२००९-१०	८२
२०१०-११	८२

(स्रोत : इंडिया, २०१३, Pg. ६०५)

भारतातील पेस्टीसाईड्स उत्पादनात तीव्र स्वरूपाचे चढ-उतार नाहीत. सन २००५-०६ आणि २०१०-११ या सहा वर्षांच्या काळात ८२ हजार मे. टन ते ८५ हजार मे.टन असा फक्त तीन हजार मे.टनचाच फरक आहे. भारत पेस्टीसाईड्सचा निर्यातदार देश आहे. भारतातून यु.के., फ्रान्स, नेदरलँड, बेल्जियम, स्पेन, साऊथआफ्रिका, बांगलादेश, मलेशिया व काही दक्षिण अमेरिकी राष्ट्रांना पेस्टीसाईड्सची निर्यात होते.

प्रमुख उत्पादक कंपन्या

- हिंदुस्थान ऑरगॅनिक केमिकल्स लिमिटेड-रासायनी (महाराष्ट्र) आणि कोची (केरळ)
- हिंदुस्थान इन्सेक्टीसाईड्स लिमिटेड-दिल्ली, उद्योगमंडळ, कोची (केरळ) येथे डी.डी.टी.चे कमाल उत्पादन होते. त्याशिवाय एन्डोसल्फान, डीकोफॉल, मँकोझेब ही इतर उत्पादने येथे होतात. भटींडा (पंजाब) येथे एक युनिट उत्पादन करते.
- एन्डोसल्फान व डी.डी.टी. ७५ यांची निर्यात केवळ सबसहारा देशांना-मोझांबिक, गॅम्बिया, नॅमिबिया, इरीट्रीया इ. देशांना होते.

तक्ता क्र. ८.११ : भारत : इन्सेक्टीसाईड्स वापर (००० मे.टन)

वर्ष	वापर
२००३	२२.७०
२००४	२१.५०
२००५	२१.८०
२००६	१६.९०
२००७	१४.६०
२००८	३.२७
२००९	१४.८
२०१०	२०.६२

(स्रोत : इंडियन केमिकल स्टॅटिस्टिक्स, २०१२)

भारतात इन्सेक्टीसाईट्स-कीटकनाशकांचा वापर सन २००३ पासून कमी होत गेला आहे. २००८ मध्ये तो सर्वांत कमी झाला असून २०१० मध्ये तीव्र वाढ दर्शवितो.

पेस्टीसाईड्स वापराचे पर्यावरणीय परिणाम

रासायनिक पेस्टीसाईड्सच्या वापराचे पर्यावरणावर गंभीर परिणाम निदर्शनास आले आहेत-

- फवारणी केलेले ९८% इन्सेक्टीसाईड्स आणि ९५% हर्बीसाईड्स लक्ष्य प्रजाती व्यतिरिक्त इतर प्रजातींपर्यंत पोहोचतात. शिवाय हवा, पाणी व मृदेत शिरतात.
- 'पेस्टीसाईड्स ड्रीफ्ट' परिणाम होतो. यामध्ये हवेत तरंगणारे पेस्टीसाईड्सचे सूक्ष्मकण वाऱ्याबरोबर दूरवर नेले जाऊन धोका निर्माण करतात.
- पेस्टीसाईड्समुळे जलप्रदूषण, मृदा प्रदूषण, जैवविविधता घट, नत्र स्थिरीकरणात बाधा, परागीभवनात घट, पक्षी व इतर अस्तंगत होणाऱ्या प्रजातींच्या निवास वा वस्त्यांवर परिणाम होतो.

रासायनिक कीटक, कीड व रोगनाशकांचे उपरोक्त दुष्परिणाम कमी करण्यासाठी त्यांचा वापर कमीत कमी करणे आणि पर्यावरण स्नेही जैव कीटक-कीड नाशकांचा (Biopesticides) वापर करणे हे उपाय आता योजले जात आहेत.

जैव कीटक-कीडनाशके (Biopesticides)

रासायनिक कीटकनाशकांच्या वापरामुळे पिकांवरील रोग व किडींचे नियंत्रण प्रभावीपणे होऊ लागले आहे. परंतु, याचे दुष्परिणामही दृग्गोचर होऊ लागले आहेत. किडींमध्ये वाढलेली प्रतिकारशक्ती, मित्रकिटकांचा नाश, दुय्यम किडींचा उद्रेक, उत्पादनातील अंश, मृदा, जल, वायूप्रदूषण आणि आरोग्यावर होणारा विपरीत परिणाम अशा समस्या निर्माण झाल्या असून, त्याची व्याप्ती वाढत आहे. जे वनस्पतीजन्य व प्राणीजन्य पदार्थ पिकांवरील किडीचे-रोगाचे नियंत्रण व निराकरण करतात त्यांना जैव कीटक-कीडनाशके म्हणतात.

वनस्पतीजन्य कीटक–कीडनाशके

ठराविक पिकांवर ठराविक रोग व किडींचा प्रादुर्भाव होतो, जे पीक किडीचे व रोगाचे अन्न नसते त्यावर ते हल्ला करत नाहीत. या तत्त्वाचा उपयोग कीड व रोग नियंत्रणासाठी करून घेतला जातो. कडूनिंब, तंबाखू, तुळस, झेंडू, शेवंती, एरंड, लसूण यासारख्या वनस्पतींची पाने, बिया, मुळे, फुले यावर प्रक्रिया करून कीड नियंत्रक म्हणून वापरले जाते.

तक्ता क्र. ८.१२ : वनस्पतीजन्य कीटक–कीडनाशके

वनस्पती	वनस्पती भाग : वापर	वापरण्याची पद्धत	नियंत्रण
१) कडूनिंब	लिंबोळ्या, पाने, बिया	पेंड कुटणे, रस–अर्क करणे व पाण्यात मिसळणे.	३००हून अधिक कीटक, बुरशी व विषाणू नियंत्रण.
२) तंबाखू	पाने	काढा + २ ग्रॅम साबण.	खोडकिडे, अळ्या नियंत्रण.
३) एरंड	पाने	पेंड करणे, वाटून पाण्यात मिसळणे.	कीटक, बुरशी व सूत्रकृमी नियंत्रण.
४) शेवंती, झेंडू	पाने, बिया	भिजवून वाटून पाण्यात मिसळणे.	कीटक, बुरशी, जिवाणू नियंत्रण.
५) तुळस व सब्जा	बी, पाने, मुळे	सर्वांचे अर्क–रस करून द्रावण करणे.	सूत्रकृमी, कोळी, गोचिड, कीटकनियंत्रण.
६) लसूण	पाने, लसूण–पाकळ्या	अर्क काढणे, पाणी घालून उकळणे + साबण पाणी मिसळणे.	शेंगापोखरी आळी, बुरशी, विषाणू व कीटकनियंत्रण.

काहीवेळा किटकांना किंवा रोगांना कारणीभूत असणाऱ्या सूक्ष्मजीवांना आकर्षित वा परावृत्त करणाऱ्या वनस्पतींची मुख्य पिकाबरोबर लागवड करून किडींवर नियंत्रण मिळविले जाते. उदाहरणार्थ, ज्वारी व तूर आंतरपीक घेतले तर तुरीला 'मर' रोगाची लागण होत नाही. कापसाच्या नऊ ओळींनंतर एक ओळ मका, ज्वारी वा बाजरी लावल्यास कापसावर किडीचा प्रादुर्भाव खूप कमी होतो. याचप्रमाणे भाजीपाला लागवडीमध्ये लालमिरची, हळद, करंज, धोतरा यांचा असाच उपयोग होतो. गुजरातमधील शेतकरी गव्हावर तांबेरा रोग होऊ नये म्हणून पेरणीपूर्वी गहू बी दुधात बुडवतात. गव्हाच्या पात्यावर दुधाची फवारणी करतात. दुधाचा सामू उदासीन असल्याने तांबेरा टिकाव धरत नाही. आता दुधाऐवजी दह्याचे पाणी वापरले जाते. कोकणात नारळातील किडीसाठी कोरफड, निरगुडीपाला व निंबोळी पेंड यांचे बारीक केलेले मिश्रण शेणाच्या पाण्यात मिसळून झाडाच्या बुंध्याभोवती टाकतात. केसाळ अळ्या, पाने, अंकुर व फुले कुरतडतात व खातात. त्यांच्या नियंत्रणासाठी लिंबाचा रस, चिंचेचा कोळ व पाणी यांचे मिश्रण करून फवारतात. असे तीन वेळा केल्यावर अळ्यांचा नायनाट झालेला असतो. ऊस व उसाची पाने लालसर झाल्यास काही दिवसांत ऊस सुकू लागतो. यासाठी एरंडीची पाने व चुना यांचे समप्रमाणातील मिश्रण फवारतात; जमिनीवरही याचा थर पसरतात, असे काही अनुभवजन्य उपाय शास्त्राची जोड देऊन प्रमाणित केले जात आहेत.

प्राणिजन्य कीटक व कीडनाशके

निसर्गातील परजीवी आणि परभक्षी कीटकांचा वापर निरनिराळ्या शत्रुकिडींवर नियंत्रण मिळविण्यासाठी केला जातो. ही एक अत्यंत सुलभ, प्रदूषणमुक्त सुरक्षित पद्धत आहे. पुढील तक्त्यात भक्षककीटक व त्यांचे भक्ष्य दिले आहे.

तक्ता क्र. ८.१३ : प्राणिजकीड नियंत्रण

भक्षककीटक	भक्ष्य
१) क्रायसोपा ग्रीन	मावा, तुडतुडे, पांढरीमाशी, अळ्या
२) भुंगेरे (लेडीबर्ड्स) टपरी	खवलेकीड, मावा, पिठ्याढेकूण, कोळी, फुलकिडे
३) कॅपसिडी (मिरिड ढेकूण)	मिजमाशी, फुलकिडे, नॅबीडढेकूण, रेडूव्हिड पेंट्याटोमिड
४) इक्विमोनस	मावा, आरीमाशा, कातन्या
५) ट्रायकोग्रामा	बोंड अळी, खोडकिडे

एकात्मिक कीड व्यवस्थापन (Integrated Pest Management)

रासायनिक कीटक-कीडनाशकांचा वापर पूर्णपणे थांबवणे शक्य नाही. परंतु, त्यांचा किमान वापर करून त्यास जैवकीटकनाशकांची जोड देऊन, शाश्वत शेतीची कास धरून कृषीउत्पादन घेण्यासाठी एकात्मिक कीड-तण व्यवस्थापन हा पर्यावरणस्नेही उपाय आहे. शेती तज्ज्ञांनी प्रत्येक पिकाच्या कीड, कीटक, तण व रोगामुळे होणाऱ्या नुकसानीची पातळी निश्चित केली आहे. ही पातळी पार करण्याच्या स्थितीत किडीचा प्रादुर्भाव पिकावर झाला असल्यास कीटकनाशके वापरली जातात. त्यांच्या मते, निसर्गाची नियंत्रणयंत्रणा असतेच. त्यामुळे काहीकाळ निरीक्षण करून नंतरच कीटकनाशकांचा वापर करावा. उदाहरणार्थ, कापसाच्या पिकावर प्रती पान २-३ तुडतुडे वा एका रोपावर एक-दोन बोंडअळ्या, प्रतिपान दहा पांढऱ्यामाशा वा फुलकिडे असे प्रमाण आढळल्यास कीटकनाशकांचा वापर योग्य ठरतो. वर्तमान शेतीमुळे होणारा पर्यावरण ऱ्हास कमी होण्यासाठी एकात्मिक कीडव्यवस्थापन महत्त्वाचे आहे.

एकात्मिक कीड व्यवस्थापनातील बाबी

- पीक फेरपालट व प्रतिकारी पिकाची लागवड : किडीची कीटकांची वाढ व पुनरुत्पादन रोखण्यासाठी हा उपाय योजला जातो. ज्वारी-तूर आंतरपीक, तंबाखू-ज्वारी फेरपालट ही नमुना उदाहरणे आहेत.
- स्वीकारार्ह कीडप्रमाण माहीत असणे : निसर्ग-भक्षक, भक्ष्य तत्त्वानुसार सजीवांची संख्या नियंत्रित करतच असतो. कीटक व कीड पूर्ण नष्ट करणे परिसंस्था व पर्यावरणाच्या दृष्टीने योग्य नव्हे; कारण प्रत्येक जीवाचा परिसंस्था संतुलन व कार्यात सहभाग असतो; म्हणून कीड-कीटक संख्या प्रमाणाबाहेर वाढल्यासच कीटक नाशकांचा वापर करणे.
- श्रमाधारित कीडनियंत्रण करणे : शेतकरी, शेतमजूर यांनी शेतात फिरत निरीक्षण करून किडीची तपासणी, प्रकार, संख्या व वाढ यावर लक्ष ठेवणे. कीटक, किडे, रोगट पाने, फुले, फळे तोडून, वेचून काढणे व नष्ट करणे; सापळे, जाळ्या लावणे.

- शक्यतो जैवकीटक व कीडनाशके वापरणे.
- अंतिमतः वरील सर्व उपाय करूनही कीड-कीटक, रोगाचे नियंत्रण न झाल्यास रासायनिक कीटकनाशक वापरणे.

८.२ पर्यावरणऱ्हास (Environmental Degradation)

पर्यावरणऱ्हास ही एक गंभीर जागतिक स्थिती निर्माण झाली आहे. केवळ भारतातच नव्हे तर जगभरातील देशात पर्यावरणऱ्हास अखंडपणे चालूच आहे. भूकंप, ज्वालामुखी, भूस्खलन, हिमवृष्टी, वीज कोसळणे, ढगफुटी, पूर, अवर्षण इत्यादी अनेक नैसर्गिकघटना पर्यावरणऱ्हास घडवून आणत असल्या, तरी तो एक निसर्गचक्राचाच भाग आहे. त्यामुळे कालांतराने पर्यावरण पुन्हा पूर्वस्थिती प्राप्त करते वा नव्याने स्थिरावते. मानव या पर्यावरणातील सजीव सृष्टीचाच एक भाग असला, तरी इतर सजीवांच्या तुलनेत त्याने पर्यावरणात सर्वाधिक हस्तक्षेप व बदल केले आहेत आणि यामुळे अधिक वेगाने पर्यावरण ऱ्हास होत आहे. **पर्यावरणाची गुणवत्ता-दर्जा कमी होत जाणे म्हणजे पर्यावरणऱ्हास वा अवनती होय.**

भारतात स्वातंत्र्यानंतर गरिबी दूर व्हावी, रोजगार वाढावा, कृषी व औद्योगिक उत्पादन वाढावे या उद्देशाने कृषिक्षेत्राचा आणि उद्योगधंद्यांचा विस्तार करण्यासाठी विविधयोजना, प्रकल्प आखून कार्यान्वित केले गेले. पंचवार्षिक योजनांच्या माध्यमातून लागवडीखालील क्षेत्रविस्तार करण्याचे सर्व प्रयत्न करण्यात आले. त्यामुळे आता उत्पादनवाढ साध्य करण्यासाठी क्षेत्रीय वाढ करणे शक्य नसल्याने सुधारित बी-बियाणे, जलसिंचन, खते, संजिवके व कीटकनाशके या निविष्टा वापरून उत्पादनवाढ साध्य करावी लागत आहे. परिणामी एकूण लागवडीखालील क्षेत्रांत थोडी-फार वाढ झाली. याच बरोबरीने औद्योगिक क्षेत्रातही लक्षणीय बदल झाले. उद्योगांमध्ये नवे तंत्रज्ञान स्वीकारले गेले, उद्योगांचा विस्तार झाला आणि नवीन उद्योगही सुरू करण्यात आले. कृषिविकास व औद्योगिक विकासाचा आधार म्हणजे 'पायाभूत सुविधा' होय. यासाठी ऊर्जाक्षेत्र, वाहतूक, संदेशवहन, वित्त व बँकिंगक्षेत्र, माहिती तंत्रज्ञान क्षेत्र यासारख्या अनेक क्षेत्रांचा विकास करण्यात आला. परंतु, हे सर्व करत असताना नैसर्गिक संसाधनांचा अनिर्बंध वापर करणे जणू क्रमप्राप्त ठरले आणि पर्यावरणऱ्हास होण्यास आपण कारणीभूत ठरलो. मानवी जीवन ज्यावर पूर्णतः अवलंबून आहे अशा हवामान, मृदा, पाणी व जंगले यावर होणाऱ्या आघातामुळे भारत एक महाकाय ओसाड-उजाड भूमी होण्याचा धोका निर्माण झाला आहे, असे या क्षेत्रातील तज्ज्ञांचे मत आहे.

शेती व पर्यावरणऱ्हास : शेती ही एक मानवनिर्मित परिसंस्था (Agro-Ecosystem) आहे. प्रारंभिक अवस्थेतील शेती पर्यावरणाचाच एक भाग असल्यासारखी होती. परंतु, आधुनिक प्रगत शेतीमात्र मानवाच्या प्रयत्नाचे, श्रमाचे व बुद्धिमत्तेचे दर्शन घडविणारी पण पर्यावरण स्नेही न राहिलेली एक मानवनिर्मित परिसंस्था झाली आहे. शेत जमिनीवर नांगरणीपासून जी विविध कामे व कार्ये सुरू केली जातात त्या क्षणापासून ते पीक तयार होऊन उत्पादन ग्राहकांच्या हातात जाईपर्यंत पर्यावरणाची या ना त्या कारणाने मोडतोड व हानी होत राहते. परंतु, त्याचवेळी शेती पर्यावरणावरच अवलंबून असते हे लक्षात घ्यावे लागते; म्हणूनच जगभरातील शास्त्रज्ञ शेतीमुळे होणाऱ्या पर्यावरणऱ्हासाचा अभ्यास करून उपाय सुचवत आहेत. कालची शेती पारंपरिक, आजची शेती आधुनिक व उद्याची शेती शाश्वत असे तज्ज्ञांचे मत आहे. शेतीमुळे होणारा पर्यावरणऱ्हास जाणून घेणे इष्ट ठरेल.

• मृदाऱ्हास : शेतीच्या मूलभूत निविष्टांमध्ये शेतीयोग्य मृदांचे स्थान अग्रभागी आहे. पेरणीपूर्व मशागतीचा एक भाग म्हणून केल्या जाणाऱ्या नांगरणीमुळे मृदेचा वरचा थर सैलसर होऊन त्यातील मृदाकण सुटे होतात. मृदेच्या

घनकणांना एकत्र ठेवणारे संगठन बल (Cohesion) क्षीण वा नष्ट झाल्याने हे कण वारा, पाणी यामुळे स्थानांतरित होतात. शेती कसण्याच्या या प्राथमिक कामानेच मृदाऱ्हास सुरू होतो.

ओसाड व निमओसाड प्रदेशात हवा दीर्घकाळ कोरडी असते. वेगाने वाहणाऱ्या वाऱ्यामुळे चिकणमाती व गाळाचे कण धुळीच्यारूपाने हवेत तरंगत वाऱ्याबरोबर दूरवरपर्यंत नेले जातात तर वाळू, रेती यासारखे जाडसर कण घरंगळत ढकलले जातात; अशी धुळीचीवादळे दुहेरी परिणाम करतात. मृदाधूप करण्याबरोबर ज्या भागापर्यंत हे कण वाहून जातात तेथील उभ्यापिकांवर त्यांचा थर बसून प्रकाश संश्लेषण क्रियेत बाधा आणतात. राजस्थान, पंजाब, हरियाणा, गुजरात या राज्यांमध्ये अशी समस्या आढळते.

मुसळधार पावसामुळे मृदेचा पृष्ठीयथर वाहून जातो. अशा पावसाचे थेंब आकाराने मोठे (३-५ मि.मी. व्यास) व वेगवान असतात. मृदा कणांवर ते आघात करतात व आघाताची प्रतिक्रिया म्हणजे कण हवेत उसळून उचलले जाणे व फेकले जाणे होय. अनेकवेळा असा पाऊस उन्हाळ्यात व दीर्घ कोरड्या हवामानानंतर येतो. अशा स्थितीत मृदा खूप तापलेल्या असतात व मृदाकण कोरडे व अस्थिर झालेले असतात. पावसामुळे होणारी मृदाधूप, चादरधूप (Sheet Erosion), ओघळ धूप (Gully Erosion) आणि खवले धूप (Rill Erosion) स्वरूपात होते. ओघळधूप झाल्याने शेतजमीन तुकड्या-तुकड्यांत विभागली जाते (Fragmentation). पाण्याचे ओघळ त्यातून वाहतात व ओघळी खोल होत जातात. अशा जमिनीत पीक घेणे कठीण होत जाते. ओघळ धूप खूप प्रमाणावर झाली तर खोल, अरुंद दऱ्या तयार होतात त्यांना 'रॅव्हिन्स' (Ravines) म्हणतात.

तक्ता क्र. ८.१४ : भारतातील तीव्र ओघळ धूप (Ravines) प्रवणक्षेत्र (लाख हे.)

राज्य	क्षेत्र (लाख हेक्टर्स)	चंबळ नदीखोऱ्यातील ओघळधूप क्षेत्र व ओसाड पडलेली गावे (म.प्र. व उ.प्र.)			
उत्तरप्रदेश	१२.३०	मध्यप्रदेश जिल्हे	ओघळ धूपक्षेत्र (हेक्टर्स)	जिल्हा शेकडा क्षेत्र	ओसाड गावे (संख्या)
मध्यप्रदेश	६.८३				
बिहार	६.००	भिंड	११९०००	२६	५७
राजस्थान	४.५२	मोरेना	१९२०००	१६	१७२
गुजरात	४.००	ग्वाल्हेर	१०८०००	२०	९०
पंजाब	१.२०				
पश्चिम बंगाल	१.०४	उत्तरप्रदेश जिल्हे			
तमिळनाडू	०.६०	जालौन	७९०००	१७	२०१
महाराष्ट्र	०.२०	एटावह	९३०००	२१	८३
		आग्रा	१०६०००	२२	५३

(स्रोत : इंडिया : फिजिकल एन्व्हीरॉनमेंट, NCERT, Pg. 82, 84)

भारतात तीव्र ओघळ धूप-रॅव्हिन्स- उत्तर मध्य भारतात आढळते. चंबळ, साबरमती, मही व यमुना या नद्यांच्या खोऱ्यात याचे प्रमाण अधिक आहे. भारतातील नऊ राज्यांमध्ये ओघळधूप क्षेत्र जास्त आहे. (तक्ता क्र.८.१४). उत्तरप्रदेश व मध्यप्रदेशातील चंबळ खोऱ्यात सलग बरेच क्षेत्र आहे. मध्यप्रदेशातील भिंड, मोरेना व ग्वाल्हेर या तीन जिल्ह्यांत राज्यातील सुमारे ६१ टक्के क्षेत्र आहे तर त्याला लागूनच असलेल्या जालौन,

एटावह (इटावा) व आग्रा या उत्तरप्रदेशातील जिल्ह्यात २३ टक्के क्षेत्र आहे. या राज्यांमध्ये ओघळ धूपप्रवण क्षेत्रांत शेती करणे अशक्य झाल्याने व इतर चरितार्थाची साधने अपुरी असल्याने ओसाड निर्जन झालेल्या गावांची सर्वाधिक संख्या जालौन, मोरेना, ग्वाल्हेर जिल्ह्यात आहे. मृदाऱ्हास व शेती यांचा विपरीत सहसंबंध यातून स्पष्ट होतो.

अन्नधान्याच्या वाढत्या मागणीमुळे लागवडीयोग्य मृदा सातत्याने लागवडीखाली ठेवल्या जातात. पूर्वी लाकडी फाळ असलेल्या नांगराने नांगरणी होत असे. परंतु, लोखंडी नांगर व ट्रॅक्टरसारख्या यंत्राच्या साहाय्याने नांगरट सुरू झाल्यावर जमीन खोलवर नांगरली जाऊ लागली. यामुळे मृदाजलाचा ऱ्हास वेगाने होऊ लागला. याचा परिणाम मृदा कोरड्या पडण्याबरोबरच सूक्ष्मजीवांच्या संख्येवर व कार्यक्षमतेवरही होतो. शिवाय रासायनिक खते व कीटकनाशकांमुळे, अतिरिक्त जलसिंचनामुळे मृदा नादुरुस्त होतात. उत्पादन घटत जाऊन त्या अनुत्पादक होतात.

एका शास्त्रीय अंदाजानुसार भारतातील १७० दशलक्ष हेक्टर्स उत्पादक मृदाक्षेत्र कमी-अधिक प्रमाणात ऱ्हास पावले आहे. ईशान्य भारतातील स्थलांतरित शेती व मृदाऱ्हास या संदर्भात डॉ. पी. एस. रामकृष्णन यांनी सर्वेक्षण व पाहणी करून एक प्रतिमान मांडले आहे. त्यानुसार, ईशान्य भारतातील जंगलात स्थलांतरित शेती (झूम) करणारे समूह व त्यांच्या वस्त्या (गावे) जसजसे स्थिर स्वरूपाच्या शेती व जीवनशैलीकडे व बाजारपेठधार्जिण्या नागरी वस्त्यांच्या रूपाकडे 'प्रवास' करतात तसातसा मृदाऱ्हास वाढत जातो.

प्रतिमान

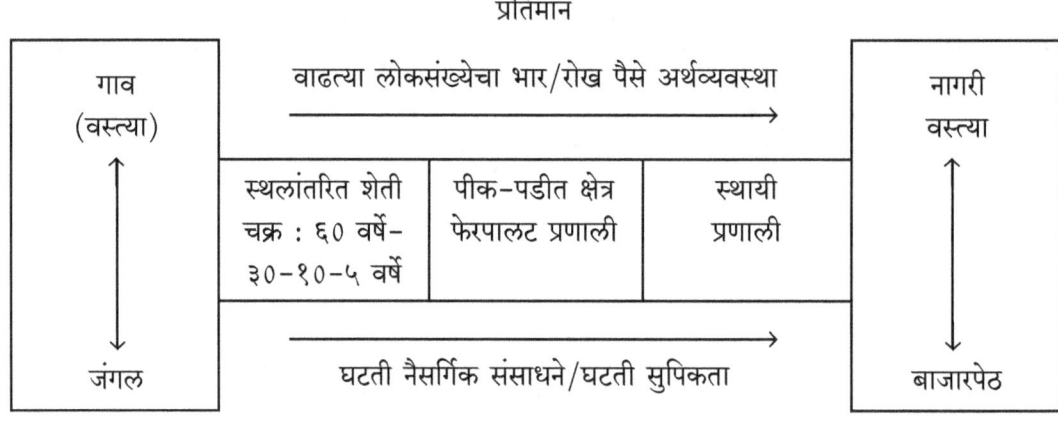

(संदर्भ : इकॉलॉजी अँड सस्टेनेबल डेव्हलपमेंट, २००८. पी. एस. रामकृष्णन, Pg. 63)

स्थलांतरित (झूम) शेती चक्रातील बदल, वाढत्या लोकसंख्येचा भार, रोखीच्या व्यवहाराची अर्थव्यवस्था आणि स्थायी शेतीप्रणाली कडील 'प्रवास' यामुळे घटत जाणारी मृदा सुपिकता.

वरील प्रतिमान असे स्पष्ट करते की, जंगलात वस्ती करून स्थलांतरित शेती 'झूम' करणारे समूह हळूहळू काळ जाईल तसतसे बदलत जातात आणि स्थायीशेती करण्यास प्रवृत्त होतात. वाढत्या लोकसंख्येच्या भारामुळे 'झूम' चक्र लहान होत जाऊन ६० वर्षे ते ५ वर्षांपर्यंत बदलते. यामुळे पडीतक्षेत्र ठेवणे व पीक घेण्याचा काळ यांच्यातील अंतर कमी होत जाऊन शेती स्थायी स्वरूप घेते. त्यामुळे रोख पैशातील व्यवहार सुरू होऊन अर्थकारण बदलते. यामुळे अंतिमतः बाजारपेठधार्जिणी नागरीवस्ती निर्माण होण्याकडचा 'प्रवास'

सुरू होतो. या सगळ्याचा परिणाम म्हणजे नैसर्गिक संसाधनातील घट आणि घटती मृदासुपिकता अर्थात मृदाऱ्हास होण्यात होतो. डॉ. रामकृष्णन यांनी असे विशद केले आहे की, नियोजनकर्ते आणि विकासक स्थलांतरित शेती करणाऱ्यांना वृक्षतोड व मृदाऱ्हास करण्यास एकीकडे जबाबदार धरतात आणि शेतीपद्धतीत बदल करण्यास प्रवृत्त करू लागतात व त्यातून मृदाऱ्हासाची समस्या गंभीर होत जाते. साधारणपणे दहा वर्षांचे झूमचक्र मृदा पूर्वस्थितीत येण्यास पुरेसे असते. परंतु, ईशान्य भारतात आता ते ५ वर्षांचे तर काही भागात त्यापेक्षाही लहान झाले आहे.

हरितक्रांतीमुळे जलसिंचन व खतांचा वापर वाढल्याने पंजाब, हरियाणा, उत्तरप्रदेश या राज्यांमध्ये 'उसर' वा 'खल्लर' या क्षारपड मृदा (Saline-Alkaline Soils) निर्माण होऊन मृदाऱ्हास झाला आहे. भारतातील नैसर्गिक परिस्थितीमुळे व शेतीसाठी मृदेचा वापर योग्यरीतीने न केल्यामुळे सर्व मृदांमध्ये नायट्रोजनची कमतरता आढळते. शिवाय माती परीक्षणासाठी घेतलेल्या ८५ टक्के नमुना मृदांमध्ये स्फुरदाची व ६३ टक्के नमुना मृदांमध्ये पालाशची कमतरता आढळली आहे. डॉ. नॉर्मन बोरलॉग काही वर्षांपूर्वी भारत भेटीवर आले असताना म्हणाले की, खत वापर व कीटकनाशकांचा वापर या दोन भिन्न बाबी आहेत. खते पिकांचं जीवनसत्त्व असतं तर कीटकनाशक विष आहे. दोन्ही वापरताना कुठं, किती व कसं वापरावयाचं हे शेतकऱ्यांनी समजून घेणं सर्वांत महत्त्वाचं आहे; कोणतही प्रमाणाबाहेर वापरल्यानं हानी होणारंच. हरितक्रांतीला नाहक दोष दिला जात आहे. या त्यांच्या वक्तव्यावरून मृदाऱ्हासाची थोडीफार कारणमीमांसा होते.

शाश्वत शेती, पर्यावरणऱ्हास रोखण्याचा महामार्ग

दुसऱ्या महायुद्धानंतर शेतीत आमूलाग्र असे बदल होत गेले. त्यानंतर हरितक्रांतीचा स्वीकार केल्याने निर्माण केले गेलेले संकरित वाण, यांत्रिकीकरण, रासायनिक खते व संजिवके यांचा वापर; जलसिंचन, कीटकनाशकांचा वापर, पीक विशेषीकरण यामुळे उत्पादनवाढ साध्य झाली; जरी या शेतीचे असे सकारात्मक परिणाम दिसले आणि शेतीतील जोखीम कमी झाली असे वाटत असले, तरी त्याची 'किंमत' माणसाला चुकवावी लागली. मृदाऱ्हास, जल प्रदूषण, जंगलतोड, शेतकरी व शेतमजूर यांच्या आरोग्याकडे झालेले दुर्लक्ष, एकत्र कुटुंब पद्धतीचा ऱ्हास झाल्याने त्याचा शेतीवर झालेला परिणाम अशा स्वरूपाची 'ती किंमत' आहे. एकंदरीत वर्तमान शेतीमुळे होणारा पर्यावरणाचा ऱ्हास व त्याचे दूरगामी परिणाम अभ्यासकांच्या नजरेत आल्यानंतर सुमारे तीन दशकांपूर्वी अशा समस्या निर्माणकारी शेतीच्या विरोधात चळवळ उभी राहिली. आजच्या आपल्या गरजा पूर्ण करण्यासाठी आपण जी साधनसंपदा वापरतो ती उद्याच्या पिढीसाठी त्याच गुणवत्तेची, स्वरूपाची व प्रकारची लागणार आहे; म्हणूनच साधन संपदेचे जतन व संवर्धन करणे आवश्यक आहे. या तत्त्वाची सतत जाणीव ठेवून केली जाणारी शेती म्हणजे शाश्वत शेती होय.

पर्यावरणाची तंदुरुस्ती वा आरोग्य, आर्थिक नफा आणि सामाजिक-आर्थिक समता ही शाश्वत शेतीची तीन प्रमुख उद्दिष्टे आहेत. शेतकरी, शेतमजूर, ग्राहक, नियोजनकर्ते व इतर सर्व संबंधित घटक जे या अन्न निर्माण प्रणालीचे भाग आहेत त्यांना शाश्वत शेतीने एक आर्थिकदृष्ट्या सफलक्षम व नावीन्यपूर्ण पर्याय दिला आहे. शाश्वत शेती म्हणजे प्रस्थापित शेत पूर्णपणे सोडून देणे नव्हे तर या शेतीतील निविष्टा व कार्ये यांच्यात सुयोग्य बदल करणे. या पद्धतीतील घातक, हानिकारक कार्ये व निविष्टा बाजूस सारून पर्यावरणाशी समायोजन करत शेती करणे. नैसर्गिक व मानवी संसाधनांची यथायोग्य काळजी घेत केली जाणारी शेती म्हणजे शाश्वत शेती (Sustainable Agriculture) होय. पर्यावरण व मानव कल्याणकारी अशी ही शेती आहे. जपानमध्ये 'नैसर्गिक शेतीकडे चला' अशी चळवळ उभी करण्यात आली आहे. भारतातील खूप मोठ्या लोकसंख्येचा शेती हा

मूलाधार आहे. अशा देशात शेतीयोग्य जमीन हे शाश्वत संसाधन आहे. त्यामुळे तिचा वापर त्याच शाश्वत पद्धतीने व्हावयास हवा.

८.३ भारतीय शेती आणि तंत्रज्ञानाची जोड

भारतासारख्या विकसनशील, कृषीप्रधान अर्थव्यवस्था असलेल्या, दाट लोकसंख्येच्या राष्ट्रात शेतीच्या यांत्रिकीकरणाचा, तंत्रज्ञानाचा पुरस्कार करताना विशेष काळजी घेण्याची गरज आहे. देशातील जवळपास ६९ टक्के लोकसंख्या (८३३.५ दशलक्ष) ग्रामीण लोकसंख्या असून त्यातील ४५.१ टक्के (११८.७ दशलक्ष) शेतकरी व जवळपास ५५ टक्के (१४४.३ दशलक्ष) शेतमजूर आहेत. भारतातील शेती कसण्याचे सरासरी क्षेत्र १.१६ हेक्टर इतके लहान आहे. ग्रामीण लोकसंख्येची आर्थिकस्थिती, साक्षरता, तांत्रिकज्ञान आत्मसात करण्याची क्षमता इत्यादी बाबींचा विचार करता या रोजगार निर्माणकारी क्षेत्रात मनुष्यबळ व प्राणीशक्तीचा वापर करून चालविता येणारी यंत्रे, अवजारे, उपकरणे व हत्यारे अधिक सयुक्तिक ठरतात. भारतीय शेतीतील बहुतांश कामे शेतकरी कुटुंब, शेतमजूर आणि घोडे, बैल, म्हशी, रेडे, उंट व खेचरे अशा ओझेकरी प्राण्यांच्या मदतीने केली जातात. असे असले तरी १९७० नंतर भारतीय शेतीतील यंत्र-तंत्राचा वापर वाढत गेलेला दिसतो; कारण यामुळे शेतीकामातील कष्टदायक कामे, परिश्रम कमी होऊन वेळेत बचत होते व कामही चांगले होते. पर्यायाने शेतकऱ्याची व शेतीची कार्यक्षमता वाढते. पेरणीपूर्व मशागतीपासून पीक कापणीपर्यंत तसेच हंगामोत्तर कामात तंत्रज्ञानाचा वापर केल्यास उत्पादनाचा नाश कमी होतो. उत्पादन हाताळणे, साठवणे, वाहतूक ते विक्रीकेंद्रापर्यंत कृषी मालाचा दर्जा टिकून राहणे महत्त्वाचे असते कारण बहुतांश माल नाशवंत असतो. चांगला भाव मिळण्यासाठी दर्जा टिकविणे महत्त्वाचे असते. भारतीय शेतीतील विविध यंत्रे, अवजारे यांच्या वापराचे शेकडाप्रमाण कसे बदलत गेले ते पाहणे उद्‌बोधक ठरेल.

तक्ता क्र. ८.१५ : यंत्र वापराचे शेकडाप्रमाण

वर्ष	शेतमजूर	ओझेकरी प्राणी	ट्रॅक्टर्स	पॉवर टिलर	डिझेल इंजिन	वीजपंप
१९७१-७२	१०.६४	५२.८६	८.४५	०.११	१७.१६	१०.७९
१९८१-८२	९.२०	३३.५५	१०.४६	०.११	२२.८५	१५.८२
१९९१-९२	७.२२	२०.५०	२६.१४	०.१६	२१.१४	२४.८४
२००१-०२	५.७०	११.७६	३६.७७	०.३६	१९.१०	२६.३१
२००५-०६	५.३९	९.९७	३८.४५	०.४४	२०.०९	२५.६६
२००९-१०	५.१२	८.५५	४१.६७	०.५२	१९.०१	२५.१३

(स्रोत : मिनिस्ट्री ऑफ ॲग्रिकल्चर, स्टेट ऑफ इंडियन ॲग्रिकल्चर, २०११)

भारतीय शेती श्रमप्रधान आहे असे म्हटले जात असले, तरी १९७१ पासून शेतीतील श्रमाचा वाटा लक्षणीयरीत्या कमी झालेला दिसून येतो. शेती कामासाठी वापरली जाणारी गुरे व शेतमजूर दोन्ही घटकांत गेल्या चाळीस वर्षांत तीव्र स्वरूपाची घट झाली आहे. याउलट, ट्रॅक्टर्स, डिझेल इंजिन्स, वीजपंप व पॉवर टिलर यांच्या वापरात वाढ झाली आहे. पॉवर टिलरचा वाटा कमी असला तरी तो वाढत आहे. एकंदरीत प्राणिजशक्तीकडून यांत्रिकशक्तीकडे भारतीय शेतीची वाटचाल चालू आहे असे दिसते.

सन २०१०-११ मध्ये देशात जवळपास ५.५० लाख ट्रॅक्टर्सची विक्री झाली. त्यातील १/४ ट्रॅक्टर्स उत्तरप्रदेशात विकले गेले. त्या खालोखाल मध्यप्रदेश, पंजाब, राजस्थान आणि हरियाणा या राज्यांमध्ये विक्री झाली; म्हणजे देशातील एकूण ट्रॅक्टर विक्रीपैकी ६५ टक्के ट्रॅक्टर्स या पाच राज्यातच विकले गेले. वीज पंप हे ट्रॅक्टरच्या खालोखाल वापरले जाणारे यंत्र आहे. विहीर, कालवे इत्यादी जलाशयातून पाणी खेचण्यासाठी हे एक महत्त्वाचे साधन असल्यामुळे त्याचा वापर अनेक शेतकरी करतात. डिझेल इंजिन्सचा वापर थोडा फार कमी-अधिक प्रमाणात होतो असे दिसते. डिझेल इंजिन्सचा शेतीतील वाटा १९८१-१९९२ या दहा वर्षांत जास्त होता. त्यानंतर इतरही यंत्रांची संख्या वाढत गेल्याने शेतीतील वापराच्या शेकडा प्रमाणात बदल झालेला दिसतो.

या बाबतीत एक नोंद घेण्यासारखी बाब म्हणजे जरी भारतीय शेतीत यंत्रशक्तीचा हिस्सा वाढत गेला असला, तरी त्यामुळेच उत्पादन वाढ झाली असे ठामपणे सांगता येत नाही. उत्तरप्रदेश व मध्यप्रदेशात सर्वाधिक ट्रॅक्टर विकले गेले असले, तरी दर हेक्टरी लक्षणीय उत्पादन वाढ मात्र पंजाब व हरियाणा या राज्यांमध्ये झाली. तसेच पश्चिम बंगाल, कर्नाटक, तमिळनाडू या राज्यांमध्ये पॉवर टिलरचा सर्वाधिक खप झाला पण त्यांचेही दरहेक्टरी उत्पादन अधिक नाही. सर्वसाधारणपणे उत्तरेकडील राज्यांनी यंत्रांचा वापर वाढविला. हरितक्रांतीची तत्त्वे अवलंबिली व अधिक उत्पादन मिळविले. इतरत्र जिथे जलसिंचनाची सोय झाली तेथे विविध यंत्रे-अवजारे वापरली जाऊ लागली. यातही मोठे धारणक्षेत्र असलेल्या शेतकऱ्यांनी शेतीचे यांत्रिकीकरण अधिक केल्याचे दिसून येते. असा शेतकरीवर्ग अधिकतर पंजाब, हरियाणा व पश्चिम उत्तरप्रदेशात आहे; म्हणूनच पाचव्या पंचवार्षिक योजनेपासून लहान शेतकऱ्यांना वापरता येतील अशी लहान, सुलभयंत्रे, अवजारे इत्यादींचे उत्पादन जपानप्रमाणे करण्याचे धोरण आखण्यात आले आहे.

भारतीय शेतीतील सरासरी भूधारणा १.१६ हेक्टर इतकी कमी असल्याने व स्वस्त मनुष्यबळ उपलब्ध असल्याने काही अवजारे, हत्यारे पारंपरिक पद्धतीने सजीवशक्ती वापरूनच केला जातो. आता त्यात झालेले बदल व कोणती यंत्रे वापरली जातात त्याचा आढावा पुढील तक्त्यात घेतला आहे; तसेच ही यंत्रे व अवजारे वापरण्यासाठी वीज, बॅटरी वा डिझेल वापरावे लागते. त्यातील विजेचा वाटा कसा वाढत गेला ते ही दर्शविले आहे.

भारतीय शेतीच्या यंत्र वापरातील बदल

शेतीकाम	पारंपरिक पद्धत	वर्तमान पद्धत
१) जमीन कसण्यासाठी तयार करणे, मशागत व पेरणीसाठी सज्ज करणे.	लाकडी नांगर, कुळव/वखरण्याचे दाताळे, पाते असलेले कुळव, सारा यंत्र.	साचा वा ओतणी असलेला नांगर, बॅटरी वा डिझेलवर चालणारा पॉवर टिलर.
२) पेरणी, लावणी, पुनर्रोपण.	पाभर, लाकडी तिफण, हाताने पुनर्रोपण, लावणी.	सीड ड्रील, झिरो टिल सीड कम फर्टिलायझर ड्रील, ट्रान्सप्लान्टर यंत्र.
३) तण काढणी.	खुरपे, फावडे, प्राणिज खुरपणी अवजार.	विडर-तण काढणी यंत्र.
४) पीक संरक्षण.	धुरळणी, हात फवारणी.	फवारणी यंत्र, ब्लोअर, फर्टिगेशन.
५) पीक तोडणी, कापणी, झोडपणी, मळणी.	विळा, कोयता, तुडवणी, झेले, वेचणे.	मळणी यंत्र, स्वयंचलित हार्वेस्टर, ट्रॅक्टरजोड हार्वेस्टर.

तक्ता क्र. ८.१६ : शेतीसाठी वीज वापर (शेकडाप्रमाण)

वर्ष	वीज वापर %
१९८५–८६	१७.८२
१९९०–९१	२६.४४
२०००–०१	२६.७६
२००९–१०	२०.९८
२०१०–११	२४.९८
२०११–१२	२०.९५

(स्रोत : मिनिस्ट्री ऑफ ॲग्रिकल्चर, स्टेट ऑफ ॲग्रिकल्चर, २०१३)

शेती करण्यासाठी विशेषतः पाणी उपसण्यासाठी वीजपंप हे सर्वांत महत्त्वाचे साधन आहे. जलसिंचनामुळे वीजपंपाचा वाढता वापर होत असल्याने शेती निविष्टांमध्ये त्याचा शेकडा वाटा वाढलेला दिसतो. १९९० ते २००१ या दहा वर्षांत त्याचे प्रमाण सर्वांत जास्त होते ते २०११–१२ मध्ये कमी झालेले दिसते. वीज टंचाई, भार नियमन, वाढलेले वीज दर, पाणी टंचाई यामुळे वीज कमी वापरली गेली असावी.

तक्ता क्र. ८.१७ : पीक व आवश्यक अवजारे यंत्रे इ. संख्या

पीक	यंत्रे, अवजारे संख्या	पीक	यंत्रे, अवजारे संख्या
भात	३८	फळबागा	०७
गहू	३५	ऊस	१५
तेलबिया	२३	कापूस	०६
कडधान्ये–डाळी	१२	चहा–कॉफी मळे	१३
भुईमूग	१५	मसाला पिके	०५
भाजीपाला	१२	चारा व इतर धसकट प्रक्रिया यंत्रे	०९

(स्रोत : स्टेट ऑफ इंडियन ॲग्रिकल्चर २०१३)

पीक व त्यासाठी आवश्यक असणाऱ्या यंत्रांची, अवजारांची, उपकरणांची संख्या बरीच अधिक दिसत असली, तरी काही यंत्रे, अवजारे बहुतांश पिकांना समान असतात. उदाहरणार्थ, नांगर, ट्रॅक्टर, टिलर, वीजपंप, खुरपणीसाठी व तोडणीसाठी लागणारी विळे, कोयते इ. हे सगळ्या पिकांसाठीच गरजेची असतात; असे असले तरी एकंदरीत खाद्यान्न जसे की, भात, गहू, कडधान्ये, तेलबिया, भुईमूग यांना अधिक यंत्रांची–अवजारांची गरज असते. कापूस व मसाल्याची पिके नगदी पिके असूनही त्यांना लागणाऱ्या अशा सामग्रीचे प्रमाण कमी आहे. ज्या पिकांवर हंगामोत्तर प्रक्रिया अधिक करावी लागते त्यांना अधिक यंत्रे आवश्यक असतात असे चहा–कॉफी, ऊस या पिकांवरून लक्षात येते.

भारतीय शेतकऱ्यांना यंत्रे, उपकरणे, जोडण्या खरेदी करणे शक्य व्हावे म्हणून 'नॅशनल फूड सिक्युरिटी मिशन' (NFSM), राष्ट्रीय कृषिविकास योजना आणि 'इंटिग्रेटेड स्किम ऑफ ऑईल सिड्स, पल्सेस अँड मेझ' (ISOPOM) या कार्यक्रमांतर्गत अनेक प्रकारच्या यंत्र सामग्रीवर ३५ ते ५० टक्के उपदान सवलत देण्यात येते. डिझेल पंपसेट, तुषार व ठिबकसिंचन संच, तण काढण्याचे विडर (Weeder) यंत्र, ट्रॅक्टर, रोटाव्हेटर व पॉवर टिलर यांचा त्यात समावेश होतो.

- भारतीय शेतीचे यांत्रिकीकरण प्रामुख्याने पंजाब, हरियाणा व पश्चिम उत्तरप्रदेशात आढळते. सुपीक गाळाच्या मृदा, कालवा जलसिंचनाचे जाळे, हरितक्रांती यशस्वी करण्यात आघाडी, सलग मोठे धारणक्षेत्र (३ हेक्टर पेक्षा जास्त) या कारणांमुळे उत्पादकता प्रथमपासूनच चांगली आहे. आता ही राज्ये नवतंत्रज्ञानाच्या शोधात असून, त्यातून अधिक उत्पादन घेण्यासाठी प्रयत्नशील आहेत.

- गेल्या दशकात दक्षिण भारतातील राज्यांमध्ये शेतीयंत्रांचा वापर वाढला आहे.

- उत्तरप्रदेश व बिहार या राज्यातील शेतकऱ्यांनी यंत्रांच्या वापराचा स्वीकार केला आहे. यांत्रिकीकरणाच्या सीमेवरील प्रदेश म्हणून हा प्रदेश ओळखला जातो.

- पश्चिम बंगाल, ओडिशा व ईशान्येकडील राज्ये यंत्रांचा वापर करण्यास उत्सुकता दर्शवत आहेत.

सरावासाठी प्रश्न

१) भारतीय शेतीतील जलसिंचनाचे महत्त्व स्पष्ट करून प्रवाही सिंचन पद्धतीपेक्षा सूक्ष्मजलसिंचन पद्धती अधिक उपयुक्त का आहे?

२) 'नियंत्रित व विवेकी जलसिंचन हा पर्यावरण ऱ्हास टाळण्याचा सर्वोत्तम उपाय आहे.' या विधानाची यथार्थता विशद करा.

३) भारतातील रासायनिक खतांचे उत्पादन व वापर याची भारतीय शेती व पर्यावरण ऱ्हास या संदर्भात चर्चा करा.

४) भविष्यातील शेती सेंद्रिय व जैवखते व कीटकनाशकांवर आधारित असेल असे का म्हटले जाते ते विशद करा.

५) शेतीसाठी एकात्मिक कीटक व कीड व्यवस्थापन हा पर्यावरणस्नेही उपाय आहे, असे का म्हटले जाते ते सकारण स्पष्ट करा.

६) पर्यावरण ऱ्हास म्हणजे काय? शाश्वत शेती हा पर्यावरण ऱ्हास रोखण्याचा महामार्ग आहे या विधानाची चर्चा करा.

७) भारतीय शेती श्रमप्रधान असूनही शेतीत यंत्रांचा वापर वाढण्यामागील कारणांची मीमांसा करा.

८) टिपा लिहा.

१) जलसिंचनातील प्रादेशिक विषमता

२) मृदाऱ्हास

३) व्हर्मी कंपोस्ट

४) जैवखते

५) जैव कीटक व कीडनाशके

९ भारताच्या कृषिक्षेत्रातील रोजगारी

Employment in Agricultural Sector of India

९.१ कृषिक्षेत्रातील रोजगार
९.२ भूमिहीन श्रमिक, महिला व बालके
९.३ शेतीतील कामे आणि शेती व्यावसायिकांचे आरोग्य

९.१ कृषिक्षेत्रातील रोजगार

भारत कृषिप्रधान देश असूनही कृषिक्षेत्रातील रोजगारीत वाढ झालेली दिसून येत नाही. भारतीय शेती श्रमप्रधान आहे आणि हे एक रोजगार निर्माणकारी क्षेत्र समजले जाते; एकूण रोजगारीपैकी ४७ टक्के (२०१२) रोजगारी कृषीक्षेत्रात आहे. हेच प्रमाण २०१० मध्ये ५१ टक्के व २००५ मध्ये ५२.१ टक्के इतके होते. अशीच स्थिती पशुपालन, वनोत्पादन संकलन, मत्स्यपकड या शेती निगडित क्षेत्रातही आढळते.

तक्ता क्र. ९.१ : ग्रामीण लोकसंख्या आणि कृषिक्षेत्रातील श्रमिक (दशलक्ष) (१९५१–२००१)

वर्ष	ग्रामीण लोकसंख्या	शेतकरी	शेतमजूर	इतर श्रमिक	एकूण ग्रामीण श्रमिक
१९५१	२९८.६ (८२.७)	६९.९ (४९.९)	२७.३ (१९.५)	४२.८ (३०.६)	१४० (१००)
१९६१	३६०.३ (८२.०)	९९.६ (५२.८)	३१.५ (१६.७)	५६.६ (३०.५)	१८८.७ (१००)
१९७१	४३९.१ (८०.१)	७८.३ (४३.४)	४७.५ (२६.३)	५४.७ (३०.३)	१८०.५ (१००)
१९८१	५२५.६ (७६.९)	९२.५ (३७.८)	५५.५ (२२.७)	९६.६ (३९.५)	२४४.६ (१००)
१९९१	६३०.६ (७४.५)	११०.७ (३५.२)	७४.६ (२३.८)	१२८.८ (४१.०)	३१४.१ (१००)
२००१	७४२.६ (७२.२)	१२७.६ (३१.७)	१०७.५ (२६.७)	१६७.४ (४१.४)	४०२.५ (१००)

(स्रोत : रजिस्ट्रार जनरल ऑफ इंडिया, २००१) कंसातील संख्या शेकडाप्रमाण दर्शवितात.

- भारताच्या एकूण लोकसंख्येत ग्रामीण लोकसंख्येचे प्रमाण सातत्याने अधिक असले तरी त्यांच्या शेकडा प्रमाणात घट दिसून येते.
- स्वातंत्र्यानंतरच्या पहिल्या जनगणनेत (१९५१) ग्रामीण लोकसंख्या जवळपास ८३ टक्के होती, ती २००१ मध्ये ७२ टक्के झाली आहे. मात्र, अशा प्रकारचा कल शेतकरी व शेतमजूर दर्शवत नाहीत.
- १९५१ ते १९७१ या दोन दशकात शेतकरी व शेतमजूर यांच्या शेकडा प्रमाणात चढ-उतार दिसून येतो. परंतु, १९८१ नंतर मात्र शेतकऱ्यांचे प्रमाण घटत गेले आहे आणि त्यामुळे १९५१ मध्ये ग्रामीण लोकसंख्येत ५० टक्के असलेली शेतकरी लोकसंख्या २००१ मध्ये जवळपास ३२ टक्के इतकी कमी झाली. शेती तोट्याची होत जाणे, स्थलांतर यामुळे ही घट झाली आहे.
- शेतमजुरांचे प्रमाण मात्र सातत्याने बदलते आहे. बारमाही काम न मिळणे, शेतबाह्य क्षेत्रातील अधिक रोजंदारी यामुळे हा कल निर्माण झाला असावा.
- शेतमजुरांच्या तुलनेत इतर क्षेत्रातील श्रमिकांमध्ये वाढ दिसते.

या सर्व विवेचनावरून असे लक्षात येते की, ग्रामीणभागात कृषिक्षेत्रातील रोजगारी कमी होऊन कृषी बाह्य क्षेत्रात ती वाढली आहे.

९. १.१ कृषीक्षेत्र आणि संघटित (Organized) आणि असंघटित (Un-Organized) क्षेत्रातील श्रमिक

भारताच्या कृषिक्षेत्रातील रोजगारीत संघटित व असंघटित क्षेत्रातील श्रमिकांच्या प्रमाणात फारच तीव्र स्वरूपाची तफावत आहे. श्रमप्रधान शेती असूनही असंघटित क्षेत्रातील श्रमिकांचे प्रमाण खूप अधिक आहे. शेतीला उद्योगाचा दर्जा नसणे आणि हंगामी स्वरूपाचे काम असणे यामुळे असंघटित श्रमिकांचे प्राबल्य आहे.

तक्ता क्र. ९.२ : कृषीक्षेत्र आणि संघटित व असंघटित श्रमिक (२००४-०५)

प्रवर्ग	एकूण श्रमिक (द.लक्ष)	शेकडा प्रमाण
एकूण श्रमिक	४५७.५	१००
अ) कृषीक्षेत्र	२५८.९	५६.६
ब) कृषी बाह्यक्षेत्र	१९८.६	४३.४
संघटित श्रमिक	३४.९	७.६
अ) कृषीक्षेत्र	२.९	०.६
ब) कृषी बाह्यक्षेत्र	३२.०	७.०
असंघटित श्रमिक	४२२.६	९२.४
अ) कृषीक्षेत्र	२५६.०	५६.०
ब) कृषी बाह्यक्षेत्र	१६६.६	३६.४

(स्रोत : इंडियन इकॉनॉमी, दत्त, महाजन २०१३, Pg. ७५९)

तक्ता क्र. ९.३ : वार्षिक सरासरी रोजंदारी (रुपये)

वर्षं	नांगरणी		पेरणी		तण काढणी		पुनर्रोपण		पीक काढणी		सरासरी रोजंदारी	
	पु.	स्त्री.	पु.	स्त्री.	पु.	स्त्री.	पु.	स्त्री.	पु.	स्त्री.	पु.	स्त्री.
२००६-०७	८१.७९	४२.३७	७३.२९	४१.४१	६४.९७	५२.८२	६९.१७	५६.४४	६८.४५	५५.६९	७१.५२	४९.७५
२००७-०८	९१.३८	४९.९६	७९.२८	५७.१८	७०.०७	५८.२७	७३.७९	६१.९३	७५.२४	६२.३१	७४.६४	५८.००
२००८-०९	१०२.९०	५५.४३	९०.०	६५.०	८०.१५	६८.०२	८३.२८	७१.४३	८७.०५	७१.५८	८८.६७	६६.३०
२००९-१०	१२०.८५	७०.४३	१०४.५२	७९.४७	९२.७८	७८.९४	९८.२९	८६.७१	१०२.८२	८४.९५	१०३.८५	८०.३१
२०१०-११	१४४.५०	८७.६८	१२४.८४	९७.६७	११०.६४	९५.२०	११९.५१	१०३.७२	१२१.६३	१०१.६९	१२४.२१	९७.२०
२०११-१२	१९०.९१	N.A.	१७३.०	११५.८२	१४६.७५	१२०.२२	१४४.८६	१२८.३६	१६३.१२	१२८.९३	१६३.७८	१२३.३६

(स्रोत : ॲग्रिकल्चरल स्टॅटिटिक्स ॲट अ ग्लान्स २०१३)

- एकूण श्रमिकांमध्ये कृषिक्षेत्रातील श्रमिकांचे प्रमाण जास्त (५६.६%) असूनही संघटित क्षेत्रातील श्रमिक शेतीत अत्यल्प म्हणजे ०.६ टक्के (२.९ द.ल.) इतकेच आहेत.
- कृषिक्षेत्रात असंघटित श्रमिकांचे प्रमाण ५६ टक्के (२५६ द.ल.) इतके लक्षणीयरीत्या जास्त आहे.

कृषिक्षेत्रातील श्रमिकांचे शारीरिक व मानवी संसाधन म्हणून असलेले 'मूल्य' फारसे समाधानकारक नाही. बहुतांश श्रमिक गरीब व वंचित प्रवर्गातील आहेत. त्यामुळे अल्पसाक्षर, अकुशल वा अर्धकुशल श्रमिक अधिक असल्याने असंघटित श्रमिकांचे प्राबल्य आढळते.

नांगरणी, पेरणी, तण काढणी, पुनर्रोपण आणि पिककाढणी (हार्वेस्टिंग) या पाच महत्त्वाच्या शेतीकामांची रोजंदारी लक्षात घेतल्यास असे आढळते की, नांगरणीची रोजंदारी सर्वाधिक असून पेरणी-लावणीची सर्वांत कमी आहे. (तक्ता ९.३) शिवाय पुरुष व महिला रोजंदारीतही बराच फरक आहे. (आकृती ९.३) तत्त्वतः समान कामास समान मोबदला वा रोजंदारी असा नियम असूनही महिलांना दिली जाणारी मजुरी कमीच आहे. रोजंदारीचा राज्यनिहाय विचार करता असे आढळते की, केरळ व पंजाब या राज्यांमध्ये रोजंदारीचे दर सर्वाधिक आहेत तर बिहार, ओडिशा, महाराष्ट्र, कर्नाटक व मध्यप्रदेशात ते कमी आहेत.

आकृती क्र. ९.१ : कृषिक्षेत्रातील सरासरी दैनंदिन रोजंदारी (रुपये) (२००६-०७ - २०११-१२)

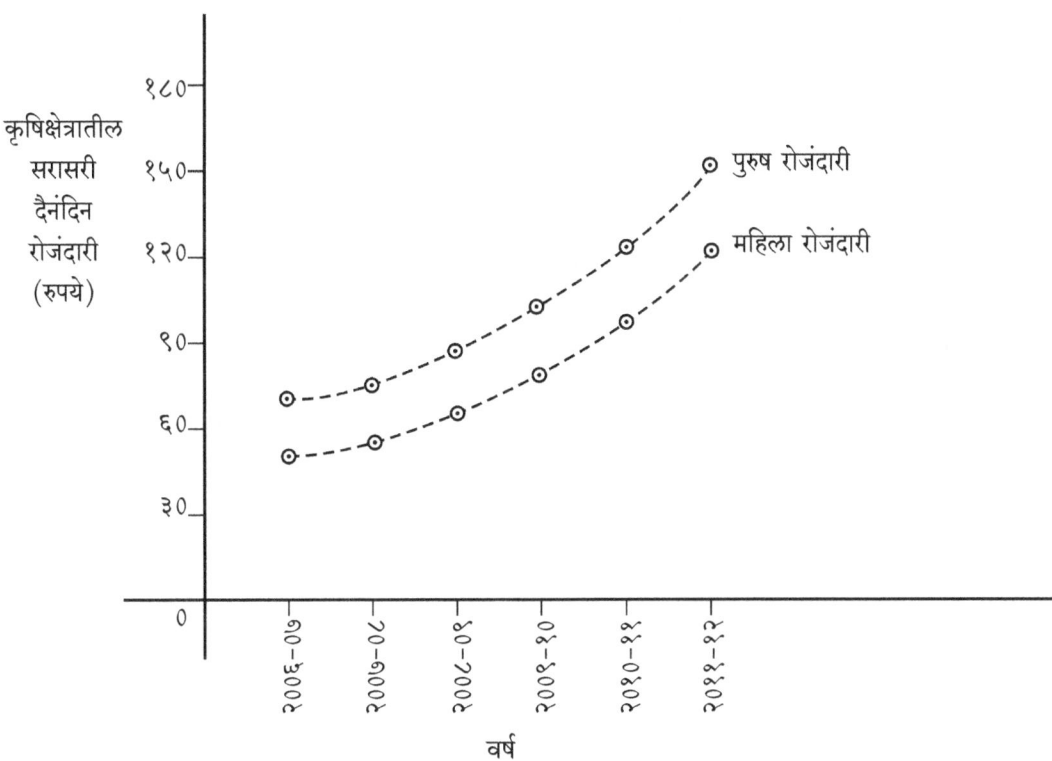

किमान रोजंदारी विषयक कायद्यानुसार कोणत्याही श्रमिकास रु. ६६ इतकी रोजंदारी निश्चित केलेली आहे. 'नॅशनल कमिशन ऑन रुरल लेबर' (NCRL) नुसार ग्रामीण श्रमिकांस किमान रु. ४३ इतकी रोजंदारी ठरविली गेली आहे. मुळातूनच हे दोन्ही रोजंदारीचे दर फारच कमी आहेत; असे असूनही सन २००४-०५ मध्ये केलेल्या सर्वेक्षणात असे आढळले की, कृषिक्षेत्रातील ९१ टक्के श्रमिकांना यापेक्षा कमी रोजंदारी मिळते तर NCRLने निश्चित केलेल्या दरापेक्षा (रु.४३) कमी रोजंदारी ६४ टक्के श्रमिकांना देण्यात येते. या श्रमिकांना वर्षातील सुमारे २०० दिवसच काम मिळते. ज्या श्रमिकांना १८३ दिवसांपेक्षा कमी काम मिळते त्यांना 'गौणश्रमिक' (Marginal Worker) म्हणतात; तर ज्यांना वर्षातील ६ महिन्यांपेक्षा अधिक दिवस काम प्राप्त होते त्यांना मुख्यश्रमिक (Main Worker) म्हणतात. शेतीमध्ये गौणश्रमिकांचे प्रमाण अधिक आहे. (तक्ता ९.७ मुख्य व गौणश्रमिक पान नं. २५५ पहा.). भारतीय अर्थव्यवस्थेची झालेली वाढ व महागाई लक्षात घेतल्यास कृषिक्षेत्रातील श्रमिकांची स्थिती अत्यंत हलाखीची आहे ही बाब गंभीर व चिंताजनक आहे.

९.२ भूमिहीन श्रमिक, महिला व बालके

भारतीय शेतीत काम करणाऱ्या श्रमिकांची विभागणी चार गटांत केली जाते-

१) शेतजमिनीच्या मालकाकडे काम करणारे भूमिहीन श्रमिक.

२) स्वतः शेतकरी असूनही अल्पभूधारण क्षेत्रामुळे पुरेसे उत्पन्न मिळत नसल्याने गरज म्हणून इतरांच्या शेतीत रोजंदारीवर काम करणारे श्रमिक.

३) कोणाकडेही काम करण्याचे स्वातंत्र्य असलेले भूमिहीन श्रमिक.

४) स्वतः शेतकरी असूनही कुटुंबातील व्यक्तींची संख्या अधिक असल्याने अधिक आर्थिक प्राप्तीसाठी बड्या शेतकऱ्यांकडे काम करणारे श्रमिक.

वरील चार गटातील श्रमिकांपैकी पहिल्या गटातील श्रमिक अत्यंत गरीब, अशिक्षित, आर्थिकदृष्ट्या दुर्बल, कर्जबाजारी, अर्धकुशल आणि भूमिहीन असल्याने एखाद्या शेतकऱ्याकडे, बहुधा बड्या जमीनदाराकडे, वेठबिगाराप्रमाणे काम करणारे असतात. या तुलनेत दुसऱ्या व तिसऱ्या गटातील श्रमिकांची स्थिती बरी असते. चौथ्या गटातील श्रमिकांचे प्रमाण फारच कमी असते.

भारताप्रमाणेच बांगलादेश, पाकिस्तान, श्रीलंका, इंडोनेशिया व फिलिपिन्स या आशियाई राष्ट्रांमध्ये भूमिहीन श्रमिकांची संख्या बरीच अधिक आहे. त्याचप्रमाणे ईजिप्त, मेक्सिको, केनिया, बोलीव्हिया या राष्ट्रांमध्येही लक्षणीय प्रमाणात असे श्रमिक आहेत. भारतातील भूमिहीन श्रमिकांची पहिली अधिकृत शासकीय नोंद सन १८८२ मध्ये केली गेली. त्या वेळी भूमिहीन श्रमिकांची लोकसंख्या ७.५ दशलक्ष एवढी होती. त्यापूर्वी १८४२ मध्ये सेन्सस कमिशनर सर टॉमस मन्रो यांनी भारतात भूमिहीन शेतकरी (Landless Peasants) नाहीत अशी नोंद केली होती. भूमिहीन श्रमिक देशभर खूप मोठ्या प्रमाणावर विखुरलेले आहेत. दुर्गम, दाट अरण्यांच्या प्रदेशात दूर दूर त्यांचे वास्तव्य असते आणि काम मिळेल तसे ते स्थलांतर करत असल्याने अत्यंत असंघटित, विखुरलेला असा हा अत्यंत दुबळ्या आर्थिक स्थितीतील श्रमिकवर्ग आहे. त्यामुळे त्यांची अधिकृत आकडेवारी मिळणे कठीण असते.

सन १९२१ मध्ये कृषिक्षेत्रातील एकूण श्रमिकांपैकी वीस टक्के (२१ द.ल.) भूमिहीन श्रमिकांचे प्रमाण होते तर हीच संख्या १९३१ मध्ये ३३ दशलक्ष म्हणजे कृषिक्षेत्रातील श्रमिकांच्या एक तृतीयांश झाली होती.

तक्ता क्र. ९.४ : भारत : भूमिहीन श्रमिक (द.ल.) २००१

राज्य	भूमिहीन श्रमिक (द.ल.)	शेकडा प्रमाण
आंध्रप्रदेश	१३.८३	१३.०
बिहार	१३.४१	१२.६०
उत्तरप्रदेश	१३.४०	१२.५०
महाराष्ट्र	१०.८१	१०.१०
तमिळनाडू	८.६३	८.००
मध्यप्रदेश	७.४०	६.९०
पश्चिम बंगाल	७.३६	६.८९
कर्नाटक	६.२३	५.६९
गुजरात	५.१६	४.८०
ओडिशा	५.००	४.६०
छत्तीसगढ	३.१०	२.९०
झारखंड	२.८५	२.६६
राजस्थान	२.५२	२.४०
केरळ	१.६२	१.५०
पंजाब	१.५०	१.४०
हरियाणा	१.२७	१.२०
इतर राज्ये, कें.शा.प्र.	२.६८	२.५०
भारत	१०६.७७	१००

(स्रोत : मिनिस्ट्री ऑफ लेबर ॲन्ड एम्प्लॉयमेंट, नोव्हे. २००७)

- सन २००१ च्या जनगणनेनुसार भारतातील एकूण ग्रामीण श्रमिकांपैकी (४०२.५ द.ल.) भूमिहीन श्रमिकांची लोकसंख्या १०६.७७ द.ल. म्हणजे २६.५ टक्के इतकी होती.
- आंध्रप्रदेशात सर्वाधिक भूमिहीन श्रमिकांची लोकसंख्या (१३.८३ द.ल.) असली तरी त्या बरोबरीने बिहार व उत्तरप्रदेश ही राज्येही आहेत. त्यामुळे या तीन राज्यांमध्ये देशातील सुमारे ३८ टक्के भूमिहीन श्रमिक आहेत. याउलट, केरळ, पंजाब व हरियाणा या तीन राज्यांमध्ये अशा श्रमिकांचे प्रमाण फारच कमी आहे.
- महाराष्ट्रात भूमिहीन श्रमिकांची लोकसंख्या १०.८१ दशलक्ष म्हणजे सुमारे १० टक्के इतकी लक्षणीयरीत्या जास्त आहे आणि देशातील ते चौथ्या क्रमांकाचे राज्य आहे.

भूमिहीन श्रमिकांमध्ये अत्यंत हलाखीची परिस्थिती असणारा श्रमिकांचा एक मोठा वर्ग म्हणजे वेठबिगार (Bonded Labourers) होय. सरंजामशाही, जमीनदारी-महलवारी पद्धती अस्तित्वात असताना कर्जफेडीसाठी काही गरीब शेतकरी व श्रमिक, विशेषतः शेतमजूर, एकाच जमीन मालकाकडे रात्रंदिवस काम करत असत.

तक्ता क्र. ९.५ : भारत : निवडक राज्यातील नोंदणीकृत वेठबिगार आणि मुक्त-पुनर्वसित वेठबिगार (डिसे. १९८५)

	राज्य	वेठबिगार लोकसंख्या	मुक्त व पुनर्वसित वेठबिगार	मुक्ततेचे शेकडा प्रमाण
१	आंध्रप्रदेश	६१३३६ (२५.७५)	१४०१७ (९.५)	२२.८५
२	बिहार	११००२ (४.६१)	९४७२ (६.४७)	८६.००
३	गुजरात	६१ (०.०२)	३८ (०.०२)	६२.३०
४	हरियाणा	१९५ (०.०८)	२१ (०.०१)	१०.७६
५	कर्नाटक	६२६८९ (२६.३१)	४००३३ (२७.४०)	६३.९०
६	केरळ	८२९ (०.३५)	८२० (०.५६)	९८.९०
७	मध्यप्रदेश	४६५५ (१.९५)	२९१२ (१.९९)	४१.३२
८	महाराष्ट्र	७७२ (०.३२)	३१९ (०.२२)	६७.७३
९	ओडिशा	४१०६५ (१७.२४)	२७८१७ (१९.००)	८४.६९
१०	राजस्थान	६८१३ (२.८६)	५७७० (३.९४)	९७.००
११	तमिळनाडू	३२५८१ (१३.६७)	३१५९१ (२१.६०)	८२.८५
१२	उत्तरप्रदेश	१६१९९ (६.८०)	१३४२० (९.१७)	८२.८५
	एकूण	२३८१९७ (१००)	१४६२३० (१००)	६१.३९

(स्रोत : ओरीसा रिव्ह्यू, फेब्रु-मार्च २००७, डॉ. कुलमणी पाधी)

अशा श्रमिकांना गुलामासारखे वागवले जात असे. प्रचंड अन्याय व पिळवणूक केली जात असे. त्यांच्या पिढ्यान्‌पिढ्या वेठबिगारी करत असत. पूर्वी भूमिहीन श्रमिकांमध्ये यांचे प्रमाण बरेच जास्त होते. परंतु, सन १९७६ मध्ये 'बाँडेड लेबर सिस्टिम (अ‍ॅबॉलिशन) अ‍ॅक्ट' हा वेठबिगारीवर बंदी घालणारा कायदा पारित करण्यात आल्यावर अशा वेठबिगारांची मुक्तता करण्यात काही प्रमाणात यश आले आहे; असे असले तरीही अनेक राज्यांमध्ये असे वेठबिगार अजूनही आहेत असे NCRL चे मत आहे. 'ओरिसा रिव्ह्यू' फेब्रु-मार्च २००७ च्या अंकातील डॉ. कुलमणी पाधी यांच्या लेखात दिलेली सांख्यिकी NCRL च्या मतास पुष्टी देणारी आहे. (तक्ता क्र. ९.५)

- भारतातील बारा राज्यांमध्ये एकूण तेवीस लाख आठ हजार एकशे सत्त्याण्णव वेठबिगार अधिकृत नोंदले गेले होते (१९८५).
- त्यांपैकी सर्वाधिक कर्नाटक राज्यात (२६.३१ टक्के) होते. परंतु, कर्नाटक, आंध्रप्रदेश, ओडिशा व तमिळनाडू या चार भौगोलिक सलगता असलेल्या राज्यांमध्ये मिळून जवळपास ८३ टक्के वेठबिगार एकवटलेले होते.
- एकूण वेठबिगारांपैकी गुजरात, हरियाणा, महाराष्ट्र व केरळमध्ये केवळ ०.७७ टक्के वेठबिगार आहेत.
- वेठबिगारांचे राज्यनिहाय वितरण बरेच विषम आहे.
- एकूण वेठबिगारांपैकी मुक्तता प्राप्त होऊन पुनर्वसन केले गेलेल्या वेठबिगारांचे प्रमाण ६१.३९ टक्के आहे.
- एकूण मुक्त व पुनर्वसित केलेल्या वेठबिगारांपैकी सर्वाधिक मुक्तता कर्नाटक व तमिळनाडू राज्यांमधील वेठबिगारांची (४९ टक्के) होऊ शकली असली तरी राज्याची वेठबिगारांची संख्या व त्यांपैकी मुक्त व पुनर्वसित केलेल्यांची संख्या यांचे शेकडा प्रमाण काढल्यास केरळ, तमिळनाडू, बिहार, राजस्थान व उत्तरप्रदेश ही राज्ये आघाडीवर आहेत. यामध्ये तमिळनाडूचे यश विशेष उल्लेखनीय आहे कारण या राज्यात वेठबिगारांची संख्या ३२५८१ असून, त्यांपैकी ३१५९१ वेठबिगारांची मुक्तता व पुनर्वसन करण्यात हे राज्य यशस्वी झाले आहे. केरळमध्ये केवळ ८२९ वेठबिगार होते त्यांपैकी ८२० मुक्त झाले हे विशेष असले तरी मुळातच प्रमाण कमी असल्याने हे शक्य झाले. तमिळनाडू खालोखाल बिहारचे यश महत्त्वपूर्ण आहे.
- हरियाणा, आंध्रप्रदेश या राज्यांमधील मुक्त व पुनर्वसित वेठबिगारांचे प्रमाण बरेच कमी आहे. आंध्रप्रदेशमध्ये वेठबिगारांची संख्या ६१३३६ इतकी अधिक असून त्यापैकी फक्त १४०१७ एवढ्यांचीच मुक्तता झाली; म्हणजे आंध्रप्रदेशने याबाबतीत प्रयत्नशील असायला हवे आहे. विशेष म्हणजे आंध्रप्रदेशात भूमिहीन श्रमिकांची लोकसंख्या सुमारे १४ द.ल. (२००१) इतकी सर्वाधिक आहे. ज्या राज्यात अधिक भूमिहीन त्या राज्यात वेठबिगारही अधिक असणार व अशा राज्यांनी या समस्येकडे विशेष लक्ष देऊन ठोस उपाययोजना करणे अत्यंत आवश्यक आहे.

भूमिहीन व वेठबिगारांच्या संदर्भात डॉ. बर्धन व डॉ. रुद्रा यांनी पश्चिम बंगाल, बिहार, पूर्व उत्तरप्रदेश आणि मध्यप्रदेशचा काही भाग अशा व्यापकक्षेत्रात सर्वेक्षण केले आहे; त्यातून त्यांनी असे अनुमान काढले आहे की, कित्येक भूमिहीन व वेठबिगारांना काम केल्यावर निश्चित केलेली रोजंदारी मिळण्याचा कायद्याने अधिकार दिला आहे हेच माहीत नसते. हे श्रमिक पिढ्यान्‌पिढ्या पूर्वी घेतलेले कर्ज भरमसाठ व्याजदराने फेडत राहतात आणि यामुळे भयंकर दारिद्र्य, कुपोषण व बेरोजगारी या चक्रात जगत असतात.

भूमिहीन व वेठबिगारांसाठी कल्याणकारी उपाययोजना

- जमीन सुधार योजनेअंतर्गत गट शेती, सहकारी शेती, सामूहिक शेती योजनेत भूमिहीन व वेठबिगारांना सामावून घेणे; कारण अशा लोकांना स्वतंत्र शेतजमिनीचा तुकडा दिला तरी ते निविष्टांच्या अभावामुळे किफायतशीर शेती करू शकत नाहीत. चीन, रशिया व इस्राईलमध्ये अशा प्रकारची शेती यशस्वी ठरली आहे.
- जमीन मालक व या गटातील श्रमिक यांच्यात लेखी करार व सहमतीने शेती करणे.
- श्रम आधारित सघन शेती करण्यास उत्तेजन देणे.
- लोकसंख्या वाढीवर नियंत्रण.
- ग्रामीण रोजगार निर्मिती करण्यावर लक्ष केंद्रित करणे जसे की, रोजगार हमी योजना.
- औद्योगिकरणातून अर्थव्यवस्थेत विविधता आणणे.
- FAO या युनोच्या विभागाकडून राबविण्यात येणाऱ्या कृषी योजनांमधील भूमिहीनांचा सहभाग वाढविणे.

९.२.१ कृषिक्षेत्रातील महिला

भारतीय शेती आता महिलाधिष्ठित होत आहे. पुरुषांचे कृषीबाह्य क्षेत्रांत स्थलांतर, पतीचा मृत्यू, पतीने पत्नीला सोडून निघून जाणे किंवा इतरही काही कारणाने घरातील वा कुटुंबातील पुरुष शेती कामातून बाहेर पडल्यास संपूर्ण शेतीची जबाबदारी स्त्रियांना घ्यावी लागते. तसेही कुटुंबात पुरुष असूनही महिला शेती निगडित कामे करतच असतात. शेतकरी, सहकारी शेतकरी, रोजंदारी शेतमजूर आणि विनामोबदला कौटुंबिक शेतमजूर अशा विविध भूमिकांतून महिला शेतीत कामे करतात. धान्य पिकांच्या उत्पादनात महिलांचा बराच मोठा वाटा असतो. पीक घेण्यासाठी जमिनीची मशागत करणे, बी-बियाणे निवडणे, रोपे तयार करणे, पेरणी, लावणी, तण काढणे, मळणी, झोडपणी आणि सुगीनंतर उत्पादनावर काही संस्कार, प्रक्रिया करणे आणि साठवणूक करणे अशी अनेक कामे ग्रामीण महिला करतात. त्याशिवाय घरातलेच एक काम म्हणून समजले जाणारे पशुधनाची काळजी घेण्याचे कामही त्या करतात. गुरे चरायला नेणे, गुरे धुणे, चारा जमविणे, गोठ्याची स्वच्छता, दूध काढणे, त्यापासून दही, ताक, लोणी, तूप अशा उत्पादनांची निर्मिती, साठवण करणे इत्यादी कामांचा समावेश होतो. याशिवाय परसदारी कोंबड्या पाळणे, जळणासाठी लाकूडफाटा गोळा करणे, गोवऱ्या रचणे ही कामे त्यांच्याकडे असतातच. शासनाच्या एका अहवालानुसार हिमालय पर्वत रांगा असलेल्या एका राज्यात एक हेक्टर शेतावर एक स्त्री वर्षाला ३४८५ तास काम करते तर पुरुष १२१२ तास काम करतो आणि एक बैलजोडी १०६४ तास कामासाठी जुंपावी लागते. यावरून महिलांचा शेतीकामातील सहभाग किती अधिक असतो ते स्पष्ट होते; असे असले तरी जनगणना वा नॅशनल सॅम्पल सर्व्हे यामधील रोजगाराच्या आकडेवारीत व रोजंदारीत ते प्रतित होत नाही. घरातील एक विना-मोबदल्याचे काम म्हणून त्याची गणना होते. यास महिलांच्या कामाची 'अदृश्यता' (Invisible Work) म्हणतात.

ग्रामीण महिला श्रमिकांपैकी ८७ टक्के महिला, शेतकरी आणि शेतमजूर म्हणून काम करतात. एकूण लोकसंख्येत काम करू शकणाऱ्या लोकांचे प्रमाण (कार्यप्रवण लोकसंख्या) म्हणजे 'वर्क पार्टीसिपेशन रेट' (WPR) कार्य सहभागीता-प्रमाण होय.

तक्ता क्र. ९.६ : लिंगभाव, ग्रामीण व नागरी कार्यप्रवण लोकसंख्या (दशलक्ष) २००१

		एकूण व्यक्ती	पुरुष	स्त्रिया
एकूण	लोकसंख्या	१०२५.२	५३०.४	४९४.८
	श्रमिक	४०२.५	२७५.५	१२७.०
	% श्रमिक	३९.२	५१.९	२५.७
ग्रामीण	लोकसंख्या	७४०.२	३८०.४	३५९.८
	श्रमिक	३१०.६	१९९.२	१११.५
	% श्रमिक	४२.०	५२.४	३१.०
नागरी	लोकसंख्या	२८५.०	१५०.०	१३५.०
	श्रमिक	९१.९	७६.३	१५.६
	% श्रमिक	३२.२	५०.९	११.६

(स्रोत : रजिस्ट्रार जनरल ऑफ इंडिया, २००१)

वरील सांख्यिकीत वय वर्षे १५ पेक्षा कमी वयाच्या व्यक्ती आणि वय वर्षे ६० पेक्षा अधिक वयाच्या व्यक्ती वगळलेल्या आहेत. भारतात या वयोगटातील व्यक्तीही कामगार म्हणून काम करतात आणि यात स्त्रियांची संख्याच अधिक असते.

- ग्रामीण भागात एकूण महिला श्रमिकांपैकी ३१ टक्के स्त्रिया कार्यप्रवण गटात आहेत. या तुलनेत नागरी भागात त्यांचे प्रमाण बरेच कमी म्हणजे ११.६ टक्के आहे.
- एकूण ग्रामीण श्रमिकांपैकी (३१०.६ द.ल.) महिला श्रमिकांचे प्रमाण १११.५ द.ल. म्हणजे ३५.९ टक्के आहे. हेच प्रमाण नागरीभागात जवळपास १७ टक्के आहे; म्हणजे ग्रामीण व नागरी महिला श्रमिकांमध्ये दुपटीपेक्षा थोडा अधिक फरक आहे.

ग्रामीण भारतातील श्रमिकांमध्ये मुख्यश्रमिक (Main Worker) आणि गौणश्रमिक वा सीमान्तश्रमिक (Marginal Worker) अशी ठळक विभागणी आढळते. वर्षातील किमान १८३ दिवस रोजगारी मिळाली असल्यास त्यास 'मुख्यश्रमिक' म्हणतात तर त्यापेक्षा कमी दिवस व तेही खंडित स्वरूपाचे काम मिळाले असेल तर अशा श्रमिकांना 'गौणश्रमिक' म्हणतात. गौणश्रमिकांमध्ये महिलांचे प्रमाण खूप जास्त आहे; त्याची कारणे बरीचशी सामाजिक व आर्थिक बाबींशी निगडित आहेत.

तक्ता क्र. ९.७ : ग्रामीण भारत : मुख्यश्रमिक आणि गौणश्रमिक (दशलक्ष) २००१

तपशील	पुरुष	स्त्रिया	एकूण
एकूण ग्रामीणश्रमिक	१९९.२० (६४.१)	१११.६ (३५.९)	३१०.६ (१००)
मुख्यश्रमिक	१६९.३ (८५.०)	६०.३ (५४.१)	२२९.६ (७४.०)
गौणश्रमिक	२९.९ (१५.०)	५१.१२ (४५.९)	८०.९ (२६.०)

(कंसातील आकडे शेकडाप्रमाण) (स्रोत : सेन्सस ऑफ इंडिया २००१)

कमी असणारी रोजंदारी, मर्यादित कौशल्ये, कमी शिक्षण, तेच ते काम करण्याचे स्वरूप व ते करण्याची असलेली तयारी, कुटुंबाच्या उत्पन्नाला हातभार लावण्याची गरज यासारखी अनेक कारणे महिला गौणश्रमिक अधिक असण्याला आहेत. याशिवाय स्त्रियांच्या अनेक कामांची 'अदृश्यता' (Invisible Work) हा एक वेगळा आयाम यास आहे, असे मत डॉ. मैत्रेयी कृष्णराज व अरुणा कंची यांनी 'Women Farmers of India' या त्यांच्या पुस्तकात ठामपणे मांडले आहे. शेतीक्षेत्रात काम करणाऱ्या महिलांच्या योगदानाचे मापन योग्यरीतीने होत नाही. शेतीतील कित्येक कामे कुटुंबातील कामाचाच एक भाग आहे, असे समजून ते विनामोबदला केले जाते. त्याच स्वरूपाचे काम बाहेर केल्यास त्याची रोजंदारी मिळते व रोजगारी म्हणून नोंद होते. विशेष म्हणजे स्त्रियाही बाहेर रोजंदारी मिळवून देणारे काम असेल तर तेवढेच नोंदणी कर्मचाऱ्यास सांगतात. मुख्य श्रमिकांपेक्षा अधिक तास काम करूनही रोजगारी मापनात त्याची नोंद होत नाही; म्हणून यास महिलांच्या कामाची 'अदृश्यता' असे म्हटले आहे.

एकूण ग्रामीण श्रमिकांमध्ये स्त्रियांचे प्रमाण सुमारे ३६ टक्के असले, तरी त्यातील सुमारे ४८ टक्के स्त्रिया गौणश्रमिक आहेत (१११.६ द.ल. पैकी ५१.१२ द.ल. गौणश्रमिक). पुरुष मुख्यत्वे मुख्यश्रमिक म्हणून काम करतात.

ग्रामीण महिला विविध कामांसाठी किती वेळ व किती ऊर्जा खर्ची घालतात हे पाहणे उद्बोधक ठरेल.

तक्ता क्र. ९.८ : ग्रामीण महिला : वेळ व ऊर्जा वितरण

कामाचेस्वरूप	वेळ (तास)	ऊर्जा (K.Cal.)
घरकाम	७.५५ (३२.५४)	९०३ (४०.०४)
शेतीतील कामे व इतर आनुषंगिक कामे	७.०० (३०.१०)	९१३ (४०.४८)
झोप	६.५० (२८.००)	२८४ (१२.६०)
विश्रांती, विरंगुळा	२.१५ (९.२६)	१५५ (६.८७)
एकूण	२३.२० (१००)	२२५५ (१००)

(कंसातील आकडे शेकडा प्रमाण) (स्रोत : रजिस्ट्रार जनरल ऑफ इंडिया २००१)

- ग्रामीण महिलांचा बहुतांश वेळ व ऊर्जा घरकाम व शेतीतील कामात व्यतित होतो.
- उपरोक्त दोन्ही कामांमुळे महिलांचा दिवसभरातील १५ तासांचा (६२.४२ टक्के) वेळ आणि १८१६ कि.कॅलरी ऊर्जा (८० टक्के) खर्ची पडते. त्या तुलनेत विश्रांती व विरंगुळा यासाठीचा वेळ फारच कमी आहे.

शेतीकामातील मशागतीचे काम वगळता उर्वरित शेतीकामात जसे की, पेरणी, आंतरमशागत, सुगीच्या हंगामातील कामांमध्ये महिलांच्या सहभागाचे प्रमाण बरेच जास्त असते. यावरून असेही लक्षात येते की, पुरुषांचा सहभाग प्रत्यक्ष शेतीकामात बराच कमी असतो.

तक्ता क्र. ९.९ : विविध शेतीकामातील महिलांचा सहभाग (शेकडा)

शेतीकाम	सहभाग %
जमीन मशागत	३२
बी-बियाणे निवडणे व पेरणी	८०
आंतरमशागत	८६
सुगीचा हंगाम	८४

मळ्याची शेती भांडवली व श्रमप्रधान असते. बहुतांश पिके बहूवर्षीय असतात. त्यामुळे मळ्याच्या शेतीत वर्षभर श्रमिकांची मोठ्या प्रमाणावर गरज असते. चहाची पाने तोडणे, कॉफीफळे संकलन व बिया वाळवणे, प्रतवारी करणे, वेलदोडे संकलन, रबराचा चीक काढणे अशा मळ्यांच्या शेतीतील कामात महिला श्रमिकच प्रामुख्याने काम करतात. महिलांचे हस्तकौशल्य व काळजीपूर्वक हाताळणी या गुणांचा येथे मोठा वापर होतो.

तक्ता क्र. ९.१० : मळ्याच्या शेतीतील महिला : एकूण श्रमिक व महिला (%) प्रमाण

मळा	एकूण श्रमिक	शेकडा महिला
चहा	१०,२०,०००	} ५०
कॉफी	३०,६८०	
रबर	२७,३०२	३४
वेलदोडे	३,४६३	६२
सिंकोना	२,६९६	४५
इतर मळे	५,८५९	–
एकूण	१०,९०,०००	–

वरील विवेचनावरून भारतीय शेतीतील महिलांच्या कामाचे योगदान कशा प्रकारे असते ते समजते; परंतु, या अशा अतिशय कष्टदायक कामाची, वेळेची दखल राष्ट्रीय धोरणात व उत्पन्नात फारशी घेतली जात नाही. त्यामुळे कामाचा ताण, शारीरिक कष्ट, पोषणाची कमतरता, कमी रोजंदारी याची दखल घेण्याची आवश्यकता अकराव्या पंचवार्षिक योजनेसाठी डॉ. एम. एस. स्वामीनाथन यांनी प्रतिपादन केली आहे.

तक्ता क्र. ९.११ : भारतातील स्त्री लोकसंख्या : समग्र सांख्यिकी (दशलक्ष) २००१

तपशील	लोकसंख्या (दशलक्ष)	स्त्री श्रमिकांपैकी शेकडा प्रमाण
स्त्रियांची एकूण लोकसंख्या	४९६.५३	–
एकूण स्त्री श्रमिकांची लोकसंख्या	१२७.०५	–
एकूण स्त्री मुख्यश्रमिक	७२.६५	५७.०२
एकूण स्त्री गौणश्रमिक	५४.४०	४२.८०
एकूण महिला शेतकरी	४१.३०	३२.५०
एकूण महिला रोजंदारी शेतमजूर	५०.०९	३९.४०
एकूण महिला गृहउद्योगातील श्रमिक	८.०८	६.३०
एकूण इतर स्त्रीश्रमिक	२७.५७	२१.७
संघटित क्षेत्रातील स्त्रीश्रमिक	४.८०	३.७
पशुपालन, वनसंकलन, फळबागा, मत्स्यपकड यातील महिला	१.३२	१.०

(स्रोत : रजिस्ट्रार जनरल ऑफ इंडिया २००१)

प्रसिद्ध कृषी संशोधक डॉ. एम. एस. स्वामीनाथन यांनी 'ड्राफ्ट नॅशनल पॉलिसी फॉर फार्मर्स' (२००६) अहवाल तयार करताना 'लिंगभाव आणि धोरण' या संदर्भात खालील विचार व्यक्त केले आहेत :

घरातील काम, अपत्य संगोपन आणि काही पैसे मिळवावेत यासाठी काम करणे यासारख्या जबाबदाऱ्यांमुळे महिलांना कामाचा फार ताण सहन करावा लागतो. त्या दिवसभर शेतात आणि वनात कामे करतात. त्यावेळात त्यांना अपत्यांची काळजी घेणारी व्यवस्था, जसे की पाळणाघर, अशा योग्य आधाराची नितांत गरज असते. ग्रामपंचायती मार्फत 'ग्रामपंचायत महिलानिधी' उभारण्यात यावा आणि स्वयंसाहाय्यता गट व तत्सम महिला गटांना या महिलांच्या मदतीसाठी काम करण्यास उत्तेजन द्यावे. अशा गटांमार्फत लिंगभावानुरूप विशिष्ट गरजांची पूर्तता होण्यासाठी सामूहिक मदतीचे काम हाती घेणे आवश्यक आहे. पुरुषांच्या स्थलांतरामुळे शेती महिलाधिष्ठित होत आहे म्हणून लिंगभाव, संवेदनशील शेतीव्यवस्था आणि पतधोरण याकडे विशेष लक्ष पुरविण्याची आवश्यकता आहे.

(स्रोत : भारताच्या महिला शेतकरी-अनुवाद : डॉ. विजया साळुंके
नॅशनल बुक ट्रस्ट प्रकाशित पुस्तकातून उद्धृत Pg. १२६)

अकराव्या पंचवार्षिक योजनेत 'शेती व्यवसायातील महिला' या विषयासाठी एक उपगट स्थापण्यात आला होता. दारिद्र्यनिर्मूलन आणि महिला सक्षमीकरण साध्य व्हावे म्हणून महिलांना रोजगार उपलब्ध होणे आवश्यक आहे, असे या उपगटातील सभासदांनी मत व्यक्त केले आहे. त्यानंतर २००६–०७ च्या अर्थसंकल्पात

प्रथमच 'जेंडर बजेटिंग' अर्थात लिंगभाव अर्थसंकल्पन ही कल्पना मांडण्यात आली. महिलांसाठी किती आणि कशा प्रकारची वित्तीय तरतूद करणे गरजेचे आहे आणि लिंगभाव समानता तत्त्व प्रत्यक्षात कसे आणता येईल यावर त्यात ऊहापोह करण्यात आला आहे.

शेतीक्षेत्रातील महिलांसाठी अंमलात आणलेले नावीन्यपूर्ण प्रयोग

भारतीय शेती महिलाधिष्ठित होत आहे असे म्हटले जात असले आणि कृषिक्षेत्रातील त्यांचे योगदान मोलाचे असले, तरी या महिलांना अनेक आव्हानांना सामोरे जावे लागते. त्यातील सर्वांत मोठे आव्हान म्हणजे वाढत्या जबाबदारीचे ओझे होय. मात्र, या जबाबदाऱ्या पेलण्यासाठी आवश्यक असलेले अधिकार मात्र त्यांना मिळत नाहीत. आपल्या पुरुषप्रधान समाजात मालमत्तेच्या संदर्भातील बहुतांश हक्क पुरुषांकडेच असतात. परंपरेने जमीन व इतर स्थावर मालमत्ता यांची मालकी पुरुषांकडे असते. लिंगाधिष्ठित न्याय तत्त्वानुसार महिलांना मालमत्ता व सामाजिक संसाधनांमध्ये समान हक्क आहेत हे आता मान्य होऊ लागले आहे; असे असूनही महिलांना जमीन मालकी मिळण्याबाबतची वस्तुस्थिती धक्कादायक आहे. सन १९९१ मध्ये सात राज्यांत या संदर्भात नमुनापाहणी करण्यात आली, असे मार्था चेन (२००२) यांनी त्यांच्या शोधनिबंधात नमूद केले आहे. 'पर्पेच्युअल मोर्निंग : विडोहुड इन रुरल इंडिया' या शोधनिबंधात त्यांनी असे मत नोंदवले आहे की, सर्वेक्षित महिलांपैकी ५१ टक्के विधवा महिलांना वारसा हक्क म्हणून काही प्रमाणात जमिनीची मालकी मिळाली (पर्यायाने ४९ टक्के महिलांना जमीन मिळाली नाही) तर १३ टक्के मुलींनाच देय असलेली देयके मिळाली. तसेच ८७ टक्के महिलांना माहेरच्या जमिनीतील हिस्सा नाकारण्यात आला; म्हणजेच शेतीतील महिलांना फारसा न्याय मिळत नाही. जमीन मालक असलेल्या महिलांना आपण सक्षम आहोत, ही भावना बळ देते. मणिमाला (१९९७) यांनी या संदर्भात बिहारमधील 'बोधगया चळवळ' चा दाखला दिला आहे.

बोधगया चळवळ : बिहारमधील बोधगया येथील एका मठाच्या ताब्यात बेकायदेशीर जमीन होती. त्या जमिनीवर शेती करणाऱ्या स्त्री-पुरुषांनी जमिनीची मालकी मिळावी म्हणून चळवळ सुरू केली. त्यात महिलांनी स्वतंत्र जमीन मालकी मिळावी अशी मागणी केली. त्या लढ्यात दोन गावातील महिलांना यश मिळाले. आपण आता जमीन मालक आहोत या भावनेने त्यांना शेती करण्यास उत्साह व प्रेरणा मिळाली आणि यामुळे आपण सक्षम झालो आहोत असे वाटू लागले. याउलट, ज्या गावांमध्ये फक्त पुरुषांच्या नावे जमीन दिली गेली तेथील या शेती संबंधित महिलांना असुरक्षित वाटू लागले. पतसंस्था, बाजार समिती, निविष्टा प्राप्ती यासाठी सभासदत्व मिळणे, पिकासंबंधी निर्णय घेणे व त्याचे विपणन असे अनेक अधिकार जमीनमालक झालेल्या महिलांना मिळाले.

दि डेक्कन डेव्हलपमेंट सोसायटीचे यश : आंध्रप्रदेशातील मेडक जिल्ह्यातील 'दि डेक्कन डेव्हलपमेंट सोसायटी' (डी.डी.एस.) या अशासकीय संघटनेने (एन.जी.ओ.) भूमिहीन महिलांसाठी महत्त्वपूर्ण काम केले आहे. या संस्थेने शासनाच्या विविध योजनांच्या माध्यमातून सामूहिक शेती करण्यासाठी महिलांना जमीन खरेदी करणे वा कराराने भाडेपट्टीने मिळविणे यासाठी मदत केली आहे; त्यांपैकी एक उदाहरण म्हणजे या संघटनेने अनुसूचित जातीतील महिलांना गट करायला लावून अनुसूचित जाती विकास महामंडळाच्या योजनेअंतर्गत जमीन खरेदीसाठी सवलतीच्या दरात कर्ज योजनेचा लाभ मिळवून दिला. हा गट संयुक्त भूखंडावर एकत्र शेती करतो. परंतु, प्रत्येक सभासद महिलेला सुमारे एक एकर जमिनीची मालकी दिलेली आहे. असे २४ महिला गट १४ गावांमधून जवळपास ४७४ एकर जमिनीवर एकत्रित शेती करत आहेत. या सभासद महिला या प्रकारच्या कामातून बरेचकाही शिकल्या आहेत. भूखंडाचे सर्वेक्षण व मोजमाप करणे, ट्रॅक्टर भाड्याने घेणे, अधिकारी-तज्ज्ञ यांना

भेटून सल्ला विचारणे, निविष्टा खरेदी आणि उत्पादित मालाचे विपणन करणे अशी सर्व कामे त्या करू शकतात. डी.डी.एस. अशा सामूहिक शेतीस उत्तेजन देण्याचे काम करत आहे.

अशाच प्रकारचे काम केरळमधील गटांनीही केले आहे. या महिलागटांनी बिगर हंगामाच्या काळात भाजीपाला लागवडीसाठी कराराने जमीन मिळविली आहे. या संदर्भात प्रिया अगरवाल यांनी असे निरीक्षण नोंदवले आहे की, महिलांना शेती करण्यासाठी जमिनीचे हक्क मिळवून देऊन पुढे प्रगती साधण्यासाठी सामूहिक कृती व प्रयत्न आवश्यक आहेतच पण या शेतीचे व्यवस्थापन करताना येणारी मोठी अडचण म्हणजे पुरुषश्रमिक मिळणे ही आहे. यासाठी सामाजिक दृष्टिकोन बदलण्यासाठी गरज आहे.

शेती कामातील महिलांच्या स्थितीमध्ये असे काही सकारात्मक बदल होत असले, तरी त्याची व्याप्ती व लाभ फार मर्यादित आहे. परंतु, येणाऱ्या काळात या बाबतीत प्रगती दिसू शकेल अशी वाटचाल चालू झाली आहे.

जागतिक व्यापार संघटना आणि भारतीय महिला

जागतिक व्यापार संघटनेने (WTO) ऊरुग्वे (द.अमे.) येथील परिषदेत भारताची अर्थव्यवस्था जागतिक अर्थकारणांशी जोडली गेल्याची नोंद घेऊन वाढत्या एकात्मिक सहभागाची दखल घेतली. यामुळे कृषी उत्पादनांचा आंतरराष्ट्रीय व्यापार खुला होऊन निर्यातीतून उत्पन्नवाढीस चालना मिळणे अपेक्षित होते. तसेच तांदूळ, गहू, कापूस व चहा यांच्या उत्पादनात भारताला तुलनात्मकदृष्टीने आघाडी मिळण्याची शक्यता होती. जागतिक व्यापार संघटनेत सामील होण्याचा आणखी एक अर्थ असाही होता की, भारतीय शेतकऱ्यांना शासन अनुदानाच्यारूपात जी मदत देते ती बंद करणे आणि उद्योगप्रधान देशांमधील शेतकऱ्यांना मात्र संरक्षण असल्याने त्यांना त्याचा फायदा मिळत राहणे म्हणजे एका बाजूने भारतातील निर्वाही शेती अधिक अस्थिर होणार आणि दुसऱ्या बाजूने व्यापारीकरण वाढल्याने शेतीतील जोखीमही वाढणार असा याचा अर्थ होतो. किमान आधारभूत किमती ही योजना बंद केल्याने शेतकऱ्यांच्या उत्पन्नावर विपरीत परिणाम झाला. अन्नसुरक्षा योजनेतील सार्वजनिक वितरणव्यवस्था क्षीण होऊन खाद्यान्नाचे भाव वाढत राहिले आणि यामुळे ग्रामीण भागातील गरीबवर्गाची क्रयशक्ती आणखी कमी झाली. कृषीमाल उत्पादकांना किमतीने कमी असलेल्या आयात खाद्यान्नाबरोबर स्पर्धा करावी लागली. एकीकडे सरकारी गोदामांमध्ये धान्य खराब होऊ लागले आणि दुसरीकडे उपासमार व कुपोषणाने गरीब ग्रामीण लोक त्रस्त झाले. शेतीचेस्वरूप व्यापारी होऊ लागल्याने भूमिहीनांना जमीन मिळण्याऐवजी निर्यातप्रधान पिके घेण्यासाठी मोठमोठ्या महामंडळांना, कंपन्यांना जमीन देण्यात येऊ लागली. फळबागा, फुलशेती, मळ्याच्या शेतीतील पिके घेण्यासाठी जमीन वापरण्यात येऊ लागल्याने भरडधान्ये, कडधान्ये-डाळी व तेलबिया यांचे क्षेत्र व उत्पादन कमी झाले. या सगळ्या जागतिक व्यापार संघटनेशी निगडित बाबींचा भारतीय महिलांवर आणि विशेषतः ग्रामीण शेती क्षेत्रातील महिलांवर काय परिणाम होत आहे, ते फारसे समोर आलेले नाही. परंतु, एका अंदाजानुसार पूर्ण दिवस काम मिळण्याचा कालावधी वाढला असावा पण नगदीपिकांची लागवड, कंत्राटी शेती, यंत्रांचा वाढता वापर यामुळे श्रमिक महिलांना बाहेर पडावे लागले असावे; कारण या महिला अल्पशिक्षित असतात आणि त्यांच्याकडे तंत्रकुशलता नसते. यासारख्या कारणांमुळेच नोव्हेंबर २००३ मध्ये, 'मनिला डिक्लरेशन ऑफ इंटरनॅशनल कॉन्फरन्स ऑन विमेन इन ॲग्रिकल्चर' परिषदेत उपजीविकेसाठी आवश्यक असलेल्या मूलभूत संसाधनांवर महिलांना हक्कांची हमी देणे, पायाभूत सेवा आणि खरेदी-विक्रीची संधी देणे, शेतकरी महिलांना व्यापार विषयक बोलणी, वाटाघाटी, करार करण्यात सहभागी करून घेण्याचे ठरविण्यात आले आहे. महिलांचा सहभाग वाढविणे हा त्यामागील उद्देश आहे. जागतिक व्यापार संघटनेच्या विविध करारांचा महिलांवर काय परिणाम होऊ शकतो ते खालील प्रतिमानातून व्यक्त होते :

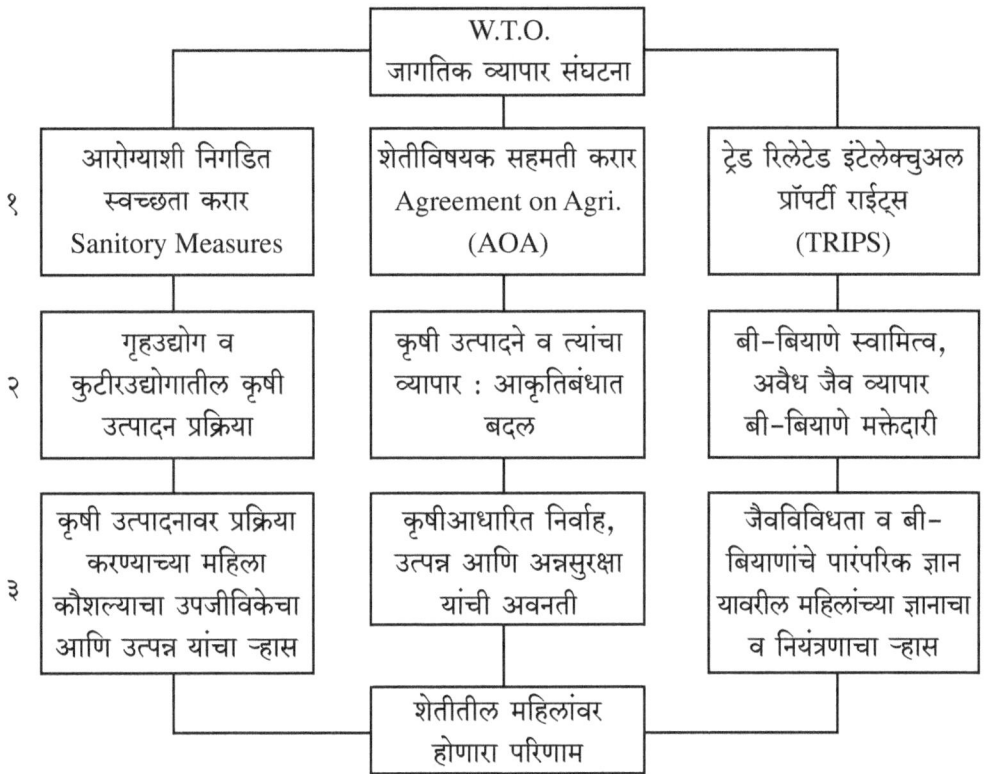

प्रतिमान : डब्ल्यू. टी. ओ. आणि महिलांवरील परिणाम

महिला कल्याण योजना

भारतातील तमाम महिला वर्गासाठी केंद्र शासनाने जानेवारी २००६ मध्ये 'महिला व बालविकास' या स्वतंत्र मंत्रालयाची स्थापना केली. महिला व बालविकास साध्य करण्यासाठी शासनाच्या विविध विभागांमध्ये, योजना-उपक्रम राबविण्यामध्ये सुसूत्रता असावी, लिंगभाव समानता, बालककेंद्री धोरणे व योजना तयार करताना सहकार्य असावे या हेतूने महिला व बालविकास मंत्रालय (मिनिस्ट्री ऑफ विमेन ॲन्ड चाईल्ड डेव्हलपमेंट) स्थापण्यात आले आहे. महिला व बालक हक्क, त्यांचे संरक्षण, विकास आणि सहभाग सर्वंकष स्वरूपाचा असावा यासाठी हे मंत्रालय 'शिखर संस्था' म्हणून काम करते.

१) नॅशनल पॉलिसी फॉर एम्पॉवरमेंट ऑफ विमेन

भारतीय महिला सक्षम व्हाव्यात, त्यांची प्रगती व्हावी या उद्देशाने सन २००१ मध्ये राष्ट्रीय महिला सक्षमीकरण वा सबलीकरण धोरण निश्चित करण्यात आले. महिलांविषयीचा भेदभाव नष्ट करणे, सध्याचे कायदे अधिक सक्षम करणे, आरोग्य सेवा सुलभ व सुकर बनविणे, निर्णय प्रक्रियेत महिलांना सामावून घेणे, समान संधी व सहभागी करून घेणे, सर्वसमावेशक धोरणे महिलाकेंद्री करणे इत्यादी बाबींचा समावेश या राष्ट्रीय धोरणात करण्यात आला आहे.

२) जेंडर बजेटिंग इनिशिएटीव्ह

सन २००६-०७ च्या अर्थसंकल्पात वित्तमंत्री पी.चिदंबरम् यांनी प्रथमच 'लिंगभाव अर्थसंकल्पन' (जेंडर बजेटिंग) ही कल्पना अंतर्भूत केली. लिंगभावानुसार अर्थसंकल्पीय तरतूद करणे, अंदाजपत्रकात वित्त वाटप दर्शविताना लिंगभाव समानतातत्त्व वापरणे आणि महिलांसाठी किती आणि कशा प्रकारची तरतूद करणे आवश्यक आहे ते स्पष्ट करणे या संदर्भात सविस्तर माहिती देण्यात आली. राज्यस्तरावर व स्थानिक पातळीवर जेंडर बजेटिंग तत्त्व अवलंबिता यावे म्हणून 'जेंडर बजेटिंग सेल' स्थापण्यात आले आहेत; कारण या स्तरावरील वित्तीय वाटप हे प्रामुख्याने शासनाच्या कल्याणकारी योजना व आर्थिक व्यवसाय यांच्याकरिता केलेले असते. महिला व बालविकास मंत्रालय या सर्वांचे सुसूत्रीकरण करते कारण ती या सर्व उपक्रमाची 'शिखर संस्था' आहे.

लाल बहादूरशास्त्री नॅशनल ॲकॅडमी ऑफ ॲडमिनिस्ट्रेशन, मसूरी, इंडियन इन्स्टिट्यूट ऑफ पब्लीक ॲडमिनिस्ट्रेशन, नवी दिल्ली, व्ही. व्ही. गिरी नॅशनल लेबर इन्स्टिट्यूट, नॉयडा, इन्स्टिट्यूट ऑफ रूरल डेव्हलपमेंट (राज्यस्तरीय) आणि ॲडमिनिस्ट्रेटिव्ह ट्रेनिंग इन्स्टिट्यूट्स (जसे की महाराष्ट्रातील 'यशदा') या देशातील अत्यंत महत्त्वाच्या संस्थांकडे जेंडर बजेटिंग संदर्भातील प्रशिक्षण व संसाधन स्रोत म्हणून जबाबदारी दिली गेली आहे. या संस्था शासकीय अधिकारी, महत्त्वाच्या पदावरील व्यक्ती, सामाजिक कार्यकर्ते-संस्था यांना प्रशिक्षण व मार्गदर्शन करतात.

या उपक्रमातील पुढचे पाऊल म्हणजे जेंडर बजेटमधील खर्चाचे अंदाजपत्रक तयार करून जेंडर बजेट स्टेटमेंट प्रकाशित करणे. महिलांच्या संदर्भातील उपक्रम व योजनांसाठी किती निधी उपलब्ध करून देण्यात येत आहे, याचे निवेदन त्यात असते. त्यानुसार खर्च करण्याचा अधिकार, अनुमती व अपेक्षा असतात. २००५-०६ या पहिल्या वर्षी फक्त नऊ मंत्र्यांच्या खात्यांनी यात सहभाग घेतला पण २०१२-१३ मध्ये २९ मंत्रालयांनी सहभाग घेतला आहे. सन २०१२-१३ च्या जेंडर बजेट स्टेटमेंटमध्ये ८८१४२.८० कोटी रुपयांची तरतूद केली गेली. महिला व बालविकास उपक्रम व कार्य निश्चित केलेल्या उद्दिष्टांनुसार चालले आहे किंवा कसे याची तपासणी, लाभार्थींवर झालेला परिणाम, मार्गदर्शक तत्त्वे तयार करणे, संपूर्ण कामाचे विश्लेषण करणे यासारख्या महत्त्वाच्या कामकाजासाठी 'जेंडर ऑडीट गाईडलाईन्स' हा कृतीगट तयार करण्यात आला असून त्यात शासनाच्या प्रतिनिधी व्यतिरिक्त, कॉम्प्ट्रोलर ॲन्ड ऑडीटर जनरल (कॅग) आणि सेंट्रल स्टॅटिस्टिकल ऑर्गनायझेशन (CSO) या महत्त्वाच्या संस्थांचे प्रतिनिधीही आहेत.

३) नॅशनल मिशन फॉर एम्पॉवरमेंट ऑफ विमेन (NMEW)

आठ मार्च २०१० या महिलादिनाच्या दिवशी 'राष्ट्रीय महिला सक्षमीकरण मोहीम' या योजनेचा प्रारंभ करण्यात आला. या मोहिमेसाठी चौदा मंत्रालयांचे सुसूत्रीकरण करण्यात आले आहे. विविध क्षेत्रातील व स्तरातील अनेक महिलांना याचा लाभ मिळत आहे. शिक्षण, दारिद्र्य निर्मूलन, आरोग्य, न्याय्य हक्क, सामाजिक-आर्थिक सक्षमता, धोरणांमध्ये-उपक्रमांमध्ये आणि संस्थांच्या आस्थापनांमध्ये व प्रशासनात लिंगभाव समानता कामकाजात आणणे आणि मुख्य प्रवाहाचा ती भाग होणे अशी या मोहिमेची उद्दिष्टे आहेत.

या मोहिमेअंतर्गत राजस्थानातील पाली जिल्ह्यातील १५० ग्रामपंचायती आणि आसाममधील कामरूप (मेट्रो) जिल्ह्यातील १० ग्रामपंचायतींची निवड पथदर्शक प्रकल्प म्हणून करण्यात आली आहे. बालविवाह, स्त्री-गर्भ भ्रूणहत्या अशा संदर्भात जाणीवजागृती, संवेदनशीलता निर्माण होण्यासाठी 'पाली महोत्सव' आणि 'नारीकी चौपाल' हे उपक्रम केले जातात.

समाजकल्याण विभाग, शिक्षण विभाग यांचेही महिला कल्याण योजनांमध्ये योगदान आहे.

९.२.२ बालके/अल्पवयीन लोकसंख्या (Children)

कोणत्याही राष्ट्राच्या लोकसंख्येत बालकांची लोकसंख्या, त्यांचे लिंग गुणोत्तर आणि आरोग्य या बाबी महत्त्वाच्या असतात; कारण या गटातील लोकसंख्येतून भविष्यातील कार्यप्रवण लोकसंख्या, विशेषतः श्रमिक वर्ग उपलब्ध होणार असतो. भारताच्या लोकसंख्येत जवळपास २९ टक्के लोकसंख्या बालकांची म्हणजे १५ वर्षांखालील वयोगटातील आहे; तर सुमारे ६.२ टक्के लोकसंख्या ज्येष्ठ नागरिकांची म्हणजे वय वर्षे ६५ पेक्षा अधिक वयाच्या लोकांची आहे; म्हणजे भारतातील सुमारे ६५ टक्के लोकसंख्या कार्यप्रवण गटातील वय वर्षे १५-६४ वयोगटातील आहे. भारतीय लोकसंख्येतील या गटाचे सरासरी वय २७ वर्षे असल्याने भारत 'तरुणांचा देश' आहे असे म्हटले जाते. परंतु, भविष्यात ज्येष्ठ नागरिकांचे प्रमाण वाढत जाऊन कार्यप्रवण गटातील लोकसंख्या कमी होत जाणार असल्याचा कल २००१ व २०११ च्या बालक लोकसंख्या शेकडा प्रमाणावरून दिसून येते. लोकसंख्या नियंत्रणाचे उपाय, जन्मदर कमी होणे यामुळे पंधरा वर्षांखालील लोकसंख्या कमी होत जाणार आहे. जपानमधील लोकसंख्या अशा स्थितीला आली आहे.

तक्ता क्र. ९.१२ : भारत : वयोगट आणि लोकसंख्या (दशलक्ष)

तपशील	२००१	२०११
एकूण लोकसंख्या	१०२९	१२१०
पंधरा वर्षांखालील लोकसंख्या (बालके)	३६५ (३५.५)	३४७ (२८.६)
वयवर्षे १५-६४ लोकसंख्या	६१९ (६०.१)	७८६ (६४.९)
वयवर्षे ६५ व अधिक वयाची लोकसंख्या	४५ (४.५)	७६ (६.२)

(कंसातील अंक शेकडा प्रमाण) (स्रोत : सेन्सस ऑफ इंडिया, २०११)

• बालके आणि लिंगगुणोत्तर

लिंगगुणोत्तर म्हणजे एक हजार पुरुषांच्या प्रमाणात स्त्रियांची संख्या होय. साधारणपणे नैसर्गिक लिंग गुणोत्तर १०५० : १००० असते. म्हणजे पुरुष-स्त्री प्रमाणात केवळ पाच टक्के एवढा फरक असावा.

जागतिक लिंग गुणोत्तरात रशियन फेडरेशन पहिल्या स्थानावर आहे तर भारत नवव्या स्थानावर आहे. पहिल्या दहा देशांमध्ये चीन सर्वांत खालच्या स्थानावर आहे. आशियाई देशांमध्ये जपान लिंगगुणोत्तरात आघाडीवर आहे. जागतिक लिंगगुणोत्तर ९८४ आहे.

तक्ता क्र. ९.१३ : लिंगगुणोत्तर : जग व निवडक देश (२०११)

देश	लिंगगुणोत्तर (२०११)
रशियन फेडरेशन	११६७
जपान	१०५५
ब्राझिल	१०४२
यु.एस.ए.	१०२५
इंडोनेशिया	९८८
नायजेरिया	९८७
बांगलादेश	९७८
पाकिस्तान	९४३
भारत	९४०
चीन	९२६
जग	**९८४**

(स्रोत : इंडियन इकॉनॉमी, २०१३, Pg. ४८)

भारताच्या लिंगगुणोत्तरात २००१ पेक्षा २०११ मध्ये सुधारणा दिसून येते. परंतु, भारतातील राज्यनिहाय लिंगगुणोत्तरात बरीच भिन्नता आढळते. केरळ व तमिळनाडू या राज्यातील लिंगगुणोत्तर चांगले आहे तर हरियाणा, पंजाब, जम्मू-काश्मीर व उत्तरप्रदेश या राज्यांचे लिंगगुणोत्तर फार व्यस्त आहे. राष्ट्रीय लिंगगुणोत्तरातील बालकांचे लिंग गुणोत्तर वेगळेच 'दर्शन' घडविते. याचा परिणाम भविष्यात देशाच्या लिंगगुणोत्तरावर होणार आहे.

तक्ता क्र. ९.१४ : भारत : निवडक राज्ये : लिंगगुणोत्तर (एक हजार पुरुषांच्या प्रमाणात स्त्रिया)

राज्य	एकूण लोकसंख्या लिंगगुणोत्तर		वय वर्षे 0-६		वय वर्षे ७ व अधिक	
	२००१	२०११	२००१	२०११	२००१	२०११
जम्मू-काश्मीर	८९२	८८३	९४१	८५९	८८४	८८७
पंजाब	८७६	८९३	७९८	८४६	८८८	८९९
हरियाणा	८६१	८७७	८८९	८३०	८६९	८८५
उत्तरप्रदेश	८९८	९०८	९१६	८९९	८९४	९१०
गुजरात	९२०	९१८	८८३	८८६	९२७	९२३
महाराष्ट्र	९२२	९२५	९१३	८८३	९२४	९३१
केरळ	१०५८	१०८४	९६०	९५९	१०७२	१०९९
तमिळनाडू	९८७	९९५	९४२	९४६	९९३	१०००
भारत	**९३३**	**९४०**	**९२७**	**९१४**	**९३४**	**९४४**

(स्रोत : सेन्सस ऑफ इंडिया, २०११)

- वय वर्षे सहा पर्यंतच्या वयोगटातील बालकांचे लिंगगुणोत्तर सन २००१ (९२७) पेक्षा २०११ मध्ये (९१४) कमी झाले आहे.

- हरियाणातील लिंगगुणोत्तर सर्वाधिक व्यस्त प्रमाण दर्शविते. सन २००१ मध्ये हजारी ८८९ असलेले मुलींचे प्रमाण २०११ मध्ये घसरून ८३० पर्यंत खाली आहे ही बाब अत्यंत चिंताजनक आहे. जम्मू-काश्मीर मध्येही असाच कल आहे तर पंजाबमध्ये हजारी ७९८ (२००१) असे हरियाणापेक्षाही कमी असलेले मुलींचे प्रमाण २०११ मध्ये वाढून ८४६ झाले असले तरी ते असमाधानकारक आहे. या वयोगटातील गुजरातचे लिंगगुणोत्तरही व्यस्तच आहे तर महाराष्ट्रात २००१ पेक्षा (९१३) २०११ साली घसरणच (८८३) झाली आहे. उत्तरप्रदेशही असाच कल दर्शविते. या अशा प्रकारच्या कलाचा परिणाम संपूर्ण देशाच्या या वयोगटाच्या लिंगगुणोत्तरावर झालेला दिसून येतो.

- वय वर्षे ७ व त्यापेक्षा अधिक या वयोगटातील लिंगगुणोत्तरात चांगली सुधारणा दिसून येते. या वयोगटातील सर्वोत्तम लिंग गुणोत्तर केरळचे असून त्यानंतर तमिळनाडूचा क्रमांक आहे. केरळमध्ये मुलींचे प्रमाण मुलांपेक्षा नेहमीच अधिक आहे व म्हणूनच सातत्याने एकूण लिंग गुणोत्तरातही केरळ आघाडीवर आहे. सन २०११ मध्ये तमिळनाडूचे या वयोगटातील लिंगगुणोत्तर समसमान झाले आहे. अर्थात, अशी स्थिती अल्पकालीन असते पण उल्लेखनीय मात्र आहे.

- हरियाणा, पंजाब, जम्मू-काश्मीर आणि उत्तरप्रदेश या चारही राज्यात लिंगगुणोत्तर व्यस्तच आहे फक्त २००१ च्या तुलनेत त्यात सुधारणा दिसते.

रजिस्ट्रार जनरल ऑफ इंडिया, यांच्या कार्यालयाने भारतातील सर्व जिल्ह्यातील वय वर्षे ०-६ वयोगटातील बालकांचे लिंगगुणोत्तर प्रकाशित केले आहे. बालकांच्या लिंगगुणोत्तराची विभागणी सहा गटांत केली आहे आणि प्रत्येक गटातील जिल्हा संख्या दिली आहे. 'ए' गट हा सर्वांत चांगल्या लिंगगुणोत्तराचा १०००-१०४९ असून, त्यानंतर 'बी', 'सी' व 'डी' असे उतरत्या लिंगगुणोत्तराचे गट आहेत. 'डी' गटाचे 'डी₁', 'डी₂', 'डी₃' असे उपगट केले आहेत.

तक्ता क्र. ९.१५ : भारत : जिल्हानिहाय वितरण : वय वर्षे ० ते ६ वयोगटातील लिंगगुणोत्तर
(१९९१ आणि २००१)

लिंगगुणोत्तर गट वय वर्षे ०-६	१९९१		२००१	
	जिल्हा संख्या	लोकसंख्या शेकडा प्रमाण	जिल्हा संख्या	लोकसंख्या शेकडा प्रमाण
ए १०००-१०४९	२१	१.०४	८	०.३८
बी ९५०-९९९	३०६	५४.२७	२४२	३९.३८
सी ९००-९४९	१८१	३४.४१	२०८	३७.५९
डी₁ ८५०-८९९	६८	९.९८	७१	१५.३४
डी₂ ८००-८४९	०१	०.३१	३२	४.७२
डी₃ ८०० पेक्षा कमी	–	–	१६	२.१८
एकूण	५७७	१००	५७७	१००

(स्रोत : लोकसंख्या स्थिरता : भारताचा दीर्घकालीन शोध, आशिष बोस २०१०, अनुवाद –विजया साळुंके, पान क्र.२००)

- सन १९९१ मध्ये २१ जिल्हे सर्वोत्तम लिंगगुणोत्तराच्या 'ए' गटात होते तेच प्रमाण सन २००१ मध्ये ८ जिल्हे इतके कमी झाले आहे. हाच कल 'बी' गटात आढळतो. या गटात दहा वर्षांत ३०६ जिल्ह्यांवरून २४२ जिल्हे अशी घसरण झाली आहे.
- 'सी' गटात १९९१ मध्ये १८१ जिल्हे होते ते २००१ मध्ये २०८ पर्यंत वाढले. भारताचे सरासरी लिंगगुणोत्तर याच गटात आहे (९४०).
- 'डी' गटातील लिंगगुणोत्तर मुलगे व मुलींचे व्यस्त प्रमाण दाखविते. त्या व्यस्त गुणोत्तराची तीव्रता लक्षात येण्यासाठी 'डी' गटाचे 'डी$_१$', 'डी$_२$' व 'डी$_३$' असे उपगट केले आहेत. या तिनही गटातील जिल्ह्यांची संख्या १९९१ मधील जिल्ह्यांच्या संख्येपेक्षा वाढली आहे. विशेष म्हणजे 'डी$_३$' गटात १९९१ मध्ये एकही जिल्हा नव्हता पण २००१ मध्ये या गटात १६ जिल्हे समाविष्ट झाले. हे जिल्हे पंजाब, हरियाणा, जम्मू-काश्मीर या राज्यांमधील असावेत कारण या राज्यांचे लिंगगुणोत्तर मुळातच व्यस्त आहे. 'डी' गटात १९९१ साली ६९ जिल्हे होते. त्यात २०११ मध्ये वाढ होऊन एकूण ११९ जिल्हे झाले आहेत. 'डी' गटातील जिल्ह्यांना 'डॉटर किलर्स'-'बालिका हत्या' जिल्हे म्हणतात. डॉ. आशिष बोस यांनी यासाठी 'देमारू' (DEMARU) असा आद्याक्षरावरून तयार केलेला शब्द वापरला आहे. डॉटर एलीमिनेटींग, मेल अॅस्पायरिंग रेज फॉर अल्ट्रासाऊंड असे त्याचे पूर्ण शब्दांकन आहे. त्यांनी गुजरातमधील चार जिल्ह्यातील बालक लिंगगुणोत्तराची स्थिती किती भयावह आहे हे सांख्यिकीतून दाखविले आहे. 'मुलगा हवा' हा घटक पूर्ण भारतभर प्रभावी आहे; पण यासाठी स्त्रीभ्रूण हत्या करण्यास तयार होणारे डॉक्टर व त्यांना भरपूर पैसे देणारे लोक पंजाब, हरियाणा, उत्तरप्रदेश या राज्यांमध्ये अधिक आहेत; एवढेच नव्हे तर त्यांचे कार्यक्षम पण गुप्त असे जाळे निर्माण झाले आहे. तशीच परिस्थिती गुजरातमधील तक्त्यात उल्लेखलेल्या चार जिल्ह्यांत आहे. या संदर्भात जानेवारी १९९६ मध्ये 'प्री-नेटल डायग्नॉस्टीक टेक्निक (रेग्युलेशन अॅन्ड प्रिव्हेंशन ऑफ मिसयुज) अॅक्ट' हा कायदा केला गेला; पण २००१ व २०११ ची सांख्यिकी बघता या कायद्याची परिणामकारकता फार मर्यादित आहे असे वाटते.

तक्ता क्र. ९.१६ : बाल लिंगगुणोत्तर (२००१)

जिल्हा	ग्रामीण	नागरी
मेहसाणा	८०९	७५२
अहमदाबाद	८७६	७९४
सुरत	९३९	८३१
वडोदरा	९०१	८३५

(स्रोत : लोकसंख्या स्थिरता, Pg. २१५)

एकूण लोकसंख्येत बालकांचे (वय वर्षे ०-६) प्रमाण विचारात घेतल्यास असे आढळते की, सन १९९१च्या तुलनेत २००१ आणि २०११ या एकूण दोन दशकांच्या काळात बालकांचे लोकसंख्येतील प्रमाण कमी झाले आहे. (तक्ता क्र. ९.१७)

तक्ता क्र. ९.१७ : भारत : निवडक राज्ये : एकूण लोकसंख्येत बालकांचे शेकडा प्रमाण

राज्य	०-६ वयोगटातील बालकांचे एकूण लोकसंख्येत शेकडा प्रमाण		
	१९९१	२००१	२०११
केरळ	१३.९१	१२.५१	९.९५
तमिळनाडू	१३.३३	११.८६	९.५६
आंध्रप्रदेश	१६.४९	१३.४६	१०.२१
कर्नाटक	१६.६३	१३.७२	११.२१
गुजरात	१६.६४	१५.१६	१२.४१
महाराष्ट्र	१७.११	१४.१८	११.४३
हरियाणा	१८.९८	१६.१४	१३.०१
मध्यप्रदेश	१९.९४	१७.७५	१४.५३
राजस्थान	२०.१३	१८.९७	१५.३१
बिहार	२०.७०	२०.७५	१७.९०
झारखंड	२०.१७	१८.१६	१५.८९
उत्तरप्रदेश	२०.३८	१८.८५	१४.९०
मेघालय	२२.१८	२०.१८	१८.७५
भारत	१७.९४	१५.९३	१३.१२

(स्रोत : इंडियन इकॉनॉमी २०१३ गौरव दत्त, अश्वनी महाजन, Pg. ४५)

या बाबतही केरळ व तमिळनाडू ही राज्ये आघाडीवर आहेत. मेघालय व बिहारमध्ये बालकांचे शेकडा प्रमाण अधिक आहे. कुटुंब नियोजनाचे मर्यादित यश, बालमृत्युदर अधिक असणे परिणामी अधिक मुले होऊ देणे, 'मुलगा हवा' या तीव्र इच्छेपायी मुले होऊ देणे, कमावणारे हात अधिक असावेत यासाठी अधिक मुले होऊ देणे यासारख्या कारणांमुळे अनेक वर्षे बालकांचे प्रमाण अधिक होते. परंतु, त्यात आता बदल होऊ लागला आहे.

बालकांमधील रक्तक्षय

सामान्य जनतेला, विशेषतः ग्रामीण, गरीब महिला व बालके यांना चांगले आरोग्य लाभावे म्हणून एप्रिल २००५ मध्ये 'नॅशनल रुरल हेल्थ मिशन' (NRHM) अर्थात राष्ट्रीय ग्रामीण आरोग्य अभियान ही विशेष योजना केंद्रशासनाने सुरू केली. त्यासाठी अठरा राज्यांची निवड 'विशेष लक्ष' (हाय फोकस) द्यावयाची राज्ये म्हणून करण्यात आली. 'बिमारू' म्हणून संबोधली गेलेली बिहार, मध्यप्रदेश, राजस्थान आणि उत्तरप्रदेश ही चार राज्ये, या राज्यांच्या तीन बाजुंनी असलेली झारखंड, छत्तीसगढ, उत्तराखंड व ओडिशा ही आणखी चार राज्ये, ईशान्य भारतातील सिक्कीम व 'सेव्हन सिस्टर्स' अशी आठ राज्ये आणि पर्वतीय राज्यांपैकी जम्मू-काश्मीर व हिमाचल प्रदेश ही दोन राज्ये अशी एकूण अठरा विशेष लक्ष द्यावी लागणारी राज्ये होत. लिंगगुणोत्तराचे व्यस्त प्रमाण, गरिबी, कुपोषण, भूक, अनारोग्य अशा येथील लोकसंख्येशी निगडित समस्यांनी गंभीररूप धारण केले होते. यासाठी कुटुंब नियोजन, पूरक आहार योजना राबविणे, बालमृत्यु प्रमाण कमी करणे, पायाभूत आरोग्य सेवा प्राप्ती आणि विषमता दूर करणे यासाठी राष्ट्रीय ग्रामीण आरोग्य अभियान सुरू करण्यात आले. यासाठीच्या

उपक्रमांमध्ये काही चाचण्या-तपासण्या करण्यात आल्या. त्यातील एक चाचणी म्हणजे रक्तक्षय-ऑनिमिया-चाचणी होय. रक्तातील हिमोग्लोबिनच्या प्रमाणावर आरोग्य अवलंबून असते; म्हणून 'नॅशनल फॅमिली हेल्थ सर्व्हे' (NFHS) तर्फे रक्तक्षयासाठी रक्त तपासण्यात आले. जागतिक कीर्तीचे आहारतज्ज्ञ आणि 'न्यूट्रिशन फाऊंडेशन ऑफ इंडिया'चे अध्यक्ष डॉ. सी. गोपालन, दुसऱ्या तज्ज्ञ डॉ. पद्मा रामचंद्रन व डॉ. मिरा शिवा यांनी या चाचण्यांच्या सांख्यिकी सामग्रीवरून वाढत्या रक्तक्षयविषयी चिंता व्यक्त केली आहे; कारण भारतातील ६९.५ टक्के बालके रक्तक्षयग्रस्त आहेत. (तक्ता ९.१८)

तक्ता क्र. ९.१८ : भारत : प्रमुख राज्ये : रक्तक्षयग्रस्त बालकांचे एकूण बालक लोकसंख्येतील शेकडा प्रमाण
(वय ६ महिने ते ५९ महिने) (२००५-०६)

भारत व प्रमुख राज्ये	रक्तक्षयग्रस्त शेकडा बालके (< ११.० ग्रॅम प्रती डी.एल.)	सौम्य रक्तक्षय (१०.०-१०.९ ग्रॅम प्रती डी.एल.)	माफक रक्तक्षय (७.०-९.९ ग्रॅम प्रती डी.एल.)	गंभीर रक्तक्षय (७.० ग्रॅम प्रती डी.एल.पेक्षा कमी)
भारत	६९.५	२६.३	४०.२	२.९
बिहार	७८.०	२९.६	४६.८	१.६
मध्यप्रदेश	७४.१	२७.१	४३.६	३.४
उत्तरप्रदेश	७३.९	२५.४	४५.०	३.६
हरियाणा	७२.३	२५.८	४२.२	४.३
छत्तीसगढ	७१.२	२४.०	४५.२	२.०
आंध्रप्रदेश	७०.८	२३.७	४३.५	३.६
कर्नाटक	७०.४	२८.६	३८.६	३.२
झारखंड	७०.३	२९.३	३९.१	१.९
राजस्थान	६९.७	२२.८	४०.२	६.७
गुजरात	६९.७	२५.०	४१.१	३.६
आसाम	६९.६	२८.७	३८.७	२.२
पंजाब	६६.४	२१.७	३८.१	६.६
ओडिशा	६५.०	२८.९	३४.५	१.६
तमिळनाडू	६४.२	२७.१	३४.६	२.६
महाराष्ट्र	६३.४	२१.९	३९.६	१.८
उत्तराखंड	६१.४	२८.५	३०.६	२.३
पश्चिम बंगाल	६१.०	३०.०	२९.४	१.५
जम्मू-काश्मीर	५८.६	२५.८	३०.४	२.४
हिमाचल प्रदेश	५४.७	२५.७	२६.८	२.२
केरळ	४४.५	२३.५	२०.५	0.५

(स्रोत : लोकसंख्या स्थिरता : भारताचा दीर्घकालीन शोध, २०१३, अनुवादित, Pg.२०८)

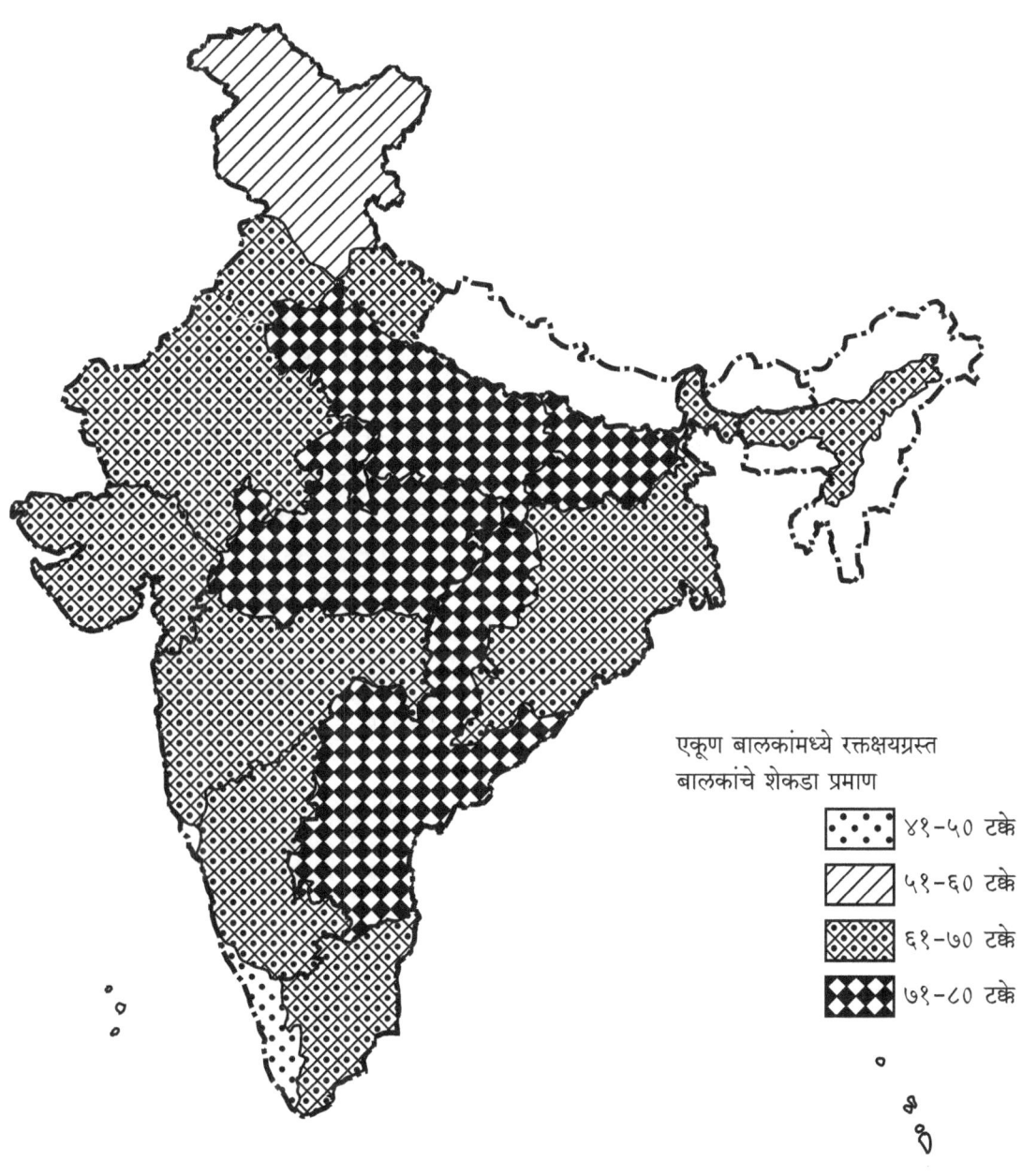

एकूण बालकांमध्ये रक्तक्षयग्रस्त
बालकांचे शेकडा प्रमाण

▦	४१–५० टक्के
▧	५१–६० टक्के
▨	६१–७० टक्के
▩	७१–८० टक्के

रक्तातील हिमोग्लोबीन मापनाचे परिमाण म्हणजे 'ग्रॅम प्रती डेसिलीटर' होय. बालकांमध्ये ११ ग्रॅम प्रती डेसिलीटर पेक्षा कमी हिमोग्लोबीन (Hb) असल्यास रक्तक्षय आहे, असे समजले जाते. त्यापेक्षा हे प्रमाण कमी होत जाईल तसे त्याचे सौम्य रक्तक्षय, माफक रक्तक्षय व गंभीर रक्तक्षय असे गट करून स्थिती ठरविली जाते.

- भारतातील ६९.५ टक्के बालके रक्तक्षयग्रस्त आहेत हीच बाब मुळात गंभीर आहे. बिहारमध्ये सर्वाधिक बालके (७८ टक्के) या गटात आहेत. त्याखालोखाल बिहारच्या शेजारील राज्ये-मध्यप्रदेश, उत्तरप्रदेश, छत्तीसगढ आणि हरियाणासारखे कृषीसमृद्ध राज्य यात समाविष्ट होते. अपुरा आहार, कुपोषण, अयोग्य आहार, उपासमार, गरिबी, अज्ञान यासारख्या कारणांमुळे रक्तक्षय होऊ शकतो. त्याचबरोबर आरोग्यसेवा अपुरी असते व काही भागात पोहोचलेलीच नसते.

- केरळमधील ४४.५ टक्के बालके रक्तक्षयग्रस्त असली, तरी ते देशातील किमान रक्तक्षयी बालकांचे प्रमाण असलेले राज्य आहे.

- सौम्य व माफक रक्तक्षय असलेल्या गटातच बहुतांश बालके सर्व राज्यांमध्ये आहेत; पण पश्चिम बंगालमधील ३० टक्के आणि बिहारमधील सुमारे ४७ टक्के बालके अनुक्रमे सौम्य व माफक रक्तक्षय गटात आहेत.

- गंभीर रक्तक्षय असलेली बालके सुमारे तीन टक्केच असली तरी त्यांच्यात सुधारणा घडवून आणण्यासाठी तातडीचे उपाय योजणे अत्यंत गरजेचे असते. राजस्थानात अशा मुलांचे प्रमाण ६.७ टक्के इतके सर्वांत जास्त असून, आश्चर्य म्हणजे पंजाबसारख्या समृद्ध राज्यात ही ६.६ टक्के बालके गंभीर रक्तक्षय असलेली आहेत.

अशा बालकांची रोग प्रतिकारक शक्ती कमी असते, वजन कमी असते, अशी बालके अशक्त, फिकट-निस्तेज दिसतात; ती वारंवार आजारी पडतात. योग्य आहार, औषधोपचार, पालकांचे प्रबोधन, प्रथिने, खनिजे व जीवनसत्त्वयुक्त आहार व पूरक औषधे देणे असे उपाय यावर केले जातात. भविष्यातील नागरिक, श्रमिक यातूनच तयार होणार असल्याने रक्तक्षयावर इलाज तातडीने होणे गरजेचे ठरते.

रक्तक्षय असणे ही बाब केवळ ग्रामीण भागातच अधिकतर असते असे नाही. ग्रामीण भागातील सुमारे ८१ टक्के बालके रक्तक्षयग्रस्त आहेत व त्यातील बरीचशी माफक रक्तक्षय गटातील आहेत. नागरी भागात हे प्रमाण ७२ टक्के म्हणजे लक्षणीय आहे आणि माफक रक्तक्षय गटातही जवळपास ४४ टक्के बालके आहेत.

बालक कल्याण योजना

१) नॅशनल पॉलिसी फॉर चिल्ड्रेन : बालकांसाठीचे राष्ट्रीय धोरण ऑगस्ट १९७४ मध्ये तयार करण्यात आले व स्वीकारले गेले. बालकांची शारीरिक, मानसिक व सामाजिक वाढ योग्य पद्धतीने होण्यासाठी आवश्यक असणाऱ्या पुरेशा सेवा शासन उपलब्ध करून देईल, असे या धोरणाद्वारे स्पष्ट करण्यात आले आहे. यामध्ये सर्वंकष आरोग्य सेवा, माता व बालक पूरक आहार पुरवठा, वय वर्षे चौदापर्यंत मोफत व अनिवार्य शिक्षण, शारीरिक शिक्षण व विरंगुळा केंद्रांची सोय, अनुसूचित जाती-जमातींसारख्या दुर्बल घटकांमधील बालकांसाठी विशेष व्यवस्था, बाल कामगार व बालकांची पिळवणूक यातून मुक्तता या संदर्भात आवश्यक त्या सर्व सोयी-सुविधा निर्माण करण्यात येणार आहेत.

२) नॅशनल चार्टर फॉर चिल्ड्रेन : फेब्रुवारी २००४ मध्ये केंद्र शासनाने बालकांसाठी राष्ट्रीय सनद तयार करून स्वीकारली. अशा प्रकारच्या राष्ट्रीय सनद उपक्रमातून बालकांच्या प्रती शासनाची जबाबदारी व कार्ये स्पष्ट करण्यात आली आहेत. बालक जीवितता हक्क (सर्व्हायव्हल राईट्स), आरोग्य, पोषण, चांगले राहणीमान, क्रीडा, मनोरंजन-विरंगुळा, बाल्यावस्थेतील काळजी, शिक्षण, बालिका रक्षण, पौगंडावस्थेतील सक्षमता, उच्चार-विचार स्वातंत्र्य आर्थिक शोषण व शारीरिक शोषण यापासून रक्षण, आपत्कालीन कठीण परिस्थितीत अग्रक्रमाने मुक्तता व रक्षण, विशेष बालकांसाठी सोयी-सुविधा, दुर्बल वर्गातील बालकांना संरक्षण आणि अत्याचार-हिंसक कारवायांपासून रक्षण अशा अनेक बाबी विशद करण्यात आल्या आहेत.

३) एकात्मिक बाल विकास योजना (इंटिग्रेटेड चाईल्ड डेव्हलपमेंट सर्व्हिसेस स्किम ICDS) : सन १९७५ पासून एकात्मिक बाल विकास योजना सुरू झाली असून, त्यासाठी केंद्रशासनाकडून आर्थिक साहाय्य करण्यात येते. या योजनेची उद्दिष्टे पुढीलप्रमाणे आहेत-

- गर्भवती महिला, स्तनदा माता व सहा वर्षांखालील बालकांचे आरोग्य व पोषण यात सुधारणा होण्यासाठी उपाय योजणे.
- बालकांचा शारीरिक, मानसिक व सामाजिक विकास व्हावा म्हणून पायाभूत सुविधा निर्माण करणे.
- बाल मृत्युप्रमाण, कुपोषण व शाळा गळती कमी होण्यासाठी प्रयत्न करणे.
- बाल विकास योजना राबविण्यासाठी संबंधित विभाग, शासकीय खाती, मंत्रालये इत्यादींमध्ये समन्वय व सहकार्य निर्माण करणे.
- बालकांच्या मातांना आरोग्य व पोषण विषयक माहिती व ज्ञान उपलब्ध करून देणे, जेणेकरून मातांची त्याविषयीची जाण व क्षमता वाढेल. यात पूरक पोषक आहार पुरविणे, अनौपचारिक शिक्षण देणे, लसीकरण व प्रतिबंधात्मक उपाय योजणे, आरोग्यासाठीच्या चाचण्या व तपासण्या करणे इत्यादींचा समावेश आहे.

या योजनेअंतर्गत एप्रिल २०१२ पर्यंत देशातील ७७६.४५ लाख बालकांना आणि १८०.७८ लाख गर्भवती व स्तनदा मातांना पूरक पोषण आहार देण्यात आला आहे. या योजनेसारख्याच फूड अ‍ॅन्ड न्यूट्रीशन बोर्ड यांच्या योजना, इंटिग्रेटेड चाईल्ड प्रोटेक्शन स्किम, 'धनलक्ष्मी' कंडीशनल कॅश ट्रान्सफर फॉर गर्ल चाईल्ड या योजना कार्यरत आहेत.

४) बाल कामगार कायदा : आर्थिकदृष्ट्या कमकुवत वर्गात, दारिद्र्य, आर्थिक कमाई, अज्ञान यामुळे वय वर्षे १४ वर्षांखालील बालकांना कामास लावले जाते. भारतात फार पूर्वीपासून ही प्रथा प्रचलित होती. परंतु, आपल्या राज्यघटनेतच या प्रथेचे संपूर्ण उच्चाटन करण्याचा निश्चय करण्यात आला आहे. त्यासाठी 'चाईल्ड लेबर अ‍ॅक्ट (प्रोहिबिशन अ‍ॅन्ड रेग्युलेशन)' हा कायदा करण्यात आला आहे. बालकांना त्यांच्या वयास अयोग्य, न झेपणारे कोणतेही काम करावयास सांगावयाचे नाही आणि कोणत्याही आर्थिक कमाईसाठी कामास ठेवावयाचे नाही, असे या कायद्यात नमूद केले आहे. प्रथम टप्प्याटप्प्याने या कायद्याची अंमलबजावणी सुरू केली गेली.

बाल कामगार कायदा (प्रतिबंध व नियमन) यानुसार वय वर्षे १४ वा त्यापेक्षा कमी वयाच्या बालकांना धोकादायक व्यवसाय व प्रक्रिया उद्योगात काम करण्यास व कामावर घेण्यास पूर्णपणे मनाई आहे; तसेच धोकादायक नसलेल्या व्यवसायातही बालकांना काम देता येत नाही. शासनाने तयार केलेल्या यादीनुसार

१६ जोखीम वा धोका असलेले व्यवसाय-कामे आणि ६५ प्रक्रियाउद्योगांमध्ये बाल कामगारांना पूर्ण बंदी आहे. गालीचे विणण्याच्या उद्योगांमध्ये बाल कामगारांना पूर्ण बंदी आहे. गालीचे विणण्याचा उद्योग (कार्पेट इंडस्ट्री), बांधकाम व्यवसाय, वीटभट्ट्या, तयार कपडे निर्मिती उद्योग (होजियरी), घरकामगार, चहाच्या टपऱ्या, दुकाने व रस्त्याच्या कडेला बसून केले जाणारे विक्री व्यवसाय यांचा समावेश होतो. सन २००८ मध्ये प्रचंड उष्णतेच्या भट्ट्या, पाण्याखालील कामे, यांत्रिक मत्स्यपकड, शीतपेये उत्पादन उद्योग, अन्नप्रक्रिया उद्योग, लाकडाच्या वखारी, गोदामे, स्लेट-पेन्सिल-दगड खडी फोडणे, खाणी, सर्कस, हत्ती-उंट इत्यादी प्राण्यांची देखभाल करणे अशा कामांसाठी बाल कामगार ठेवण्यास बंदी करण्यात आली आहे.

नॅशनल चाईल्ड लेबर प्रोजेक्ट या उपक्रमामुळे २७५ जिल्ह्यातील बालकामगारांची मुक्तता करून त्यांना शाळेत प्रवेश देण्यात आला. या उपक्रमामुळे पाच लाख बालकांची मुक्तता झाली आहे. या बालकांसाठी देशभरात ८०२० शाळा सुरू करण्यात आल्या आहेत. याशिवाय बालकांचा अवैध व्यापार, स्थलांतर यासाठी कायदा व रोजगार मंत्रालय कार्य करत आहे.

एप्रिल २०१० मध्ये शिक्षण हक्क कायदा (राईट टू एज्युकेशन) पारित करण्यात आल्याने, बालकांना शाळेत दाखल करणे अनिवार्य झाले आहे. त्यासाठी पालकांना साहाय्य करणे, प्रबोधन करणे, मध्यान्ह भोजन व मोफत शिक्षण-शैक्षणिक साहित्य गणवेश देणे सुरू केल्याने शाळाबाह्य मुलांचे प्रमाण व विद्यार्थीगळती लक्षणीयरीत्या कमी झाले आहे.

यु.एस.ए.च्या 'डिपार्टमेंट ऑफ लेबर' तर्फे भारतातील बालकांसाठी 'कॉन्व्हर्जिंग अगेन्स्ट चाईल्ड लेबर : सपोर्ट फॉर इंडियाज् मॉडेल' हा आंतरराष्ट्रीय प्रकल्प जुलै २०१० मध्ये सुरू केला गेला आहे. बिहार, झारखंड, गुजरात, मध्यप्रदेश आणि ओडिशा या राज्यांमधील निवडक जिल्ह्यांमध्ये हा प्रकल्प राबविण्यात येत आहे. त्याशिवाय इटलीच्या सहकार्याने कर्नाटकात आणि आंध्रप्रदेशात प्रत्येकी एक प्रकल्प सुरू करण्यात आला आहे.

९.३ शेती कामे आणि शेती व्यावसायिकांचे आरोग्य

कोणत्याही माणसाच्या आरोग्यावर त्याच्या व्यवसायातील कामाच्या स्वरूपाचा परिणाम होत असतो. ज्या व्यवसायाच्या ठिकाणी व परिसरात शुद्ध, स्वच्छ हवा, भरपूर प्रकाश, वारा, चांगले पाणी उपलब्ध असेल तेथे काम करणाऱ्या व्यक्तीचे आरोग्य चांगले राहण्यास साहाय्य होते आणि त्या व्यक्तीची कार्यक्षमताही चांगली असते. याउलट, प्रखर प्रकाश, धूळ-धूर काजळीयुक्त हवा, अंधारी जागा, कोंदट हवा, अशुद्ध पाणी आणि अस्वच्छ परिसर असेल तर काम करणाऱ्या व्यक्तीचे आरोग्य धोक्यात येण्याची शक्यता अधिक असते. सांडपाणी, मैलापाणी व्यवस्था चांगली असणेही आवश्यक असते.

शेती व्यवसाय हा शहरापासून दूर स्वच्छ, शुद्ध व मोकळ्या हवेत केला जातो. शेतीच्या परिसरात झाडी, उभी पिके, गवत, वृक्ष अशी हिरवाई असल्याने मुबलक प्रमाणात प्राणवायू मिळतो व कार्बन-डाय-ऑक्साईड वायू शोषला जातो. शेतीच्या आसपास विहिरी, तलाव, कालवे अशी जलाशये असतात. त्यामुळे हवेत आर्द्रता व गारवा असतो; असे असले तरी उघड्या हवेत, प्रखर उन्हात, पावसात शेतीतील अनेक कामे स्त्रिया व पुरुष दिवसभर करत असतात. खुरपणी, तण काढणी, पेरणी-लावणी, तोडणी, झोडपणी, मळणी यासारख्या कामांना सतत उभे राहून वा कमरेत पायात वाकून काम करावे लागते. ही सर्व कामे शारीरिक श्रमाची, कष्टदायक असतात. सतत उन्हात काम केल्याने त्वचा कोरडी पडते व रापते. सर्व शेती कामांनी शारीरिक व्यायाम भरपूर होतो. सामान्यतः ग्रामीण भागातील महिला दोन्ही वेळेचा स्वयंपाक ताजा करून जेवणखाण तयार करतात.

शेतातील ताजा भाजीपाला, गाजर, मुळा, काकडी, टोमॅटो, कांदा, कोथिंबीर लसूण, लिंबू असे कच्चे व किमान प्रक्रिया करून खाल्ले जाणारे पदार्थ त्यांच्या आहारात असतात. शारीरिक श्रम व ताजे सकस अन्न यामुळे शेतकरी वर्गाचे आरोग्य चांगले असते; पण अनेक वेळा अज्ञान, गरिबी व काम करण्याची तीच ती पद्धत (रिपिटिटिव्ह मेथड) यामुळे व्यवसायजन्य आजार उद्भवतात. शिवाय ग्रामीण भागात वैद्यकीय सेवा तातडीने उपलब्ध होतेच असे नाही.

- **फार्मर्स लंग्ज :** शेतात धुळीत काम करणे, भातशेतीत सतत साठविलेल्या चिखल पाण्यात काम करणे, कापणी, झोडपणी, मळणी, चाळणी अशी कामे करताना बुरशीजन्य घातक जीवाणू श्वासावाटे फुप्फुसात–श्वसनेंद्रियात जातात. वाळलेले गवत, गवताच्या गंजी, कडबा, उसाचे चिपाड, साठवलेले धान्य यातील सूक्ष्म तंतूकण, बुरशी, धूलीकण हाताळणीमुळे शरीरात प्रवेश करतात. हे सर्व सूक्ष्मकण फुप्फुसातील वायूकोषात जिवाणूसहित जाऊन बसतात. यामुळे वारंवार खोकला येतो व फुप्फुसाचा दाह निर्माण होतो; यास 'फार्मर्स लंग्ज' म्हणतात. असा खोकला व दाह औषधोपचाराशिवाय तसाच राहू दिल्यास शरीराला प्राणवायू कमी मिळतो. फुप्फुसातील वायुकोषांची कार्यशक्ती कमी होते व शरीर खंगू लागते. कोणत्याही सेंद्रिय प्रकारच्या धूलीकणांच्या संपर्कामुळे होणारा फुप्फुसाचा दाह म्हणजे 'हायपरसेन्सिटिव्हिटी न्यूमोनायटीस' होय. वनस्पती व प्राणी यांच्या शरीरातून हवेत मिसणारे प्रथिनयुक्त कण आणि बुरशीजन्य सूक्ष्मजीव यामुळे हा आजार होतो. हा आजार शेतकऱ्यांमध्ये सर्वाधिक आढळतो म्हणून यास 'फार्मर्स लंग्ज' असे संबोधले जाते.

- **किटकनाशकांचा संपर्क व उद्भवणारे आजार :** सन २००४ मध्ये केरळमधील शेतीत वापरल्या जाणाऱ्या 'एंडोसल्फान' या कीटकनाशकातील रसायनांमुळे शेतकऱ्यांवर होणारे दुष्परिणाम समोर आले. एंडोसल्फानमधील रसायने हाताळणी, फवारणी अशा कोणत्याही मार्गाने शरीरात गेल्यास कॅन्सर होण्याचा धोका खूप वाढतो. या रसायनांचा जनुकांवर परिणाम होऊन त्यांचे उत्परिवर्तन (म्युटेशन) होते व पुढील काही पिढ्यांवर त्याचा प्रभाव राहतो. युनोने १९८३ पासून यासारख्या घातक रसायनांवर बंदी घातलेली असूनही, भारतात मात्र ती वापरली जातात असे आढळले आहे. शेतमजुरांच्या शरीरावर कीटकनाशकातील रसायनांचा जो परिणाम होतो त्यातून क्षय, दमा, अल्सर, ॲलर्जी व कर्करोग असे अनेक रोग होऊ शकतात. मुळातच शेतकरी व शेतमजुरांमध्ये रक्तक्षय, कुपोषण, उपासमार यांचे प्रमाण अधिक असल्याने प्रतिकारशक्ती कमी असते, विश्रांती घेणे शक्य नसते व औषधोपचार लवकर केले जात नाहीत. यामुळे श्वसन, जठर व मूत्रपिंडाचे विकार लवकर जडतात.

धान्य हातळणाऱ्या व वाळवणाऱ्या शेतमजुरांना व गोदामातील कर्मचाऱ्यांना धान्याच्या पृष्ठीयथराचा भुगा होऊन त्याचे सूक्ष्म कण डोळे, नाक, घसा व तोंडात गेल्याने कोरडा खोकला येणे, डोळे लाल होणे व पाणी गळणे असा त्रास होतो.

- **मानसिक ताण–तणाव :** बेरोजगारी, अनिश्चित उत्पन्न, विस्थापित होणे, कर्जबाजारीपणा, गरिबी यामुळे शेतकरी, शेतमजूर हा वर्ग सतत मानसिक ताण–तणावाखाली असतो. भारतीय शेतकरी कर्जात जन्मतो, कर्जात आयुष्य काढतो आणि कर्जातच मरतो, असे म्हटले जाते. हरितक्रांतीमुळे शेतीत यांत्रिकीकरण वाढले व श्रमिकांच्या संख्येवर परिणाम झाला. काम मिळण्याची शाश्वती नाही, रोजंदारी कमी यामुळे श्रमिकांमध्ये नैराश्य येते; यातूनच काही भागात परिस्थिती स्फोटक होऊन नक्षलवाद फोफावला आहे.

शेतीचे उत्पन्न व कर्जफेड यांचा मेळ बसत नाही; यातून व्यसनाधिनता, भयगंड वाढतो व परिस्थितीतून सुटका करून घेण्याचा एकच मार्ग दिसतो व तो म्हणजे आत्महत्या.

नॅशनल क्राईम रेकॉर्ड ब्युरो ऑफ इंडिया यांच्या अहवालानुसार सन २०१२ मध्ये १३,७५४ शेतकऱ्यांनी आत्महत्या केल्या आहेत. त्यातील ७६ टक्के म्हणजे १०,४८६ आत्महत्या महाराष्ट्र, आंध्रप्रदेश, कर्नाटक, मध्यप्रदेश व केरळ या पाच राज्यातील आहेत. भारतातील शेतकऱ्यांच्या एकूण आत्महत्यांपैकी २५ टक्के म्हणजे ३७८६ आत्महत्या महाराष्ट्रातील आहेत. उत्तरप्रदेश व बिहार या राज्यांमध्ये गरिबी, कर्जबाजारीपणा व लोकसंख्या जास्त असूनही तेथे आत्महत्यांचे प्रमाण फारच कमी आहे.

तक्ता क्र. ९.१९ : भारत : निवडक राज्यातील शेतकऱ्यांच्या आत्महत्या (२०१२)

राज्य	आत्महत्या	राज्य	आत्महत्या
महाराष्ट्र	३७८६	आसाम	३४४
आंध्रप्रदेश	२५७२	हरियाणा	२७६
कर्नाटक	१८७५	राजस्थान	२७०
मध्यप्रदेश	११७२	ओडिशा	१४६
केरळ	१०८१	झारखंड	११९
उत्तरप्रदेश	७४५	पंजाब	७५
गुजरात	५६४	बिहार	६८
तमिळनाडू	५९९	एकूण भारत	१३७५४

(स्रोत : नॅशनल क्राईम रेकॉर्ड ब्युरो ऑफ इंडिया, रिपोर्ट २०१२)

शेतकऱ्यांच्या आत्महत्येच्या प्रश्नाकडे प्रथम पी. साईनाथ यांनी 'द हिंदू' या वृत्तपत्रात लेख लिहून १९९० मध्ये लक्ष वेधले. अवर्षण, कर्जबाजारीपणा, जीएम पिकांच्या उत्पादनातील अपयश, सार्वजनिक आरोग्य सेवांचा अपुरेपणा यामुळे आधीच संवेदनशील व अस्थिर असलेले श्रमिक व शेतकरी आत्महत्येचा मार्ग स्वीकारू लागले आहेत, असे त्यांचे मत आहे. शासनाने कर्जमाफी, वीजबिल माफी, मोफत बी-बियाणे खते पुरवून आधार द्यायचा प्रयत्न सुरू केल्याने सन २०१० च्या आत्महत्यांच्या तुलनेत (१५९६३) आता याचे प्रमाण कमी (१३७५४) झाले आहे.

सरावासाठी प्रश्न

१) भारताच्या कृषिक्षेत्रात संघटित व असंघटित श्रमिकांच्या प्रमाणात लक्षणीय फरक असण्यामागील कारणांची चर्चा करा.

२) 'भारतातील भूमिहीन श्रमिकांची स्थिती' या विषयावर साधकबाधक चर्चा करा.

३) 'भारतीय शेती महिलाधिष्ठित होत आहे.' या विधानाशी आपण सहमत आहात काय? आपल्या मताचे सकारण स्पष्टीकरण करा.

४) 'बोधगया चळवळ' आणि 'दि डेक्कन डेव्हलपमेंट सोसायटी' यांचे कृषिक्षेत्रातील महिलांसाठीचे योगदान विशद करा.

५) 'भारताच्या लिंगगुणोत्तरात बालकांचे लिंग गुणोत्तर वेगळेच दर्शन घडविते.' या विधानाचे स्पष्टीकरण करा.

६) भारतात बालकांमधील रक्तक्षय ही चिंताजनक बाब कां आहे, ते स्पष्ट करून त्यातील प्रादेशिकभिन्नता विशद करा.

७) पोषण आणि महिला व पुरुषांमधील रक्तक्षय यांच्यातील संबंध स्पष्ट करून महिला व बालकांमधील रक्तक्षय ही चिंताजनक बाब का आहे, ते विशद करा.

८) टिपा लिहा.

१) कृषिक्षेत्रातील रोजगारी

२) वेठबिगार श्रमिक

३) जागतिक व्यापार संघटना आणि शेतीतील महिला

४) लिंगभाव अर्थसंकल्पन (जेंडर बजेटिंग)

५) कृषीक्षेत्र व्यवसायजन्य आजार

शब्दसूची

Glossary

अवर्षण (Drought) : बाष्पीभवन व बाष्पोच्छ्वास या क्रिया चालू राहण्यासाठी आवश्यक असलेले बाष्प मृदेत व उभ्या पिकात बराच काळ उपलब्ध नसणे म्हणजे अवर्षण. ही एक वातावरणीय आपत्ती आहे.

आर्थिक अंतर (Economic Distance) : कृषीअर्थशास्त्रज्ञ वाहतूक म्हणजे 'आर्थिक अंतर' असे मानतात. कृषीनिविष्टा शेतापर्यंत आणणे व तयार कृषीमाल बाजारात पोहोचवणे यासाठी होणारा वाहतूकखर्च निर्णायक ठरणारा असतो म्हणून यास 'आर्थिक अंतर' म्हणतात.

आर्थिक धारण क्षेत्र (Economic Holding) : ज्या शेत जमिनीतून शेतीसाठी झालेला खर्च वजा जाता शेतकरी व त्याचे कुटुंब (४-५ माणसे) यांना समाधानाने राहता येण्याजोगे पुरेसे उत्पन्न मिळते ते जमिनीचे क्षेत्र म्हणजे 'आर्थिक धारण' क्षेत्र होय.

उष्णांक दिन (Degree Days) : कोणत्याही पिकासाठी आवश्यक असणाऱ्या तापमानाचा वर्षातील सलग एकूण काळ मापन करण्याचे परिमाण. सरासरी तापमान उणे दहा गुणिले कालावधी या सूत्राच्या साहाय्याने 'उष्णांक दिन' प्राप्त होतात.

उसर/खल्लर मृदा : आवश्यकतेपेक्षा अधिक प्रमाणात खते व जलसिंचन केल्याने ज्या क्षारपड मृदा निर्माण होतात त्यांना पंजाब-हरियाणा या राज्यांमध्ये उसर वा खल्लर मृदा म्हणतात.

ऊर्जा निर्देशांक (Energy Index) : कृषी उत्पादनातील पिष्टमय पदार्थापासून प्राप्त होणाऱ्या उर्जेचे प्रमाण म्हणजे ऊर्जा निर्देशांक. केंडॉल यांनी कृषीकार्यक्षमता मापन करण्यासाठी या संकल्पनेचा वापर केला.

कुपोषण (Malnutrition) : पुरेसा आहार प्राप्त होऊनही आवश्यक ती व तेवढी पोषणद्रव्ये न मिळणे म्हणजे कुपोषण. अपुऱ्या आहारामुळेसुद्धा कुपोषण निर्माण होते.

कृषीभूमी विनियोग (Agricultural Land use) : शेतीयोग्य जमिनीचा वापर वा उपयोग म्हणजे 'कृषीभूमी विनियोग' होय.

कॅबॅलेरोस (Caballeros) : दक्षिण अमेरिकी देशांमध्ये मोठ्या भूधारकास 'कॅबॅलेरोस' म्हणतात.

कॉनरबेशन (Conurbation) : नागरी वस्त्यांचा विस्तार एकमेकींच्या दिशेने होत गेल्याने निर्माण होणारा सलग बांधकाम क्षेत्र असलेला प्रदेश म्हणजे कॉनरबेशन. आता यास 'मेट्रोपॉलीटन एरिया' असे संबोधले

जाते. पूर्वी एका मध्यवर्ती शहराच्याभोवती नागरीवस्ती विस्तारत जात असे, जसे की लंडन कॉनरबेशन. परंतु आता बहुकेंद्री कॉनरबेशन निर्माण होत आहेत.

जिनसेंटर (Gene Centre) : रशियाई वनस्पती शास्त्रज्ञ वॅविलॉव यांनी इ.स. १९४९ मध्ये शेतीच्या मूळ उत्पत्ती स्थानासाठी 'जिनसेंटर' हा शब्द वापरला.

जैवरासायनिक निविष्टा (Biochemical Inputs) : खते, संजिवके, कीड व किटकनाशके या कृषी निविष्टांना 'जैवरासायनिक निविष्टा' म्हणतात. जीवशास्त्र, रसायनशास्त्र व तंत्रज्ञान या ज्ञानशाखांतील संकल्पना व समन्वय यातून या निविष्टा निर्माण होतात.

झुमिंग (Jhuming) : भारताच्या ईशान्येकडील राज्यांमध्ये चक्रीय पद्धतीने जी स्थलांतरित शेती करतात त्या चक्रीय पद्धतीस 'झुमिंग' वा 'झूम सायकल' म्हणतात.

ट्रक फार्मिंग (Truck Farming) : यु.एस.ए.मधील मंडई बागायतीस 'ट्रक फार्मिंग' असे म्हटले जाते. मंडई बागायतीतील नाशवंत, नाजूक, ताजी उत्पादने ट्रक वाहतुकीने दूरवरच्या बाजारात नियमितपणे पोहोचवली जातात. पूर्णतः ट्रक वाहतुकीवर अवलंबून राहून ही शेती केली जाते म्हणून यास ट्रक फार्मिंग व इतर देशात 'मार्केट गार्डनिंग' म्हणतात.

धवलक्रांती (White Revolution) : दुधाची लक्षणीय उत्पादन वाढ म्हणजे धवलक्रांती वा दुधाचा महापूर. डॉ. वर्गिस कुरीयन हे धवलक्रांतीचे जनक होत. सन १९७० पासून प्रारंभ.

निओलिथिक ॲग्रिकल्चर (Neolithic Agriculture) : अतिशय प्रारंभिक अवस्थेतील नवअश्मयुगातील (Neolithic) शेती.

नियमनकारी घटक (Determinants) : शेतजमिनीचा वापर करण्यावर नियंत्रण आणणारे घटक.

न्यूनपोषण (Undernutrition) : अपुऱ्या आहारामुळे आवश्यक पोषणद्रव्ये आवश्यक त्या प्रमाणात न मिळणे म्हणजे न्यूनपोषण.

पियन (Peon) : दक्षिण अमेरिकी देशांमध्ये अल्पभूधारकास व शेतमजुरास 'पियन' म्हणतात.

पीक समन्वय (Crop Combination) : कृषी प्रदेश सीमा निश्चित करण्याची एक सांख्यिकी पद्धत. जे.सी.वीव्हर यांनी पीक समन्वय सांख्यिकी पद्धत विशद केली.

पॅड्रीस (Padraes) : ब्राझिलमध्ये स्थलांतरित शेती करणारे समूह, जमीन तयार करताना मोठे वृक्ष पूर्णपणे तोडत नाहीत. या वृक्षांचे ५-६ फूट उंचीचे बुंधे शिल्लक ठेवतात. अशा खोडांना 'पॅड्रीस' म्हणजे ट्री गाईड-मार्गदर्शक वृक्ष म्हणतात.

पोयट्याच्या मृदा (Loam) : बारीक वाळू, चिकणमाती (Clay) व गाळ (Silt) यांच्या २० : ४० : ४० अशा प्रमाणातील मृदेस 'पोयटा मृदा' म्हणतात. शेतीसाठी या अत्यंत उपयुक्त मृदा आहेत.

पोषण (Nutrition) : आहार व आरोग्य निगडित संकल्पना. आरोग्यदायी जीवन व शरीराची योग्य वाढ होण्यासाठी आहारातून प्राप्त होणाऱ्या द्रव्यामुळे पोषण प्राप्ती होते.

पौर्वात्य शेती (Oriental Farming) : आशिया खंडाच्या पूर्व भागात केंद्रित झालेल्या सघन निर्वाही भातशेतीस पौर्वात्य शेती असे संबोधले जाते.

प्रणाली अभ्यास पद्धती (Systems Approach) : ही एक अर्वाचीन अभ्यास पद्धत आहे. प्रणालीतील घटकांना स्वतंत्र अस्तित्व असूनही ते एकत्रितपणे, परस्परावलंबी पद्धतीने, जोडण्याच्या साहाय्याने कार्य करत असतात. शेती ही एक मानवनिर्मित प्रणाली आहे. शेती संबंधित सर्व घटकांचा स्वतंत्र व परस्परावलंबी पद्धतीने केलेला अभ्यास हा प्रणाली अभ्यास पद्धतीचा भाग होय.

प्रदेश (Region) : पृथ्वी पृष्ठभागाचे एक वा अनेक समान गुणधर्म असलेले आद्य मूलभूत एकक म्हणजे प्रदेश. प्रदेशाचा आकार व क्षेत्रफळ गौण असते.

प्रमाणित पोषण एकक (Standard Nutrition Unit) : कृषीकार्यक्षमता आणि पोषण यांच्यातील सहसंबंध दर्शविणारी संकल्पना. दर हेक्टर वा एकर क्षेत्रातून प्राप्त झालेल्या कृषीमालापासून उपलब्ध होऊ शकणाऱ्या उष्मांकापासून किती माणसांचा दैनिक आहार प्राप्त होऊ शकतो ते प्रमाणित पोषण एककावरून समजू शकते.

प्रिस्टीनसेंटर (Pristine Center) : पिटर बेलवूड यांनी शेतीचे मूलस्थान वा आदिम स्थान या अर्थाचा 'प्रिस्टीनसेंटर' हा शब्द प्रचलित केला.

फझेंदा व फझेंदेइरो (Fazenda & Fazendeiro) : ब्राझिलमधील मळ्याच्या शेतीतील 'इस्टेट' वा मळ्यास फझेंदा व मळ्याच्या मालकास फझेंदेइरो म्हणतात.

भूक (Hunger) : 'पोट भरणे' या संवदनेची पूर्तता न होणे. पुरेसे अन्न न मिळाल्याने आवश्यक त्या कॅलरीज् प्राप्त न होणे. यास उपासमार असेही म्हटले जाते.

भूधारणा/धारणक्षेत्र (Land holding) : एखाद्या शेतकऱ्याकडील शेतजमिनीचे क्षेत्र म्हणजे भूधारणा वा 'धारणक्षेत्र' होय. कृषी सांख्यिकीतील हा एक प्राथमिक एकक आहे.

भूमी क्षमता (Land Capability) : पर्यावरण व प्राकृतिक रचना यानुसार एखाद्या जमिनीची शेती व वने यासाठी असणारी सुप्त क्षमता म्हणजे भूमी क्षमता. भूमी उपयोजनात उपयुक्त.

मृदा आम्ल–विम्लता (सामू) (Soil pH) : मृदेतील विद्युतसंचित वा विदल हायड्रोजन अणूच्या क्रियाशीलतेवरून मृदेची आम्ल–विम्लता (सामू) ठरते. विदल हायड्रोजन सर्वाधिक क्रियाशील असल्याने मृदेतील सोडीयम, नायट्रोजन, पोटॅशियम, कॅल्शियम यासारख्या क्षीण विदलांना दूर सारतो व हे घटक मृदेतून वाहून जातात; म्हणून विदल हायड्रोजनचे प्रमाण कमी असणे आवश्यक असते. मृदा परीक्षणात आम्ल–विम्लता मापन महत्त्वपूर्ण असते.

मेगॅलोपोलीस (Megalopolis) : यु.एस.ए.मधील बोस्टन ते वॉशिंग्टन (डी.सी.) या महानगरांच्या दरम्यान निर्माण झालेल्या सलग नागरीपट्ट्यास 'मेगॅलोपोलीस' असे सर्वप्रथम संबोधले गेले. अनेक नागरी वस्त्यांचा विस्तार होत जाऊन हा एक अत्यंत आधुनिक नागरी वस्तीचा व आर्थिक उलाढाल असलेला प्रदेश आहे. जर्मनीतील कोलन, ड्युसेलडर्फ, डुईशबर्ग, डॉर्टमंड हा प्रदेश मेगॅलोपोलीस म्हणून ओळखला जातो.

मोसमी स्थानांतरण (Trans-Humance) : पशुपालक व त्याचे पशुधन यांचे मोसमानुसार केले जाणारे स्थलांतर. पर्वतमय प्रदेशात, हिवाळ्यातील वास्तव्याचे ठिकाण सोडून, उन्हाळ्यात अधिक उंचीवरील गवताळ कुरणांच्या भागात वास्तव्यास जाणे व हिवाळ्यात परत दरीच्या तळभागावरील मूळ ठिकाणी येणे, असे हे मोसमावर आधारित स्थलांतर असते. आल्प्स, हिमालय, पेन्नाईन्स अशा पर्वतीय प्रदेशातील शेळी–मेंढी पालन करणारे पशुपालक या प्रकारचे मोसमी स्थानांतरण करतात.

रँच (Ranch) : उत्तर अमेरिका व ऑस्ट्रेलियातील कुंपणाने बंदिस्त केलेल्या विस्तृत चराऊ कुरणांना 'रँच' म्हणतात. ही कुरणे खासगी, व्यक्तिगत मालकीची असतात. व्यापारी पशुपालनासाठी ती विशेष काळजी घेऊन जोपासली जातात.

रक्तक्षय (Anaemia) : पुरेसा व चौरस संतुलित आहार न मिळाल्याने हिमोग्लोबिन या रक्तातील घटकद्रव्याचे अपेक्षित प्रमाण नसणे. 'ग्रॅम प्रती डेसिलिटर' या परिमाणात हिमोग्लोबिनचे मापन केले जाते. रक्तक्षय अनारोग्याचे लक्षण असते.

रेगूर (रेगर) (Regur) : द्विपकल्पीय भारतात बेसॉल्ट खडक व निम ओसाड प्रदेशात निर्माण होणाऱ्या काळ्या कसदार मृदांना रेगूर वा रेगर मृदा म्हणतात. यांना Black Cotton Soil असेही म्हणतात. कापूस उत्पादनास अत्यंत अनुकूल.

लागवड सघनता (Intensity of Cropping) : एखाद्या प्रदेशातील एकूण लागवडीखालील क्षेत्र आणि निव्वळ पेरणीक्षेत्र यांचे शेकडा गुणोत्तर म्हणजे (पीक) लागवड सघनता होय.

शाश्वत शेती (Sustainable Agriculture) : नैसर्गिक साधनसंपदा व मानवी संसाधने यांची यथायोग्य काळजी घेऊन जी शेती केली जाते ती शाश्वत शेती होय.

शून्यभाडे स्थान (Zero Locational Rent) : व्हॉन थ्युनेन प्रतिमानातील भूमीउपयोजन सीमा निश्चित करणारा एक निकष. कृषीमाल उत्पादन खर्च अधिक वाहतूक खर्च आणि त्या कृषीमालाची विक्री करून प्राप्त होणारी रक्कम या दोन बाबी समान होतात, ते स्थान (क्षेत्र) शून्यभाडे स्थान दर्शविते. यास आर्थिक भाडे (Economic Rent) असेही म्हणतात.

सुप्त उत्पादन एकक (Potential Production Unit) : सर डडली स्टॅम्प यांची संकल्पना. मृदा आणि कृषी उत्पादकता यांच्यातील सहसंबंध दर्शक एकक. एखाद्या शेती योग्य मृदेतून चांगल्या निविष्टा वापरल्याने व उत्तम व्यवस्थापन केल्याने जे वाढीव उत्पादन प्राप्त होते ते सुप्त उत्पादन होय. सामान्य उत्पादनापेक्षा अधिक उत्पादन देऊ शकण्याची मृदेची क्षमता म्हणून यास सुप्त उत्पादन एकक म्हटले जाते.

स्विडेन (Swidden) : जुन्या इंग्रजी बोली भाषेतील शब्द; त्याचा अर्थ जाळून स्वच्छ केलेली जमीन. बिटिशांनी स्थलांतरित शेतीस स्विडेन असे संबोधले.

हिमयुग (Ice Age) : पृथ्वी निर्मितीनंतरच्या कालखंडांपैकी प्लेईस्टोसीन कालखंडात (सुमारे २ द.ल.वर्षांपूर्वी) पृथ्वीचा बहुतांश पृष्ठभाग हिमाच्छादित असण्याच्या काळास 'हिमयुग' म्हणतात. हिमयुगीन काळात काही लाख वर्षे हवामान सौम्य असल्याने हिमाच्छादन कमी होते. अशा काळास आंतर-हिमयुगीन काळ (Interglacial Period) म्हणतात.

संदर्भसूची

References

मराठी संदर्भ

१) अर्थशास्त्र शब्दकोश, संकलन–प्रा. वि.ज.गोडबोले, डायमंड पब्लिकेशन्स, पुणे, २००९

२) उष्णप्रदेशीय कृषी भूगोल, डॉ. विजया साळुंके, डायमंड पब्लिकेशन्स, पुणे, २०१०

३) कृषी भूगोल, डॉ. विजया साळुंके, सेठ पब्लिकेशन, मुंबई, २००३

४) पर्यावरणशास्त्र शब्दकोश, संकलन–डॉ. शैलजा सांगळे, बोर्जेस, डायमंड पब्लिकेशन्स, पुणे २०११

५) बखर पर्यावरणाची, अतुल देऊळगांवकर, मौज प्रकाशन गृह, २००६

६) भारताच्या महिला शेतकरी, अनुवाद–डॉ. विजया साळुंके, नॅशनल बुक ट्रस्ट, नवी दिल्ली, २०१३

७) लोकसंख्या स्थिरता : भारताचा दीर्घकालीन शोध, अनुवाद–विजया साळुंके, नॅशनल बुक ट्रस्ट, २०१३

८) स्त्री आणि पर्यावरण, वर्षा गजेंद्रगडकर, पद्मगंधा प्रकाशन, २०१३

English References

1) Agricultural Geography, Jasbir Singh, S. S. Dhillon, McGraw, Hill Publishing Company, New Delhi.

2) Agricultural Geography, L.J.Symons.

3) Agricultural Geography, Mahammed Shafi, Pearson Education, New Delhi, 2006.

4) Dictionary of Geography, Oxford Universty Press.

5) Ecology & Sustainable Development, P.S.Ramkrishnan, NBT India, 2010.

6) India 2013, Ministry of Information and Broadcasting Government. of India.

7) Indian Economy, Gaurav Datta, Ashwani Mahajan, 2013, S.Chand and Company, New Delhi.

8) India's Quest for Population Stabilization, Ashish Bose, NBT India, 2008.

9) Systematic Agricultural Geograpy, Majid Hussain.

10) Tropical Geography, H. R. Jarret, MacDonald & Evans Ltd., 1977.

11) Women Formers of India, Maithrey Krishnaraj, Aruna Kanchi, NBT, 2008.

विषयसूची

Subject Index

अन्न साहाय्य योजना - २११, २१२
अन्नतूट - १७०, १७१
अन्नवाढावा - १७२, १७३
अन्नसुरक्षा - १९८-२०२
अन्नसुरक्षा कायदा - २०१, २०२
अभौतिक घटक - ३७
अर्वाचीन बदल - ९७
अवर्षण - ३०, २०२-२०५
अवर्षण व पूर सुरक्षा - २०२-२११
ॲग्रिकल्चरल सेन्सस - २१
आदिम निर्वाही शेती - ११०-११३
आधुनिक काळातील शेती प्रसार - २०
आर्थिक अंतर - ३६
आर्थिक धारणक्षेत्र - ३५
इंडियन स्टॅटिस्टिकल सीस्टिम - २२
इतर पिकांची सघन निर्वाही शेती - ११६
इतिहासपूर्व काळातील शेती प्रसार - १८, १९
इस्टेट - १३०, १३१
उत्पादन, आयात व वापर - २२३-२२७
उपाययोजना - १७९-१८१
उष्णांक दिन - २८, २९
एकात्मिक कीड व्यवस्थापन - २३७, २३८
कमी उत्पादकता - १७६, १७७
कीटकनाशके व कीडनाशके - २३२-२३५
कीटकनाशके व कीडनाशके उत्पादन - २३४
कीटकनाशके व कीडनाशके वापर - २३५
कृषी उत्पादकता निर्देशांक - ७६-७७
कृषी कार्यक्षमता - ६७
कृषी भूगोल अभ्यासपद्धती - ७-१२
कृषी भूगोल विकास - ५, ६
कृषी भूगोल स्वरूप - २
कृषी भूगोलाची व्याप्ती - ३, ४
कृषी भूगोलाचे महत्त्व- ४, ५
कृषी सांख्यिकी सामग्री - २०-२३
कृषीक्षेत्रातील महिला - २५४-२६२
कृषीक्षेत्रातील रोजंदारी - २४८-२५०
कृषीक्षेत्रातील रोजगार - २४६-२५३
कृषीभूमी विनियोग - २४
के.डोई पद्धती - ८४-८७
केंडॉल पद्धती - ६८-७०
कॅबॅलेरोस - ४३
कोपॉक पद्धती - ८७
खतांचे प्रकार-२२२
खते - २२२-२३२
खाद्यपिके उत्पादकता - १५१-१५४, १५६
खाद्यान्न उपलब्धता - १८८, १८९
गौण श्रमिक - २५०, २५५
चांदणीसदृश्य आकृतिबंध - ९८

जंगली/रानटी गहू-बार्ली – १७

जमीन तुकडीकरण – ४५

जमीन संलग्नीकरण – ५१–५२

जमीन सुधारणा – ४६–५२

जमीनदारी – ४३

जलसिंचन – ३८, २१४–२२१

जलसिंचन पद्धती – २१७–२२०

जलसिंचन प्रकार – २१५, २१६

जलसिंचन प्रादेशिक विषमता – २१६, २१७

जलसिंचन सूक्ष्म सिंचन – २१८–२२०

जागतिक – १९४

जागतिक गहू कोठार – १२६, १२७

जागतिक व्यापार संघटना आणि भारतीय महिला–
   २६०, २६१

जिन सेंटर – १४–१६

जैव खते – २३०–२३२

जैव खते उत्पादन – २३२

जैव-रासायनिक निविष्ठा – ४०

जैवकीटक व कीडनाशके – २३५–२३८

जैवतंत्रज्ञान – ४०, ४१

टेक्नो-इकनॉमिक इनपुट्स – ३७

ट्रक फार्मिंग – १३४

डी. टॉमस पद्धती – ८३, ८४

डॉ. महमद शफी परीक्षण – १००

तांत्रिक घटक – ३७

तापमानाची विपरितता – २६, २७

तीन पाती पद्धती – ९५

दि डेक्कन डेव्हलपमेंट सोसायटी – २५९, २६०

दुग्धोत्पादन – १२८–१३०, १६३–१६५, १६९,
   १७०

दुग्धोत्पादन व प्रादेशिक वितरण – १६५–१६८

दुर्लक्षित मृदासंवर्धन – १७८, १७९

धवलक्रांती – १६२–१७०

धवलक्रांती वर्तमान उद्दिष्ट – १६८, १६९

धान्यपिकांची व्यापारी शेती – १२४–१२७

धारणक्षेत्र – ३४, ३५, ४२–४५, ५०, ५१

नगदी पिके उत्पादकता – १५५–१५८

नदी जोड प्रकल्प – २०९–२११

नियमनकारी घटक – २४, २५

नॅशनल मिल्क डे – १६२

न्यून पोषण, कुपोषण – १७५

पर्याप्त तापमान – २८

पर्यावरण ऱ्हास – २२१

पर्यावरण ऱ्हास – २३८–२४२

पिकांचा बदललेला आकृतिबंध – १४६, १४७

पिकांच्या आकृतिबंधवर प्रभाव टाकणारे घटक –
   १४७–१४९

पिके व पशुपालन निर्वाही शेती – ११६, ११७

पिके-पशुपालन व्यापारी शेती – १२७–१२९

पियन – ४३

पीक आकृतिबंध – ५५–५९

पीक मापनपद्धती – ५६, ५७

पीक लागवड सघनता – ६२, ६३, ९४

पीक विविधा – ६४

पीक विविधा मापन पद्धती – ६५–६७

पीक विशेषीकरण – ६७

पीक संहती/केंद्रीकरण – ५९

पीक समन्वय – ७७–७९

पीटर स्कॉट रूपांतरण – ८८

पुरुष व रक्तक्षय – १९२–१९४

पूर – २०५

पूर संरक्षक उपाय – २०८, २०९

पूरप्रवण क्षेत्र – २०६, २०७

पोयटा मृदा – ३१, ३२

पोषण – १७३–१७६, १८९

पोषण आणि भूक – १८९

पोषण मापन – १७३

पोषणद्रव्ये – १७३, १७४

प्रकाशमय काळ – २९

प्रणाली अभ्यासपद्धती – १०, ११

प्रमाणित पोषण परिमाण – ७४–७६

प्राणिजन्य – २३७

प्रादेशिक अभ्यासपद्धती – ८, ९
प्रादेशिक कृषी उत्पादकता – १४९, १५०
प्रारंभिक शेती प्रसार परिकल्पना – १७, १८
प्रिस्टीन सेंटर्स/आदिम केंद्रे – १८
फझेंदा, फझेंदेइरो – १३१
फार्मर्स लंग – २७३
फूड ॲन्ड ॲग्रिकल्चर ऑर्गनायझेशन – २२
बालक कल्याण योजना – २७०-२७२
बालके लोकसंख्या – २६३-२७२
बालके व रक्तक्षय – २६७-२७०
बोधगया चळवळ – २५९
भटके पशुपालन – १०३-१०७
भाटिया पद्धत – ७१-७३
भातशेती प्रधान सघन निर्वाही शेती – ११३-११६
भारत – १९५-१९८
भारत उपयोजन – १४४, १४६
भारताचे कृषी धोरण – १८२-१८७
भारतीय शेती व तंत्रज्ञान – २४२-२४५
भारवाही सरासरी गुणानुक्रम – ७०, ७१
भूक निर्देशांक – १९४-१९८
भूमध्य सामुद्रिक शेती – ११७-१२०
भूमिहीन श्रमिक – २५०-२५४
भूमी उपयोजन – ५२-५४, १३५-१४३
भूमीक्षमता – १३५-१४३
भूमीक्षमता मापन पद्धती – १३८-१४३
भौतिक घटक – २५
मंडई बागायती – १२८, १३४, १३५
मध्ययुगीन काळातील शेती प्रसार – १९, २०
मळ्याची शेती – १३०-१३४
महालवारी – ४४
महिला कल्याण योजना – २६१, २६२
महिला कामाची अदृश्यता – २५४, २५६
मानसिक ताण-तणाव-आत्महत्या – २७३-२७४
मिश्र शेती – १२८
मुख्य श्रमिक – २५०-२५५
मृदा आम्ल-विम्लता – ३२-३४

मृदाजल धारकता – ३०-३२
मृदासूक्ष्मजीव – ३३, ४१
मोसमी स्थानांतरण – १०५, ११९
यांत्रिकीकरण – ३८, ३९
रँच – १२०, १२२-१२४
रयतवारी – ४४
राज्ये – १७१
राष्ट्रीय – १७०
राष्ट्रीय कृषी उत्पादकता – १५९-१६१
राष्ट्रीय नमुना सर्वेक्षण संघटना – २२
राष्ट्रीय स्वयंपूर्णता – २००
रासायनिक खते-२२२
लागवडी गहू-बार्ली – १७
लिंग गुणोत्तर – २६३-२६७
लॅपलँड – १०६
वनस्पतीजन्य – २३६
वर्गीकरण – १०३
विक्रेय वस्तूपद्धती – ७, ८
विशेष शेती – १३४, १३५
विस्तृत यांत्रिक शेती – १२५
वीव्हर पद्धती – ७९-८३
वेठबिगार – २५१-२५३
व्यक्तीसापेक्ष – १७०
व्यापारी पशुपालन – १२०-१२४
व्यापारीकरण मापन – ६३
व्हर्मीकंपोस्ट – २२८-२३०
व्हिटलसी बारा कृषी प्रदेश – १०३-१३५
व्हिटलसी कृषी प्रदेश – १०१, १०२
व्हॉन थ्युनेन प्रतिमान – ९२-९७
व्हॉन थ्युनेन प्रतिमानाच्या प्रतिमान मर्यादा – ९९
व्हॉन थ्युनेन प्रतिमानातील गृहीतके – ९३
शाकीय प्रजनन – १३
शाश्वत शेती – २४१
शून्यभाडे स्थान/आर्थिक भाडे – ९५, ९६
शेती प्रसार – १७-२०
शेती व्यावसायिकांचे आरोग्य – २७२-२७४

शेतीचा प्रारंभ/उत्पत्ती – १२–१७

संकल्पना – १९८

संघटित आणि असंघटित श्रमिक – २४७–२४९

सघन निर्वाही शेती – ११३–११६

सहकारी शेती – ५१, ५२

साठवण – ३९

सामाजिक घटक – ४१

सार्वजनिक वितरण प्रणाली – १८५–१८७,
    २००, २०१

सुनियोजित अभ्यासपद्धती – ८

सुम उत्पादन एकक – १३६, १३७

सेंद्रियखते – २२६–२३०

स्त्रिया व रक्तक्षय – १९०–१९२

स्थलांतरित शेती – १०७–११०, २४०–२४१

स्थानिक नांवे – १०९

स्थानिक/कौटुंबिक अन्नसुरक्षा – २००, २०१

स्थानिकीकरण गुणांक – ५९–६२

स्लॅश ॲन्ड बर्न – १०८

स्वयंपूर्णता – १९९

स्विडेन – १०७

हंगामोत्तर तंत्रज्ञान समस्या – १८१, १८२

हरितक्रांती – ८९–९१

हरितक्रांती परिणाम – ९०–९१

हरितक्रांती प्रभाव – ८९, ९०

हिमयुग – १२

www.ingramcontent.com/pod-product-compliance
Lightning Source LLC
Chambersburg PA
CBHW080953020726
47505CB00009B/2181
9788184836127